।। श्रद्धांजली ।।

श्री. नानी पालखीवाला यांची जयंती १६ जानेवारी रोजी असते. त्या दिवशी त्यांच्याबद्दलच्या स्मृती जागवताना त्यांच्याच शब्दात...

'जेव्हा मी मृत्यू पावेन, तेव्हा...

* *ज्याने कधीही सूर्योदय पाहिला नाही, त्या अंधाला माझे डोळे द्या.*
* *ज्याने हृदयाच्या यातना भोगल्या आहेत, त्याला माझे हृदय द्या.*
* *अपघातात चक्काचूर झालेल्या मोटारीतून ज्याला ओढून बाहेर काढले आहे, अशा तरुणाला माझे रक्त द्या. म्हणजे तो आपली नातवंडे खेळताना पाहू शकेल.*
* *एखाद्याच्या शरीरात भिनणाऱ्या विषाचा निचरा करण्यास माझी किडनी उपयोगी पडेल.*
* *एखाद्या अपंग मुलाला चालण्यास मदत करण्यासाठी माझी हाडे वापरली जावोत.*
* *एवढे केल्यावर माझ्या देहाचे जे काही अवशेष उरतील, ते जाळून टाका आणि ती राख वाऱ्यावर पसरून द्या. त्या राखेच्या खतामुळे वनस्पतींना फुले येऊन ती फुलू द्या. अन् जर तुम्हाला माझे काही दफन करावे लागत असेल; तर माझी कलुषित मते आणि माझे दोष आणि माझ्या मनातील इतरांबद्दलचा द्वेषही गाडून टाका.*
* *मी केलेली पापे सैतानाला देऊन टाका आणि माझा आत्मा परमेश्वराकडे पोचवा.*
* *जर तुम्हाला माझी स्मृती जागवायची असेल, तर तुमच्या एखाद्या गरजू व्यक्तीसाठी दयाळू कृत्य करा किंवा अनुकंपेची आणि प्रेमाची गरज आहे, अशा व्यक्तीला ते प्रेम द्या. तिच्यासाठी सहानुभूतिपर शब्दांचा वापर करा.*

मी सांगितलेल्या ह्या साऱ्या गोष्टी जर तुम्ही केल्या, तर मी आपोआपच चिरंजीव होईन.'

– नानी पालखीवाला

आपल्या स्नेहीजनांना पुस्तके भेट द्या

वुई, दि नेशन

वाया गेलेली वर्षे

नानी पालखीवाला

अनुवाद

वि. स. वाळिंबे

मेहता पब्लिशिंग हाऊस

Email : production@mehtapublishinghouse.com
Website : www.mehtapublishinghouse.com

- *या पुस्तकातील लेखकाची मते, घटना, वर्णने ही त्या लेखकाची असून त्याच्याशी प्रकाशक सहमत असतीलच असे नाही.*

WE, THE NATION : by NANI PALKHIWALA
Originally Published by : UBS Publishers Distributors Ltd., New Delhi.
Translated into Marathi Language by V. S. Valimbe

वुइ, दि नेशन / वैचारिक

अनुवाद : वि. स. वाळिंबे
Email : author@mehtapublishinghouse.com

मराठी अनुवादाचे व प्रकाशनाचे हक्क, मेहता पब्लिशिंग हाऊस, पुणे.

प्रकाशक : सुनील अनिल मेहता, मेहता पब्लिशिंग हाऊस,
१९४१, सदाशिव पेठ, माडीवाले कॉलनी, पुणे - ३०.

मुखपृष्ठ : बाबू उडुपी

प्रकाशनकाल : मे, १९९५ / जानेवारी, १९९७ / जुलै, २००६ /
सप्टेंबर, २०११ / पुनर्मुद्रण : मार्च, २०१६

P Book ISBN 9788177667165
E Book ISBN 9788184989854
E Books available on : play.google.com/store/books
www.amazon.in/b?node=15513892031

न कुरकरता खडतर वाटचाल करीत
असलेल्या
कोट्यवधी सालस, अनाम
देशबांधवांना

चिरकाल टिकावी, अशी आकांक्षा बाळगून –
आणि तशी अपेक्षा बाळगण्यात काहीच गैर नसते –
ही राज्यघटना तयार करण्यात आली आहे; परंतु ती
राबविणाऱ्यांच्या मूर्खपणामुळे किंवा अनाचारामुळे किंवा
निष्काळजीपणामुळे ती एका तासात
कोसळून पडू शकेल.

(घटना समितीचे प्रभारी अध्यक्ष सच्चिदानंद सिन्हा यांनी
९ डिसेंबर १९४६ रोजी केलेल्या उद्घाटनपर भाषणात
जोसेफ स्टोरी यांच्या या उद्गारांचा उल्लेख केला होता.)

अनुक्रम

प्रास्ताविक

आपण आपल्या दैवाचे स्वामी आहोत?

'वुइ, दि पीपल' या माझ्या मागच्या पुस्तकाचा हा पुढचा भाग म्हणायला हरकत नाही. गेल्या दहा वर्षांमध्ये मी जी व्याख्याने दिली आणि लेख लिहिले, त्यांतील उताऱ्यांचे हे संपादित संकलन आहे. मूलभूत कल्पना आणि विषय यांचे उल्लेख अनेक ठिकाणी आल्यामुळे, काहीशी पुनरुक्ती होणे अपरिहार्य ठरले. मानवजातीचे भले करण्याची संधी सध्याच्या पिढीला जेवढी लाभली आहे, तेवढी ती पूर्वी कधीही उपलब्ध झालेली नसताना, ही पिढी नेमक्या उलट दिशेने वाटचाल करीत आहे, असे माल्कम मगरिज यांनी म्हटले आहे. सुव्यवस्थेऐवजी गोंधळ, स्थिरतेऐवजी मोडतोड; जीवन, निर्मिती आणि प्रकाश यांच्याऐवजी मृत्यू, विनाश आणि अंधकार – असेच हे मार्गक्रमण चाललेले दिसते. आर्थिक प्रगतीच्या दृष्टीने पाहिले, तर सध्याचे दशक आपण वाया घालविले आहे, असे म्हणता येणार नाही; परंतु राष्ट्रीय नेतृत्व आणि सामाजिक एकात्मता यांचा विचार केला, तर या दशकाची गणना वाया घालविलेल्या कालखंडातच करावी लागेल. या भूतलावरील एका अत्यंत बुद्धिमान देशाच्या सरकारांनी सतत प्रगट केलेली निर्बुद्ध नालायकी, उत्कृष्ट आध्यात्मिक वारसा लाभलेल्या देशाची झालेली घसरण आणि येथील साध्यासुध्या, प्रामाणिक, परंतु उपेक्षित गरिबांची जबरदस्त सहनशीलता या तीन गोष्टींचे मला नेहमीच नवल वाटत आलेले असून, त्याचेच प्रतिबिंब या पुस्तकात पडलेले आहे. प्राचीन भारतीय संस्कृतीचा कर्मसिद्धान्त केवळ व्यक्तींपुरताच मर्यादित नसून समूह, राष्ट्रे आणि देश यांच्या बाबतीतही तो तितकाच खरा ठरतो; या निष्कर्षाप्रत आपल्याला यावे लागते.

आत्मचरित्र लिहिण्याचा विचार माझ्या मनात घोळत असल्यामुळे, विज्ञान किंवा बुद्धिवाद ज्यांचे स्पष्टीकरण करू शकणार नाहीत, अशा माझ्या जीवनातील काही घटना मला येथे नोंदवाव्याशा वाटतात. त्यामुळे लोकांनी माझी कुचेष्टा केली, तरीही हरकत नाही. व्यक्तीच्या आयुष्याची काय किंवा देशाच्या जीवनाची काय – मूलभूत चौकट कोणत्या तरी अज्ञात शक्तीने अगोदरच ठरवून टाकलेली असते,

असे मी मानतो. हे जे पूर्वनियोजित आहे, त्याचा वेध घेण्याची आणि त्याबाबत संबंधित व्यक्तींना सावध करण्यात दिव्यदृष्टी किंवा अंतर्ज्ञान फारच थोड्या माणसांना लाभलेले असते. त्यांनाच केवळ ते ज्ञान का प्राप्त व्हावे, हे शास्त्रीय दृष्टीने विशद करता येत नाही. काही माणसांपाशी प्रखर इच्छाशक्ती असते हे खरे; परंतु तिलाही तिच्या म्हणून काही मर्यादा पडलेल्या असतात, असे दिसून येते. कुत्र्याच्या मानेभोवती बांधलेल्या साखळीसारखेच हे आहे. ही साखळी जेवढी लांब, तेथपर्यंत जाण्याची कुत्र्याला मुभा असते; पण त्याच्यापुढे ते जाऊ शकत नाही.

भविष्यकालीन घटना आपल्या दिव्य दृष्टीने जाणून घेण्याची माणसाची क्षमता अलीकडे कमी होत चालली आहे, असे विल्यम्स रीस-मॉग यांनी ५ जुलै १९९३च्या 'टाइम्स'मधील आपल्या लेखात म्हटले आहे. नियतीचे संकेत पूर्वीच्या काळात अगोदर कसे कळले होते, याची काही उदाहरणेही त्यांनी या लेखात दिली आहेत. मॉरिस मेटरलिंक यांनी म्हटले आहे, 'आपल्या अहंभावाच्या अत्यंत अंधाऱ्या कोपऱ्यातून एक अज्ञात अतिथी आपल्याला मार्गदर्शन करीत असतो. तो अज्ञात अतिथी कधीही विनाश पावत नाही, तसेच तो आपल्या विचारांची वा बुद्धीची पर्वाही करीत नाही.' 'पुढे काय घडणार आहे,' याच्यासंबंधी आपल्याला सतत कोणीतरी सांगत आहे. मी जर चुकीच्या मार्गाने जात असेल, तर ती अज्ञात शक्ती मला योग्य मार्ग दाखवेल,' असे हे सॉक्रेटिसचे उद्‌गार प्लेटोने नमूद केले आहेत. मोटारीत घडलेल्या बॉंबस्फोटातून विन्स्टन चर्चिल असेच एकदा नशिबाने वाचले. ते मोटारीमध्ये नेहमी ज्या जागी बसत, तेथे त्या दिवशी बसले नाहीत आणि त्यामुळेच ते प्राणघातक संकटातून वाचले. 'तुम्हाला त्या दिवशीच नेमकी जागा बदलावीशी का वाटली,' असे त्यांच्या पत्नीने विचारले. त्यांनी उत्तर दिले, 'मला माहीत नाही.' थोड्या वेळाने ते सांगू लागले, 'होय, मला ते माहीत होते. माझ्यासाठी मोटारीचा पुढचा दरवाजा उघडला जाताच मी आत बसू लागलो. एवढ्यात कोणीतरी 'थांब' असे मला म्हटल्याचे स्पष्ट ऐकू आले. आपण पलीकडच्या बाजूने मोटारीत बसावे, असे तो शब्द ऐकून मला वाटले आणि मी पलीकडे जाऊन बसलो.'

१९६८ मध्ये गोविंद मेनन कायदामंत्री होते. ॲटर्नी जनरलचे पद मी स्वीकारावे,

असा त्यांनी मला खूप आग्रह केला. मी प्रथम त्यांना नकार दिला; पण अखेरीस तयार झालो. दिल्लीला गेल्यावर 'ते पद स्वीकारायला मी तयार आहे आणि तुम्ही तसे उद्याच्या वर्तमानपत्रांत जाहीर करू शकता,' असे मी मेनन त्यांना कळविले. एकदाची अनिश्चितता संपली, म्हणून मला फार बरे वाटले. मला नेहमीच गाढ झोप लागते. त्या दिवशीही मी तसाच झोपी गेलो; परंतु काय आश्चर्य! पहाटे तीन वाजता अचानक जाग आली आणि आपण 'हो' म्हणण्यात चूक केली, असे एकदम मला जाणवले. दुसऱ्या दिवशी सकाळी मी मेनन यांना पद स्वीकारत नसल्याचे दिलगिरीपूर्वक कळविले. त्यानंतर लगेचच काही दिवसांच्या आत तेच काँग्रेस सरकार अधिकारावर असताना, देशाच्या राज्यघटनेला आकार देणाऱ्या अनेक महत्त्वपूर्ण खटल्यांमध्ये लोकांची बाजू मांडण्याची संधी मला लाभली. बँकांचे राष्ट्रीयीकरण (१९६९), संस्थानिकांचे तनखे (१९७०), मूलभूत अधिकार (१९७२-७३) हे त्यांपैकी काही विशेष उल्लेखनीय खटले.

दिव्यदृष्टीशी किंवा अंतर्ज्ञानाशी संबंधित असलेला माझ्या जीवनातील एक अनुभव इतका विचित्र आहे की, अखेर त्याची परिणती इंदिरा गांधींनी आणीबाणी पुकारण्यात झाली.

इंदिरा गांधी यांची लोकसभेवरील निवड अलाहाबाद उच्च न्यायालयाने १९७५च्या जूनमध्ये रद्द ठरविली. त्यामुळे त्यांचे लोकसभेचे सदस्यत्व जाणार होते. कदाचित त्यांना पंतप्रधानपदही गमवावे लागेल, असे दिसू लागले. त्यामुळे इंदिराजींनी अलाहाबाद उच्च न्यायालयाच्या निर्णयाविरुद्ध सर्वोच्च न्यायालयात अपील दाखल केले. त्याचप्रमाणे सर्वोच्च न्यायालयाच्या निर्णयाला तात्पुरती स्थगिती मिळावी, असाही अर्ज केला. त्यांचा हा अर्ज न्या. कृष्ण अय्यर यांच्यापुढे २३ जून १९७५ रोजी सुनावणीसाठी आला. त्या वेळी इंदिराजींच्या वतीने मी काम पाहिले. न्या. कृष्ण अय्यर यांनी माझा युक्तिवाद ऐकून दुसऱ्या दिवशी उच्च न्यायालयाच्या निर्णयाला तात्पुरती स्थगिती दिली. त्या संबंधीच्या निकालपत्रात न्या. अय्यर यांनी म्हटले होते की, इंदिरा गांधी यांच्या अपिलाची सुनावणी आणि अंतिम निर्णय होईपर्यंत त्या लोकसभेत बसू शकतात, इतर कोणत्याही सभासदाप्रमाणे कामकाजात भाग घेऊ शकतात आणि पंतप्रधानपदावरही राहू शकतात. फक्त त्यांना लोकसभेतील

मतदानात भाग घेता येणार नाही. सध्या संसदेचे अधिवेशन चालू नसल्यामुळे इंदिराजींना कोणतीच अडचण जाणवणार नाही आणि संसदेचे अधिवेशन पुन्हा सुरू झाल्यावर त्यांना मतदानाचा हक्क मिळावा, यासाठी मी पुन्हा अर्ज करावा, असेही न्यायमूर्तींनी सांगितले. त्याच दिवशी संध्याकाळी (२४ जून १९७५) मी इंदिराजींना त्यांच्या निवासस्थानी जाऊन भेटलो आणि म्हटले, "सर्वोच्च न्यायालयाकडून मिळालेली तात्पुरती स्थगिती पुरेशी आणि समाधानकारक असल्यामुळे तुम्ही काळजी करण्याचे कारण नाही. तसेच अलाहाबाद उच्च न्यायालयाने साक्षीपुराव्याची नोंद व्यवस्थित घेतलेली नाही, हे आपण सर्वोच्च न्यायलयाच्या निदर्शनाला आणून देऊ शकू."

मी मुंबईला विमानाने परतत असताना, माझ्या शेजारी एक वयस्कर गृहस्थ बसले होते. ते खादीधारी होते. त्यांच्याजवळची पिशवीही खादीचीच होती. पंतप्रधानांच्या प्रकरणामध्ये सर्वोच्च न्यायालयाने काय ठरविले, असे त्यांनी मला बोलण्याच्या ओघात विचारले. न्यायाधीशांनी दिलेला निकाल मी त्यांना थोडक्यात कथन केला. आपण बंगलोर येथील गांधी आश्रमात राहतो आणि अधूनमधून दौऱ्यावर जातो, तसेच सध्या निघालो आहोत, असे त्यांनी मला सांगितले. बंगलोरमधील एका अंतर्ज्ञानी व्यक्तीने व्यक्तविलेली भविष्ये किती चमत्कारिक आहेत, यासंबंधी ते बोलू लागले. त्यांनी त्या वेळी संबंधित व्यक्तीचे नाव सांगितल्याचे मला स्मरते. आम्हा दोघांमध्ये साधारणत: पुढीलप्रमाणे संभाषण झाले :

"१९७५ च्या मेमध्ये मी आश्रम सोडताना त्या अंतर्ज्ञानी व्यक्तीने मला सांगितले की, अलाहाबाद उच्च न्यायालयापुढील खटला पंतप्रधान हरणार आहेत आणि तरीही, जगातील त्या सर्वांत शक्तिशाली महिला होणार आहेत."

आश्चर्यचकित होऊन मी विचारले, "इंदिराजी आज जेवढ्या शक्तिशाली आहेत, त्यापेक्षा अधिक शक्तिशाली कशा काय होऊ शकतील? जगातल्या सर्वांत मोठ्या लोकसत्ताक देशाच्या त्या आज प्रमुख आहेतच. त्यांना असे आणखी कोणते सामर्थ्य प्राप्त होणार आहे?"

"ते मला माहीत नाही. त्या व्यक्तीने जे मला सांगितले, ते मी तुम्हाला कथन केले, इतकेच."

हे भविष्य मला निरर्थक वाटले; इतके की, त्या अंतर्ज्ञानी व्यक्तीचे नाव लक्षात ठेवण्याचीही गरज वाटली नाही. तरीपण संभाषण चालू ठेवणे आवश्यकच होते. मी विचारले, ''त्या व्यक्तीने आणखी काही सांगितले काय?''

''होय. पंतप्रधान स्वत:कडे जादा अधिकार घेतील. त्यांची ही कारकीर्द १९७७ च्या मार्चमध्ये संपुष्टात येईल.''

''त्यांनी वर्ष आणि महिना सांगितला काय?''

''हो, पंतप्रधानांचे जादा अधिकार १९७७ च्या मार्चमध्ये संपुष्टात येतील, असे ते म्हणाले.''

''त्यांनी आणखी काही भविष्ये वर्तविली काय?''

''हो. जयप्रकाश नारायण यांना एक गंभीर विकार जडेल आणि दोन वर्षांच्या आत त्यांचे निधन होईल, असे ते म्हणाले. त्यांनी पुढे असेही सांगितले की, यशवंतराव चव्हाणांची पंतप्रधान होण्याची आकांक्षा कधीही सिद्धीला जाणार नाही.''

येत्या काही दिवसांमध्ये काय घडू शकेल, याचा मनाशी विचार करीत मी घरी येऊन पोचलो. त्यानंतर छत्तीस तासांच्या आतच आणीबाणी जारी करण्यात आली, लोकांचे मूलभूत अधिकार स्थगित केले गेले आणि एखाद्या हुकूमशहासारखे सर्व अधिकार पंतप्रधानांनी स्वत:कडे घेतले.

२६ जून १९७५ ची काळी सकाळ उगवली ती ही अशी.

आणीबाणी जारी झाल्यामुळे इतर चार भविष्यांबाबतचे विचार माझ्या मनात येऊ लागले. एके दिवशी 'टाइम्स ऑफ इंडिया'च्या त्या वेळच्या संपादकांना आणि अन्य काही प्रमुख पत्रकारांना मी माझ्याकडे भोजनाला बोलाविले आणि विमानात त्या गांधीवादी गृहस्थांशी झालेले संभाषण कथन केले. आणीबाणीमध्ये काँग्रेस सरकारने रामनाथ गोएंका यांचा अक्षरश: छळ सुरू केला होता. विमानातील संभाषण मी महिनाभराने रामनाथ गोएंका यांच्याही कानावर घातले. सगळीकडे निराशेचे काळे ढग जमून आले होते. सध्याच्या हुकूमशाहीचा १९७७ च्या मार्चमध्ये अंत घडून येईल, या भविष्याशिवाय आशेचा दुसरा कोणताही किरण दिसत नव्हता. ही चारही भविष्ये तंतोतंत खरी ठरली, हे सांगायची गरज नाही.

आणीबाणीमध्ये सर्वाधिकार स्वत:कडे घेऊन इंदिराजी खरोखरच जगातील सर्वांत शक्तिशाली महिला झालेल्या होत्या. त्यांची ही हुकूमशाही १९७७ च्या मार्चमध्ये कोसळून पडली. १९७९ च्या ऑक्टोबरमध्ये जयप्रकाश नारायण यांचे निधन झाले आणि पंतप्रधान होण्याची आकांक्षा सिद्धीला जाण्यापूर्वीच १९८४च्या नोव्हेंबरमध्ये यशवंतराव चव्हाणांचे देहावसान घडून आले.

मी इंदिरा गांधींना पुन्हा भेटलो, तो २२ मार्च १९७७ च्या संध्याकाळी. निवडणुकीचे निकाल हाती येऊ लागले होते. जनता पक्षाला बहुमत मिळणार आणि इंदिरा गांधी यांना राजीनामा द्यावा लागणार, हे स्पष्ट झाले होते. मी त्या दिवशी दिल्लीतच असल्यामुळे इंदिराजींना भेटायला गेलो. १९७५ च्या जूनमध्ये विमानप्रवासात एका अनोळखी व्यक्तीशी झालेले बोलणे मी इंदिराजींना सांगितले आणि म्हटले, ‘‘इंदिराजी, अलाहाबाद उच्च न्यायालयात तुमच्याविरुद्ध खटला दाखल करण्यात आल्यापासून आजपर्यंत जे काही घडले, ते सर्व अगोदरच ठरलेले होते, असे म्हटले पाहिजे.’’

इंदिराजींच्या डोळ्यांत आसवे जमा झाली. मी त्यांना रडताना एकदाच पाहिले – त्या वेळी.

विश्वाचे नियंत्रण करणाऱ्या अज्ञात, गूढ शक्तीने सारे काही ठरवून टाकलेले असते, याव्यतिरिक्त वरील घटनेचे अन्य काही स्पष्टीकरण देणे निखालस हास्यास्पद ठरेल.

आपल्याला सर्व काही उमगले आहे, असे आजचे विज्ञान दावा करते. ‘सारे विश्व हे एक गूढ आहे, हे मत मला मुळीच मान्य नाही,’ असे ख्यातनाम शास्त्रज्ञ प्रा. स्टीफन्स हॉकिंग यांनी ‘ब्लॅक होल्स अँड बेबी युनिव्हर्स’ या आपल्या अलीकडच्या ग्रंथात म्हटले आहे. मला स्वत:ला तसे वाटत नाही. हेच केवळ एक गूढ आहे, असे नव्हे, तर अशी कोट्यवधी गुढं अस्तित्वात असून, ती मानवी मनाला (मानवी चैतन्याला नव्हे) कधीच उलगडता येणार नाहीत. या शतकातील सर्वश्रेष्ठ शास्त्रज्ञ अल्बर्ट आईनस्टाईन यांनी जे म्हटले आहे, तेच खरे आहे, ‘आपल्याभोवती अनेक गूढ शक्ती नांदत आहेत, हाच सर्वांत सुंदर अनुभव होय आणि या मूलभूत जाणिवेतूनच खरी कला आणि खरे शास्त्र विकास पावत असते.’

प्राध्यापक हॉकिंग पुढे म्हणतात, ‘विश्वाचे कार्य विशिष्ट नियमांच्या आधारे चालते आणि या विश्वातील प्रत्येक गोष्ट योग्य वेळी विकसित होत जाते. विश्वाचे सूत्रचालन करणाऱ्या या नियमांचे आपल्याला अद्याप यथायोग्य ज्ञान झालेले नाही, हे खरे आहे; परंतु येत्या वीस वर्षांत ते होऊ शकेल, अशी ५०/५० टक्के शक्यता आहे.’ मानवी मेंदूमध्ये असंख्य परार्ध कण आहेत, असे प्रा. हॉकिंग म्हणतात. असे असले, तरीही हे विश्व प्रारंभापासून आजपर्यंत कसे विकसित झाले, हे मानवी मेंदूला कळणे सर्वस्वी अशक्य आहे, असेच मी मानतो. श्री अरविंद यांना अभिप्रेत असलेल्या पातळीपर्यंत मानवी चैतन्य पोचत नाही, तोपर्यंत हे असेच राहणार आहे.

जे विज्ञानाला सिद्ध करता येत नाही, त्याच्यावर आम्ही विश्वास ठेवणार नाही, असे म्हणण्याची सध्या फॅशनच झाली आहे. माणसाने चिकित्सक असले पाहिजे, हे मलाही मान्य आहे. आपल्याला दैवी शक्ती लाभलेली आहे, असा दावा करणारे हजारो तोतये आपल्याभोवती वावरत असतात, हेही खरे आहे. हॅरी हौडिनी या जगप्रसिद्ध जादूगाराचे चरित्र नुकतेच म्हणजे १९९३ च्या ऑक्टोबरमध्ये प्रसिद्ध झाले आहे. आपल्या मृत आईला भेटण्याची आणि तिच्याशी बोलण्याची या जादूगाराला एवढी उत्कट आस लागलेली होती की, त्यासाठी तो अनेक साधूबैराग्यांना भेटला. त्यातला एकही हौडिनी यांची अपेक्षा पूर्ण करू शकला नाही. आपल्या आईचा बनावट आवाज आपल्याला ऐकवण्यात येत होता, हे त्याला कळून आले.

असे असले, तरी विज्ञान ज्याचा समाधानकारक खुलासा करू शकत नाही, अशा गूढ आणि आश्चर्यजनक गोष्टी आणि घटना प्रत्यक्षात घडत असतात, हे कोणीच नाकारू शकत नाही. ज्यांचा गूढ शक्तीवर विश्वास नाही, असेही रुग्ण अत्यंत आश्चर्यकारक रीतीने कसे रोगमुक्त झाले, याची अनेक उदाहरणे नोबेल पारितोषिक विजेते डॉक्टर ॲलक्सिस कॅरेल यांनी आपल्या ‘मॅन द अन्नोन’ या ग्रंथात दिलेली आहेत.

काही वर्षांपूर्वी मुंबईला एक भोजनसमारंभ आयोजित करण्यात आला होता. पाहुण्यांमध्ये जसे ज्येष्ठ शास्त्रज्ञ होमी भाभा होते, तसेच लखनौमधले एक साधेसुधे गृहस्थही होते. त्यांना सिद्धी प्राप्त झालेली होती, असे मानले जायचे. काही जणांच्या आग्रहाखातर, त्या माणसाच्या अद्‌भुत शक्तीची परीक्षा पाहायला डॉ.

भाभा तयार झाले. त्यांनी आपल्या पाकिटातून एक रुपयाची नोट काढली आणि तिच्याकडे न पाहता ती त्या गृहस्थांच्या खिशात ठेवली. त्या नोटेवरील नंबर आपण सांगू शकाल काय, असे डॉ. भाभा यांनी त्या गृहस्थांना विचारले. त्या गृहस्थांनी तो नंबर अचूक सांगितला. डॉ. भाभा यांनीही तो अगोदर पाहिलेला नव्हता, हे विशेष! काही दिवसांनी मी डॉ. भाभा यांना दिल्लीत असताना विचारले, ''लखनौमधल्या त्या गृहस्थांच्या अद्‌भुत शक्तीसंबंधी शास्त्रीय स्पष्टीकरण करणे शक्य आहे काय?'' विज्ञानाला अद्याप तरी त्याचे उत्तर सापडलेले नाही, हे त्यांनी मोकळ्या मनाने कबूल केले.

'माय इंडिया' या आत्मचरित्रामध्ये जिम कॉर्बेट यांनी एका नेपाळी साधूचा अनुभव कथन केला आहे. त्या साधूच्या दिव्यदृष्टीला एके ठिकाणी खजिना असल्याचे दिसले. तो साधू थाप मारत असावा, अशीच अनेकांची कल्पना झाली; परंतु साधूने सांगितलेल्या ठिकाणी पोचल्यावर खरोखरच तेथे गुप्त खजिना आढळून आला. जिम कॉर्बेट यांनी पुढे लिहिले आहे, 'हरवलेले किंवा गहाळ झालेले खजिने ज्यांच्या दिव्यदृष्टीला दिसू शकतात, असे अनेक साधू हिमालयात आहेत.'

सर्व जगाला मार्गदर्शक होण्याचे भाग्य भारताला लाभणार आहे, अशीच श्री अरविंद आणि रवींद्रनाथ टागोर यांची का खात्री झाली होती, हे डॉ. रेनॉर जॉन्सन यांचे 'द इंप्रिझंड स्प्लेंडर' आणि फ्रिजॉक काप्रा यांचे 'द ताओ ऑफ फिजिक्स' ही पुस्तके वाचली की कळून येते. संत परस्परांच्या विधानांना कधीही छेद देत नाहीत आणि सिद्धपुरुषांमध्ये मतभेद संभवत नाहीत. आध्यात्मिक अनुभवाचा वारसा पौर्वात्य आणि पाश्चिमात्य संस्कृतींना सारखाच लाभला आहे. चिरंतनाच्या गवाक्षातून डोकावणारे पथिक एवढीच आपली भूमिका आहे, हे अधिकाधिक लोकांना आता कळून येऊ लागले आहे. आपल्या मर्यादित दृष्टीला या गवाक्षातून स्पष्टपणे दिसावे, म्हणून मधले अडथळे दूर व्हावेत, अशी आशा आर्थर कोसलर यांनी आपल्या 'द रूट्स ऑफ कोइन्सिडन्स' या ग्रंथाच्या अखेरीला व्यक्त केली आहे. माझीही अपेक्षा एवढीच आहे.

मुंबई **नानी ए. पालखीवाला**

१

परदेशी विद्यापीठांमधील भाषणे

स्वातंत्र्याची त्रेचाळीस वर्षे

१४ ऑगस्ट १९४७ च्या मध्यरात्री केलेल्या आपल्या त्या सुप्रसिद्ध भाषणात, भारताने बऱ्याच वर्षांपूर्वी नियतीशी केलेल्या कराराची पूर्तता होत असल्याचे जवाहरलाल नेहरूंनी म्हटले होते. भारत आता स्वातंत्र्यात आणि नवजीवनात पदार्पण करीत आहे, याचेही त्यांनी स्मरण करून दिले होते. गेल्या त्रेचाळीस वर्षांचा एका तासात आढावा घेणे, म्हणजे रात्रीच्या वेळी विजेच्या एका झोतात हिमालय पाहण्यासारखे आहे. तरीही मी तुम्हाला एक वचन देतो – मी कोणाच्याही अपराधाचे गांभीर्य कमी करणार नाही; तसेच आकसाने कोणालाही बदनाम करणार नाही. मी जर सत्याशी प्रतारणा केली, तर तो पंडित नेहरूंच्या आणि त्यांना गुरुस्थानी असलेल्या महात्मा गांधींच्या स्मृतीचा अवमान केल्यासारखे होईल.

भारतीय लोकशाही त्रेचाळीस वर्षे अव्याहत टिकली, ही तिची सर्वांत मोठी सिद्धी आहे. एका राजकीय प्रशासन-व्यवस्थेचे घटक म्हणून स्वातंत्र्याच्या वातावरणामध्ये चौऱ्याऐंशी कोटी लोक राहत आहेत. आफ्रिका आणि दक्षिण अमेरिका यांच्या एकत्रित लोकसंख्येपेक्षाही ही संख्या अधिक आहे. एकषष्ठांश मानवजात एक स्वतंत्र राष्ट्र म्हणून नांदत असल्याचे इतिहासात दुसरे उदाहरण आढळणार नाही. आजच्या जगात अन्यत्रही असे चित्र पाहायला मिळत नाही.

भारतीय लोकशाहीइतकी विविधता दुसऱ्या कोणत्याही लोकशाहीत अस्तित्वात नसल्यामुळे तर भारतीय लोकशाहीची ही कार्यसिद्धी अधिकच प्रशंसनीय ठरते. भारत म्हणजे मानवतेच्या सर्व वैशिष्ट्यांचे एकत्रित घडणारे दर्शन. जगातल्या बारा महान विद्यमान धर्मांचे लोक येथे राहतात. (कोणताही महान धर्म कधीही नष्ट झालेला नसल्यामुळे 'जिवंत' हा शब्द निरर्थक ठरतो). हे सर्व बारा धर्म भारतात विकसित पावले आहेत. वेगवेगळ्या लिपींमध्ये लिहिल्या जाणाऱ्या आणि वेगवेगळ्या प्राचीन भाषांमधून उगम पावलेल्या सोळा प्रमुख भाषा भारतात बोलल्या जातात.

(केंब्रिज येथील ट्रिनिटी कॉलेजमध्ये ७ नोव्हेंबर १९९० रोजी दिलेले जवाहरलाल नेहरू स्मृती व्याख्यान.)

आम्हा भारतीय लोकांना, ते फारसे बोलत नाहीत, असे तुम्ही म्हणू शकणार नाहीत. अडीचशे बोलींमधून आम्ही आमचे विचार व्यक्त करीत असतो. आमच्या राज्यघटनेमध्ये ज्या प्रमुख भाषांची यादी दिलेली आहे, तिच्यामध्ये इंग्रजीचा समावेश करण्यात आलेला नसला, तरीही संपूर्ण देशाची दुवा भाषा म्हणून अजून इंग्रजीचाच वापर केला जातो. दक्षिण भारत उत्तर भारताशी याच एका भाषेतून संवाद साधू इच्छितो. वैयक्तिक स्वरूपाचे कायदे सोडले, तर इतर बाबतीतील येथील कायदे ब्रिटिश न्यायशास्त्रावरच आधारलेले आहेत.

१९५० मध्ये स्वतंत्र भारत प्रजासत्ताक झाला, तेव्हा त्याच्यापाशी ज्यांचे मोजमाप करता येणार नाही, अशा जमेच्या तीन बाजू होत्या.

पाच हजार वर्षांची संस्कृती आमच्या पाठीशी उभी होती, ही जमेची पहिली बाब. 'मानवी विचारवैभवाचे अत्युच्च शिखर' अशी या संस्कृतीची महती राल्फ वॉल्डो इमरसन यांनी वर्णन केली आहे. येथील माणसांची गुणसूत्रे पाच हजार वर्षांच्या प्रदीर्घ कालखंडामध्ये विकसित होत गेल्यामुळे, आम्ही अनेक अवघड कौशल्ये आणि अनेक क्षेत्रांमध्ये अवगाहन करणारी प्रगल्भ बुद्धी यांचे वारसदार ठरलो आहोत. मधले अडचणींचे एक शतक सोडले, तर आमच्यापाशी अत्यंत श्रेष्ठ प्रतीची उपक्रमशीलता आहे. जागतिक बँकेने काही वर्षांपूर्वी भारतासंबंधी तयार केलेल्या अहवालामध्ये येथे उपलब्ध असलेल्या दोन अनुकूल घटकांचा आवर्जून उल्लेख केलेला आहे. भारतात कुशल कामगारांची संख्या अपरिमित आहे आणि नव्या प्रकल्पांमध्ये गुंतवणूक करण्यासाठी आवश्यक असणारे भांडवलही येथे भरपूर प्रमाणात उपलब्ध आहे, या दोन गोष्टींवर त्या अहवालात विशेष भर देण्यात आलेला होता. व्यापाराचे कसब भारतीय माणसाला जन्मतःच लाभलेले असते. तो एखादी वस्तू यहुदी माणसाकडून विकत घेऊन स्कॉटिश माणसाला विकेल आणि तरीही काहीतरी फायदा मिळवीलच.

संपूर्ण भारत पूर्वी कधीही एका राजकीय सत्तेच्या नियंत्रणाखाली आलेला नव्हता. एका ऐतिहासिक अपघातामुळे १८५८ मध्ये प्रथमच तसे घडून आले. संपूर्ण देशभर इंग्रजांची सत्ता प्रस्थापित झाल्यामुळे 'एक देश, एक राष्ट्र' असे स्वरूप भारताला प्राप्त झाले. त्यामुळे स्वातंत्र्य मिळाले, तेव्हा भारताला जवळजवळ एका शतकाची राष्ट्रीय एकात्मतेची परंपरा लाभली होती, ही या देशाच्या दृष्टीने जमेची दुसरी बाब होय.

आपल्या घटनाकारांनी तीन वर्षांच्या अविरत प्रयत्नांतून या देशासाठी जी घटना तयार केली, ती भूतपूर्व सरन्यायाधीशांच्या शब्दांत सांगायची, तर अत्यंत उदात्त होती. युगोस्लाव्हियाने काही वर्षांपूर्वी आपली विस्तृत राज्यघटना तयार केली, तोपर्यंत भारतीय राज्यघटनाच सर्वांत मोठी राज्यघटना म्हणून ओळखली

जात होती. ही अशी सर्वंकष राज्यघटना लाभणे ही जमेची तिसरी बाब.

संयुक्त राष्ट्रसंघाने १० डिसेंबर १९४८ या दिवशी मानवी अधिकारांचा जो सार्वत्रिक जाहीरनामा प्रसिद्ध केला, त्याचा आशय आपल्या राज्यघटनेच्या मूलभूत हक्कांमध्ये अंतर्भूत करण्यात आलेला आहे. या देशातील सर्वांना – म्हणजे जे नागरिक आहेत त्यांना आणि जे नागरिक नाहीत त्यांनाही – कायद्याच्या बाबतीत समानता देण्याची दक्षता आमच्या राज्यघटनेने घेतलेली आहे. एका बाबतीत तर आमचा घटनात्मक कायदा इंग्लंडमधल्या घटनात्मक कायद्यापेक्षाही अधिक धर्मनिरपेक्ष आहे. कोणत्याही सार्वजनिक पदाच्या बाबतीत आमच्या राज्यघटनेने धर्माच्या आधारे भेदाभेद केलेला नाही. दुसऱ्या एका बाबतीत आमची राज्यघटना अमेरिकेच्या राज्यघटनेपेक्षाही अधिक पुरोगामी आहे. भारतीय राज्यघटनेने पुरुष आणि स्त्रिया असा भेद केलेला नाही. अमेरिकेच्या राज्यघटनेत तशी तरतूद करण्याचे प्रयत्न होत असले, तरी अजूनतरी त्यांना यश आलेले नाही.

कोणताही व्यवसाय किंवा व्यापार किंवा उद्योगधंदा अंगीकारण्याचे स्वातंत्र्य आमच्या राज्यघटनेने सर्वांना बहाल केले आहे. आमच्या मूळच्या राज्यघटनेमध्ये समाजवादाच्या संकल्पनेला स्थान देण्यात आलेले नव्हते. उलट, सर्वांचे जास्तीत जास्त हित साधावे, हा उद्देश सफल व्हावा, म्हणून येथील सर्व भौतिक संपत्तीचे न्याय्य वाटप व्हावे, असे आमच्या घटनेच्या मार्गदर्शक तत्त्वांमध्ये नमूद करण्यात आलेले होते. त्याचप्रमाणे सामुदायिक हिताला विघातक ठरू शकणारे संपत्तीचे आणि उत्पादन-साधनांचे विकेंद्रीकरण टाळावे, अशीच अर्थव्यवस्था येथे आकाराला यावी, असे स्पष्टपणे म्हटले होते. सर्व संपत्तीवर आणि उत्पादन-साधनांवर केवळ शासनाचीच मालकी असली पाहिजे, असा साम्यवादाचा आग्रह असतो. समाजवाद हे साम्यवादाचेच दुसरे गोंडस नाव. साम्यवादाला किंवा समाजवादाला अभिप्रेत असलेली सर्वांगीण शासकीय मालकी आमच्या घटनाकारांना मुळीच अभिप्रेत नव्हती.

भारत हा जगातील असा एकमेव देश आहे की, एखाद्या राज्यामध्ये कम्युनिस्ट पक्ष सत्तेवर आला, तरीही नागरिकांचे मूलभूत अधिकार सुरक्षित राहू शकतात. आमच्या राष्ट्रीय राज्यघटनेमध्ये मूलभूत अधिकारांची ग्वाही देण्यात आलेली असल्यामुळेच हे असे घडून येते.

आमच्या राज्यघटनेची सुरुवात फार चांगली झाली आणि भविष्यकाळातील सारी आव्हाने पेलण्याचे तिच्यात भरपूर सामर्थ्य होते, असे आम्ही अभिमानाने म्हणू शकतो. ज्याप्रमाणे एखादा सराईत जुगारी त्याला लाभलेला अमोल वारसा बेदिक्कत उधळून देतो, त्याप्रमाणे आम्हाला लाभलेल्या जमेच्या या साऱ्या बाजूंचा आम्ही विचका केला, ही दुर्दैवाची गोष्ट होय. नेहरूंना १९४७ मध्ये जी उदात्त लोकशाही

येथे अवतरावी, असे वाटत होते, तिचे आजच्या भारतात संपूर्ण विडंबनच होत असल्याचे पाहायला मिळते.

स्वातंत्र्यप्राप्तीपासून अधिकारावर आलेल्या सर्व सरकारांनी राष्ट्रावर विवेकशून्य समाजवाद लादला आणि त्यामुळे लोकांच्या उद्यमशीलतेला आणि उपक्रमशीलतेला वावच उरला नाही. वास्तविक सामाजिक न्याय हाच समाजवादाचा खरा आशय. त्याऐवजी सरकारी नियंत्रण आणि सरकारी मालकी म्हणजेच समाजवाद, असे हे राज्यकर्ते धरून चालले. समाजवादाच्या या वरपांगी कल्पनेलाच खरा समाजवाद मानण्याची राज्यकर्त्यांकडून चूक घडल्यामुळे, सामाजिक न्यायाची उपेक्षाच झाली. धर्म म्हणजे कर्मकांड आणि सत्य म्हणजे विशिष्ट विचारसरणी असे समजण्याची जशी गफलत होते; तसेच येथे समाजवादाचे झाले. सामाजिक न्यायाशिवाय समाजवाद निरर्थक ठरतो, या वस्तुस्थितीकडे आमच्या राज्यकर्त्यांनी जाणूनबुजून दुर्लक्ष केले.

भारतात अनुसरला जाणारा समाजवाद म्हणजे एक प्रचंड ढोंग आहे, असे १९८७ च्या जानेवारीमध्ये 'द इकॉनॉमिस्ट'ने जे म्हटले, ते खरेच आहे. आम्ही जो समाजवाद स्वीकारला, त्यामुळे श्रीमंतांकडची संपत्ती गरिबांकडे संक्रमित होऊ शकली नाही. आमच्या समाजवादाने एकच साध्य केले – प्रामाणिकपणे संपत्ती मिळविलेल्या श्रीमंतांकडचे वैभव कशाचाच विधिनिषेध नसलेल्या बदमाषांच्या हातात जाऊन पडले.

सरकारी मालकीचे आम्ही अनेक कारखाने उभारले. 'भारतातील सार्वजनिक क्षेत्र' असे त्याचे नामकरण केले. या असल्या समाजवादामुळे अर्थव्यवस्थेला गती लाभत नाही, हे साऱ्या जगाला आता कळून आलेले आहे; परंतु भारतात मात्र तशी अधिकृत कबुली दिली जात नाही. केंद्र सरकार २३१ आणि राज्य सरकारे ६३६ कारखाने चालवितात. सार्वजनिक क्षेत्रातील हे कारखाने भारतीय अर्थव्यवस्थेला पडलेली भगदाडे ठरली आहेत; ज्यांच्यासाठी कितीही पैसा ओतला तरी तो अपुरा ठरावा, अशी त्यांची अवस्था आहे. भारताच्या सैद्धान्तिक समाजवादासाठी हे सरकारी कारखाने भरमसाट किंमत वसूल करीत आहेत. बांगलादेशापासून ब्राझीलपर्यंत जगभर सर्वत्र खासगीकरणाची लाट उफाळून आलेली असली, तरी तिचा भारताला स्पर्शही झालेला नाही.

सरकारी क्षेत्रातील प्रत्येक कारखाना दप्तरदिरंगाईने ग्रासून गेलेला आहे. भारतीय प्रजासत्ताकाच्या अगदी पहिल्यावहिल्या दशकापासूनच परमिट-लायसेन्स कोटा पद्धतीने आपल्या पोलादी पंजांनी राष्ट्रीय अर्थव्यवस्था जखडून टाकली आहे आणि काही मामुली सवलती वगळता अजूनही त्या पद्धतीची पकड घट्ट आहे.

आमचे सरकार शंभर वर्षांपूर्वीचे जुनेपुराणे प्रशासकीय तंत्र अजूनही अनुसरत

आहे. फायली आणि कागदपत्रे सतत एका अधिकाऱ्याकडून दुसऱ्या अधिकाऱ्याकडे आणि एका मंत्रालयाकडून दुसऱ्या मंत्रालयाकडे फिरत असतात. याचा परिणाम असा झाला आहे की, एक गंगा नदी सोडली, तर या देशात दुसरे काहीच हालत नसते. लॉर्ड कर्झन एकदा म्हणाले होते की, पृथ्वी जशी स्वतःभोवती फिरत असते, तशीच येथील फाईल फिरत असते – आपल्या दिमाखात, शांतपणे, निश्चितपणे पण संथगतीने. माल्कम मगरीज यांना कालांतराने हेच आढळून आले – 'सरकारी खाक्या असाच आहे. सतत फायलींवर काही ना काही नोंदी होत असतात आणि त्यांची इकडून तिकडे भ्रमंती होत राहते. काळाला जसा आदि वा अंत नसतो; तो असतो इतकेच, तशीच या फायलींची अवस्था असते.'

प्रजासत्ताकाच्या प्रारंभकाळातली ही परिस्थिती अद्याप तशीच कायम आहे. बदल एवढाच झालेला आहे की, फायलींची संख्या हजारपटींनी वाढली. महामूर्ख प्रशासकीय नियमांना आणि त्यामध्ये वारंवार होत असणाऱ्या दुरुस्त्यांना तोंड देण्यामध्ये अपरंपार मानवी शक्ती वाया जात आहे.

या संबंधात न्यायालयाकडे दाद मागायची म्हटले, तर तेथेही तीच अवस्था आढळते. या भूतलावरील जीवन आदि-अंताच्या किती अतीत असते, हे जाणून घ्यायचे असेल, तर एक सोपा मार्ग आहे – भारतातल्या कोठल्याही न्यायालयात दावा दाखल करायचा. या देशातल्या अठरा उच्च न्यायालयांमध्ये जवळजवळ वीस लाख खटले गेली कित्येक वर्षे पडून आहेत. सर्वोच्च न्यायालयाच्या अंतिम निर्णयाची प्रतीक्षा दोन लाख दहा हजार खटले करीत आहेत.

विटा आणि सिमेंट, यंत्रोपकरणे आणि कारखाने यांच्यावर जेवढी गुंतवणूक करण्यात आली; त्यापेक्षा कितीतरी कमी गुंतवणूक शिक्षण, कुटुंबनियोजन, पौष्टिक आहार आणि सार्वजनिक आरोग्य या मनुष्यबळाच्या विकासाशी निगडित असलेल्या बाबींबाबत करण्यात आली. ती भारतीय प्रजासत्ताकाच्या पहिल्या चाळीस वर्षांमध्ये झालेली सर्वांत मोठी चूक होती, अशीच इतिहासात नोंद होईल. संख्यात्मक विकासाकडे लक्ष देताना आपण गुणात्मक विकासाकडे दुर्लक्ष केले. आपले एकूण राष्ट्रीय उत्पादन ज्या प्रमाणात वाढले, त्या प्रमाणात एकूण राष्ट्रीय आनंदाची निर्मिती झालेली नाही.

मूलभूत सुविधा आणि सांस्कृतिक जागृती यांचा विचार केला, तर भारताचे वेगवेगळे विभाग अजूनही भिन्नभिन्न शतकांत वावरत आहेत, असेच दिसून येते.

सध्याचे लोकसंख्यावाढीचे भरमसाट प्रमाण कायम राहिले, तर भारतीय जीवनाची गुणवत्ता सुधारणे सर्वस्वी अशक्य आहे. माझ्या या तासाभराच्या व्याख्यानाच्या कालावधीत भारताची लोकसंख्या दोन हजारांनी वाढलेली असेल.

विकास हा संतति-नियमनाचा सर्वांत प्रभावी उपाय होय, असे म्हटले जाते;

परंतु जोपर्यंत लोकसंख्या सध्याच्या गतीने वाढत आहे, तोपर्यंत विकास घडून येणे सर्वस्वी अशक्य आहे. शिक्षण – विशेषत: मुलींचे शिक्षण, हे संतति-नियमनाचे आणखी एक चांगले साधन; परंतु राष्ट्रीय विकासाचे साधन म्हणून शिक्षणाचा उपयोग करून घेण्यात आम्हाला सर्वस्वी अपयश आले. स्वातंत्र्य मिळून चाळीसहून अधिक वर्षे लोटली असली, तरी आमची दोनतृतीयांश जनता आणि चारपंचमांश स्त्रिया अक्षरश: निरक्षर आहेत. या शतकाच्या अखेरीपर्यंत जगातील एकूण निरक्षरांपैकी ५४ टक्के निरक्षर भारतात असतील, असा जागतिक बँकेचा अंदाज आहे.

पन्नास वर्षांच्या समस्या आम्ही पंचवार्षिक योजना आखून सोडविण्याचा प्रयत्न करीत आहोत. त्यासाठी नेमण्यात येणारे अधिकारी दोन वर्षांच्या मुदतीचे असतात आणि खर्चाची तरतूद दर वर्षी वेगवेगळी केली जाते. आम्ही भारतीय असल्यामुळे अर्थशास्त्राचे नियम आम्हाला लागू पडणार नाहीत, अशा भ्रमात आम्ही वावरत आहोत.

इतर सर्व पर्यायांचा पुरेपूर अनुभव घेतल्यानंतरच माणूस शहाण्यासारखा वागतो, असे लॉर्ड केन्स यांनी म्हटले आहे. इतर सर्व पर्याय पूर्णपणे फसल्यानंतरच भारताने अगदी अलीकडे अर्थव्यवस्थेवरील बंधने शिथिल करण्याचे आणि नियंत्रण हटविण्याचे धोरण अंगीकारले आहे. बऱ्याच वर्षांनंतर प्रथमच आम्ही आर्थिक विचारसरणीऐवजी आर्थिक शहाणपणाची भाषा बोलू लागलेलो आहोत. सुरुवातीच्या काळातील नि:सत्त्व समाजवादापेक्षा अर्थपूर्ण समानतावादाचे महत्त्व आम्हाला प्रथमच जाणवू लागले आहे.

गेली कित्येक वर्षे आम्ही प्राप्तिकराच्या आणि संपत्तीकराच्या भरमसाट दरांच्या ओझ्याखाली अक्षरश: भरडून गेलो होतो. प्राप्तिकर आणि संपत्तीकर यांचा एकत्रित विचार केला, तर त्यांचे एवढे प्रचंड प्रमाण जगात दुसरीकडे कोठेही आढळत नव्हते. आमचे प्रति वर्षी प्रसिद्ध होणारे अर्थसंकल्प म्हणजे उद्दिष्ट आणि उपाय यांच्यातील तफावतीचे कमालीचे विनोदी उदाहरणच ठरायचे. हे अर्थसंकल्प देशाची प्रगती घडवून आणण्याऐवजी अधोगतीला कारणीभूत ठरत. आर्थिक दृष्टीने पाहता त्यांचे स्वरूप प्रतिगामी असे. सामाजिकदृष्ट्या पाहिले, तर ते 'जैसे थे' असेच ठरत. भरमसाट करांमुळे भारताचे राष्ट्रीय चारित्र्य भ्रष्ट होऊन गेले. या करपद्धतीमध्ये चुकवाचुकवीच्या ज्या काही तरतुदी आढळल्या, त्यांचाच आधार घेतल्यामुळे हा देश कसाबसा टिकून राहू शकला. कर टाळण्याची प्रवृत्ती वाढीला लागली आणि पुढे तो या देशाचा स्वभावच होऊन गेला.

या पार्श्वभूमीवर १९८५ मधला अर्थसंकल्प खरोखरच युगप्रवर्तक म्हटला पाहिजे. भारत स्वतंत्र झाल्यापासून एवढा उत्कृष्ट अर्थसंकल्प त्याने पूर्वी कधीही

अनुभवला नव्हता. त्या अर्थसंकल्पाने मालमत्तेवरील कर पूर्णपणे काढून टाकला. इतकेच नव्हे, तर संपत्तीकराचे कमाल प्रमाण दोन टक्क्यांवर आणि वैयक्तिक प्राप्तिकराचे कमाल प्रमाण पन्नास टक्क्यांपर्यंत खाली आणले. अधिभाराच्या आवरणाखाली या प्रमाणांमध्ये थोडीशी वाढ करण्यात आली असली, तरी प्राप्तिकराचे आणि संपत्तीकराचे कमी करण्यात आलेले दर बव्हंशी कायम राहिले, ही सुदैवाची गोष्ट आहे.

भविष्यकाळामध्ये समृद्ध देशांच्या पंगतीत भारताचा समावेश व्हावा, हा विचार डोळ्यांपुढे ठेवून अर्थसंकल्पांकडे पाहण्यात येऊ लागले. कोणतेही सरकार जनतेपेक्षा श्रेष्ठ नसते. लोकांनी आपली अजीजी करावी, अशी त्याने अपेक्षा करता कामा नये, हा अर्थसंकल्पातील नव्या दृष्टिकोनाचा गाभा आहे.

द्रुतगतीने आर्थिक विकास साधण्यासाठी हा दृष्टिकोन स्वीकारण्यात आला आणि त्याचे सर्वत्र स्वागत झाले, हे खरे असले; तरी दुर्दैवाने हे शहाणपणाचे नवे धोरण परिणामकारक रीतीने राबविण्यात आले नाही. या नव्या धोरणाला मुख्यतः तीन घटकांतून विरोध होऊ लागला : (अ) आपल्या हाती असलेले अमर्याद अधिकार सोडायला तयार नसलेले वरिष्ठ सरकारी अधिकारी, (ब) लोकांनी समाजवादी अफूच्या नशेत गुंग होऊन राहावे, असे मानणारे धूर्त राजकारणी लोक. अज्ञानात आनंद असतो, असे म्हटले जाते. हे जर खरे असेल, तर ही राजकारणी मंडळी म्हणजे भूतलावर वावरणारी सर्वांत आनंदी माणसे होत, असेच म्हणायला हवे. (क) देशाच्या भवितव्यापेक्षा आपण स्वतः जास्तीतजास्त श्रीमंत कसे होऊ, या विचारात सदैव गर्क असलेले काही भारतीय व्यापारी आणि उद्योजक; जुन्या सरकारी धोरणामुळे त्यांना स्पर्धक असा कोणी उरलाच नव्हता आणि त्यामुळे आपोआपच त्यांचा व्यवसाय भरभराटीत चाललेला असायचा.

या तीन घटकांच्या संयुक्त विरोधामुळे आज असे चित्र दिसत आहे की, समाजवादाचा फाटका झेंडा भारतात अजूनही फडफडत आहे.

हे असे घडल्यामुळे स्वातंत्र्य मिळून त्रेचाळीस वर्षे उलटून गेल्यावरही गरिबी, बेकारी आणि परकीय चलनातील व्यापारी तूट या तीन मूलभूत समस्यांमधून आमची सुटका होऊ शकलेली नाही. लॉर्ड माऊंटबॅटन यांनी दुसरे नेहरू स्मृती व्याख्यान येथे दिले होते. त्यात त्यांनी २४ मार्च १९४७ या दिवशी पंडित नेहरूंशी झालेल्या आपल्या पहिल्या भेटीचा उल्लेख केलेला होता. भारताला संत्रस्त करणारी सर्वांत मोठी समस्या कोणती, असे त्या वेळी माऊंटबॅटन यांनी नेहरूंना विचारले होते. नेहरू तत्काळ उद्गारले, 'आर्थिक समस्या'. त्या समस्येतून भारताची अजूनही मुक्तता झालेली नाही.

जगाच्या एकूण लोकसंख्येपैकी १५ टक्के लोक भारतात राहतात; परंतु जागतिक उत्पन्नामध्ये भारताचा वाटा अवघा दीड टक्का आहे. स्वतंत्र भारताचे प्रजासत्ताक भारतामध्ये परिवर्तन घडून आल्याला चाळीस वर्षे होऊन गेली. या कालावधीत प्रत्यक्ष स्वरूपामध्ये आमचे दरडोई उत्पन्न दुप्पटदेखील झालेले नाही. ते अवघ्या एक्क्याण्णव टक्क्यांनीच वाढले. अत्यंत गरीब असलेल्या देशांमध्ये भारताचे स्थान आजही एकविसाव्या क्रमांकावर आहे.

अनेक देशांमध्ये भारतीय तरुण उद्योगव्यवसाय करीत आहेत आणि आपल्या क्षमतेच्या बळावर वैभवसंपन्न होत आहेत. त्या देशातील जाणकार निरीक्षकांना एक प्रश्न सतत छळत असतो – भारतापाशी एवढे अमाप मानवी सामर्थ्य आणि निसर्ग-संपत्तीची समृद्धी असतानाही, भारताला आपली गरिबी का हटविता आली नाही? निसर्गाने आम्हाला काहीही कमी दिलेले नाही. आमच्या दरिद्री धोरणामुळेच आम्ही दरिद्री राहिलो, हे याचे उत्तर आहे. 'गरिबी कायम टिकविण्याच्या कलेमध्ये अत्यंत तरबेज असलेला देश,' असे जर कोणी भारताचे वर्णन केले, तर ते चूक ठरणार नाही.

जगातील कोणत्याही प्रगत देशाशी तुलना करता येऊ शकेल, अशी अत्यंत सर्जनशील उपक्रमशीलता; अत्यंत गतिमान व्यापारी नेतृत्व आणि अर्थकारणाचे जाणकार भारतात भरपूर प्रमाणात आहेत, असे १९८९ च्या जानेवारीमध्ये भारतात आलेले असताना, आंतरराष्ट्रीय अर्थसाह्य महामंडळाचे उपाध्यक्ष सर विल्यम रायरी यांनी म्हटले होते. भारत दरिद्री ठेवायला केवढ्या प्रचंड प्रमाणावर प्रयत्न करावे लागले असतील, याची तुम्हाला काहीशी कल्पना येईल.

आमच्या बऱ्याच राजकारणी मंडळींना आणि नोकरशहांना बाहेरच्या जगात विकास कसा साधला जातो, हे जाणून घ्यायची गरज वाटत नाही. भरपूर उत्पन्न देणाऱ्या अर्थशास्त्राचे गुह्य आपल्याला अवगत व्हावे, अशी आस्था त्यांच्यापाशी आढळत नाही. आम्ही मोठ्या तत्त्वांचा गजर करतो, पण हातात मात्र काहीच पडत नाही, याची आम्हाला सवयच होऊन गेली आहे असे डॉ. सुधीर सेन म्हणतात, ते खोटे नाही.

अजूनही आमची बरीच मानवी क्षमता गंजून पडलेली आहे. या दुर्मीळ सामर्थ्याकडे आमचे लक्षच गेलेले नाही. आमच्या श्रमशक्तीचा लाभ करून घ्या, असे सांगितले जात असतानाही त्याची दखल घेतली जात नाही. देशभर पसरलेल्या ८४० उद्योग विनिमय केंद्रांमध्ये तीन कोटी बेकार तरुणांनी आपली नावे नोंदविलेली आहेत. ज्यांनी नावे नोंदविलेली नाहीत, असे किमान दोन कोटी तरी तरुण असावेत, असा अंदाज आहे.

१९५० मध्ये निर्यातदार देशांमध्ये भारताचा सोळावा क्रमांक होता. आता तो

त्रेचाळिसावा झाला आहे. दुसऱ्या शब्दांत सांगायचे, तर १९५० मध्ये जागतिक निर्यात बाजारपेठेमध्ये भारताचा हिस्सा २.२ होता. आता तो ०.४५ टक्क्यांइतका खाली आला आहे.

हाँगकाँगची लोकसंख्या भारताच्या लोकसंख्येच्या एक टक्क्यापेक्षाही कमी आहे (अगदी अचूक सांगायचे तर ०.७ टक्के आहे). हाँगकाँगचे भूक्षेत्र भारताच्या भूक्षेत्राशी तुलना करता अवघे ०.०३ टक्के आहे आणि तरीही हाँगकाँगचा व्यापार भारताच्या तिप्पट आहे.

परकीय चलन मिळविण्याचे आणखी एक हुकमी साधन म्हणजे पर्यटकांकडून मिळणारे उत्पन्न. दुर्दैवाने जागतिक पर्यटन व्यवहारामध्ये भारताचा हिस्सा अर्ध्या टक्क्यापेक्षाही कमी आहे. भारतात दर वर्षी बारा लाख परदेशी पर्यटक येतात आणि त्यांच्याकडून आम्हाला अठराशे कोटी रुपयांचे परकीय चलन मिळते. पर्यटकांनी आवर्जून पाहावीत, अशी असंख्य ठिकाणे असलेल्या देशामध्ये, दर वर्षी अवघे बारा लाखच लोक यावेत, यावरून या क्षेत्राची आम्ही किती उपेक्षा केली आहे, याची कल्पना येते.

भारतीय प्रजासत्ताकाच्या इतिहासात पूर्वी कधीही पाहायला मिळाले नव्हते, एवढे थैमान सध्या हिंसाचाराने घातले आहे. परस्परांचा द्वेष करण्यासाठी आम्ही धर्माचा भरपूर आधार घेतो. परस्परांवर प्रेम करा, या धर्माच्या मूळ शिकवणुकीचा आम्हाला साफ विसर पडला आहे.

फिलिपिन्ससंबंधी बेनिनो ॲक्विनो यांनी असे म्हटले आहे की, 'आमच्या देशामध्ये फार थोडे लोक अत्यंत धनवान आहेत, तर बहुसंख्य जनता कमालीची निर्धन आहे. स्वातंत्र्याचा आणि स्वातंत्र्याबरोबर येणाऱ्या अन्य सुविधांचा आस्वाद मूठभर लोकांनाच घेता येतो. बहुसंख्य नागरिकांच्या दृष्टीने स्वातंत्र्य हा आभासच ठरला आहे. येथे लोकशाही आहे, परंतु त्याचबरोबर विशेष अधिकारांचे मानकरीही आढळतात. येथे समानतेचा उद्घोष केला जातो; परंतु ही समानता जातिव्यवस्थेने निरर्थक ठरविली आहे.' ॲक्विनो यांनी फिलिपिन्ससंबंधी केलेले हे वर्णन भारतालाही तंतोतंत लागू पडते.

येथील अत्यंत चांगली माणसे – क्षमता आणि दूरदृष्टी, विद्वत्ता आणि चारित्र्य लाभलेली माणसे राजकारणापासून दूर राहावीत, ही भारताला भेडसावणारी सर्वांत मोठी समस्या आहे आणि येथील राजकीय जीवनातील विचित्र वातावरण लक्षात घेता अशी भली माणसे निवडून येण्याची शक्यताही नाही. आमचे राजकीय नेते सार्वजनिक जीवनात वावरत असताना जातींचा फुटबॉलसारखा उपयोग करून घेण्यात कुशल झाले आहेत.

फुटीरतेच्या रोगाने तर भारतीय समाजपुरुषाच्या शरीरात ठाणच मांडलेले

आहे. इतके, की फुटीरतेला 'भारतातला एड्स' म्हणणे सयुक्तिक ठरावे. हा रोग सर्वत्र अत्यंत वेगाने पसरत असून, त्याने लोकांच्या मनावर आपले जबरदस्त नियंत्रण प्रस्थापित केले आहे. हा रोग लवकर बरा होईल, अशी सध्या तरी चिन्हे दिसत नाहीत. देशाच्या एकतेवर आणि अखंडतेवर जातीय विद्वेष, भाषिक दुरभिमान आणि प्रादेशिक निष्ठा प्रहार करीत आहेत. जात किंवा वंश, संप्रदाय किंवा भाषा यांपैकी कशाचाही आधार दहशतवाद्यांना आणि सराईत गुंडांना पुरेसा ठरतो. क्षुल्लक कारणावरून माणसे मारायला या गुंडांना किंचितही संकोच वाटत नाही.

भारतात एक प्रकारचे भावनिक शुद्धिकरण घडून येण्याची नितांत आवश्यकता आहे. येथील समाजजीवन काही नैतिक मूल्यांवर आधारलेले आहे. ती मूल्ये पायदळी तुडविण्यात आली, तर लोकांच्या संतापाला सीमा राहणार नाही.

राष्ट्रीय एकात्मतेचा खरा उदय लोकांच्या अंत:करणात होत असतो. लोकांच्या अंत:करणात तेवणारी एकात्मतेची ही ज्योत एकदा का विझली; की त्या देशाला कोणतेही सैन्य, कोणतेही सरकार वा कोणतीही राज्यघटना वाचवू शकत नाही. सर्वधर्मसमभाव आणि सर्व धर्मांचे मूलतत्त्व एकच आहे, याची जाणीव निर्माण झाली, तरच राष्ट्रीय एकात्मता दृढ होऊ शकेल.

परस्परसामंजस्य आणि परस्परसौहार्द्र हा भारताचा आत्मा आहे. बाहेरच्या विचारांमध्ये जे काही चांगले आहे, त्यांचा इथल्या उदात्त विचारांशी समन्वय घडवून आणणे, हेच भारतीय संस्कृतीचे गेल्या कित्येक शतकांचे भूषण ठरले आहे. या समन्वयामुळेच भारतीय संस्कृती आपले वैशिष्ट्य अबाधित राखूनही सतत समृद्ध होत आली आहे. तिला तिचे म्हणून सामर्थ्य आणि सौंदर्य लाभले आहे. हे सारे खरे असले, तरी हताश होऊन जाण्याचे कारण नाही. प्रतिकूल परिस्थितीतही भारताने प्रत्यक्षात कर्तृत्व दाखवून आपल्या अंगभूत सामर्थ्याचा प्रत्यय घडवून आणलेला आहे. जगातील औद्योगिकदृष्ट्या प्रगत देशांमध्ये भारत दहाव्या क्रमांकावर आहे. अनेक उच्च उद्दिष्टांवर भारताने आपले लक्ष केंद्रित केले आहे. येथे अनेक अणुभट्ट्या कार्यशील झालेल्या आहेत. भारताचे उपग्रह अवकाशात भ्रमण करीत आहेत. १९७४ मध्ये भारताने अणुस्फोट घडवून आणण्यात यश मिळविले. या अवघ्या एका अणुस्फोटाने आंतरराष्ट्रीय क्षेत्रामध्ये नाराजीची आणि विरोधाची केवढी मोठी वावटळ उडाली, याचाही भारताला कडवट अनुभव आला. एक अणुस्फोट घडवून आणणारा देश बदनाम होतो. अशा स्फोटांची अखंड मालिका चालविणाऱ्या देशांना मात्र प्रतिष्ठा आणि सामर्थ्य प्राप्त होते.

भारतापुढे उभ्या असलेल्या अनेकविध समस्या चुटकीसरशी सुटतील, असे कुणीही मानत नाही. भारताच्या मार्गक्रमणावर सध्या अंधाराच्या छाया पसरलेल्या असल्या, तरी या देशाचे भवितव्य उज्ज्वल आहे, असा सार्थ विश्वास वाटावा, असे

संपूर्ण परिस्थितीचे वस्तुनिष्ठ परीक्षण केले की पटते. निसर्गाप्रमाणे देशाच्या जीवनातही वाऱ्यांच्या दिशा बदलत असतात, भरती-ओहोटीचा खेळ चालू असतो, एखादे जहाज खडकावर आदळतेही. अशा वेळी एकाच गोष्टीची गरज असते – सुकाणूवरचा हात घट्ट राहायला हवा. एकोणिसाव्या शतकाच्या प्रारंभी काही शहाण्या इंग्रज गृहस्थांनी इंग्लंडच्या भवितव्याबाबत अत्यंत निराशाजनक उद्‌गार काढलेले होते, हे आपल्याला माहीत आहेच; परंतु त्याच इंग्लंडने पुढच्या काही दशकांमध्ये वैभवाचे नवे क्षितिज गाठले, अशी इतिहासाची साक्ष आहे. अमेरिकेची सुरुवातीची काही वर्षे इतकी वाईट गेली, की घटनाकारांचे निधन होण्यापूर्वीच अमेरिकेची घटना कोसळून पडेल, अशी भीती जोसेफ स्टोरी यांसारख्या जाणकार व्यक्तीने व्यक्त केली होती. दोनशे वर्षांचे हे प्रजासत्ताक आज भूतलावर सर्वांत चैतन्यशील राष्ट्र म्हणून नांदत आहे.

भारताची अंगभूत क्षमता विलक्षण आहे. येथील अर्थव्यवस्था अद्याप समर्थ झाली नसली, तरी तशी ती होण्यासाठी आवश्यक असलेली सारी साधनसामग्री येथे भरपूर प्रमाणात उपलब्ध आहे.

भारतात गुंतवणूक करणे अन्य देशांना आकर्षक वाटावे, अशी एकूण परिस्थिती आहे. पहिली आणि सर्वांत महत्त्वाची गोष्ट ही की, तुम्ही जेव्हा भारतात गुंतवणूक करता, तेव्हा तुम्ही लोकशाहीमध्ये गुंतवणूक करीत असता.

शिवाय भारतात फार मोठी बाजारपेठ उपलब्ध आहे. परदेशी सहकार्याने भारतात चाललेले जवळजवळ सर्व कारखाने भरपूर नफा मिळवीत आहेत.

आम्ही भारतीय लोक एकंदरीत गबाळे आहोत, हे खरे आहे. त्याचबरोबर येथे एक नवलाईची गोष्टही आढळते. आम्हाला सर्वोत्कृष्ट उत्पादनच हवे, असा जर एखाद्याने आग्रह धरला; तर जागतिक उत्पादनांशी तुल्यबळ ठरू शकेल, एवढी चांगली वस्तू त्याला भारतात हमखास उपलब्ध होऊ शकते. गुणवत्तेबाबत कोणतीही तडजोड करायची नाही, अशी जर एखाद्याने अपेक्षा व्यक्त केली, तर भारत ती निश्चितच पूर्ण करू शकतो.

परदेशी गुंतवणूकदारांच्या दृष्टीने आणखी एक जमेची बाब, म्हणजे भारतीय रुपयाच्या तुलनेने बहुतेक सर्व परदेशी चलनांचे दर बरेच वरचे असतात. त्यामुळे भारतात कारखाना काढणे त्यांना खूपच लाभदायक ठरू शकते.

एखाद्याच्या बचत खात्यामध्ये केवढी रक्कम आहे, यावरूनच त्याचे खरेखुरे मूल्यमापन करणे चुकीचे ठरते; तसेच केवळ घाऊक राष्ट्रीय उत्पादनावर एखाद्या देशाचा मोठेपणा ठरविता येत नाही. जगातल्या अनेक देशांमधील गरिबी ज्यांना जवळून पाहण्याची संधी लाभली, अशा जॉन केनेथ गालब्रेथ यांनी म्हटले आहे की, भारताच्या गरिबीतही एक प्रकारची श्रीमंती आहे. भारतात केवळ पैशावरून

एखाद्याच्या संपत्तीचे मोजमाप केले जात नाही.

भारताचे अंत:करण सुदृढ असून मानवी साधनक्षमता उदंड आहे. भारतीय व्यक्तीचे आंतरिक सामर्थ्य आणि सहनशीलतेची ताकद पाहून पाश्चात्त्य लोक थक्क होऊन जातात.

आमच्या देशातील कोट्यवधी लोकांचे जीवनमान अत्यंत नित्कृष्ट असले, तरीही त्यांच्या जीवनात विशिष्ट गुणवत्तेचा आढळ होतो. अत्यंत बिकट परिस्थितीही भारतीय लोक आपल्या सहनशक्तीच्या बळावर सोसू शकतात. इतर देशांमध्ये तसे घडले, तर रक्तपात आणि राज्यक्रांती यांचा उद्‌भव होतो. आपापसातील भांडणे आणि मतभिन्नता यांच्यावर आमच्या प्राचीन संस्कृतीने सतत मात केली आहे आणि भारतीय संस्कृतीची ही अद्‌भुत क्षमता पुढेही अशीच टिकून राहील, यात शंका नाही.

एका बाबतीत भारताला निसर्गाचा सतत वरदहस्त लाभला आहे. जेव्हा भारताच्या इतिहासामध्ये कसोटीचा कालखंड अवतरतो, तेव्हा कोट्यवधी लोकांना आदर्शाची प्रेरणा देणारे नेतृत्व येथे उदयाला येते, असाच आजवरचा अनुभव आहे. भारताचा स्वातंत्र्यसंग्राम ऐन भराला आलेला असताना विशुद्ध चारित्र्याचे आणि अमाप सामर्थ्याचे कितीतरी नेते येथे वावरत होते, हे पाहणे उद्‌बोधक ठरते.

भारताच्या इतिहासातला एक अवघड क्षण उभा ठाकला, तेव्हा या देशाला महात्मा गांधींच्या रूपाने समर्थ नेतृत्व लाभले. सगळ्या देशाने गांधीजींचा आदेश शिरोधार्य मानला. दुबळ्या माणसांना त्यांनी बळ पुरविले. आपण जर हताश होऊन स्वस्थ बसलो, तर आपल्या हातून काहीही घडू शकणार नाही, याची गांधीजींनी लोकांना जाणीव करून दिली. जर आपण केवळ पैशाच्या पाठीमागे लागलो, तर आपले मन कंगाल बनते, आपली कल्पनाशीलता मरते आणि अंत:करण क्षुद्र होऊन जाते, या सनातन सत्याचा गांधीजींनी सतत आग्रही पुरस्कार केला.

भारताच्या इतिहासाचा अभ्यास केला की, या देशाचे एक मूलभूत वैशिष्ट्य लक्षात येते. जीवनात कोणते नैतिक निकष मानायचे, याची प्रेरणा येथील लोकांनी सत्ताधाऱ्यांकडून घेतलेली आहे. भारतात जेव्हा धीरोदात्त राजे किंवा नेते वावरले, तेव्हा त्यांच्या गुणांचे आणि कर्तृत्वाचे लोकांनी उत्स्फूर्तपणे अनुकरण केले. लोकांना नैतिक मूल्यांची जाणीव करून देणारा आणि ती मूल्ये त्यांच्या आचरणात उतरतील, हे कटाक्षाने पाहणारा गांधीजींसारखा महान नेता पुन्हा केव्हा एकदा अवतरतो, याची सध्याची पिढी प्रतीक्षा करीत आहे. स्वतंत्र देशातल्या प्रत्येक नागरिकाला आपल्यावरील जबाबदारीचे भान असणे आवश्यक असते. विशुद्ध नैतिक अधिष्ठानावर उभे असलेले नेतृत्वच असा साक्षात्कार घडवून आणू शकते.

आणखी एक विचार मांडून मी माझे हे भाषण आटोपते घेणार आहे. भारताची

एकता आणि अखंडता आज धोक्यात आल्यासारखी दिसते. हे आव्हान कालांतराने निश्चितच विरून जाईल. लोकशाहीला अभिप्रेत असलेली सहिष्णुता, परस्परांविषयींचा आदरभाव आणि सदिच्छा यांचा भारतीय जनता अल्पावधीत अंगीकार करील; असा विश्वास वाटतो.

आपण सांस्कृतिकदृष्ट्या जवळचे आहोत, आपल्यामधे वांशिक एकात्मता आहे, भाषिक आणि ऐतिहासिकदृष्ट्या आपण परस्परांचे जिव्हाळ्याचे आप्त आहोत; या वस्तुस्थितीची जाणीव भारतातल्या सर्वच्या सर्व – म्हणजे सव्वीस राज्यांना झाली की, राष्ट्रीय एकात्मतेचा उदय व्हायला अवधी लागणार नाही. आपण सर्व जण एका राष्ट्राचे घटक आहोत, याचे सर्व भारतीयांना कसे भान येईल, इकडे लक्ष देणे हीच आजची मुख्य गरज ठरते. भारतीय संस्कृतीचा वैभवशाली वारसा आम्हाला लाभलेला आहे. त्या संस्कृतीची शिकवण आमच्या आचरणात प्रतिबिंबित व्हायला हवी. तसे एकदा घडून आले, की पंधरा ऑगस्ट हा दिवस 'स्वातंत्र्यदिन' म्हणून साजरा करण्याऐवजी, 'परस्परसहकार्यदिन' म्हणून आम्ही तो साजरा करायला लागू. सर्व राज्ये परस्परांशी सहकार्य करीत आहेत, भिन्नभिन्न जाती गुण्यागोविंदाने नांदत आहेत आणि अखेरीस आम्ही सर्व मिळून एक राष्ट्र म्हणून जगत आहोत, असे चित्र साकार झाल्याशिवाय राहणार नाही.

■

इंग्लंड आणि भारत :
भूतकालीन सौहार्द आणि आश्वासक भवितव्य

आपल्या या ख्यातकीर्त महाविद्यालयामध्ये तिसरे जी. ई. सी. व्याख्यान देण्यासाठी आपण मला आमंत्रित केले, हा मी माझा मोठा बहुमान मानतो. इंग्लंड आणि भारत या दोन देशांमधील शतकानुशतकांच्या सौहार्दासंबंधी आणि आश्वासक भवितव्यासंबंधी आपल्यापुढे विचार मांडले, तर ते सयुक्तिक ठरेल, असे मला वाटते.

आपल्या या दोन देशांमधील संबंध काहीसा आध्यात्मिक स्वरूपाचा असल्यामुळेच या दोन देशांदरम्यान खरेखुरे सामंजस्य आणि सदिच्छा निर्माण होऊ शकली. इंग्लंड आणि भारत यांच्यातील अनुबंधाला काहीसे विशेष स्वरूप प्राप्त झालेले आहे. खरे सांगायचे, तर हा संबंध दैवी अधिष्ठानावरच उभा आहे. भारताच्या गेल्या दोनशे वर्षांच्या इतिहासाचा विचार केला की, येथे इंग्रजी राजवट आली नसती, तर काय झाले असते, याची कल्पना करणेदेखील अशक्य आहे. येथील इंग्रजी राजवटीचे सर्व अवशेष पुसून टाकण्याचा वेडा हट्ट धरणाऱ्याला अडाणी किंवा पक्षपातीच म्हटले पाहिजे.

इंग्रजांनी येथे जे काही केले, ते सर्व चांगलेच होते, भारताच्या भल्यासाठीच होते, असे मला मुळीच म्हणायचे नाही; परंतु सर्व गोष्टींचा साकल्याने विचार केला, तर इंग्रजांनी भारताचे जेवढे शोषण केले, त्यापेक्षा त्याचे हित अधिक साधले, असेच म्हणावे लागेल. इंग्रजांनी भारतातून अमाप संपत्ती लुटून नेली, हे तर खरेच; परंतु त्याचबरोबर हेही खरे आहे, की भारत सोडून जाताना इंग्रजांनी आपला येथे जो वारसा ठेवला, त्याची पैशामध्ये किंमत करणे अशक्य आहे. तुम्हा लोकांकडून आम्हाला सहा मौलिक देणग्या मिळाल्या.

येथे इंग्रजी राजवट प्रस्थापित झाल्यामुळेच भारताची आजची एकता आणि

(लंडन येथील इंपिरियल कॉलेज ऑफ सायन्स, टेक्नॉलॉजी अँड मेडिसिन येथे ३ नोव्हेंबर १९९२ रोजी दिलेले तिसरे जी.ई.सी. व्याख्यान)

अखंडता दिसत आहे, हे कोणालाच नाकारता येणार नाही. १८५८ पूर्वी कधीही भारत एका राजकीय अधिसत्तेच्या छत्राखाली नांदलेला नव्हता. १८५८ मधील व्हिक्टोरिया राणीचा जाहीरनामा म्हणजे एक देश म्हणून, एक राष्ट्र म्हणून भारताच्या वाटचालीचा प्रारंभबिंदू ठरतो आणि त्यामुळे जेव्हा स्वातंत्र्य आले, तेव्हा एका राष्ट्रप्रमुखाच्या नियंत्रणाखाली, एका राष्ट्राचे घटक म्हणून नांदण्याचा जवळजवळ शंभर वर्षांचा अनुभव आम्हाला लाभलेला होता.

येथे इंग्रजी राजवट आल्यामुळे भारताचा हा जो फायदा झाला, तो त्याला लाभला नसता, तर प्रजासत्ताक म्हणून मार्गक्रमण करताना भारताला किती अडचणींना तोंड द्यावे लागले असते; हे ध्यानात घेतले, म्हणजे या ऐतिहासिक घटनेचे महत्त्व कळून येते. या बाबतीत अमेरिकेतल्या तेरा वसाहतींचे उदाहरण पाहण्यासारखे आहे. इंग्लंडचे नियंत्रण झुगारून देऊन त्या वसाहती १७८३ मध्ये स्वतंत्र झाल्या. एखाद्या सैलसर महासंघराज्याच्या स्वरूपात त्या एकत्र आलेल्या होत्या. त्यांना एकराष्ट्रीयत्व लाभलेले नव्हते, एक सत्ताधीश नव्हता, केंद्रीय शासन नव्हते, मध्यवर्ती न्यायसंस्था नव्हती, करपद्धती समान नव्हती आणि त्यांचे चलनही एक नव्हते. अमेरिकेला त्या वेळी या ज्या त्रुटी जाणवल्या, त्यांचा इंग्रजी राजवटीमुळे भारताला उपसर्ग पोचू शकला नाही. इंग्रजी राजवटीने येथे जी एकसंधता निर्माण केली तिचा, स्वातंत्र्य आले तेव्हा, अभाव असता, तर भारताला आजचे स्थान मिळविणे शक्य झाले नसते.

इंग्रजी भाषेमुळे भारतीय संस्कृतीला समृद्धता लाभली. हा देश एकत्र ठेवण्याचे कार्य इंग्रजी भाषेने पार पाडले, आजही पार पाडीत आहे. इंग्रजी भाषेमुळे इतर जगाशी संबंध साधणे आम्हाला सोपे जात आहे. आमच्या राज्यघटनेमध्ये सोळा प्रमुख भारतीय भाषांची नोंद करण्यात आली आहे. यांपैकी प्रत्येक भाषा बोलणाऱ्यांची संख्या कित्येक कोटींच्या घरात जाते. कॅनडामध्ये इंग्रजी आणि फ्रेंच अशा केवळ दोनच भाषा बोलल्या जात असताना तेथे पेचप्रसंग उद्भवतो. भारतातले भिन्न भिन्न भाषक गट सोळा भाषांमध्ये बोलू लागले असते, तर केवढा गोंधळ उडाला असता, याची कल्पना करता येणे शक्य आहे. भाषेच्या अभिमानातून केवढी कटुता निर्माण होते, याची उदाहरणे प्रत्यही पाहायला मिळत असल्यामुळे या गोष्टीचे विशेषच महत्त्व वाटते. हिंदी ही उत्तर भारताची भाषा आहे. तेथील एखादा खलिता हिंदी भाषेमध्ये आला, तर दक्षिण भारत त्याची मुळीच दखल घेणार नाही, अशीच आजही परिस्थिती आहे. दिल्लीहून इंग्रजीमध्ये येणारेच खलिते आम्ही स्वीकारू, असे दक्षिण भारताने स्पष्टपणे बजावले आहे. आमच्या राज्यघटनेचा अधिकृत मसुदा इंग्रजीमध्येच आहे, आमची संसद इंग्रजीमध्येच कायदे संमत करते, सर्वोच्च न्यायालय आणि अठरा उच्च न्यायालये आपली निकालपत्रे इंग्रजीमध्येच लिहीत

असतात. पहिल्या तेरा बुकर पारितोषिकांपैकी चार पारितोषिके भारतीय लेखकांना किंवा भारतासंबंधीच्या ग्रंथांना मिळाली, हे लक्षात घेतले पाहिजे. 'टाइम्स'ने ११ फेब्रुवारी १९९२ च्या आपल्या संपादकीयात म्हटले होते.

'इंग्रज लोक लिहितात, त्या इंग्रजीपेक्षा भारतीय लोक जी इंग्रजी लिहितात, ती काही बाबतीत अधिक व्याकरणशुद्ध असते. भारतीय शिक्षकांची ती मातृभाषा नसते. त्यामुळे जुन्या पठडीतल्या पाठ्यपुस्तकांचा आधार घेऊन ती भारतात शिकविली जाते. त्यामुळेच भारतीय इंग्रजी अधिक व्याकरणशुद्ध राहिले असावे. वाक्यरचना करताना ब्रिटिश इंग्रजीपेक्षा भारतीय इंग्रजीमध्ये नकळत कमी चुका केल्या जातात. इंग्रजीसारखी परकीय भाषा आत्मसात करताना भारतीय लोक बरीच काळजी घेतात.'

वैयक्तिक स्वरूपाचे कायदे विशिष्ट जाती-धर्मांपुरतेच भिन्नभिन्न असले, तरी बाकीचे सर्व नागरी आणि फौजदारी कायदे इंग्रजी न्यायशास्त्रावरच आधारलेले आहेत. फौजदारी गुन्ह्यांचा निवाडा ज्या भारतीय दंडसंहितेनुसार करण्यात येतो, ती संहिता १८३४ पासून १८३८ पर्यंत भारतात कायदामंत्री म्हणून काम केलेल्या लॉर्ड मेकॉले यांनी लिहिली होती. लॉर्ड मेकॉले यांनी हे काम इतके विचारपूर्वक केले होते की, भारतीय दंडसंहितेत फारच थोडे बदल करावे लागले.

इंग्रजांच्या काळात भारतात जी प्रशासनिक संरचना होती, ती अजूनही तशीच कायम आहे, असे स्थूलमानाने म्हणता येईल. इंग्रजांनी सुरू केलेली इंडियन सिव्हिल सर्व्हिस ही जगातील एक सर्वोत्कृष्ट प्रशासनिक संरचना आहे हे निर्विवाद. इंडियन सिव्हिल सर्व्हिसचे हे वैशिष्ट्य जाणण्याइतका विवेक सरदार वल्लभभाई पटेल यांच्यापाशी होता आणि त्यामुळे त्यांनी जेव्हा इंडियन ॲडमिनिस्ट्रेटिव्ह सर्व्हिस सुरू केली, तेव्हा त्यांच्या डोळ्यांपुढे इंडियन सिव्हिल सर्व्हिसचाच आदर्श होता. वरिष्ठ पातळीवरचे आय. सी. एस. अधिकारी अत्यंत कर्तृत्ववान असले, तरी इंग्रजांनी येथे जी प्रशासनिक संरचना उभारली, तिच्यात सुधारणा करायला भरपूर वाव होता, हेही येथे नमूद करायला हवे.

राजकारणापासून लष्कर पूर्णपणे अलिप्त राहिले पाहिजे, याची इंग्रजांनी दक्षता घेतली, ही त्यांची आणखी एक महत्त्वाची देणगी ठरते. भारतात आज सर्वत्र भ्रष्टाचाराने आणि गुणवत्तेच्या ऱ्हासाने थैमान मांडले असताना, या विकृतींपासून आपण अलिप्त आहोत, असा अभिमान केवळ भारतीय लष्करच बाळगू शकते. शिस्त आणि समर्पणशीलता, कार्यक्षमता आणि पराक्रम या सर्व बाबतींत भारतीय लष्कर जगातल्या दुसऱ्या कोणत्याही लष्कराइतकेच श्रेष्ठ प्रतीचे आहे.

इंग्रजी राजवटीचा परिणाम म्हणूनच आज भारत स्वतंत्र प्रजासत्ताक आहे, असे म्हणणे वरकरणी विसंगत वाटले, तरी ती वस्तुस्थिती आहे. इंग्रजांच्या नियंत्रणाखालून

आपली मुक्तता व्हावी, यासाठी भारतीयांनी निधडी झुंज दिली, हे तर खरेच. इंग्रजी राजवटीच्या काळातील स्वातंत्र्यलढ्यामुळे भारतीय जनतेला जी जाणीव झाली, तिच्यामुळेच या जनतेने येथील संस्थानिकांची राजवटही उधळून लावली. कालांतराने हे घडून येणार आहे, याची मेकॉलेला कल्पना होती. त्याने एके ठिकाणी म्हटले आहे, 'येथील प्रजाजनांना आपण आधुनिक शिक्षण दिले पाहिजे. तसे केले, तरच येथेही युरोपप्रमाणे घडावे, अशी भविष्यकाळात केव्हातरी ते मागणी करू लागतील. तो दिवस केव्हाही उगवो, इंग्लंडच्या इतिहासातील सर्वांत अभिमानाचा तो दिवस ठरेल.'

भलेपणामुळे भलेपणा लाभतो आणि सामंजस्यामुळे सामंजस्य, हा व्यवहारातील नित्याचा अनुभव आहे. हिंदुस्थानला स्वतंत्र व्हायचा अधिकार आहे, हे जाणण्याइतके इंग्रज लोक उदारमनस्क होते; त्याचप्रमाणे इंग्रजी राजवटीमुळे आपला फायदा झाला, हे कबूल करण्याइतका मोठेपणा भारतीयांपाशीही होता. भारतात स्वातंत्र्यापासून अधिकारावर असलेला काँग्रेस पक्ष ही ए. ओ. ह्यूम या ब्रिटिश गृहस्थाची निर्मिती होती. बरोबर शंभर वर्षांपूर्वी इंग्लंडमधल्या एका मतदारसंघाने 'हाऊस ऑफ कॉमन्स'वर दादाभाई नवरोजी या भारतीय गृहस्थाची निवड केली. इंग्रजांच्या आंतरिक न्यायबुद्धीवर आणि भलेपणावर दादाभाईंची दृढ श्रद्धा असल्यामुळेच आपल्या 'पॉवर्टी अँड अनब्रिटिश रूल इन इंडिया' या ग्रंथात भारतातील ब्रिटिश राजवटीवर कोरडे ओढायला त्यांना संकोच वाटला नाही. त्या ग्रंथात दादाभाई म्हणतात,

'भारतातील इंग्रजी राजवटीमुळे आपल्या इतिहासात एका वैभवशाली अध्यायाची भर पडली, याचा जगाला आनंद वाटणे स्वाभाविक आहे. इंग्रजी राजवटीमुळे भारतासारख्या प्राचीन, परंतु दुर्दैवी देशात चैतन्याचे नवे वारे वाहू लागले आहेत. भारताला पूर्वीपेक्षाही अधिक सौंदर्य आणि सांस्कृतिक वैभव प्राप्त करून दिल्याबद्दल हा देश आपल्या उपकारकर्त्यांचा सदैव ऋणी राहील.'

काही वेळा जे अशक्यप्राय वाटते, ते घडून येते आणि जे अपरिहार्य भासते, ते प्रत्यक्षात येत नाही, हा इतिहासाने शिकविलेला सर्वांत मोठा धडा होय. लॉर्ड कर्झन व्हाईसरॉय असताना भारतातल्या अनेक मामुली बाबींकडे त्यांनी बारकाईने लक्ष पुरविले. सातवे एडवर्ड यांच्या राज्यारोहणाच्या निमित्ताने त्यांनी १९०३ मध्ये मोठा दरबार भरविला. या दरबाराच्या वेळी 'ऑनवर्ड ख्रिश्चन सोल्जर्स' हे गीत गायले जावे, असे सुचविण्यात आले; परंतु 'राजमुकुट आणि राजसिंहासने नष्ट होऊन जातात, सत्ता उदय पावतात आणि विलयाला जातात,' अशा आशयाची

त्या गीतामध्ये एक ओळ असल्यामुळे, कर्झन यांनी त्या गीताच्या गायनाला विरोध केला. भारतातील ब्रिटिश साम्राज्य नष्ट होईल किंवा लयाला जाईल, अशी लॉर्ड कर्झन कल्पनाच करू शकत नव्हते. अवघ्या ५० वर्षांच्या आतच लॉर्ड कर्झन यांना तेव्हा जे अशक्य वाटत होते, ते घडून आले. दुसरे महायुद्ध संपल्यानंतर दोन वर्षांनी, म्हणजे १९४७ मध्ये इंग्लंडने विन्स्टन चर्चिल यांच्यासारख्या महान नेत्याचा हट्ट धुडकावून लावून स्वतंत्र होण्याचा भारताचा अधिकार मोकळ्या मनाने मान्य केला.

इंग्लंड आणि भारत यांच्यातील संबंधांचा नवा अध्याय १९५० मध्ये सुरू झाला आणि कोणतीही कटुता व आकस न बाळगता दोन स्वतंत्र, सार्वभौम देशांप्रमाणे त्यांचे व्यवहार होऊ लागले.

पाच हजार वर्षांची प्रदीर्घ परंपरा असलेल्या भारताचा इंग्लंडशी अल्पकाळच संबंध आला. १८५८ मधील व्हिक्टोरिया राणीच्या जाहीरनाम्यापासून १९४७ मधील सत्तांतरापर्यंतचा नव्वद वर्षांचा कालखंड एवढाच हा संबंध मर्यादित होता. १७५७ मध्ये प्लासीच्या लढाईपासून इंग्रजांचे भारतातील अस्तित्व जाणवू लागले. इ. स. १६०० मध्ये ईस्ट इंडिया कंपनीची स्थापना झाली आणि तेव्हापासून इंग्रज व्यापारी भारतात येऊ लागले. हा सगळा काळ ध्यानात घेतला, तरीही इंग्लंड आणि भारत यांच्यातील संबंधांचा कालखंड चारशे वर्षांपेक्षा कमीच भरतो.

या संबंधांमुळे इंग्लंडचा आर्थिक, तर भारताचा सांस्कृतिक लाभ झाला. या दोन देशांमधील भविष्यकालीन संबंध कशा प्रकारचे राहतील?

१९९२ पासून भारतीय अर्थव्यवस्थेला नवे बळ प्राप्त होऊ लागले आहे. झोपेत चालत जाण्याची आमची जुनी सवय आम्ही अखेरीस टाकून दिली आहे. १९९१ च्या जुलैमध्ये नवे औद्योगिक धोरण जाहीर झाल्यापासून, भारतातील आर्थिक वातावरणामध्ये गुंतवणुकीच्या दृष्टीने केवळ संख्यात्मकच नव्हे, तर गुणात्मक परिवर्तनही घडून आले आहे. या नव्या धोरणाचे प्रतिबिंब १९९२ च्या अर्थसंकल्पात पडणे स्वाभाविक होते. उदारीकरण, जागतिक अर्थव्यवस्थेशी भारताचा अनुबंध, करांमध्ये कपात आणि परकीय चलनाच्या साठ्यांमध्ये समाधानकारक वाढ या चार प्रमुख उद्दिष्टांवर त्या अर्थसंकल्पात भर देण्यात आला. आत्तापर्यंतच्या आर्थिक पोथीनिष्ठेला सोडचिठ्ठी देऊन भारतात यापुढे आर्थिक वास्तववादाचे नवे युग अवतरावे, या दृष्टीने पंतप्रधान श्री. पी. व्ही. नरसिंह राव, अर्थमंत्री डॉ. मनमोहनसिंग आणि मंत्रिमंडळातील त्यांचे इतर सहकारी प्रामाणिकपणे प्रयत्न करीत आहेत. भारताचे आर्थिक आणि औद्योगिक भवितव्य उज्ज्वल व्हावे, अशी त्यांची धारणा असून, त्या दृष्टीने ते उपाययोजना करीत आहेत. उद्दिष्टाबाबतची ही

निष्ठा भारताच्या दृष्टीने मोठीच जमेची बाजू ठरते.

भारतात भांडवल-गुंतवणूक करणे परदेशी धनवंतांना आकर्षक वाटावे, यामागची बरीच कारणे सांगता येतील.

भारतात भांडवल-गुंतवणूक करणे म्हणजे लोकसत्ताक प्रक्रिया सुदृढ करणे, हे ओघानेच येते. नव्वद कोटी लोक एका स्वतंत्र देशाचे घटक म्हणून येथे राहत आहेत. भारतातील प्रशासन जेवढे हवे तेवढे कार्यक्षम नाही, याचे आश्चर्य वाटायचे कारण नाही. हा एवढा प्रचंड जनसागर एक लोकसत्ताक देश म्हणून चालविला जावा, हे एक नवलच म्हटले पाहिजे.

भारतात लोकशाही टिकून राहिली, हे युद्धोत्तर कालखंडातील सर्वांत महत्त्वाचे आश्चर्य होय, असे टेक्सास विद्यापीठाचे प्राध्यापक रोस्टोव्ह यांनी म्हटले आहे. भारतातील लोकशाही टिकून राहिली, याचा सर्वांत अधिक आनंद तुम्हाला व्हायला हवा. कारण, लोकशाही म्हणजे काय हे तुम्हीच आम्हाला शिकविले आणि निदान आकाराच्या बाबतीत तरी आम्ही तुमचे यशस्वी विद्यार्थी ठरलो आहोत. भारतातील गुंतवणुकीकडे केवळ नफ्यातोट्याच्या दृष्टिकोनातून पाहून चालणार नाही, ते एक सत्कार्यही आहे, असे सेसिल ऱ्होड्स मानतात. आम्ही मोठ्या अपेक्षेने आमचे दरवाजे उघडले आहेत; पुरेशा प्रतिसादाच्या अभावी निराश होऊन आम्हाला ते बंद करावे लागू नयेत, हे पाहण्याची जबाबदारी तुमची आहे, असे आमच्या ब्रिटिश मित्रांना आमचे कळकळीचे सांगणे आहे. भारत आता निर्णायक कालखंडातून जात आहे. त्याला चांगले दिवस यावेत, अशी तुमची इच्छा असेल, तर तुम्ही त्या दृष्टीने पावले टाकायला हवीत. भारताला आशियाचा मेक्सिको बनविण्याचा निर्धार आमच्या गतिशील आणि दूरदृष्टीच्या उद्योजकांनी केलेला आहे.

भारतातील बाजारपेठ एखाद्या खंडाएवढी अवाढव्य आहे. नव्वद कोटी लोकांपैकी किमान पंचवीस कोटी लोकांकडे पुरेशी क्रयशक्ती आहे. या सर्व गोष्टी ध्यानात घेतल्या, की भारतात भांडवल गुंतविण्यात काहीही धोका नाही, याचा उलगडा होतो.

भारतातल्या एकवीस शेअर बाजारांमध्ये ज्यांचे व्यवहार चालतात, अशा कंपन्यांची संख्या साडेसहा हजार आहे. अमेरिकेमध्ये १९९१ च्या अखेरीपर्यंत नोंदल्या गेलेल्या अशा कंपन्यांची संख्या सहा हजार सातशे बेचाळीस आहे. हे लक्षात घेतले, म्हणजे या बाबतीत अमेरिकेच्या खालोखाल भारताचाच क्रमांक लागतो, हे कळून येते. भागधारकांची भारतातील संख्या एक कोटी चाळीस लाखांहून अधिक आहे. उत्पादन आणि गुंतवणूक या बाबतीत तैवान, कोरिया आणि मेक्सिको यांच्या खालोखाल भारताचाच क्रमांक येतो. खासगी क्षेत्रातील उद्योगधंद्यांनी भारतात चांगलेच मूळ धरले आहे. त्यामुळे गुंतवणूकदारांच्या दृष्टीने

हे नवे क्षेत्र उपलब्ध झाले असून, त्याचा त्यांनी फायदा घ्यायला हवा.

भारतीय रुपयाच्या संदर्भात बहुतेक सर्व परकीय चलनांचे मूल्य अधिक असल्यामुळे, परकीय धनिकांना भारतात कारखाने काढणे फायदेशीर ठरणार आहे.

जगातल्या सर्वच प्रचंड बहुराष्ट्रीय कंपन्यांना बुद्धिमान कर्मचाऱ्यांचा तुटवडा जाणवतो. त्यांची ही गरज भारत पूर्णपणे पुरी करू शकतो.

भारतीय अर्थव्यवस्थेत कोणतेही दोष वा उणिवा नाहीत, असे म्हणणे ढोंगीपणाचे ठरेल. नव्या औद्योगिक धोरणाची व्याप्ती अजूनही मर्यादितच आहे. अर्थव्यवस्थेवरील बंधने आणि नियंत्रणे अत्यंत संथगतीने शिथिल करण्यात येत आहेत. सरकारच्या अनेक अभिवचनांची अजून पूर्तता झालेली नाही. विचार न करण्याच्या प्रवृत्तीवर शब्द आघात करीत असल्यामुळे, ते अधिक आक्रमक असायला हवेत, असे लॉर्ड केन्स म्हणतात. भारतातील प्रशासकीय यंत्रणा इतिहासपूर्व काळातील राक्षसासारखी आहे. स्वतःच्या बुद्धीचा वापर करण्याची तिला सवय नाही. या सरकारी अधिकाऱ्यांपाशी बुद्धिमत्ता आणि कार्यक्षमता यांची उणीव आहे, असे मुळीच नाही; परंतु अखिल भारतीय स्वरूपाचा विचार करून निर्णय घेण्याची हिंमत ते अधिकारी दाखवीत नाहीत. भारताइतकी हट्टी आणि साचेबंद नोकरशाही दुसऱ्या कोणत्याही लोकशाही देशात आढळत नाही, हा आक्षेप खरा आहे; परंतु बेफाम झालेल्या घोड्याला सशक्त आणि चतुर स्वार वठणीवर आणू शकतो. सुदैवाने हा घोडा आता बऱ्याच प्रमाणात शांत झाला असून, त्याचा पूर्वीचा बेफामपणाही बराच ओसरला आहे.

नव्या औद्योगिक धोरणात भारताच्या द्रुत आर्थिक विकासाची बीजे सामावलेली असल्यामुळे, सध्याचे सरकार आणि पुढे येणारी सरकारे या धोरणाची कसून अंमलबजावणी करतील, ही शक्यता अधिक दिसते. अंगीकारलेल्या परिवर्तनाला आता कोणीही रोखू शकणार नाही. निःसत्त्व समाजवादाची जागा समर्थ समानतावादाने घेतली आहे. सुसंस्कृत जगाला आम्ही तसा शब्द दिलेला आहे आणि हे आश्वासन हाच आमच्या उज्ज्वल भवितव्याचा आधार ठरणार आहे.

मानवी अधिकार आणि कायदेशीर जबाबदाऱ्या

या आंतरराष्ट्रीय परिषदेमध्ये भाषण करण्याची मला संधी लाभली, याबद्दल मी आपला ऋणी आहे. व्यक्तीचे मूलभूत अधिकार ही मानवाने मानवतेला दिलेली सर्वांत मोठी देणगी असून, तिचा या परिषदेमध्ये पुनश्च पुरस्कार केला जात आहे, याचा आनंद वाटतो.

स्वातंत्र्य अत्यंत नाजूक आणि क्षणभंगुर असते. मानवाला आपल्या संपूर्ण इतिहासामध्ये या स्वातंत्र्याचा अत्यंत अल्प परिचय घडलेला आहे. कोणतेही राष्ट्र अर्धवट गुलामगिरीत आणि अर्धवट स्वतंत्रतेत राहू शकत नाही, या श्रद्धेतूनच अमेरिकेमध्ये गृहयुद्धाचा उद्भव झाला; तरीही अर्ध्याहून अधिक जग गुलामीतच जीवन व्यतीत करीत आहे. स्वातंत्र्याचा स्पर्श झालेले जग आजही अर्ध्यापेक्षा कमीच आहे. संयुक्त राष्ट्रसंघाच्या एकशेसाठ सदस्यांपैकी जवळजवळ चारपंचमांश देशांमध्ये वृत्तपत्रांना आपले विचार मांडायचे स्वातंत्र्य नाकारण्यात आलेले आहे. जगातल्या निम्म्याहून अधिक देशांतील लोक आपली मते मोकळेपणाने मांडू शकत नाहीत. तेथे एखाद्याने तसे धाडस केले, तर खटल्याचा देखावा उभा करून त्याला तुरुंगात पाठविले जाते. संयुक्त राष्ट्रसंघाने १९७५ मध्ये छळ आणि अवमानकारक वागणूक यांच्याविरुद्ध जाहीरनामा प्रसिद्ध केलेला असला; तरीही जगातील एकतृतीयांश सरकारे प्रत्यही मानसिक, शारीरिक आणि भावनिक छळाचा अवलंब करीत असतात. सत्ताधाऱ्यांना गैरसोयीची ठरणारी मते व्यक्त करणाऱ्या विचारवंतांना पळवून नेण्याचे तंत्र अनेक देशांमध्ये सर्रास अनुसरले जाते. या लोकांचे पुढे काय झाले, हेही कळत नाही. लोकांना अदृश्य करून टाकणारी ही कला अनेक देशांमध्ये भलतीच लोकप्रिय झालेली आहे. युद्धामध्ये मरण पावलेल्या लोकांपेक्षा आपल्याच सरकारांनी ठार करून टाकलेल्या लोकांची संख्या कितीतरी अधिक आहे. सामूहिक विनाशाच्या सर्व भयंकर अस्त्रांनी जेवढी माणसे मारली, त्याच्यापेक्षा

(इंटरनॅशनल बार असोसिएशन, न्यूयॉर्क १५ सप्टेंबर १९८६. नंतर, युनिव्हर्सिटी ऑफ कॅलगरी, कॅनडा, ११ नोव्हेंबर १९९०)

कितीतरी अधिक माणसे मानवाचे मूलभूत अधिकार नाकारणाऱ्या सत्ताधाऱ्यांनी ठार केली आहेत. माणसांचा छळ करणे, याची काही राज्यकर्त्यांना तर चटकच लागलेली असते.

गेल्या काही वर्षांमध्ये झालेल्या विस्मयकारक वैज्ञानिक प्रगतीमुळे आता अशी अवस्था आलेली आहे की, माणूस हाच माणसाचा सर्वांत घातक शत्रू ठरू शकतो. लुसाका येथील प्राणिसंग्रहालयामध्ये एका पिंजऱ्याबाहेर फलक लावलेला आहे : 'जगातील अत्यंत भयंकर जनावर.' या पिंजऱ्यामध्ये कोणतेही श्वापद ठेवण्यात आलेले नाही. तेथे फक्त एक आरसा आहे आणि त्यात तुम्हाला तुमचा चेहरा दिसतो.

दडपशाही जगभर वाढत आहे का कमी होत आहे, याचे मोजमाप करणे कठीण आहे; परंतु एक गोष्ट मात्र खरी, १९६१ च्या मेमध्ये ॲम्नेस्टी इंटरनॅशनल ही संघटना अस्तित्वात आल्यापासून, मानवी अधिकारांच्या मागणीला जागतिक आंदोलनाचे व्यापक स्वरूप प्राप्त झाले, आणि त्यामुळे दडपशाहीविरुद्धची जाणीव निश्चितच प्रखर होऊ शकली. त्या संघटनेच्या वार्षिक अहवालांमध्ये आंतरराष्ट्रीय अत्याचारांची इत्थंभूत माहिती दिली जाते.

ॲंटीस्लेव्हरी सोसायटी ही मानवी अधिकारासंबंधीची सर्वांत जुनी संघटना. १८३९ मध्ये अस्तित्वात आलेल्या या संघटनेचे कार्य अजूनही चालूच आहे. कारण, गुलामगिरी आजही मूळ धरून आहे. ब्रिटिश साम्राज्यामध्ये कायद्याने १८३३ मध्ये गुलामगिरीची प्रथा रद्द करण्यात आली. अमेरिकेने १८६२ मध्ये तसा कायदा केला; परंतु अद्याप भारताच्या काही भागांत वेठबिगारीची प्रथा अस्तित्वात आहे. भारतामध्ये लक्षावधी बालकांना वेठबिगार म्हणून कसे वागविले जाते, याची माहिती 'अ पॅटर्न ऑफ स्लेव्हरी : इंडियाज कार्पेट बॉईज' या ॲंटीस्लेव्हरी सोसायटीच्या ताज्या पुस्तिकेत नमूद करण्यात आली आहे. ती माहिती वाचल्यानंतर परंपरागत गुलामगिरी आणि ही वेठबिगारी यांच्यात फारसा फरक नाही, हे स्पष्ट होते.

जगात अजूनही अनन्वित अत्याचार घडतात हे खरे आहे; परंतु इतिहासावर नजर टाकली, तर आपण अत्याचारमुक्त जगाच्या दृष्टीने पावले टाकीत आहोत, हे मान्य करायला हवे. मात्र ही प्रगती अत्यंत संथपणे होत आहे, हेही विसरता येत नाही.

या बाबतीत आशा बाळगायला दोन कारणांमुळे बराच वाव आहे. एक म्हणजे मानवी अधिकारांची संकल्पना. या संकल्पनेने मानवी जाणिवेमध्ये अत्यंत द्रुतगतीने मूळ धरले. इतके की, आज या अधिकारांकडे अत्यंत आस्थेवाईकपणे पाहिले जात आहे. या अशा संकल्पना परिणामकारक ठरायला अपरिहार्यपणेच काही कालावधी

जावा लागतो. ॲम्नेस्टी इंटरनॅशनलच्या प्रयत्नांना हळूहळू यश येऊ लागले आहे. मूलभूत मानवी अधिकारांची कोठेही गळचेपी होत नाही ना, याकडे बारीक लक्ष पुरविले पाहिजे आणि जेथे कोठे अशी गळचेपी होत असेल, तिला वाचा फोडली पाहिजे, या दृष्टीने जागतिक जनमत संघटित होत आहे. 'गप्प बसण्याने दडपशाही वाढते,' हे फ्रान्सचे अध्यक्ष मितेराँ यांचे उद्‌गार प्रसिद्धच आहेत. मानवी स्वातंत्र्यावर ज्यांची दृढ श्रद्धा आहे, असे देश एकत्र येत आहेत, हे मानवी अधिकारांसंबंधीचा आशावाद बळकट होण्याचे आणखी एक कारण आहे. एखाद्या देशामध्ये मानवी अधिकारांची पायमल्ली होत असेल, तर आंतरराष्ट्रीय व्यासपीठावरून त्या देशाची निर्भर्त्सना केली जाते. मानवी अधिकारांचे आंदोलन आता खरोखरीच विश्वव्यापी झाले आहे. जेरोम शेसटॅक यांच्या शब्दांत सांगायचे तर, 'मानवी अधिकार ही आता नैतिक अपरिहार्यता ठरली आहे.'

प्रत्येक संकल्पना व्याख्येच्या स्वरूपामध्ये शब्दबद्ध करण्याचा मानवी मनाचा प्रयत्न नेहमीच अयशस्वी होत आलेला आहे. दोन-चार मोजक्या शब्दांमध्ये मानवी अधिकार म्हणजे काय, हे सांगणे जमण्यासारखे नसले, तरी 'स्वातंत्र्य' या एका शब्दात मानवी अधिकारांचे वर्णन करता येईल; परंतु स्वातंत्र्य म्हणजे काय, हा प्रश्न शिल्लक उरतोच. 'स्वातंत्र्य' या शब्दाच्या दोनशेहून अधिक व्याख्या उपलब्ध असल्याचे इसाया बर्लिन यांनी दाखवून दिले आहे; तसेच स्वातंत्र्याची चांगली व्याख्या करणे जगाला कधीही जमले नाही, असे अब्राहम लिंकन यांनी नमूद करून ठेवले आहे.

तिसऱ्या जगातील देशांवर दृष्टिक्षेप टाकला, तर असे दिसते की, ज्या देशांनी आर्थिकदृष्ट्या विशेष यश संपादन केले आहे, तेथे एकाधिकारशाहीच सत्ता गाजवीत असून, मानवी अधिकारांना पुरेशी प्रतिष्ठा लाभलेली नाही. सांस्कृतिक आणि आर्थिक पोकळीमध्ये मूलभूत अधिकार नांदूच शकत नाहीत, हे याचे कारण होय. एखाद्या समाजाची आर्थिक आणि शैक्षणिक पातळी जसजशी उंचावत जाते, तसतसे त्या समाजाला मानवी अधिकारांचे मोल समजू लागते. बंधनात राहून योग्य आचरण करण्यापेक्षा, चुका करण्याची मुभा देणारे स्वातंत्र्य अधिक चांगले, ही म्हण या संदर्भात ध्यानात घ्यायला हवी. मात्र ज्या लोकांना दोन वेळेच्या भुकेच्या प्राथमिक गरजा भागवणेही शक्य होत नाही, त्यांना मानवी अधिकारांची महती जाणवणे सर्वस्वी अशक्य असते, हेही ध्यानात घ्यायला हवे.

मानवी अधिकारांची कक्षा कधीच मर्यादित होऊ शकत नाही; परंतु या अधिकारांच्या प्रसाराबरोबर त्यांचे अवमूलन होणार नाही, अशीही आपण खबरदारी घ्यायला हवी. चलनपुरवठा वाढणे चांगले असले, तरी त्यायोगे चलनाचे मूल्य

घसरणार नाही, याची दक्षता घ्यावीच लागते. सध्याचा काळ शाब्दिक फुगे उडविण्याचा असल्यामुळे, मूलभूत संकल्पनांची जागा दुय्यम स्वरूपाच्या संकल्पनांनी घेतली आहे. जे निर्विवाद आहे, ते बाजूला सारून सापेक्ष शब्दयोजनांनाच महत्त्व दिले जात आहे. एखाद्या गोष्टीच्या गाभ्याइतकेच तिच्या बाह्यस्वरूपाचे अवडंबर माजविले जाते, हे मी उदाहरण देऊन स्पष्ट करू इच्छितो.

शासनयंत्रणेच्या अन्यायांविरुद्ध दाद मागण्याची नागरिकांना मुभा असली पाहिजे, ही मानवी अधिकारांमागची मूलभूत कल्पना होय; परंतु आधुनिक उदारमतवादाने शासनयंत्रणेने बहाल करावयाच्या अधिकारांपर्यंत मूलभूत अधिकारांची कल्पना ताणलेली आहे. मानवी गरजा आणि मानवी अधिकार या दोन गोष्टी सर्वस्वी भिन्न आहेत, हे लक्षात घ्यायला हवे. सरकारने नागरिकांना उपलब्ध करून द्यावयाच्या सुविधांशी, सरकारविरुद्धच्या अधिकारांची गल्लत करता कामा नये, ही या संबंधातील महत्त्वाची बाब ठरते. विचारांची स्पष्टता असली आणि अग्रक्रम कशाला द्यायचा, याचा विवेक बाळगला; तरच स्वातंत्र्याचा आशय ध्यानात येऊ शकतो. सर्वांना रोजगार, पगारी रजा, प्रसूतिकालीन रजा आणि मोफत वैद्यकीय सेवा अशा अनेक गोष्टींचा समावेश संयुक्त राष्ट्रसंघाने आपल्या प्रस्तावांमध्ये आणि जाहीरनाम्यांमध्ये मानवी अधिकार म्हणून केलेला आहे. त्यांचा आधार घेऊन डावे विचारवंत हुकूमशाही शासनयंत्रणाही मानवी अधिकारांची बूज राखतात, असा ऐसपैस दावा करतात. लोकसत्ताक देशांमध्ये एका विशिष्ट प्रकारच्या मानवी अधिकारांना मान्यता दिली जाते, तर अन्य काही मानवी अधिकारांच्या बाबतीत हुकूमशाही गाजविणारे देश लोकसत्ताक शासनयंत्रणेपेक्षा वरचढ ठरतात, असा या विचारवंतांचा दावा असतो. मानवी अधिकारांच्या चलनांचे एवढ्या भयंकर प्रमाणावर अवमूलन झाल्यामुळेच, साम्यवादी रशियामध्ये वरच्या पातळीवरची लोकशाही नांदत आहे, असे सांगण्याचे धाडस लेनिन करू शकला. मी सच्चा लोकशाहीवादी आहे, असे हिटलर म्हणू शकला तो या अवमूलनामुळेच. आंतरराष्ट्रीय व्यासपीठांवरून मानवी अधिकारांची आरती गाणाऱ्या देशांना छळाचा आणि निष्ठुर दडपशाहीचा अवलंब करायला संकोच वाटत नाही, याचेही हेच कारण आहे.

आधुनिक उदारमतवादाने नागरिकांना बहाल केलेल्या आर्थिक आणि सामाजिक अधिकारांचे काहीच महत्त्व नाही किंवा ते निरर्थक आहेत, असा निष्कर्ष यातून काढणे चुकीचे ठरेल. माणसांना लाभलेले अधिकार केवळ सरकारविरोधापुरतेच मर्यादित नसतात. एखाद्या समाजाच्या सामूहिक निर्णयापासूनही व्यक्तीला वा व्यक्तींना संरक्षण मिळणे आवश्यक असते. संपूर्ण मानवता हे एक विशाल कुटुंब असून, या कुटुंबाच्या प्रत्येक घटकावर विशिष्ट जबाबदारी येते. प्रत्येक व्यक्तीला चांगले जीवन व्यतीत करण्याचा मूलभूत अधिकार आहे, असे १९४८ मधल्या

मानवी अधिकारासंबंधीच्या सार्वत्रिक जाहीरनाम्याच्या पंचविसाव्या कलमामध्ये स्पष्टपणे नमूद करण्यात आले आहे. बरेच समाजघटक सधन आहेत, न्यायालयात जायची ज्यांच्यापाशी कुवत आहे, किंवा जास्तीतजास्त लोकांचे जीवनमान सुधारत आहे, यावरून या मूलभूत अधिकारांची कसोटी लागत नाही, असे पॉल सिघर्ट यांनी म्हटले आहे. समाजातील बलिष्ठ गट दुर्बल घटकांना कितपत साह्यभूत होत आहेत, हा या बाबतीतील सर्वांत महत्त्वाचा निकष मानायला हवा, यावर सिघर्ट यांनी भर दिलेला आहे. ते म्हणतात : 'वरिष्ठ वर्गातील लोक तळागाळातल्या लोकांशी कसे वागतात, यावरूनच त्या समाजाची सुसंस्कृतता मोजायला हवी.'

निष्काळजीपणामुळे लोकांच्या आर्थिक गरजांकडे शासनाचे दुर्लक्ष होते. अवर्षणाने किंवा अतिवृष्टीने गांजलेल्या लोकांच्या बाबतीत जेवढे करायला हवे, तेवढे शासनयंत्रणेमार्फत केले जात नाही. ज्या शासनयंत्रणा विशिष्ट विचारसरणीच्या नादी लागून रोजगार आणि शिक्षण, पोषक आहार आणि वैद्यकीय सेवा या बाबतीत गरिबांची उपेक्षा करतात; त्यांच्याकडूनच मुख्यत: हे गंभीर प्रमाद घडतात.

लोकशाही आणि स्वातंत्र्य या समानार्थी संकल्पना नाहीत. जुलमी राज्यकर्ते निवडण्याचा तुम्हाला अधिकार आहे, एवढेच काय ते प्रौढ मतदान पद्धतीने सिद्ध होते. यालाच लॉर्ड हेल्शॅम 'निवडून दिलेली हुकूमशाही' असे म्हणतात. त्यामुळे लोकांना आर्थिक, सामाजिक आणि सांस्कृतिक अधिकार बहाल करण्याची राज्यघटनेमध्ये तरतूद केली की, मूलभूत अधिकारांसंबंधीची आपली जबाबदारी संपली, असे बऱ्याच देशांना वाटते. इंग्रज लोकांच्या हाडीमासी स्वातंत्र्य मुरलेले असतानाही, इंग्लंडमध्ये मूलभूत अधिकारांबाबत कायदेशीर तरतूद करायला हवी; असे लॉर्ड डेव्हलीन, लॉर्ड गार्डीनर, लॉर्ड हेल्शॅम, लॉर्ड सालमन आणि लॉर्ड स्कारमन यांच्यासारख्या ख्यातनाम न्यायाधीशांनी आग्रहपूर्वक सुचविले आहे.

लोकांचे मूलभूत अधिकार राजकीय वादंगापासून आणि लहरींपासून सुरक्षित राहावेत, लोकप्रतिनिधींना आणि अधिकाऱ्यांना त्यात हस्तक्षेप करता येऊ नये आणि या अधिकारांचे सरकारकडून उल्लंघन होत नाही ना, यावर न्यायालयांना नजर ठेवता यावी; हाच मूलभूत अधिकार राज्यघटनेमध्ये समाविष्ट करण्याचा मुख्य उद्देश असतो. आपले जीवन, स्वातंत्र्य आणि संपत्ती सुरक्षित राखण्याचा संपूर्ण अधिकार लोकांना असायला हवा; त्याचप्रमाणे उच्चारस्वातंत्र्य, वृत्तपत्रस्वातंत्र्य, संघटनास्वातंत्र्य या मूलभूत अधिकारांचा संकोच होता कामा नये. हे अधिकार लोकप्रतिनिधींच्या मतावर किंवा निवडणुकीच्या निकालांवर अवलंबून असता कामा नयेत (जॅक्सन, वेस्ट व्हर्जिनिया स्टेट बोर्ड ऑफ एज्युकेशन विरुद्ध बारनेट ३१९ अमेरिका ६२४,६३८).

नागरिकांचे मूलभूत अधिकार भारतीय राज्यघटनेमध्ये अंगभूत करण्यात आले असल्यामुळेच, भारतातील काही राज्यांमध्ये कम्युनिस्ट पक्ष सत्तेवर येऊनही तेथील लोकांचे मूलभूत अधिकार सुरक्षित राहू शकले आहेत. स्त्री-पुरुष समानतेचे तत्त्व अजूनही अमेरिकेच्या राज्यघटनेने स्वीकारलेले नाही. भारतात मात्र १९५० मध्ये राज्यघटना अमलात आल्यापासून या समानतेचा स्वीकार करण्यात आला आहे.

लोकांच्या मूलभूत अधिकारांचा संकोच होण्याची केव्हाही शक्यता असल्यामुळे, राज्यघटना दुरुस्त करण्याच्या लोकप्रतिनिधींच्या अधिकारांपासून हे मूलभूत अधिकार सुरक्षित ठेवणे अत्यंत आवश्यक असते. घटना दुरुस्त करताना तिची मूलभूत चौकट नष्ट होता कामा नये, इकडे संसदेने लक्ष दिलेच पाहिजे, असा केशवानंद विरुद्ध केरळ सरकार (ऑल इंडिया रिपोर्टर १९७३, सर्वोच्च न्यायालय १४६१) खटल्यात सर्वोच्च न्यायालयाने निर्णय दिल्यामुळे, भारताचे मूलभूत अधिकार टिकून राहू शकले. राज्यघटना कोणाच्याही लहरीवर अवलंबून असता कामा नये. ती क्रमशः विकसित होत गेलेली असते. तिला स्वत:ची अस्मिता आणि पावित्र्य असते. भारतीय राज्यघटनेच्या प्रास्ताविकामध्ये तिची अस्मिता व्यक्त झाली आहे. घटनादुरुस्तीच्या नावाखाली ही अस्मिता नाहीशी होता कामा नये. मूलभूत अधिकार हाच कोणत्याही राज्यघटनेचा गाभा असतो; त्यामुळे राज्यघटनेतून हे मूलभूत अधिकार काढून टाकण्यात आले, तर केवळ तिची अस्मिताच नाहीशी होईल, असे नव्हे, तर संपूर्ण राज्यघटनाच निर्जीव होऊन जाईल. आम्हाला घटनादुरुस्तीचा अधिकार आहे, असा दावा करणारी संसद राज्यघटनेचे विसर्जन करू शकत नाही.

माणसाला निर्माण करण्यात परमेश्वराने कल्पनाशीलता दाखविली नाही, असे पश्चिम जर्मनीचे भूतपूर्व चान्सेलर डॉ. कोनरॅड ॲडेनॉवर म्हणत असत. त्यांच्या म्हणण्याचा आशय असा की; परमेश्वराने माणसाला अधिक बुद्धी दिली असती, तर आपण कसे वागावे, हे त्याला समजले असते. परमेश्वराने माणसाला सध्यापेक्षा कमी बुद्धी दिली असती, तर त्याच्यावर अंमल गाजवणे सोपे गेले असते. लोकशाहीमधला हा पेच डॉ. ॲडेनॉवर यांच्या विधानामध्ये नेमकेपणाने व्यक्त झाला आहे. उत्क्रांतीच्या प्रक्रियेनुसार माणसाचे मन सध्यापेक्षा अधिक प्रगल्भ होईपर्यंत जागतिक परिस्थिती आहे तशीच राहणार आहे.

आपण कसे वागावे, हे माणसाला समजत नसल्यामुळे, त्याला लाभलेल्या स्वातंत्र्याचे त्याने स्वैराचारात रूपांतर करू नये, म्हणून त्याच्यावर काही कायदेशीर जबाबदाऱ्या सोपविणे आवश्यक ठरते. कोणताही सद्गुण निरपवाद असू शकत नाही – अगदी स्वातंत्र्यदेखील, एक जण ज्याला स्वातंत्र्यसैनिक समजतो, तोच दुसऱ्याच्या लेखी दहशतवादी ठरू शकतो.

सतत सावध राहणे ही स्वातंत्र्याची अनिवार्य अट आहे, असे जे म्हटले जाते, ते खरे आहे. जबाबदारीचे भान असणे, हीदेखील स्वातंत्र्याची अनिवार्य अट असते, हेही तितकेच खरे आहे. स्वातंत्र्याविना अधिकारशाही असह्य होऊन जाते. त्याचबरोबर अधिकार आणि जबाबदारी यांचा पाया नसलेले अतिरिक्त स्वातंत्र्यही तितकेच असह्य होते. स्वातंत्र्य स्वत:च्या एकट्याच्या पायावर उभे राहू शकत नाही. स्वातंत्र्य आणि नैतिकता, स्वातंत्र्य आणि कायदा, स्वातंत्र्य आणि न्याय, स्वातंत्र्य आणि सामूहिक हित, स्वातंत्र्य आणि सामूहिक जबाबदारी अशी सांगड घातली; तरच स्वातंत्र्य अर्थपूर्ण ठरू शकते, या द तोकेव्हिल यांच्या विधानात हाच आशय सामावलेला आहे.

आज आपण थोडेसे आत्मपरीक्षण करू या. मानवी अधिकारांसंबंधीची आपली आस्था व्यक्त करीत असताना, या अधिकारांबरोबर काही कायदेशीर जबाबदाऱ्या येतात, याची आपल्याला जाणीव आहे काय, असा आपण स्वत:ला प्रश्न करायला हवा. मानवाच्या मूलभूत अधिकाराला आपण न्यायालयातल्या खटल्याची अवकळा आणली आहे काय?

'स्वातंत्र्य' या शब्दामध्ये संमोहित करून टाकण्याचे जबरदस्त सामर्थ्य आहे. जबाबदारी या शब्दाला तसे कोणतेच कमनीय आकर्षण नाही. स्वातंत्र्य मद्यासारखे आहे. त्याचा अल्प प्रमाणातच आस्वाद घ्यायचा असतो. आज गुन्हेगारांना त्यांचे मन मानेल तसे वागता येते; परंतु पापभीरू नागरिकांची मात्र पदोपदी पंचाईत व्हावी, अशी अवस्था आहे. स्वातंत्र्याच्या ऐसपैस आवरणाखाली अनेक बदमाश बेदिक्कत कायदा मोडत असतात. तरुणांची आयुष्ये भ्रष्ट करून टाकतात, अमली पदार्थांची राजरोस वाहतूक होत असते. कामुकता आणि हिंसाचार यांचा श्रीमंत होण्यासाठी वापर करण्याचा आम्हाला मूलभूत अधिकार लाभलेला आहे, असा दावा हे समाजकंटक करतात. जीवनविषयक मूल्यांचे आज फारच अवमूलन झालेले आहे. उच्चारस्वातंत्र्याच्या आणि आचारस्वातंत्र्याच्या नावाखाली हिंसक गुन्हेगारांची संख्या प्रत्यही वाढत चालली आहे. एके काळी अमेरिकन, ब्रिटिश आणि भारतीय समाजांनी जगाला नैतिकता म्हणजे काय; हे स्वत:च्या आचरणाने दाखवून दिले होते. या समाजात आज गुन्हेगारी का बळावली? याचे एकच कारण संभवते – स्वातंत्र्याच्या नावाखाली स्वैराचार फोफावला. व्यक्ती समाजापासून आणि मूल कुटुंबापासून अलग पडले आहे. एखाद्या गुन्हेगाराविरुद्ध बेकायदेशीर मार्गाने ठोस पुरावा गोळा केला, तर त्या गुन्हेगाराला शिक्षा देण्याचा दुसरा कोणताही मार्ग उपलब्ध नसतानाही, त्या पुराव्याचा वापर करू नये, असे म्हणणे कितपत योग्य आहे? गुन्हेगारांना दूर अंतरावर ठेवून समाजाचे हित राखणे आणि नागरिकांचे मूलभूत अधिकार कोणत्याही परिस्थितीत खंडित होता कामा नये, असा

टोकाचा आग्रह धरणे, यातून आपल्याला सर्वमान्य समतोल शोधायला हवा.

हे सारे प्रश्न गेली कित्येक वर्षे आपल्यासमोर उभे आहेत. त्यासंबंधी भरपूर चर्चा होऊनही ते कसे सोडवायचे, हे आपल्याला उमगलेले नाही. या अशा विचारमंथनाला कधीच अंत नसतो. आजचा माणूस म्हणजे कल्पनेतील आदर्श माणसाचे विडंबन आहे. मानवी जाणिवेच्या या अप्रगत पातळीवर स्वातंत्र्याचा गैरवापर होण्याचीच शक्यता आहे. हा दुरुपयोग रोखायचा असेल, तर मानवी अधिकारांइतकेच कायदेशीर जबाबदाऱ्यांनाही महत्त्व दिले गेले पाहिजे. कोणतीही चर्चा निर्णयाप्रत न येण्यातच काही लोकांना कमालीचा बौद्धिक आनंद होत असतो. अशा परिस्थितीत मी अंतिम सोडवणूक सुचविणे केवळ निरर्थकच नव्हे, तर हास्यास्पदही ठरू शकेल.

■

मानवी एकतेचे ध्येय आणि उत्तर-दक्षिण संवाद

या शतकाने दोन जागतिक महायुद्धे अनुभवली आणि त्यामुळे अनेक देशांची मोडतोड झाली, कोट्यवधी माणसे मृत्युमुखी पडली. बऱ्याच देशांना अजूनही राष्ट्रीय एकात्मता साध्य करता आलेली नाही. अशा परिस्थितीत मानवी एकतेचे उद्दिष्ट कधी प्रत्यक्षात येईल, हे सांगणे खरोखरीच अशक्य आहे. जगामध्ये कोठे तरी सतत उग्र संघर्ष आणि चकमकी झडत असतात. प्लेटोच्या शब्दांत सांगावयाचे, तर आपण आजही गुहेत वावरणाऱ्या प्राचीनकालीन माणसासारखेच आहोत. आपण उजेडाकडे पाठ केलेली असून, भिंतीवर पडणाऱ्या आपल्या सावल्याच आपण न्याहाळत बसलो आहोत. आधुनिक मानव उद्ध्वस्त संस्कृतीतच वावरत आहे, असे एझरा पौड यांनी म्हटले आहे. जग प्रत्येक बाबतीत नरकाच्या दिशेनेच वाटचाल करीत आहे, असे प्रो. गुन्नार मिरदाल यांनी आयुष्याच्या अखेरीला उद्गार काढले.

या खेदजनक अनुभवांवर आपण अधूनमधून मात केली, हे खरे असले, तरी तो आनंद फार काळ टिकू शकला नाही. स्वत:ला अत्यंत आशावादी मानणाऱ्यांच्या नशिबीही अखेर निराशाच आलेली दिसते.

जगात आज मुख्यत: दोन संघर्ष पाहायला मिळतात – एक उभा आणि दुसरा आडवा. पूर्व आणि पश्चिम यांच्यातला संघर्ष उभा आहे, तर उत्तर आणि दक्षिण यांच्यातला संघर्ष आडवा आहे. वर्चस्व विरुद्ध मुक्तता असे पूर्व-पश्चिम संघर्षाचे स्वरूप आहे, तर उत्तर-दक्षिण संघर्ष समृद्धता आणि दारिद्र्य यांच्यामध्ये आहे. पूर्व-पश्चिम संघर्षाची समाधानकारक सोडवणूक झाली, तरच उत्तर-दक्षिण संघर्ष मिटण्याचा मार्ग मोकळा होऊ शकेल. पूर्व-पश्चिम संबंधांवरच जगाचे तापमान अवलंबून असते.

(कॅनडामधील युनिव्हर्सिटी ऑफ वॉटरलू येथे ३१ ऑक्टोबर आणि १ नोव्हेंबर १९८४ या दिवशी दिलेली हॅगी व्याख्याने. नंतर बंगळूर येथे ३० सप्टेंबर १९८७ रोजी दिलेले बारावे जमशेटजी टाटा व्याख्यान.)

'उत्तर' आणि 'दक्षिण' या संज्ञांचा विचार साधारणत: १९७० पासून जागतिक पातळीवर होऊ लागला. 'उत्तर' म्हणजे विकसित अर्थव्यवस्था आणि 'दक्षिण' म्हणजे विकसनशील अर्थव्यवस्था असे मानले जाते.

उत्तरेकडच्या विकसित देशांमधील चोवीस देश आर्थिक सहकार्य आणि विकास संघटनेचे सदस्य आहेत. जागतिक लोकसंख्येपैकी अवघे पंचवीस टक्केच लोक उत्तरेकडे राहत असले; तरी ७० टक्के संपत्ती, ८० टक्के व्यापार, ९० टक्के उद्योगधंदे आणि अध्ययनाची व तंत्रशास्त्राची अत्यंत प्रगत आणि सर्वोत्तम केंद्रे शंभर टक्के उत्तरेतच एकवटलेली आहेत.

दक्षिण आणि आग्नेय आशिया, आफ्रिका, लॅटिन अमेरिका आणि पश्चिम आशियातील तेलसमृद्ध देश यांचा स्थूलमानाने 'दक्षिणे'मध्ये समावेश होतो. पश्चिम आशियातल्या तेलसमृद्ध देशांनी 'पेट्रोलियम निर्यातदार देशांची संघटना' या नावाने आपला एक गट स्थापन केलेला आहे. 'दक्षिण' म्हणून संबोधल्या जाणाऱ्या विभागामध्ये ११६ देश येतात आणि सर्वच बाबतींत त्यांच्यात बरीच विविधता आढळते. त्या देशांचे मूलभूत स्वरूपही परस्परांपासून भिन्न आहे. ही प्रचंड विविधता प्रत्येक क्षेत्रामध्ये आढळून येते. दक्षिणेकडचे गरीब देश भौगोलिक रचनेपेक्षा समान दृष्टिकोनामुळेच एकत्र आलेले आहेत. उत्तरेवर दक्षिणेकडचा प्रत्येक देश संतापलेला असून, या रागामुळेच त्यांना एकत्र येण्याची गरज जाणवली. उत्तरेकडचे श्रीमंत देश आपली उपेक्षा करतात, अशी त्यांची तक्रार आहे.

काही वेळा 'पहिले जग' असा उत्तरेचा उल्लेख केला जातो. समाजवादावर श्रद्धा बाळगणारा सोव्हिएत महासंघ आणि पूर्व युरोपीय देश यांचा 'दुसऱ्या जगात' समावेश होतो. दक्षिणेकडच्या गरीब देशांचा निर्देश 'तिसरे जग' असा केला जातो. या तिसऱ्या जगामध्ये शंभराहून अधिक देशांचा समावेश होत असला, तरी '७७ देशांचा गट' असाही त्याचा उल्लेख केला जातो. उत्तरेकडच्या देशांची आणि दक्षिणेकडच्या देशांची वेगवेगळी संघटना स्थापन करण्यात आलेली नसल्यामुळे, त्यांची नेमकी वर्गवारी करणे कठीण आहे.

हे जग सर्वांत सुंदर आहे, या कँडिड यांच्या उद्‌गारांचा प्रतिवाद करताना एक निराशावादी म्हणाला होता, 'मला तसे वाटत नाही.' दक्षिणेकडच्या देशांना कँडिड यांचा आशावाद जसा स्वीकारार्ह वाटत नाही, तसेच निराशावादाचे ते उत्तरही त्यांना मान्य नाही. सध्याची विषम अवस्था पूर्णपणे बदलली जावी आणि आपल्या आकांक्षेची सुसंगत अशी तिची पुनर्रचना करावी, हे दक्षिणेला अभिप्रेत आहे. उत्तर आणि दक्षिण यांच्यातील संवादाला १९७४ पासून सुरुवात झाली. आपल्या विकास-प्रयत्नांना आंतरराष्ट्रीय सहकार्य लाभावे, या दृष्टीने दक्षिणेने जी योजना आखली, तिच्यातून नवी आंतरराष्ट्रीय आर्थिक व्यवस्था अस्तित्वात आली. १ मे

१९७४ रोजी भरलेल्या सर्वसाधारण परिषदेमध्ये तिचा स्वीकार करण्यात आला.

या उत्तर-दक्षिण संवादाकडे बऱ्याच वेळा विकसित राष्ट्रांनी दुर्लक्ष केले. या संवादाला दक्षिणेच्या स्वगताचे स्वरूप प्राप्त झाले. कधीकधी पराकोटीचे पेचप्रसंगही उद्भवले. येथे मला चक्रवर्ती राजगोपालाचारी यांनी काढलेल्या गमतीशीर उद्गारांची आठवण होते. जगातल्या बऱ्याच देशांमध्ये उत्तर विरुद्ध दक्षिण असा संघर्ष वारंवार का उफाळून यावा, असे विचारले असता राजाजींनी उत्तर दिले होते, 'हा भूगोलाच्या तज्ज्ञांचा दोष आहे. त्यांनी नकाशामध्ये दक्षिण नेहमी खालीच दाखविली.'

विली ब्रॉंड यांच्या अध्यक्षतेखाली आंतरराष्ट्रीय सहकार्यविषयक स्वतंत्र आयोग नेमण्यात आला होता. उत्तर-दक्षिण संवादामध्ये कोणत्या समस्या अनुस्यूत आहेत, याचे अत्यंत मार्मिक दिग्दर्शन त्या आयोगाने आपल्या अहवालामध्ये केले होते. 'उत्तर-दक्षिण : अस्तित्वासाठी कार्यक्रम (१९८०)' आणि 'उत्तर-दक्षिण पेचप्रसंग: जागतिक सुधारणेसाठी सहकार्य (१९८३)' हे ब्रॉंड आयोगाचे दोन अहवाल अत्यंत परिश्रमपूर्वक तयार करण्यात आले होते. हे अहवाल तयार करताना आयोगाने केवळ अर्थशास्त्रज्ञांचेच नव्हे, तर विचारवंतांचे आणि राजनीतिज्ञांचे सहकार्य घेतले होते. जागतिक अर्थव्यवहाराला मानवी चेहरा प्राप्त होणे अत्यंत निकडीचे आहे, असा या विचारवंतांचा आग्रह होता.

सध्या सर्वांत अधिक पैसा खर्च होतो तो अण्वस्त्रांवर आणि शस्त्रास्त्रांवर. शस्त्रास्त्रांवरील या अमाप खर्चामुळेच गरीब देशांच्या विकासाकडे धनाढ्य राष्ट्रे दुर्लक्ष करतात. अध्यक्ष आयसेनहॉवर म्हणाले होते, 'प्रत्येक तोफ जेव्हा बनवली जाते, प्रत्येक युद्धनौकेचे जेव्हा जलावतरण होते, जेव्हा एक अग्निबाण आकाशात सोडला जातो; तेव्हा अंतिमत: ती चोरीच ठरते.' जे लोक उपासमारीने ग्रासलेले आहेत, ज्यांना पुरेसे खायला मिळत नाही, जे थंडीत कुडकुडत आहेत आणि तरीही ज्यांना पुरेसे कपडे मिळत नाहीत; त्यांना अत्यावश्यक असलेल्या पैशांचीच ही चोरी ठरते. सध्या अमेरिका दर वर्षी जवळजवळ दहा लक्ष कोटी डॉलर्स शस्त्रास्त्रे आणि सैन्य यांच्यावर खर्च करीत असते. दिवसाला दोनशे कोटी डॉलर्स असे हे प्रमाण पडते.

दोन महासत्तांनी अण्वस्त्रांचा प्रचंड साठा केलेला आहे, हे सर्वांनाच ठाऊक आहे. दोघांकडे मिळून पन्नास हजारांहून अधिक अण्वस्त्रे आहेत. या अवाढव्य अण्वस्त्रसाठ्याचे वर्णन दोन महासत्तांनी, 'परस्परांच्या विनाशासाठी हमखास केलेली योजना' असे केले जाते.

शस्त्रास्त्रनिर्मितीसाठी मानवी क्षमतेचा, ऊर्जेचा आणि पैशाचा हा जो अपरंपार गैरवापर चालू आहे, त्याला खंड पडणार नाही. अहिंसा हाच खरा मानवधर्म आहे, ही महात्मा गांधींची शिकवण जोपर्यंत माणूस आत्मसात करीत नाही, तोपर्यंत

विकासासाठी खर्च करायचा पैसा विनाशासाठी वापरला जाण्याचा प्रकार चालूच राहील. भयाचे वातावरण निर्माण करण्याऐवजी विवेकशील निर्णय करण्याचे सूत्र जोपर्यंत अंगीकारले जात नाही, तोपर्यंत युद्धसामग्रीवर खर्च होणारा पैसा विकासासाठी वापरा, या आग्रहाकडे लक्ष दिले जाण्याचा सुतराम संभव नाही.

ब्रॅंड आयोगाने आपल्या अहवालामध्ये असे दाखवून दिले आहे की, (अ) जग दररोज जेवढा पैसा शस्त्रास्त्रांच्या उत्पादनावर खर्च करते, त्याच्या निम्मा हिस्सा जरी उपलब्ध झाला, तरी जागतिक आरोग्य संघटनेचा मलेरिया निर्मूलनाचा संपूर्ण कार्यक्रम अमलात आणता येऊ शकेल. (ब) एक रणगाडा तयार करायला साधारणत: दहा लाख डॉलर्स लागतात. या रकमेतून एक हजार वर्ग बांधता येतील. (क) एका लढाऊ जेट विमानाच्या निर्मितीसाठी दोन कोटी डॉलर्स खर्च होतात. चाळीस हजार खेडेगावांमध्ये औषधालये उभी करायला ही रक्कम पुरेशी ठरू शकेल. त्यामुळे जे अटळ आहे आणि जे आवश्यक आहे, यातून कशाची निवड करायची, असा प्रश्न उभा राहतो. शस्त्रास्त्रांवर केला जाणारा खर्च केवळ निरर्थकच ठरतो, असे नव्हे; तर त्यातून कमालीची गंभीर परिस्थितीही उद्‌भवू शकते. हे सारे खरे असले, तरी बाह्य आक्रमणापासून किंवा अंतर्गत उठावापासून स्वत:चे संरक्षण करण्याचे सामर्थ्य संपादन करण्याची गरज बहुसंख्य देशांना जाणवत असते. त्यामागच्या कारणांचा विचार ब्रॅंड आयोगाने केलेला नाही.

नवी आंतरराष्ट्रीय अर्थव्यवस्था कशी असावी, यासंबंधीच्या चर्चेत सोव्हिएत महासंघ, चीन आणि पूर्व युरोपीय राष्ट्रे यांना सहभागी करून घेतले पाहिजे, असे ब्रॅंड आयोगाने आपल्या १९८० च्या अहवालामध्ये म्हटले आहे, हे लक्षात घ्यायला हवे. दक्षिणेकडचा सदस्य म्हणून चीन आणि उत्तरेकडचा सदस्य म्हणून सोव्हिएत महासंघ या विचारविनिमयात भाग घेऊ शकतील. ब्रॅंड अहवाल प्रसिद्ध झाल्यानंतर आंतरराष्ट्रीय नाणेनिधी आणि जागतिक बॅंक या दोन आंतरराष्ट्रीय संस्थांमध्ये चीनचा प्रवेश झाला आणि त्यामुळे बेटनवूड्स येथील कराराने अस्तित्वात आलेल्या या दोन संघटना अधिक प्रातिनिधिक झाल्या आहेत.

ब्रॅंड आयोगाने ज्या ५९ शिफारशी केलेल्या आहेत, त्यांची तीन गटांमध्ये वर्गवारी करता येईल : (१) विकसित देशांच्या एकूण राष्ट्रीय उत्पादनाचा ०.७ टक्के हिस्सा अधिकृत मदत म्हणून १९८५ पर्यंत अर्धविकसित देशांना मिळायला हवा. इ. स. २०००पर्यंत हे प्रमाण एक टक्का इतके व्हायला हवे आणि जागतिक बॅंकेकडून दिल्या जाणाऱ्या कर्जाची रक्कमही दुपटीने वाढायला हवी. (२) ऊर्जानिर्मितीचा आंतरराष्ट्रीय कार्यक्रम आणि, (३) आंतरराष्ट्रीय आर्थिक पद्धतीमध्ये मूलभूत सुधारणा.

नव्या आंतरराष्ट्रीय अर्थव्यवस्थेसंबंधीची चर्चा विश्लेषणाऐवजी गोंडस शब्दांमध्येच गुंतून राहावी आणि तिच्यात विवेकापेक्षा भावनेचाच भाग अधिक असावा, ही

खेदाची बाब आहे.

दक्षिण म्हणजे मानवजातीच्या चिरंतन वेदनेचे प्रतीक! दक्षिणेची अवस्था मिकाबेर यांनी आपल्या मार्मिक शब्दशैलीत अशी वर्णन केली आहे, 'मतांची संख्या दुप्पट झाली, अपेक्षा कितीतरी पटीने वाढल्या, उत्पन्न तेच राहिले, परिणाम दैन्य.'

दक्षिणेची बाजू इतकी भरभक्कम आहे, की तिला कोणाच्याही समर्थनाची गरज पडू नये. एखादी गोष्ट स्वत:च पुरेशी बोलकी आहे, असे वकील मंडळी म्हणत असतात. हे वर्णन दक्षिणेच्या अपेक्षांना पूर्णपणे लागू पडते. श्रीमंत देश आणि गरीब देश यांच्यातील अंतर दर वर्षी वेगाने वाढत चालले आहे.

आपल्या देशात निर्माण होणाऱ्या दुधाचे काय करायचे, असा पश्चिम युरोपीय राष्ट्रांना प्रश्न पडला आहे. दहा लाख टन दुधाची भुकटी गिऱ्हाइकांअभावी पडून राहते, पंधरा लाख टन लोण्याचा डोंगर साठलेला असतो. त्या देशांमधल्या गोदामांत दोन कोटी टन धान्य शिलकी पडून आहे. याच वेळी जगातले एकतृतीयांश लोक उपासमारीने ग्रासले गेले आहेत. जागतिक अन्नधान्य कार्यक्रम, अन्न आणि कृषी संघटना (संयुक्त राष्ट्रसंघाची एका विशिष्ट उद्दिष्टासाठी अस्तित्वात आलेली ही सर्वांत मोठी यंत्रणा आहे.), संयुक्त राष्ट्रसंघाची आपद्ग्रस्त साह्य संघटना (ही संघटनाच आता एक मोठी आपत्ती ठरू पाहत आहे), कृषिविकासविषयक आंतरराष्ट्रीय निधी, परस्परमदतीचे अनेक कार्यक्रम, ऑक्सफॅम आणि तत्सम इतर खासगी धर्मादाय संस्था एवढा सारा अवाढव्य पसारा मांडलेला असतानाही; उपासमार आणि दुष्काळ यांचे दुष्टचक्र अविरत फिरत आहे. तिसऱ्या जगातील चारांपैकी तीन जणांना घाणीत राहावे लागत आहे, पिण्याचे स्वच्छ पाणी त्यांना पाहायलाही मिळत नाही.

शंभर कोटी लोक पूर्णपणे दारिद्र्यावस्थेत आपले आयुष्य व्यतीत करीत आहेत, असे जागतिक बँकेने आपल्या विकासविषयक पहिल्या अहवालात नमूद केले आहे. कुपोषण, निरक्षरता, रोगराई, भोवताली सर्वत्र घाण पसरलेली, बालमृत्यू, अल्प आयुष्यमान यांमुळे ही शंभर कोटी माणसे सर्वसामान्य माणसाच्या साध्यासुध्या जीवनापासून वंचित राहिली आहेत. पूर्णतया दरिद्री असलेल्या या शंभर कोटी लोकांपैकी पंच्याहत्तर टक्के लोक राष्ट्रकुलातील देशांमध्ये आढळतात.

एक काळ असा होता की, दुसऱ्या अर्ध्या जगातील लोक कसे राहतात, हे उर्वरित अर्ध्या जगातील लोकांना ठाऊकच नव्हते. आता ही परिस्थिती राहिलेली नाही. दूरवरच्या देशातील जनता केवढे केविलवाणे आयुष्य व्यतीत करीत आहे, हे दूरचित्रवाणीवरून लगेच पाहायला मिळते. आफ्रिकेतल्या लोकांची अवस्था पाहिल्यानंतर सहारा वाळवंटालाही पाझर फुटल्याशिवाय राहणार नाही. आफ्रिकेतल्या

काही देशांमधील परिस्थिती तर आणखीनच बिघडत चालली आहे. तेथील दर माणशी उत्पन्न १९७० च्या तुलनेने चार टक्के खालीच घसरले आहे.

दुर्दैवाने उत्तरेकडच्या काही देशांना अलीकडे मदत करण्याचा शीण आलेला दिसतो. अमेरिका तिसऱ्या जगातील देशांना जेवढी मदत करते, त्यापेक्षा अधिक रक्कम रोपे लावण्यावर आणि फुलांवर खर्च करीत असते.

अगदी नेमस्तपणे बोलायचे, तरीदेखील दक्षिणेचे गाऱ्हाणे रास्त आहे, हे मान्य करावे लागते. दक्षिणेची अपेक्षा वाजवी असली, तरी तिला ती व्यवस्थितपणे मांडता आलेली नाही. दक्षिणेकडच्या देशांना आत्मपरीक्षणाची सवयच नाही. नव्या आंतरराष्ट्रीय आर्थिक धोरणानुसार जो आपल्याला मदत करायला तयार होईल, तो आपला मित्र आणि जो मदत करायचे नाकारील, तो आपला शत्रू; ही ठोकळेबाज भूमिका दक्षिणेकडील देशांनी आता सोडून द्यायला हवी. व्हिएतनाममधल्या युद्धात घडल्याप्रमाणे दक्षिणेकडले देश चुकीच्या शस्त्रांनिशी, चुकीच्या शत्रूशी, चुकीच्या रणांगणावर, चुकीची लढाई खेळत आहेत. दक्षिणेसंबंधी आस्था असलेले टेक्सास विद्यापीठातील प्रोफेसर डब्ल्यू. डब्ल्यू. रोस्टोव्ह ऑस्टिन येथे बोलताना म्हणाले, "दक्षिणेच्या विकासासाठी गेली तीस वर्षं ज्यानं अविरत लढा दिलेला आहे, अशा माझ्यासारख्या माणसालाही असं वाटतं की, नव्या आंतरराष्ट्रीय आर्थिक धोरणाची संपूर्ण प्रक्रियाच तुटपुंज्या विचारसरणीमध्ये गुंतून पडलेली आहे. त्यामुळे दक्षिण आणि उत्तर या दोघांचीही उद्दिष्टं सफल होत नाहीत. दक्षिणेकडील देश ज्या पद्धतीनं वाटाघाटी करीत असतात, ती ध्यानात घेता या चर्चेतून काहीही निष्पन्न होणार नाही, या निष्कर्षाप्रत यावं लागतं.''

दक्षिणेची बाजूच केवळ न्याय्य आहे, असे नव्हे. दक्षिण-उत्तर संबंधांबाबत उत्तरेकडचे देश जो युक्तिवाद करतात, त्यात निश्चितच तथ्य आहे, हे नाकारता येणार नाही. दक्षिणच स्वतःची सर्वांत मोठी शत्रू आहे, असे उत्तरेला वाटते. तिला तसे का वाटते, हे दक्षिणेने जाणून घ्यायला हवे. विकसनशील देशांबाबत प्रगत राष्ट्रांचे काही गंभीर आक्षेप आहेत :

(१) आंतरराष्ट्रीय अर्थव्यवस्थेमध्ये क्रांतिकारक बदल घडून यायला हवेत, असा दक्षिणेचा आग्रह असून; तसा आग्रह धरणे, हा आपला अधिकारच आहे, असे दक्षिण मानते. उत्तरेकडच्या संपत्तीमध्ये आपला निर्विवाद हिस्सा आहे, अशा थाटात दक्षिण वागत असते. नवी आंतरराष्ट्रीय अर्थव्यवस्था म्हणजे आर्थिक बाबतीत आपल्याला मिळालेले अधिकारपत्रच आहे, असे गृहीत धरून दक्षिण एकतर्फी आणि गैरवाजवी मागण्या करते.

(२) दक्षिणेकडच्या देशांचे वर्तन दुटप्पी असते. दक्षिणेबाबत उत्तर जेवढी

आस्था दाखविते, तेवढीही दखल दक्षिणेकडील देशांमधील श्रीमंत आणि अतिश्रीमंत लोक आपल्या गरीब देशबांधवांची घेत नाहीत. तेलांच्या खाणींमुळे धनाढ्य झालेले दक्षिणेकडील देश त्या विभागातील अन्य देशांना फारशी मदत करीत नाहीत. त्या देशांकडून जी काही मदत दिली जाते, ती केवळ इस्राईलविरुद्ध लढणाऱ्या अरब जगतालाच.

(३) उत्तरेकडचे देश लोकशाहीवादी असले, तरीही त्यांनी दक्षिणेकडच्या साम्यवादी राजवटींना अर्थसाह्य करावे, अशी अपेक्षा व्यक्त केली जाते. या साम्यवादी राजवटींना साम्यवादाचा जयघोष करणारा सोव्हिएत महासंघ आणि त्याची हस्तक राष्ट्रे मदत करीत नाहीत, याबद्दल दक्षिण काहीच बोलत नाही. पूर्व युरोपातील साम्यवादी राजवटींनी परस्पर आर्थिक साह्य मंडळ स्थापन केलेले आहे. या मंडळाच्या मदतीचा ओघ दक्षिणेकडे वळल्याचे दिसत नाही. युरोपीय आर्थिक समूहाने आपल्या १९८३ च्या अहवालामध्ये असे म्हटले आहे की, पूर्व युरोपीय साम्यवादी देशांनी गेल्या दहा ते पंधरा वर्षांमध्ये तिसऱ्या जगाकडे दुर्लक्षच केल्याचे दिसून येते.

(४) उत्तरेकडच्या देशांचा आणखी एक आक्षेप असा आहे की, दक्षिणेकडल्या देशांना केली जाणारी मदत भ्रष्टाचारामुळे गरिबांपर्यंत पोचतच नाही. ही रक्कम काही विशिष्ट व्यक्तींच्या खिशातच जाते. उत्तरेकडे मुळीच भ्रष्टाचार नाही, असे म्हणणे चुकीचे ठरेल; परंतु उत्तरेकडच्या भ्रष्टाचाराने दक्षिणेकडच्या भ्रष्टाचाराइतके अक्राळविक्राळ स्वरूप धारण केलेले नाही. जेव्हा राजकारणी मंडळी परदेशांकडून मिळणारी मदत लोकांपर्यंत पोचू न देता स्वत:च गिळंकृत करतात, तेव्हा ती गंभीर बाब ठरते. अर्जेंटिनाने परदेशांकडून कोट्यवधी डॉलर्सची मदत मिळवली. तिच्या संबंधात तेथील राष्ट्राध्यक्ष रॉल अल्फोनसीन म्हणतात की, ‘अर्थव्यवस्था विकासासाठी आणि भांडवल उभारणीसाठी या मदतीचा उपयोग केला गेला नाही. त्यामुळे या मदतीमागचा मूलभूत हेतू साध्य होऊ शकला नाही.’

अर्जेंटिना, ब्राझील, चिली, मेक्सिको आणि व्हेनेझुएला या पाच देशांना १९७४ ते १९८२ च्या दरम्यान अमेरिकेने दोन लाख बावन्न हजार कोटी डॉलर्सची मदत केली. त्यांपैकी एकतृतीयांश रक्कम बड्या मंडळींसाठी परदेशांमध्ये मालमत्ता खरेदी करण्यासाठी किंवा तेथील बँकांमध्ये गुप्तपणे ठेवण्यासाठी वापरण्यात आली.

(५) दक्षिणेकडील सरकारे अत्यंत अकार्यक्षम असल्यामुळे तेथे केली जाणारी गुंतवणूक बऱ्याच प्रमाणात वाया जाते. आपल्या अहंकाराचे प्रदर्शन करण्यासाठी दक्षिणेकडचे बरेच देश अवाढव्य प्रकल्प हाती घेतात आणि ते तसेच पडून राहिल्यामुळे गुंतवलेला पैसा निरर्थक ठरतो. माणसे, साधनसामग्री किंवा पैसा

व्यवस्थितपणे कसा हाताळावा; इकडे दक्षिण दुर्लक्षच करते. 'जगात अर्धविकसित देश अस्तित्वातच नाहीत. अस्तित्वात आहेत ते फक्त अकार्यक्षम देश,' या डॉ. ड्रकर यांच्या विधानातील सत्यता नाकारता येणार नाही. काही वेळा सत्य सांगण्यासाठी गोंडस शब्दांचा अवलंब करावा लागतो. मिंट म्हणतात, 'तुमच्या देशातील लोक कमालीचे आळशी आणि मूर्ख आहेत, पुढाकार घेण्याच्या बाबतीत ते उदासीन आहेत, हे सत्य जर तुम्ही त्या देशाच्या पुढाऱ्यांना सांगितले, तर लगेच ते तुम्हाला त्यांचे शत्रू मानायला लागतील. त्याऐवजी ही वस्तुस्थिती निराळ्या शब्दांमध्ये विशद करायला हवी. तुमच्या देशामधे उपक्रमशीलतेचा अभाव आहे, तुमच्या आर्थिक नियोजनाला शास्त्रीय आधार द्यायला हवा, असे सांगितले, की त्या मंडळींना राग येत नाही.'

कालबाह्य झालेला समाजवाद आणि सर्वंकष शासकीय नियंत्रण यांचे दक्षिणेकडील बऱ्याच देशांना अजूनही आकर्षण वाटते. त्यामुळे प्रत्येक गोष्टीसाठी नोकरशाहीचे आर्जव करावे लागते, राजकारणी मंडळींचा वरचष्मा सहन करावा लागतो आणि त्यांना खूश करण्यासाठी लाचही द्यावी लागते.

(६) मानवी विकासाइतकी दुसरी कोणतीही गोष्ट महत्त्वाची नसल्यामुळे कुटुंब-नियोजन, शिक्षण, सार्वजनिक आरोग्य आणि पोषक आहार या आवश्यक घटकांसाठी तुम्ही पुरेसा पैसा उपलब्ध करून दिला पाहिजे, असे वारंवार बजावूनही, त्या बाबतीत दक्षिणेकडचे देश उदासीन राहिले, ही घोडचूक त्यांना फार महागात पडत आहे. मानवी विकासाकडे लक्ष दिल्याशिवाय भौतिक विकास निरर्थक ठरतो, हे या देशांना परोपरीने सांगण्याचा प्रयत्न करण्यात आला; पण त्यांनी तिकडे पुरेसे लक्ष दिले नाही. दक्षिणेकडच्या सर्वच देशांनी आपली अंतर्गत व्यवस्था शक्य तितक्या त्वरेने सुदृढ आणि सुरळीत करणे अत्यंत महत्त्वाचे ठरते. नव्या आंतरराष्ट्रीय अर्थव्यवस्थेपेक्षा त्यांना अधिक गरज आहे ती नव्या अंतर्गत अर्थव्यवस्थेची. कोणत्याही देशाच्या बाबतीत स्वावलंबनाइतके दुसरे काहीच महत्त्वाचे नसते. उत्तरेबरोबर संघर्षाचा पवित्रा घेण्याऐवजी भ्रष्टाचाराचे निर्मूलन, देशांतर्गत उपलब्ध भांडवलाचा योग्य वापर, मानवी साधनसंपत्तीचा कार्यक्षम उपयोग इत्यादी बाबींकडे दक्षिणेकडच्या देशांनी लक्ष दिले, तर त्यांचे भले होईल. हे कर्तृत्व दक्षिण कोरिया आणि हाँगकाँग, तैवान आणि सिंगापूर यांनी करून दाखविले आहे.

(७) मदत हा स्वावलंबनाला पर्याय होऊ शकत नाही. दुसऱ्या देशाची अमाप संपत्ती आणून कोणत्याही देशाची गरिबी संपत नाही. एखादा देश कितीही श्रीमंत असला, तरी तो आपल्या पैशाच्या बळावर दुसऱ्या देशाचा विकास साधू शकत नाही. विकसनशील देशांमधील एकूण गुंतवणुकीपैकी अवघी तेरा टक्केच गुंतवणूक परदेशी मदतीतून झालेली आहे, याचा विसर पडता कामा नये.

अलीकडच्या काळामध्ये आंतरराष्ट्रीय बैठका परस्परांवर आरोप करणे आणि संतापणे यांमुळेच गाजत असतात. उत्तर आणि दक्षिण यांच्यातील बैठकांमध्ये तर हेच घडून येत असते. आपल्या हातातील भिकेचा कटोरा वाजवत दक्षिणेकडील देश श्रीमंत देशांवर हात आखडता घेतल्याचा ठपका ठेवतात. श्रीमंत देश ढोंगी, कमालीचे बेजबाबदार, उद्धट आणि बेफिकीर आहेत; असा आरोप त्यांच्यावर गरीब देश ठेवतात. दक्षिणेच्या या शाब्दिक उद्रेकाची 'अर्थशास्त्राबद्दल अडाणी असलेल्यांची अर्थशून्य हाकाटी' अशी वासलात श्रीमंत देश लावतात. उत्तर-दक्षिण बैठकांमध्ये परस्परांवर घेतले जाणारे आक्षेप संयुक्त राष्ट्रसंघालादेखील मागे टाकतील. दक्षिणेकडचे देश विरोधाचे राजकारण आणि असूयेचे अर्थकारण खेळत आहेत, असे डॅनियल पी. मोयनीहान यांनी स्पष्टपणेच म्हटले आहे. देशांतर्गत आक्षेपकांचे समाधान करण्यासाठीच विकसनशील देश उत्तरेविरुद्ध आगपाखड करीत असतात आणि आपली नालायकी किंवा भ्रष्टाचार उघड्यावर येऊ नये, म्हणून आपल्या दुरावस्थेबद्दल उत्तरेला जबाबदार धरतात, हे अमान्य करता येत नाही. दक्षिणेचा हा असा कांगावखोर थयथयाट जोपर्यंत चालू आहे, तोपर्यंत श्रीमंत देश आणि गरीब देश यांच्यादरम्यान अर्थपूर्ण संवाद साधला जाणे शक्य नाही. उत्तरेला शिव्या दिल्यामुळे आपल्याला तिच्याकडून अधिक मदत मिळेल, ही भ्रामक अपेक्षा आहे. हा संवाद बंद पडल्यामुळे अत्यंत गरीब अशा अडतीस देशांची परिस्थिती कमालीची बिकट झाली आहे.

आपल्या संतापाला दोन्ही बाजूंनी आवर घालावा, अशी वेळ आता खचितच आली आहे. तडजोडीच्या सौम्य भाषेत बोलणी करणे शहाणपणाचे ठरेल, तसेच ते अत्यंत फायदेशीरही होईल. 'आपल्यापुढील समस्या सोडविण्यासाठी परस्परांचे उणेदुणे काढण्याऐवजी सर्वांचे सहकार्य लाभेल, असा प्रयत्न होणे आवश्यक आहे,' याची जाणीव नव्या आंतरराष्ट्रीय आर्थिक धोरणासंबंधी चर्चा करण्यासाठी, १९७५ च्या सप्टेंबरमध्ये भरलेल्या संयुक्त राष्ट्रसंघ महासमितीच्या विशेष अधिवेशनात भारताच्या प्रतिनिधींनी करून दिली आहे.

उत्तर-दक्षिण संवादामध्ये ज्या मूलभूत अडचणी आहेत, त्यांच्याकडे सम्यक ऐतिहासिक दृष्टिकोनातून पाहिले, तर आशेला अवसर आहे. सध्या अशा चर्चेच्या वेळी महत्त्वाच्या वास्तवाकडे दुर्लक्षच केले जाते. परस्परसहकार्य आणि परस्परसहाय्य या बाबतीत गेल्या काही वर्षांमध्ये जी व्यापक प्रगती झालेली आहे, तिला जगाच्या इतिहासामध्ये तुलना सापडणे अशक्य आहे, ही या संबंधातील अत्यंत समाधानाची बाब आहे.

लढायांचा वेडेपणा थांबवून 'एक समान आर्थिक समूह' म्हणून शांततेने

नांदण्यात आपले हित आहे, हे समजावून घेण्यामध्ये पश्चिम युरोपने किती शतके घालविली? अस्पृश्यतेसारखी मानवतेला काळिमा फासणारी राक्षसी रूढी नष्ट करणारा कायदा अमलात आणण्यामध्ये भारताने किती शतके घालविली? या अमानुष प्रथेचे उरलेसुरले अवशेष अस्तंगत होण्यासाठी आणखी किती पिढ्या जाव्या लागणार आहेत? आपण एकाच प्रेषिताचे अनुयायी असल्यामुळे, परस्परांवर प्रेम करणे हे आपले कर्तव्य आहे, हा शहाणपणा उत्तरेकडच्या कॅथॉलिक आणि प्रॉटेस्टंट यांना आणि दक्षिणेकडच्या शिया आणि सुन्नी यांना केव्हा सुचणार?

याच्या उलट, राष्ट्रांनी परस्परांवर अवलंबून राहणे अपरिहार्य आहे, ही संकल्पना मानवी जाणिवेमध्ये कमालीच्या वेगाने आणि तीव्रतेने झिरपली. मागचे महायुद्ध संपल्याला अवघी चाळीस वर्षेच झालेली आहेत. त्या महायुद्धानंतर अस्तित्वात आलेल्या आंतरराष्ट्रीय यंत्रणा राष्ट्रांच्या परस्पर-अवलंबित्वाच्या निदर्शक असून, मानवी मानसामध्ये त्या परंपरागत यंत्रणांइतक्याच दृढमूल झालेल्या आहेत. जागतिक बँक आणि आंतरराष्ट्रीय नाणेनिधी या दोन यंत्रणांनी तिसऱ्या जगाची पुरेपूर दखल घेतली आहे. त्यांच्या वार्षिक बैठका म्हणजे जागतिक विकासाच्या मार्गावरील महत्त्वाचे टप्पेच होत.

उत्तरेकडून दक्षिणेला मिळणाऱ्या मदतीचा एक विशेष ध्यानात घ्यायला हवा. ही मदत मिळविण्यासाठी दक्षिणेला आसवेही गाळावी लागत नाहीत आणि छातीही पिटून घ्यावी लागत नाही. जगाची वाटचाल परिपूर्णतेच्या दिशेने होत असली, तरी तिची गती अत्यंत मंद आहे, ही खेदजनक वस्तुस्थिती मान्य करायलाच हवी. लोकांच्या मनामध्ये एखादी नवी कल्पना रुजायला किमान तीस वर्षे तरी लागतात, असा निष्कर्ष जागतिक ख्यातीचे मानववंशशास्त्रज्ञ मार्गारेट मीड यांचा आहे. उत्तर आणि दक्षिण यांच्यातील उतावळा संवाद सुरू झाल्याला अवघी तेराच वर्षे होऊन गेलेली आहेत. अशा संवादांची प्रगती हळूहळू होणे अपरिहार्य असते, हे आपण लक्षात घ्यायला हवे. ब्रॉंड आयोगाने अत्यंत तळमळीने केलेल्या शिफारशींची अंमलबजावणी सुरू झालेली आहे. आज जे आर्थिकदृष्ट्या असहाय्य आहेत ते उद्याचे स्फोटक उद्रेक ठरू शकतात, याची उत्तरेकडच्या लोकांना जाणीव होऊ लागलेली आहे. बलिष्ठ आपल्या ताकदीच्या जोरावर दुर्बळांचे जेवढे नुकसान करू शकतो, तेवढीच बलिष्ठांची हानी आपल्या अगतिकतेच्या आधाराने दुर्बळ करू शकतो, या रवींद्रनाथ टागोर यांच्या इशाऱ्याची उत्तरेकडे अधिकाधिक दखल घेतली जात आहे.

उत्तरेने दक्षिणेला ज्ञानाची देणगी दिली, तर ती तिची सर्वांत मोठी आणि महत्त्वाची भेट ठरेल. श्रीमंत देशातील प्रगत तंत्रज्ञान गरीब देशांना अवगत झाले, तर ते द्रुतगतीने स्वत:चा विकास साधू शकतील. 'तुम्ही एखाद्या मुलाला मासा

खायला दिला, तर त्याची एका दिवसाची भूक भागू शकेल; पण मासा कसा पकडावा, हे जर तुम्ही त्याला शिकविले, तर तो कधीच उपाशी राहणार नाही,' या म्हणीतील आशय लक्षात घ्यायला हवा. परस्परसहकार्यातून परस्परविकासासंबंधी एकत्रपणे कार्य करण्याची प्रेरणा प्रबळ होते आणि त्या प्रेरणेला सार्वत्रिक प्रतिसाद लाभू शकतो.

आपली कांगावखोर भाषा सोडून देऊन, दक्षिणेने वाटाघाटी करताना जागरूक सामंजस्य दाखविले पाहिजे. त्याचप्रमाणे दक्षिणेला मदत करण्यात आपण तिच्यावर उपकार करीत आहोत, ही घमेंड उत्तरेनेही टाकून द्यायला हवी. उत्तर-दक्षिण सहकार्य सर्वांच्याच अस्तित्वासाठी अपरिहार्य आहे, याचे उत्तरेला भान यायला हवे. ऐतिहासिक दृष्टिकोनातून पाहिले, तर या दिशेने सुरुवात चांगली झाली असून, भावी काळामध्ये हे सहकार्य दुप्पट जिद्दीने अमलात आणायला हवे. ॲर्नाल्ड टायनबी यांच्या शब्दांत सांगायचे तर, 'आपले सध्याचे युग आपल्या हातून घडलेल्या भयानक अपराधांमुळे किंवा आपण लावलेल्या आश्चर्यजनक शोधांमुळे भावी काळात ओळखले जाणार नाही. मानवी बुद्धीने केलेल्या प्रगतीचा लाभ संपूर्ण मानवजातीला व्हायला हवा, हे मानवाने पहिल्यापासून जोपासलेले स्वप्न प्रत्यक्षात आणणारी पहिली पिढी, अशीच सध्याच्या कालखंडाची इतिहासात नोंद होईल.'

'एक कुटुंब' म्हणून किमान आवश्यक अशा सुविधांसह मानवजातीला राहायचे असेल आणि अधूनमधून उद्भवणारे आपापसातील ताण आणि तणाव टाळायचे असतील; तर लोकसंख्यानियंत्रण केवळ हितावहच नव्हे, तर नितांत आवश्यक ठरते.

सध्या अत्यंत भयानक वेगाने वाढत असलेली जागतिक लोकसंख्या मानवी समाजाच्या भवितव्यावर अनिष्ट परिणाम करण्याचा संभव नजरेआड करून चालणार नाही. पहिल्या शंभर कोटी लोकसंख्येसाठी मानवजातीला दहा लाख वर्षे लागली. इ. स. १८०० च्या सुमाराला जगाची लोकसंख्या तेवढीच म्हणजे शंभर कोटी होती. पुढच्या शंभर वर्षांत म्हणजे इ. स. १९०० पर्यंत तिच्यात आणखी शंभर कोटींची भर पडली. विसाव्या शतकाने तिच्यात आणखी तीनशे कोटींची भर घातली. जगाची आजची लोकसंख्या पाचशे कोटी आहे. २००० साली जगाची परिस्थिती काय असेल, त्याबाबत अमेरिकन अध्यक्षांना सादर केलेल्या अहवालामध्ये असे म्हटले आहे की, 'या भूतलावर पहिला माणूस निर्माण झाला, तेव्हापासून आतापर्यंत जेवढी माणसे जन्माला आली, त्याच्या तीनचतुर्थांश माणसे सध्या जगामध्ये राहत आहेत.' इ.स. २००० पर्यंत ही संख्या ६३० कोटीपर्यंत जाईल, अशी चिन्हे दिसत आहेत. या वाढीव लोकसंख्येतील नऊदशांश लोक विकसनशील

देशांतच आढळणार आहेत. दर पाच दिवसांनी जगाची लोकसंख्या दहा लाखांनी वाढत चालली आहे. जसजसे उत्पन्न वाढते, शिक्षणाचा प्रसार होतो आणि आरोग्य सुधारते; तसतशी जननक्षमता घटते.

यामुळे श्रीमंत अधिक श्रीमंत होतात आणि गरिबांना मुले होत राहिल्यामुळे ते आणखी गरीब होतात. जास्ती मुले म्हणजे काम करणारे अधिक हात हे खरे नसून, अधिक मुले म्हणजे वाढती बेकारी, ही वस्तुस्थिती ठरते. लोकसंख्यावाढीच्या भरमसाट वेगामुळे आर्थिक विकासाला खीळ बसत असल्यामुळे, प्रगती साधण्यासाठी लोकसंख्येवर नियंत्रण घालणे अत्यंत आवश्यक ठरते, असे जागतिक बँकेने आपल्या जागतिक विकासविषयक अहवालांमध्ये वारंवार म्हटले आहे. या बाबतीत माणसांना गुरांसारखे वागवावे आणि सक्तीने त्यांची नसबंदी करावी, असे कोणीही म्हणत नाही; परंतु लोकांना कुटुंबनियोजनासाठी प्रवृत्त करण्याकरिता काहीतरी धाक घालायलाच हवा. लोकसंख्या-नियंत्रण का दारिद्र्याचे संवर्धन, असाच मानवजातीपुढील आजचा प्रश्न आहे.

लोकसंख्या-नियंत्रणाला इतर कोणत्याही कार्यक्रमापेक्षा सर्वाधिक प्राधान्य दिले नाही, तर दक्षिणेकडील देशांमधील लोक आपापल्या उपाशी झोपड्यांमध्ये मरण पावल्याशिवाय राहणार नाहीत, असे गरीब देशांमधील सध्याच्या परिस्थितीवरून म्हणावे लागते.

मानवी एकतेचे ध्येय प्रत्यक्षात येण्यामध्ये धर्म, राष्ट्रवादी राजकारण आणि आर्थिक विचारसरणी या तीन प्रमुख अडचणी येतात.

विविध धर्म म्हणजे एकाच उद्दिष्टाकडे जाणारे भिन्न मार्ग होत. म. गांधी म्हणत असत, 'आज धर्मापेक्षाही अधिक गरज आहे, ती भिन्नधर्मीय लोकांमध्ये परस्परआदर आणि सहिष्णुता निर्माण होण्याची. विविधतेतील एकता जाणून घेऊनच आपण आपल्या उद्दिष्टांपर्यंत पोचले पाहिजे. सर्व धर्मांची शिकवण एकच आहे, परंतु तिने वेगवेगळी रूपे धारण केलेली आहेत आणि ती अखेरपर्यंत टिकणारी आहेत.'

स्वातंत्र्याच्या पायावरच कोणताही समाज संघटित करणे शहाणपणाचे ठरते, ही लोकशाहीवादी देशांची श्रद्धा रास्तच आहे. सक्तीच्या सुखापेक्षा दुःखद स्वातंत्र्य आम्हाला अधिक प्रिय आहे, असे ते मानतात; परंतु त्यामुळे लोकशाहीवादी देशांना हुकूमशाही राजवटींशी शांततेने आणि सामंजस्याने राहण्यात अडथळा येण्याचे काहीच कारण नाही. भांडणाचे मूळ कारण भूतकालात जमा झाले, तरीदेखील राष्ट्राराष्ट्रांमध्ये शत्रुत्व आणि दुःस्वास टिकून राहावा, ही दुर्दैवाची गोष्टी आहे. एकोणिसाव्या शतकातल्या श्लेसविग-होलस्टेन प्रश्नाबाबत बोलताना लॉर्ड पामरर्स्टन म्हणाले होते, 'हा प्रश्न फक्त तीन जणांनाच खरा समजला. त्यांपैकी एक मरण

पावला आहे. दुसरा वेड्यांच्या रुग्णालयात राहत आहे आणि तिसरा मी. तो प्रश्न मी पूर्णपणे विसरून गेलेलो आहे.'

कर्कश्श राष्ट्रवाद, अन्य धर्मीयांसंबंधीचा विद्वेष आणि निरर्थक ठरलेल्या आर्थिक विचारसरणींचा आग्रह, ही चैन यापुढे मानवजातीला परवडण्यासारखी नाही. स्वत:ला एखाद्या राष्ट्राचे नागरिक म्हणवून घेण्यापेक्षा आपण साऱ्या जगाचे अविभाज्य घटक आहोत, ही भावना वृद्धिंगत व्हायला हवी. कोणतीही विचारसरणी आणि तिचे पुरस्कर्ते पृथ्वीवरील मानवाचा कोणताही प्रश्न कधीही सोडवू शकणार नाहीत. डॉ. जुंग यांच्या शब्दांत सांगायचे तर, 'सर्व विचारसरणी आणि वाद तेवढेच घातक असतात.'

अवकाशामध्ये आपले उपग्रह धाडणाऱ्या आधुनिक भारतापेक्षा प्राचीन भारत कितीतरी अधिक सुसंस्कृत होता, हे मी वारंवार सांगत आलेलो आहे. आध्यात्मिक बधिरता आणि नैतिक निरक्षरता हीच आपल्या पिढीची वैशिष्ट्ये ठरलेली आहेत.

मानवी कुटुंब आणि त्याचे भवितव्य यासंबंधीचे आपले मार्मिक विचार श्री. अरविंदांनी 'द ह्यूमन सायकल आणि दी आयडियल ऑफ ह्यूमन युनिटी' या आपल्या ग्रंथांमध्ये व्यक्त केले आहेत. युरोपीय सामुदायिक बाजारपेठ किंवा युरोपीय आर्थिक सहकार्य यासंबंधी आज प्रत्येकाला माहिती आहे. लोकशाहीवादी युरोपीय राष्ट्रांना एकत्र आणण्याचे हे कार्य ज्यां मॉनेत या फ्रेंच विचारवंताने पार पाडले, असे सामान्यपणे समजले जाते; परंतु युरोपीय आर्थिक सहकार्यासारख्या, वेगवेगळ्या समाजघटकांना एकत्र आणणाऱ्या शक्तींचा लवकरच उदय होणार आहे, हे श्रीअरविंदांच्या दिव्य दृष्टीला १९१६ मध्ये जाणवले होते, ही गोष्ट फारच थोड्यांना ठाऊक आहे. तो पहिल्या महायुद्धाचा काळ होता आणि त्या वेळी युरोपीय देश परस्परांना नष्ट करण्याच्या संघर्षात गढून गेलेले होते. एकात्म युरोपचे स्वप्न श्रीअरविंदांनी तेव्हा पाहिले होते आणि 'युरोपीय संयुक्त राष्ट्रसंघ' असे त्याचे नामकरणही केले होते. १५ ऑगस्ट १९४७ या दिवशी आपला देश स्वतंत्र झाला, त्या निमित्ताने दिलेल्या संदेशात श्रीअरविंद म्हणतात, 'अखिल मानवजातीला न्याय्य, प्रकाशमय आणि उदात्त जीवनाचा लाभ व्हावा, यासाठी सर्व देश एकत्र आलेले आहेत; हे स्वप्न मी पाहत आहे. मानवी जगताच्या एकीकरणाची प्रक्रिया सुरू झालेली आहे. या प्रक्रियेमध्ये अनंत अडचणी उद्‍भवत असल्या, तरी त्यांच्यावर मात करून ही प्रक्रिया गतिशील राहील आणि अखेरीस आपले ध्येय साध्य करील, असा मला विश्वास वाटतो.'

स्वत:च्या चुकांमुळे किंवा निसर्गाच्या कोपामुळे जी भयानक संकटे उद्‍भवतात, त्यातून मार्ग काढण्याची मानवजातीला आता सवयच झालेली आहे, असे श्रीअरविंदांनी म्हटले आहे. ते पुढे म्हणतात, 'मानवाचे अस्तित्व अर्थपूर्ण ठरायचे असेल, तर

संकटांवर स्वार होण्याची शक्ती त्याच्यात असलीच पाहिजे. वारंवार पराकोटीच्या कठीण अशा आपत्ती कोसळत असतानाही माणूस आजवर टिकून राहिला आहे, हा योगायोगाचा भाग नव्हे. सध्या प्रवर्तित झालेल्या उत्क्रांतीचे नेतृत्व करण्याची आकांक्षा बाळगणाऱ्या मानवाने आंतरराष्ट्रीय जीवनातील सध्याचा गोंधळ नष्ट करण्यामध्ये आणि संघटित एकात्म कृतीला चालना देण्यामध्ये पुढाकार घेतला पाहिजे. जगातील सर्व देश कोणत्या ना कोणत्या स्वरूपात तरी एकत्र येणे आवश्यक आहे. ते उद्दिष्ट कसे गाठता येईल, याचा सर्वांना ध्यास लागला पाहिजे. एकात्मतेचा हा विचार दूरवर रेंगाळत राहणारे स्वप्न न ठरता त्याचे वस्तुस्थितीमध्ये रूपांतर व्हायला हवे.'

युरोपीय राष्ट्रसंघ ही श्रीअरविंदांची कल्पना एके काळी अव्यवहार्य मानली जात होती; परंतु ती आता प्रत्यक्षात उतरली आहे. सर्व जगाचे एक राज्य होण्याची त्यांची भविष्यवाणी, कालांतराने का होईना, साकार झाल्याशिवाय राहणार नाही.

मानवाने विज्ञानामध्ये आणि तंत्रविज्ञानामध्ये केवढीही मोठी झेप घेतली असली, तरी संपूर्ण विश्वाच्या एकंदर रचनेमध्ये त्याचे स्थान अत्यंत नगण्यच आहे. आपल्यापैकी प्रत्येकाला केव्हातरी मरावेच लागणार आहे, त्या माहीत नसलेल्या दिवसासंबंधीच्या भीतीतच आपण वावरत असतो. आजचा माणूस अनेक अर्थांनी अपूर्ण आहे – आदर्श माणसाचे तर ते एक विडंबनच आहे. माणूस जेव्हा अधिक प्रगल्भ होईल, तेव्हाच त्याचा अहंकार गळून पडेल आणि सारे काही आपल्यालाच मिळावे, ही त्याची हावही विरून जाईल. आपल्या हातून घडणाऱ्या रक्तपाताचा आणि मनाचा कब्जा घेणाऱ्या फुटीरतेचा मानवजातीला एक दिवस उबग आल्याशिवाय राहणार नाही, हे नक्कीच. ही जाणीव जागी होण्यावरच मानवजातीचे अस्तित्व अवलंबून आहे.

■

२

पंतप्रधान

अधिकारावर असलेले अधिकारशून्य पंतप्रधान

सा रे जग या वर्षी लोकशाहीच्या उदयाचे अडीच हजारावे वर्धापनवर्ष साजरे करीत असताना, खंबीर नेतृत्वाचा अभाव ही अत्यंत गंभीर समस्या लोकसत्ताक देशांना जाणवत आहे. पूर्वेकडच्या आणि पश्चिमेकडच्या लोकशाहीवादी देशांमध्ये अत्यंत मामुली माणसे सत्ताधाऱ्यांच्या मिजाशीत वावरत आहेत. लोकांचा पाठिंबा आणि आदर नसलेले पुढारी एवढ्या मोठ्या संख्येने शासनप्रमुख म्हणून मिरवत असावेत, हे पहिल्यांदाच पाहायला मिळत आहे. खऱ्याखुऱ्या नेतृत्वाऐवजी, जॉर्ज ऑररेल यांच्या शब्दांत सांगायचे, तर 'आज नेते म्हणून वावरणारे लोक हवेचे निव्वळ बुडबुडे आहेत.' राजकारण्यांची भाऊगर्दी आणि राजनीतिज्ञांची टंचाई हे जे चित्र जगभर दिसत आहे, त्याला भारतही अपवाद नाही.

आपल्या पंतप्रधानांच्या प्रामाणिकपणाविषयी संशयाचे वातावरण निर्माण होणे केव्हाही धोकादायकच असते. नैतिक नेतृत्वाची आत्यंतिक आवश्यकता जाणवत असलेल्या सध्याच्या काळात तर हे असे होणे घातक ठरू शकते. गेल्या पंचेचाळीस वर्षांत आपले राहणीमान वाढत असताना, आपल्या जीवनाची गुणवत्ता मात्र झपाट्याने घसरत चालली आहे. कार्यक्षम शासनप्रमुखाशिवाय कोणताही देश टिकून राहू शकत नाही. पंतप्रधानांनी आपले अस्तित्व सध्या आक्रसून घेतले आहे, त्यामुळे ते या अधिकारपदावर राहू शकतील; परंतु ते सत्ताधारी आहेत, असे म्हणता येणार नाही. उद्याचा दिवस कसा जाईल, या काळजीने काँग्रेसला ग्रासले आहे.

हर्षद मेहता यांनी म्हटल्याप्रमाणे खरोखरच त्या रकमेचे हस्तांतरण झाले किंवा आपल्या अवाढव्य गैरव्यवहारांवरून लोकांचे लक्ष उडावे, या हेतूने त्यांनी हा आरोप केला आहे, यासंबंधी निश्चित स्वरूपाचे विधान करणे आज तरी अशक्य आहे.

आपण पंतप्रधानांना पैसे दिले, हा हर्षद मेहता यांचा आरोप खोटा असेल, तर पंतप्रधानांनी त्या आरोपाचा केवळ इन्कार करून भागणार नाही. त्यांनी मेहता

(टाइम्स ऑफ इंडिया, २४ जून १९९३)

यांच्याविरुद्ध न्यायालयामध्ये बदनामीचा दावा दाखल करायला हवा. सध्या न्यायालयांमध्ये दाव्यांचे ढीग साचलेले असल्यामुळे, केवळ दावा दाखल करून चालणार नाही. मी पूर्वी एकदा म्हटल्याप्रमाणे, न्यायालयीन कामकाज हीच या भूतलावरील एकमेव शाश्वत बाब आहे. म्हणून बदनामीच्या दाव्याची तातडीने सुनावणी व्हावी, यासाठी पंतप्रधानांनी आपला अधिकार वापरला पाहिजे. सार्वजनिक हिताच्या दृष्टीने असे होण्याची फार गरज आहे. हा केवळ एका व्यक्तीच्या प्रतिष्ठेचा प्रश्न नाही, संपूर्ण भारतीय जनता तिच्याशी संबंधित आहे. आपला शासनप्रमुख सुसंस्कृत आणि विश्वासार्ह असला पाहिजे, ही भारतीय जनतेची अपेक्षा रास्तच म्हणायला हवी.

उलटपक्षी, जर हर्षद मेहता यांचा आरोप खरा असेल, तर भारतीय लोकशाहीची महत्त्वपूर्ण सेवा करण्याची मोठी संधी पंतप्रधानांनी गमाविली आहे. आपल्या देशातल्या सर्वसामान्य राजकारणी माणसापेक्षा श्री. नरसिंह राव यांची सचोटी आणि नैतिक पातळी कितीतरी वरची आहे. आपण पैसे घेतले नाहीत, असे सांगतानाच ज्याने हे पैसे देऊ केले, त्याला वाचविण्याचा प्रयत्न केला जाणार नाही, असेही त्यांनी निक्षून सांगायला हवे होते (हे पैसे १९९१ च्या नोव्हेंबरमध्ये देण्यात आलेले होते आणि तेव्हा हर्षद मेहता यांचे आर्थिक गैरव्यवहार चव्हाट्यावर आले नव्हते, हे येथे लक्षात घेतले पाहिजे). इतरांकडून आर्थिक सहाय्य घेतल्याशिवाय लोकसभेचा एक तरी सभासद निवडून आला आहे काय, असे त्यांनी खडसावून विचारायला हवे होते. खोटेपणाची आपल्याला एवढी सवय झालेली आहे की, 'आपण अडकता कामा नये', एवढी एकच खबरदारी प्रत्येक राजकारणी घेत असतो.

भारतात काय घडले आणि त्याच वेळी इंग्लंडमध्ये काय घडले, याची तुलना करणे मनोरंजक ठरेल. असील नादीर हा गृहस्थ हर्षद मेहतापेक्षा काही कमी बदनाश नव्हता. मेहता आपली 'ग्रो मोअर' ही कंपनी ज्या पद्धतीने चालवीत होता, त्याच्यापेक्षा नादीर याच्या 'पॉलिपिक' कंपनीच्या व्यवहाराची रीत वेगळी नव्हती. नादीर याने कॉंझरव्हेटिव्ह पक्षाला भरघोस देणग्या दिल्या. आपण अडचणीत येत आहोत, असे दिसून येताच त्याने हर्षद मेहतासारखाच खुलासा केला. 'टाइम्स'ला मुलाखत देताना तो म्हणाला, ''मी जे सांगत आहे, त्याबद्दलचा लेखी पुरावा माझ्यापाशी आहे. आवश्यक ती सर्व कागदपत्रे मी जमविलेली आहेत. मी ती जाहीर करावीत, असे माझ्यावर कोणीही दडपण आणू शकत नाही. ती प्रसिद्ध केव्हा करायची, हे मी ठरवीन.'' (हर्षद मेहता पंतप्रधानांच्या निवासस्थानी जाताना सुटकेसची किल्ली बरोबर न्यायला मुद्दामच विसरले असावेत. कारण त्यामुळेच त्या किल्लीबाबत नंतर टेलिफोनवरून झालेले बोलणे हे ध्वनिमुद्रित करू शकले असावेत).

वॉटरगेटसारखे आणखी एक प्रकरण आपण उजेडात आणू, अशी असील नादीर यांनी धमकी दिल्यावर कॉँझरव्हेटिव्ह पक्षाने काय केले? हे पैसे घेण्यात आपल्या हातून चूक घडली आणि परिस्थितीचा आपल्याला नीट अंदाज आला नाही, अशी त्या पक्षाच्या खजिनदाराने कबुली दिली. असील नादीर यांनी हे पैसे गैरमार्गाने मिळविले आहेत, असे दिसून आले, तर आपण ते त्याला परत करू, असेही त्या पक्षाने जाहीर केले.

धनवंतांकडून देणग्या घेतल्याशिवाय मीदेखील निवडणूक लढवू शकत नाही, असे जर आपल्या पंतप्रधानांनी म्हटले असते, तर आपली आत्मसंतुष्टता कोसळून पडली असती आणि आपली सध्याची निवडणूक पद्धती येथील सार्वजनिक जीवन अधिकाधिक भ्रष्ट करीत जाणार आहे, हे आपल्याला कळून आले असते. राजकारणात भ्रष्टाचार असतोच. भारतीय राजकारणाला तर भ्रष्टाचाराने ग्रासूनच टाकले आहे.

एखाद्या व्यक्तीकडून वा कंपनीकडून कोणत्याही राजकीय व्यक्तीने वा पक्षाने देणग्या घेणे, हा भारतीय कायद्यानुसार गुन्हा ठरत नाही; तसेच एखाद्याने देणगी घेतली आणि ती अगदी स्वत:च्या निवडणुकीसाठी खर्च करण्याकरिता पक्षाच्या स्वाधीन केली, तर तो अपराध मानला जात नाही.

कोणत्याही व्यक्तीकडून देणगी स्वीकारण्याचा पंतप्रधानांना अधिकार आहे, असे येथे मुळीच सुचवायचे नाही. पैसे घेऊन ते नाकारण्यापेक्षा त्याबाबत मनमोकळी कबुली देणे अधिक श्रेयस्कर, एवढेच अभिप्रेत आहे.

आपल्या प्रशासकांनी तयार केलेल्या नियमांमध्ये आणि अर्जांमध्ये केवढी ढोंगबाजी आणि थापेबाजी सामावलेली आहे, याचा विचार करा. पक्षाने खर्च केलेल्या खर्चाव्यतिरिक्त आपण आपल्या निवडणुकीसाठी दीड लाख रुपयांहून अधिक रक्कम खर्च केलेली नाही, असे लोकसभेच्या सर्व सभासदांना लिहून द्यावे लागते. आपण आपल्या निवडणुकीसाठी प्रत्यक्षामध्ये खरोखरच किती पैसा खर्च केला, यासंबंधी प्रामाणिकपणे निवेदन करणारा लोकसभेमध्ये एक तरी सभासद आहे काय, असा सवाल पंतप्रधानांनी करायला हवा होता.

आणखी एक गोष्ट अशी की, आपण जेथून निवडून आलेले आहोत, त्या राज्यातच आपण राहतो, असे राज्यसभेच्या सर्व सभासदांना लिहून द्यावे लागते. ठरावीक अर्जावर असे लिहून दिले की पुरेसे ठरते. त्यासाठी कोणतीही कायदेशीर तरतूद नाही. या बाबतीत या संबंधात वारंवार धडधडीत खोटी निवेदने सादर करण्यात येतात. याचा पुरेपूर अनुभव आल्यावरही अर्जाचे स्वरूप बदलण्याचा बौद्धिक प्रामाणिकपणा आपल्यापाशी नाही. अर्थमंत्री डॉ. मनमोहनसिंग हे अत्यंत प्रामाणिक गृहस्थ आहेत; परंतु त्यांनीही आपण सामान्यत: आसाममध्ये राहतो, असे खोटे निवेदन सादर केले. डॉ. प्रणव मुखर्जी, श्री. शिवशंकर, कै. लक्ष्मीकांत

झा यांच्यासारख्यांनीही पूर्वी अशीच असत्य निवेदने केलेली होती. त्यामुळे त्यांच्या निवडणुकीला आव्हान देणारे अर्ज न्यायालयात दाखल करण्यात आले; परंतु या ना त्या कारणाने या प्रकरणांचा कधीच निर्णय होऊ शकला नाही. नियमामध्ये किंवा अर्जामध्ये सुधारणा करण्याबाबत जर आपण चालढकल करीत आहोत, तर निवडणूक कायद्यामध्ये कधीकाळी आवश्यक ते बदल होतील, अशी आशा बाळगायला नको. सार्वजनिक जीवनातील सचोटीसंबंधी बेफिकीर असलेल्या आणि सत्याबाबत उदासीन असलेल्या देशामध्ये भ्रष्ट अधिकारी, लुच्चे राजकारणी आणि अर्थप्राप्तीसाठी कशाचाही विधिनिषेध न बाळगणारे व्यापारी यांची संख्या सतत वाढती राहावी, यात आश्चर्य ते काय?

इ. एन. फॉर्स्टर यांच्या शब्दात सांगायचे, तर आपल्याला निद्रिस्त हृदयाचा रोग बऱ्याच काळापासून जडलेला आहे. 'सत्यमेव जयते' हे आपले राष्ट्रीय ब्रीदवाक्य असूनही, खोटी प्रतिज्ञापत्रके भरून त्या ब्रीदवाक्याची कुचेष्टा करण्याऐवजी, जर आपले संसदसदस्य सदसद्विवेकबुद्धीला जागून सार्वजनिक जीवनाला प्रारंभ करतील; तर हर्षद मेहता प्रकरणाने एक फार मोठे राष्ट्रीय उद्दिष्ट साध्य केल्यासारखे होईल.

राजीव गांधी यांना श्रद्धांजली

देशाची एकसंधता छिन्नभिन्न करू पाहणाऱ्या उग्र हिंसाचाराने एका फार मोठ्या व्यक्तीचा बळी घेतला आहे. राजीव गांधी यांना इतक्या दुर्दैवी रीतीने भारतापासून हिरावून नेण्यात आले, की कोमलहृदयी माणूस कासावीस होऊन जाईल आणि खंबीर मनाचा माणूसही हळवा बनेल.

मी जवळजवळ गेली वीस वर्षे राजीव गांधी यांना ओळखत होतो आणि या अत्यंत सुसंस्कृत व्यक्तिमत्त्वाच्या किती तरी मधुर आठवणी माझ्या मनात रेंगाळत आहेत.

राजकारणात प्रवेश करण्यापूर्वी राजीव गांधी हे साधेपणा आणि ऋजुता यांचे मूर्तिमंत प्रतीक होते. आणीबाणीच्या काळ्या दिवसांमध्ये (१९७५ ते १९७७) देशावर जी अनियंत्रित अधिकारशाही गाजविली जात होती, तिच्यापासून ते अलिप्त राहिले. पुढे त्यांचे बंधू संजय यांचे निधन झाले. १९८० ते १९८४ पर्यंत राजीवजींना जगभर जेवढे प्रेम आणि आदर लाभला, तेवढा दुसऱ्या कोणत्याही भारतीय नेत्याला लाभू शकला नाही. आपल्या राजकीय प्रतिस्पर्ध्यांकडून प्रशंसा करून घेण्याचा चमत्कारही त्यांनी करून दाखविला.

पंतप्रधानपदाची कारकीर्द त्यांनी मोठ्या थाटात सुरू केली आणि आपल्यापाशी अचूक दूरदृष्टी आणि आंतरिक सृजनता आहे, याचा प्रत्यय आणून दिला. १९८४च्या नोव्हेंबरपासून राजीव गांधींच्या कारकिर्दीचे पहिले बारा महिने हा भारतीय प्रजासत्ताकाच्या इतिहासातील गौरवकाळ म्हणावा लागेल. १९८५ मध्ये त्यांनी सादर केलेला अर्थसंकल्प हा १९४७ मध्ये आपण स्वतंत्र झाल्यापासून तयार करण्यात आलेला चांगला अर्थसंकल्प होता. पूर्वीच्या कोणत्याही अर्थसंकल्पापेक्षा तो अधिक विचारपूर्वक तयार करण्यात आला होता; तसेच तो उत्पादनवाढीला प्रोत्साहन देण्याचे उद्दिष्ट ठरवून आखलेला होता. राजीव गांधींनी अर्थव्यवस्थेवरील नियंत्रणे शिथिल केली आणि उदारीकरणाच्या प्रक्रियेला चालना दिली. आपल्या दुर्दैवी आणि निराधार

(दूरदर्शन, २३ मे १९९१)

जनतेला भेडसावत असलेली गरिबी नाहीशी करायची असेल, तर उदारीकरण हाच एकमेव प्रभावी उपाय होईल. राजीवजींनी पंजाबमधल्या शिखांशी आणि आसाममधल्या अतिरेक्यांशी करार करून शांततेचा आणि सदिच्छेचा पाया घातला. सौहार्दाचे हे वातावरण चिरकाल टिकेल असे वाटत होते; परंतु दैवाच्या मनात वेगळेच होते. अनेक कारणांमुळे ती अपेक्षा सिद्धीला जाऊ शकली नाही. आपल्या पहिल्या बारा महिन्यांच्या राजवटीने राजीवजींनी जो आशावाद निर्माण केला होता, तो त्यांच्या कारकिर्दीच्या पुढच्या कालखंडात विरून गेला. राजीवजींच्या कल्पना चांगल्या असत, पण त्यांनी आपल्याभोवती चुकीची माणसे गोळा केली. त्यामुळे त्यांच्या आईच्या काळामध्ये सुरू झालेल्या शासनयंत्रणेच्या ऱ्हासाला या काळामध्ये भलतीच गती प्राप्त झाली.

उदात्त वारसा सांगणाऱ्या या देशात गुन्हेगारांनी थैमान मांडले आहे आणि हिंसाचाराला उधाण आले आहे, हेच राजीवजींच्या अकाली निधनाने दाखवून दिले.

■

३

राज्यपाल

सी. सुब्रह्मण्यम – आदर्श राज्यपाल

महाराष्ट्राचे राज्यपाल म्हणून श्री. सी. सुब्रह्मण्यम यांनी केलेल्या कामगिरीचे एका वाक्यात वर्णन करायचे असेल, तर आदर्श राज्यपाल कसा असतो, हे त्यांनी दाखवून दिले, असे म्हणायला हवे.

श्री. विश्वनाथ प्रताप सिंग यांच्या हातून अनेक चुका झाल्या असल्या, तरी आपल्या पंतप्रधानपदाच्या कारकिर्दीत श्री. सी. सुब्रह्मण्यम यांची १९९० च्या फेब्रुवारीमध्ये महाराष्ट्राचे राज्यपाल म्हणून नियुक्ती करून, त्यांनी सर्वांत शहाणपणाची गोष्ट केली. खऱ्याखुऱ्या भारतीय संस्कृतीचे साकार स्वरूप म्हणजे श्री. सुब्रह्मण्यम होत, या विधानाशी त्यांचा निकटचा परिचय होण्याचे भाग्य लाभलेला कोणीही सहमत होईल. अत्यंत स्पष्ट विचार आणि सार्वजनिक जीवनातील दीर्घकालीन अनुभव यांमुळे लाभलेल्या बुद्धीने त्यांना राजनीतिज्ञांच्या वरच्या पातळीवर नेले. आपल्या प्राचीन भारतीय संस्कृतीचा त्यांनी सखोल अभ्यास केलेला असल्यामुळे त्यांना उच्च मूल्यांविषयी स्वभावतःच आस्था वाटते.

या संबंधात मला न्यूयॉर्कमध्ये घडलेला एक प्रसंग आठवला. व्यासपीठावर आपले उपराष्ट्रपती श्री. हिदायतुल्ला आणि काही साधू बसले होते. भाषणाला सुरुवात करताना सुब्रह्मण्यम यांनी प्रथम साधूंचा उल्लेख केला आणि नंतर उपराष्ट्रपतींचा. समोर बसलेल्या पाश्चात्त्य श्रोत्यांचा गैरसमज होऊ नये, म्हणून सुब्रह्मण्यम यांनी खुलासा केला, ''आमच्या संस्कृतीप्रमाणे प्रथम साधुपुरुषांचा सत्कार केला जातो आणि नंतरच अधिकारावर असलेल्या इतर मान्यवरांचा.''

साधी राहणी आणि उच्च विचारसरणी ही शिकवण सुब्रह्मण्यम यांनी आपल्या वैयक्तिक जीवनात पूर्णपणे आत्मसात केली आहे. जयजयकार म्हणजे कीर्ती आणि चकाकणारा कोणताही धातू म्हणजे सोने, अशी आपल्याकडच्या बहुसंख्य राजकीय कार्यकर्त्यांची धारणा असते. या भ्रमापासून सुब्रह्मण्यम सदैव अलिप्त राहिले आहेत. राज्यपालनियुक्ती झाल्यावरही त्यांच्या नेहमीच्या साधेपणात किंचितही

(इंडियन एक्सप्रेस, ११ जानेवारी १९९३)

फरक पडला नव्हता. राजभवनातील वैभव आणि तेथील एकंदर वातावरण यांनी ते कधीच प्रभावित होऊन गेले नाहीत. 'आदरणीय महाशय' असे आपल्याला कोणी संबोधिले, की आपण संकोचून जातो, असे त्यांनी मुंबईला आल्याआल्याच म्हटले होते. तेव्हापासून लोक त्यांना 'माननीय राज्यपाल' म्हणूनच संबोधू लागले.

राज्यपालपद सोडण्यापूर्वी ते एका प्रसंगी कशा रीतीने वागले, हे पाहिल्यानंतर लोकांना त्यांच्या निराळेपणाचा प्रत्यय आला. सुब्रह्मण्यम गोव्यात तेथील विद्यापीठाच्या पदवीदान समारंभाला प्रमुख पाहुणे म्हणून गेले होते. अशा वेळी काळ्या रंगाचा सैलसर पायघोळ अंगरखा घालण्याची प्रथा आहे; परंतु सुब्रह्मण्यम व्यासपीठावर आले, ते नेहमीच्या पोषाखातच. सुब्रह्मण्यम यांचे व्यक्तित्व दिखाऊ पोषाखापेक्षा व्यासंगाने समृद्ध झालेले आहे, हे या प्रसंगामुळे उपस्थितांना कळून आले.

सुब्रह्मण्यम यांची राज्यपालपदाची कारकीर्द आणखी एका वैशिष्ट्याने उजळून निघाली. या काळातही त्यांनी आपली कार्यशीलता सोडली नाही. बेगडी मोठेपणावर त्यांचा कधीच विश्वास नव्हता. राज्याच्या सर्वांगीण विकासाचे आपण संरक्षक आहोत, असेच त्यांनी मानले आणि जनकल्याणाच्या कार्यक्रमाचा हिरिरीने पुरस्कार केला. सर्व धर्मांमधील मूलभूत एकता लोकांच्या मनावर बिंबावी, यासाठी त्यांच्याइतके परिश्रम दुसऱ्या कोणीच केले नाहीत. सुब्रह्मण्यम हे असे अथक प्रयत्न करीत असतानाही मुंबई शहरात भयानक हिंसाचार उफाळून यावा, यावरून सांस्कृतिक निरक्षरतेच्या बाबतीत आपण केवढी खालची पातळी गाठली आहे, याची कल्पना येते. दूरदृष्टी, व्यासंग आणि कार्यक्षमता या बाबतीत सुब्रह्मण्यम यांनी घालून दिलेले उदाहरण प्रत्येक राज्याच्या राज्यपालांनी आणि मुख्यमंत्र्यांनी डोळ्यांसमोर ठेवले असते, तर भारताची आजची दुर्दशा टाळता आली असती.

आपल्या प्रदीर्घ राजकीय जीवनात सुब्रह्मण्यम यांनी अनेक अधिकारपदे भूषविली. त्या काळात त्यांनी केलेले निर्णय ऐतिहासिक महत्त्वाचे ठरले आहेत. कृषिमंत्री असताना त्यांनी देशात हरितक्रांती घडवून आणली. अर्थ, व्यापार, संरक्षण आणि पोलाद अशी महत्त्वाची खातीही त्यांच्याकडे आली. त्या काळात त्यांनी केलेल्या कार्यामुळे भारताच्या आर्थिक प्रगतीला आणि औद्योगिक विकासाला मोठाच हातभार लागला. पुढे ते सार्वजनिक जीवनातून निवृत्त झाले, परंतु अलीकडेच त्यांची महाराष्ट्राचे राज्यपाल म्हणून नियुक्ती करण्यात आली आणि त्यामुळे पुन्हा ते सार्वजनिक जीवनात प्रविष्ट झाले. महाराष्ट्राचे राज्यपाल म्हणून त्यांनी जी तीन वर्षे व्यतीत केली, तो त्यांच्या जीवनातील सर्वांत वैभवशाली कालखंड म्हटला पाहिजे.

राज्यपालपद सोडण्याची त्यांची पद्धतही त्यांच्या वैशिष्ट्यांची निदर्शक आहे. भारतीय विज्ञान परिषदेच्या बैठकीसाठी सुब्रह्मण्यम गोव्याला गेले असताना तेथे एका स्थानिक वृत्तपत्राचा प्रतिनिधी उपस्थित होता. सुब्रह्मण्यम त्या वेळी काय

म्हणाले, याचा सनसनाटी वृत्तान्त त्याने आपल्या वृत्तपत्रात प्रसिद्ध केला. पंतप्रधानांनी स्वत:कडे अनेक खाती ठेवल्यामुळे शासकीय कार्यक्षमतेवर विपरीत परिणाम झाला आहे, असे सुब्रह्मण्यम यांनी म्हटल्याचे त्या वृत्तामध्ये नमूद करण्यात आले होते. सुब्रह्मण्यम पंतप्रधानांवर ताशेरे झाडत नव्हते, वस्तुस्थितीचे निवेदन करीत होते. बरे, हे त्यांनी जाहीरपणे म्हटलेले नव्हते, चहापानाच्या वेळी बोलण्याच्या ओघात त्यांनी हे मत व्यक्त केले होते, इतकेच.

सुब्रह्मण्यम यांनी राजीनामा द्यायचे काहीही कारण नव्हते, असे माझे वैयक्तिक मत आहे. सुब्रह्मण्यम यांची संमती न घेताच त्या वृत्तपत्राने ते सहज काय म्हणाले, ते प्रसिद्ध केले होते. आपण कोणाचेही खासगी बोलणे छापू शकतो, अशीच त्या वृत्तपत्राची धारणा असावी. आपल्याकडच्या बहुतेक राज्यपालांना ताठ मानेने उभे राहण्याची सवयच नाही. त्यामुळे अशा प्रसंगाचा आधार घेऊन ते आपली प्रामाणिक मते कधीच व्यक्त करणार नाहीत, अशी भीती वाटते. सार्वजनिक प्रशासनातील उच्च दर्जा टिकविण्यासाठी विचारांचे आदान-प्रदान होणे आवश्यक असते.

सुब्रह्मण्यम यांनी राजीनामा द्यायचे कारण नव्हते हे खरे. तो स्वीकारून राज्य सरकारने मोठी चूक केली. भारताच्या या कालखंडाचा इतिहास जेव्हा लिहिला जाईल, तेव्हा चिदंबरम यांचे त्यागपत्र स्वीकारण्यात सरकारकडून जसा गंभीर प्रमाद घडला, तसेच सुब्रह्मण्यम यांच्या बाबतीतही झाले, अशीच नोंद होईल. सध्याच्या बिकट कालखंडामध्ये ज्यांची अत्यंत आवश्यकता होती, त्यांना दूर करण्याचे हे दोन प्रसंग भारताच्या बुद्धिदारिद्र्याचे द्योतक आहेत.

सुब्रह्मण्यम यांचा व्यासंग आणि दूरदृष्टी, त्यांचे मोलाचे मार्गदर्शन आणि त्यांची अव्यभिचारी कार्यनिष्ठा यांना महाराष्ट्राचे लोक मुकले आहेत. नवे राज्यपाल डॉ. पी. सी. अलेक्झांडर यांच्यावर मोठीच अवघड जबाबदारी येऊन पडली आहे.

रामलाल – एक निर्लज्ज राज्यपाल

'**फु**टीरतेला प्रोत्साहन देणारे वर्ष' म्हणून १९८४ ची आपल्या देशाच्या इतिहासात नोंद होईल, अशी चिन्हे दिसत आहेत. शेजारच्या सर्व देशांना दुखवण्यात यशस्वी झाल्यानंतर आपण आपले लक्ष आता राज्यांकडे वळविले आहे. त्यामुळे देशाच्या संघराज्यीय स्वरूपाला धोका संभवतो.

लोकशाहीला अभिप्रेत असलेले संकेत धुडकावून लावण्यात आणि राज्यघटनेची प्रतिष्ठा घालविण्यात आपण ताळतंत्रच सोडले आहे, असे १९८४ या वर्षावरून दिसून येते. या अशा बेजबाबदार घटनांमधला कळस म्हणजे आंध्र प्रदेशाचे राज्यपाल रामलाल यांनी एन. टी. रामाराव यांची मुख्यमंत्रिपदावरून केलेली बडतर्फी. रामाराव यांच्या बाबतीत रामलाल यांनी उचललेल्या पावलांमुळे लोकांच्या लोकसत्ताक यंत्रणांवरील श्रद्धेला जबरदस्त तडा गेला आहे. राज्यपालपद ही खर्चिक चैन आहे, एवढेच आतापर्यंत लोकांना ठाऊक होते. एखादा राज्यपाल राज्यघटनेने त्याच्यावर घातलेल्या मर्यादांचे बेदिक्कत उल्लंघन करू शकतो, हे रामलाल यांनी दाखवून दिले.

दणदणीत मताधिक्याने निवडून आलेल्या मुख्यमंत्र्याला रामलाल यांनी तडकाफडकी बडतर्फ केले आणि विधानसभेत ज्याने कधीही आपले बहुमत सिद्ध केले नव्हते, अशा गटाच्या हाती राज्याची सूत्रे सोपविली. असे करून रामलाल यांनी लोकसत्ताक प्रक्रियेचा आशयच भिरकावून दिला. आपण अत्यंत काळजीपूर्वक तयार केलेल्या राज्यघटनेचे इतक्या लवकर विडंबन केले जाईल, हे घटनाकारांच्या स्वप्नातही आले नसावे.

आपल्या राज्यघटनेप्रमाणे केंद्रीय शासनामध्ये राष्ट्रपतींचे जे स्थान आहे, तेच राज्याच्या बाबतीत राज्यपालांचे आहे. राज्यप्रमुख म्हणून त्याने पक्षीय राजकारणाच्या स्वार्थी कारवायांपासून अलिप्त राहिले पाहिजे, असेच राज्यघटनेला अभिप्रेत आहे. घटनेच्या १५३ व्या कलमान्वये प्रत्येक राज्यासाठी राज्यपालाची नेमणूक

(टाइम्स ऑफ इंडिया, ३० ऑगस्ट १९८४)

करणे आवश्यक ठरते. ही नेमणूक राष्ट्रपती करतात (कलम १५५) आणि राष्ट्रपती जोपर्यंत आक्षेप घेत नाहीत, तोपर्यंत संबंधित व्यक्ती राज्यपालपदावर राहू शकते (कलम १५६).

डॉ. रघुकुल तिलक यांच्या प्रकरणामध्ये सर्वोच्च न्यायालयाने दिलेल्या निर्णयानुसार, केंद्र सरकार आणि राज्यपाल यांचे संबंध मालक आणि नोकर अशा स्वरूपाचे नसतात, राज्यपालपद भारत सरकारपेक्षा कोणत्याही बाबतीत कमी पातळीवरचे नाही, ही अशी स्पष्ट घटनात्मक तरतूद असतानाही, ज्याप्रमाणे आपण अन्य यंत्रणांचे अवमूलन केले आहे, तसेच ते राज्यपालपदाचेही घडवून आणले आहे. इंग्रजांच्या काळातला एखाद्या संस्थानामधील रेसिडंट आणि आजचा राज्यपाल यात काहीही फरक राहिलेला नाही. केंद्र शासनाची धुरा सांभाळणाऱ्या राजकीय पक्षाचे हस्तक म्हणूनच अनेक राज्यपालांकडे पाहिले जाते.

लोकांमधील मूलभूत समतोल टिकवून धरण्याचे आणि राज्यघटनेतील तरतुदींनुसार राज्यकारभार चालला आहे की नाही, हे पाहण्याचे कार्य राज्यपालांवर सोपविण्यात आले आहे. राज्यपालांवरील जबाबदारीबाबत घटनेचा हा असा स्पष्ट आदेश असतानाही सिक्कीम, जम्मू-काश्मीर आणि आंध्र प्रदेश येथील राज्यपालांनी विधानसभेत ज्यांचा पराभव झालेला नव्हता किंवा पराभव करणे शक्य नव्हते; अशा मुख्यमंत्र्यांना दूर केले.

रामाराव यांची बडतर्फी म्हणजे सध्या झपाट्याने होत असलेल्या नैतिक अध:पतनाचे आणखी एक उदाहरण. राज्यघटनेचा अवमान करण्याचा गंभीर प्रमाद रामलाल यांच्याकडून घडला आहे. त्यांच्या या बेजबाबदार कृतीचे राज्यघटनेमधल्या कोणत्याही तरतुदीनुसार समर्थन करता येणार नाही. घटनेचे पावित्र्य राखण्याच्या बाबतीत उच्चपदस्थ किती बेफिकीर असतात, हेच पुन्हा एकदा सिद्ध झाले.

राज्यघटनेचे वारंवार उल्लंघन होणे वाईटच; परंतु अशा कृतीला वरिष्ठांची मान्यता मिळणे हे त्याहूनही घातक.

रामलाल यांच्या गैरवर्तनाचे केंद्रीय गृहमंत्री श्री. नरसिंह राव यांनी कसे समर्थन केले आहे, ते पाहा. गेल्या आठवड्यात बोलताना श्री. नरसिंह राव म्हणाले की, "मुख्यमंत्र्याने बहुमत गमावले आहे, अशी खात्री झाली की त्याला बडतर्फ करण्याचा राज्यपालांना संपूर्ण अधिकार असतो आणि रामाराव यांच्या बाबतीत रामलाल यांनी तो बजावला आहे." त्या परिस्थितीत रामलाल यांना दुसरे काहीही करता येण्यासारखे नव्हते, असे शिफारसपत्रही नरसिंह राव यांनी दिले आहे. नरसिंह राव यांचे हे मत कायद्याच्या निकषावर टिकणारे नाही.

यासंबंधात पहिली गोष्ट ही की, असे निर्णय करताना संबंधित व्यक्ती नि:पक्षपाती असली पाहिजे, अशी अपेक्षा केली जाते. आपल्या मनाप्रमाणे किंवा लहरीप्रमाणे वागण्याचा राज्यपालांना संपूर्ण अधिकार आहे, असे जर कोणी म्हणत असेल, तर

त्याला राज्यघटनेचा किंवा कायद्याचा किंचितही अधिकार नाही. एका व्यक्तीला काय वाटते, हे निर्णायक ठरू शकत नाही, अशा आशयाचा निवाडा इंग्लंडमधल्या उमराव सभेने आणि आपल्या सर्वोच्च न्यायलयाने वेळोवेळी दिलेला आहे. सारासार विचार करणाऱ्या माणसाचेही तसेच मत व्हायला हवे, यावर त्या निवाड्यांमध्ये भर देण्यात आला आहे. याचाच अर्थ असा की, सारासार विचार करणारा माणूसही त्याच निष्कर्षाप्रत यायला हवा.

दुसरी गोष्ट अशी की, बहुमत सिद्ध करण्यासाठी मला दोन दिवसांचा अवधी द्या, ही रामाराव यांची विनंती फेटाळून लावून, रामलाल यांनी राज्यघटनेचा अक्षम्य अवमान केला. रामाराव यांची विनंती अमान्य करणाऱ्या रामलाल यांनी भास्करराव यांची मुख्यमंत्री म्हणून नेमणूक करावी आणि बहुमत संपादन करण्यासाठी त्यांना एक महिन्याचा अवधी द्यावा, ही तर लोकशाहीची धडधडीत कुचेष्टाच होय.

जवळजवळ प्रत्येक राज्यात सत्तेसाठी हपापलेले आणि त्यासाठी दलाली करणारे यांची एकच गर्दी उसळलेली आहे. निष्ठेला तिलांजली देऊन कोणाशीही हातमिळवणी करायला या सत्तापिपासूंना लाज वाटत नाही. या मंडळींचा धंदा तेजीत यावा, असे वागण्याचा राज्यपालांना कोणता अधिकार आहे? राष्ट्रीय चारित्र्याची होळी करण्याचा निर्विवाद अधिकार भारतीय राज्यघटनेने राज्यपालांना दिलेला नाही.

तिसरी गोष्ट अशी की, राज्यघटनेच्या १६४ (१) कलमान्वये राज्यपाल मुख्यमंत्र्यांची नेमणूक करतात आणि १६४ (२) कलमान्वये मंत्रिमंडळ सामूहिक रीतीने विधानसभेला जबाबदार असते. या दोन कलमांवरून हे स्पष्ट होते की, विधानसभेत ज्याच्या पाठीशी बहुमत आहे, त्याचीच नियुक्ती मुख्यमंत्री म्हणून राज्यपाल करू शकतात. हे बहुमत विधानसभेत सिद्ध करायचे असते, राजभवनामध्ये नव्हे, हे या संदर्भात अत्यंत महत्त्वाचे ठरते. आमदारांचा राजभवनामध्ये घोळका जमविणे, हे जगातील सर्वांत मोठ्या लोकशाहीला शोभत नाही. जोपर्यंत मुख्यमंत्र्यांचा विधानसभेत पराभव होत नाही, तोपर्यंत त्याने बहुमत गमावले आहे, असे कारण सांगून त्याला बडतर्फ करण्याचा राज्यपालांना अधिकार पोचत नाही. बहुमतासंबंधीचा निर्णय विधानसभेत व्हावा लागतो, ही बाब राज्यपालांच्या वैयक्तिक लहरीवर अवलंबून नसते.

चौथी गोष्ट ही की, बहुमतासंबंधीचा निर्णय विधानसभेत व्हायला हवा, राज्यपालाने शिरगणती करून ते ठरविता कामा नये, असे घटनेमध्ये कोठेही स्पष्टपणे नमूद केलेले नाही, हा युक्तिवाद हास्यास्पद ठरतो. तशी अपेक्षा सारासारविवेकाशी, तरतमभावाशी आणि सामंजस्याशी विसंगत ठरते. घटनेत जे नमूद करण्यात आलेले नाही, ते नमूद करण्यात आलेल्याइतकेच महत्त्वाचे असते. विधानसभेच्या अधिकारावर राज्यपालाने अतिक्रमण करता कामा नये, असे घटनेमध्ये

स्पष्टपणे म्हणण्याची गरज आहे काय? आपल्याकडली विधिमंडळे पाश्चिमात्य देशातील विधिमंडळांच्या धर्तीवर अस्तित्वात आलेली असल्यामुळे, श्रीमती थॅचर यांचे पद बळकावू पाहणारा माणूस इंग्लंडच्या राणीसमोर संसद-सदस्यांना आणून उभे करील, अशी शक्यता आहे काय, हे ध्यानात घ्यायला हवे.

राज्यपालांना या वेळी दुसरे काही करता येण्यासारखेच नव्हते, हे गृहमंत्र्यांचे विधान इतके मूर्खपणाचे आहे की, त्याचा विचार करण्याचेही कारण नाही. आंध्र प्रदेशाचे राज्यपाल या वेळी जसे वागले, तसे वागण्याचा राज्यघटनेने त्यांना कोणताही अधिकार दिलेला नाही, एवढे सांगितले की पुरे.

रामाराव यांच्या बडतर्फीसंबंधी देशभर संताप व्यक्त करण्यात आला, ही समाधानाची बाब आहे. राजकारणातील मंडळी कशाचाच विधिनिषेध बाळगत नसली, तरी नागरिकांची विवेकबुद्धी भ्रष्ट झालेली नाही, हे यावरून दिसून आले. राज्यपालपदाची शान राखण्यासाठी आपण राजीनामा देत आहोत, हे रामलाल यांचे विधान म्हणजे उरलीसुरली बुद्धीही ते गमावून बसले आहेत, याचा पुरावा म्हटला पाहिजे. त्यांच्या या विधानाने लोकांची भरपूर करमणूक झाली. सिक्कीम आणि जम्मू-काश्मीर येथे घडलेल्या घटना दुर्दैवी होत्या, तर आंध्र प्रदेशात तमाशाच पाहायला मिळाला.

राज्यघटना कधीही अपुरी पडलेली नाही. आपण निवडून दिलेल्या प्रतिनिधींनी राज्यघटनेची बूज राखली नाही, ही या बाबतीतली वस्तुस्थिती आहे. आपली राज्यघटना निर्जीव नाही; राजकारणी मंडळींनी आपल्या सत्ताकांक्षेपायी तिची अवहेलना करावी, हेही चालण्यासारखे नाही. राज्यघटनेत दुरुस्ती करण्याची काहीही गरज नाही, गरज आहे ती नालायक राजकारणी मंडळींच्या हृदयपरिवर्तनाची.

निकोप घटनात्मक परंपरा निर्माण करण्यात आपण कमालीचे अयशस्वी झालेले आहोत. आत्म-अनुशासनाची आपल्याला सवयच नाही. खरे बोलायचे, तर कोणत्याच प्रकारची शिस्त आपण आपल्यामधे बाणवलेली नाही. आत्म-अनुशासनाचा अभाव असल्यामुळेच राजकारणी मंडळींना सत्तेचा माज आला आहे आणि जेथे कोठे संधी मिळेल, तेथे त्याचे दर्शन घडवायला त्यांना संकोच वाटत नाही. मने विकृत करणाऱ्या आणि शहाणपणाला सोडचिठ्ठी देणाऱ्या या प्रवृत्तीला पायबंद घालण्यासाठी आपण काही संकेत निश्चितपणे अंगिकारले, तरच हा देश वाचू शकेल. लोकशाहीचा खराखुरा आशय अभंग राखायचा असेल, तर सार्वजनिक जीवनाचे तातडीने शुद्धिकरण व्हायला हवे. तसे झाले, तरच राज्यघटनेचा बेकायदेशीर वापर टळू शकेल. सार्वजनिक जीवनामध्ये आपण शुद्ध आचरणाचे पथ्य पाळले नाही, तर भारतीय लोकशाहीचा अस्त व्हायला फार काळ लागणार नाही.

■

राज्यपाल पटवारी यांची बडतर्फी

राज्यपाल पटवारी यांच्या बडतर्फीचा निर्णय घेणाऱ्या व्यक्तींचा विचार बाजूला ठेवला, तरी या घटनेमुळे दोन गोष्टी स्पष्ट झालेल्या आहेत. एक म्हणजे आपल्या राज्यघटनेने संबंधित व्यक्तींना तसा अधिकार दिलेला नाही; आणि दुसरी म्हणजे ज्या पद्धतीने पटवारी यांना काढून टाकण्यात आले, ती केवळ बेकायदेशीरच नव्हे, तर सुसंस्कृत माणसांना शोभणारीही नव्हती.

राज्यपालपद हे एक स्वतंत्र घटनात्मक पद असून, ते भारत सरकारच्या कक्षेत मुळीच येत नाही, असे सर्वोच्च न्यायालयाने नि:संदिग्ध शब्दांमध्ये नमूद केले आहे. याचाच अर्थ असा की, राज्यपालावर केंद्र शासनाचा अधिकार चालत नाही. एखादी व्यक्ती राष्ट्रपतींची संमती असेपर्यंतच राज्यपालपदावर राहू शकते, असे घटना सांगत असली, तरी राष्ट्रपतींची लहर किंवा रागलोभ याच्याशी त्या नेमणुकीचा काहीही संबंध नसतो, असेही सर्वोच्च न्यायालयाने निक्षून म्हटले आहे. केंद्रात किंवा राज्यात सत्ताधारी पक्ष बदलला, या केवळ एकाच कारणावरून राष्ट्रपती कोणत्याही राज्यपालाची हकालपट्टी करू शकत नाहीत.

राज्यपाल पटवारी यांना रविवारी रात्री बऱ्याच उशिरा बडतर्फ करण्यात आले आणि तासाभराच्या आतच नव्या राज्यपालांचा शपथविधी पार पडला. मुंबईतील एका न्यायाधीशांनी म्हटल्याप्रमाणे, लोकांच्या मनामध्ये रात्रीचा अंधार कृष्णकृत्यांशी निगडित असतो आणि सरकारने आपले नियतकार्य दिवसाढवळ्या करायला काहीच हरकत नसते. लोकशाहीची अप्रतिष्ठा आणि राज्यघटनेचे अवमूलन होईल, असे असंख्य घातक संकेत गेल्या पंधरा वर्षांमध्ये आपण निर्माण करून ठेवले आहेत. पटवारी यांची बडतर्फी म्हणजे केवळ राज्यपालपदाचा अवमान नसून, कोणत्याही व्यक्तीच्या प्रतिष्ठेवर करण्यात आलेला अन्याय्य आघात आहे. माणसाने आपल्या हाताखालच्या व्यक्तींशीदेखील सभ्यपणाने वागावे, अशीच अपेक्षा असते. ■

(वृत्तपत्रीय पत्रक, २८ ऑक्टोबर १९८०)

४

_____

अयोध्याकांड

अयोध्या – संघर्षाकडून समन्वयाकडे

आजच्या परिसंवादाचा विषय अत्यंत महत्त्वाचा असल्यामुळे आणि अयोध्या प्रश्नाने चुकीचे वळण घेतले, तर देशावर केवढी गंभीर आपत्ती कोसळेल, याची कल्पना असल्यामुळे; मी माझी नेहमीची प्रथा सोडून आजचे भाषण लिहून आणले आहे. आपल्या देशातील वकिलांना सुरुवातीला अवांतर विषयांचाच ऊहापोह करण्याची सवय लागलेली आहे. तो परिपाठ सोडून मी सरळ मुख्य विषयासंबंधीच बोलणार आहे.

सध्याच्या कालखंडाची अयोध्याकांड म्हणून इतिहासात नोंद होईल. संघर्ष आणि समन्वय यांपैकी एकाची आपल्याला निवड करायची आहे. या बाबतीत बुद्धी काय सांगते, याचा निर्णय करण्यासाठी हा परिसंवाद आयोजित करण्यात आला आहे.

भारताच्या सार्वजनिक जीवनात सध्या दोन परस्परविरोधी शक्ती कार्यरत झालेल्या दिसतात. एका बाजूला अयोध्या प्रश्नाकडे संघर्षाच्या दृष्टिकोनातून पाहिले जाते. याच वेळेला भारतीय विद्या भवन आणि गांधी स्मारकनिधी यांनी सर्वधर्म-मैत्रीयात्रा काढून राष्ट्रीय एकात्मतेचा पुरस्कार आरंभिला आहे. या यात्रेच्या दिवशीच हा परिसंवाद आयोजित करण्यामध्ये औचित्य आहे, तसेच सर्वधर्म-मैत्रीयात्रेसाठी १५ डिसेंबरइतका दुसरा योग्य दिवस सापडणे कठीण आहे. भारताच्या एकतेला ज्यांनी प्रत्यक्ष रूप दिले, त्या सरदार पटेलांची आज ४१ वी पुण्यतिथी आहे.

अयोध्येला सध्या दिवाणी दाव्याचे स्वरूप प्राप्त झाले असले, तरी त्यामुळे देशात यादवी युद्ध भडकण्याचा संभव आहे. समन्वयाऐवजी संघर्षाचा मार्ग अनुसरला, तर सर्वनाश अटळ ठरतो. म्हणून भारतात आज सर्वाधिक गरज आहे ती भावनात्मक शुद्धिकरणाची. भारतीय संस्कृतीच्या आधारावर आपल्याला एकात्म राष्ट्र निर्माण करायचे आहे.

(*'राष्ट्रीय सहमती मंच'च्या वतीने नवी दिल्ली येथे आयोजित केलेला परिसंवाद, १५ डिसेंबर १९९१*)

भिन्न धर्मीयांमध्ये सौहार्द आणि सहिष्णुता नांदावी, यासाठी भारताचा आत्मा तळमळत आहे. जेथे कोठे चांगले दिसले, त्याचा स्वीकार करून, ते आत्मसात करून, भारतीय संस्कृती गेल्या पाच हजार वर्षांमध्ये अधिक समृद्ध आणि प्रगल्भ झाली आहे. या सर्वसमावेशक वृत्तीमुळे भारतीय संस्कृतीला वेगळेच सौंदर्य प्राप्त झाले आहे. डॉ. कन्हैयालाल मुन्शी यांनी आपल्या एका ग्रंथात म्हटल्याप्रमाणे :

'भारतीय संस्कृती म्हणजे केवळ आर्यसंस्कृती नव्हे. तिच्यात त्याहून अधिक काही तरी आहे. या अनेकविध घटकांमुळे भारतीय संस्कृतीला सोनकिनार लाभली असून, या समन्वयातूनच आपली जीवनपद्धती विकसित झाली आहे. गांधार कलेवर ग्रीकांचा प्रभाव आढळतो, म्हणून आपण ती नाकारू शकत नाही. इस्लामी प्रेरणेतून ताजमहाल उभारला गेला, म्हणून तो आमचा नाही, असे आम्ही म्हणू शकत नाही. हिंदू आणि मुसलमान यांच्या परस्परसंबंधातून ज्या कला, रीतिभाती आणि यंत्रणा उदयाला आल्या; त्या नाकारू शकत नाही; इतकेच काय, पण काही पाश्चात्त्य प्रभावांना आणि यंत्रणांना आपल्या जीवनात स्थान लाभले असून, आपण त्यांचा त्याग करू शकत नाही.'

सर्वधर्ममैत्री हा एकतेचा पाया होय. राष्ट्रीय एकात्मतेचा उदय नागरिकांच्या अंत:करणात व्हायला हवा.

हिंदुत्वाच्या नावाखाली अयोध्यामध्ये जे द्वेषाग्नी पेटवीत आहेत, त्यांनी आपल्या भूमिकेचा फेरविचार करायला हवा. आज ज्या हिंदुत्वाचा उद्घोष केला जात आहे, ते खऱ्या हिंदू धर्माशी पूर्णपणे विसंगत आहे.

माझा भक्त ज्या पद्धतीने माझी पूजा करतो, त्याच रीतीने मी त्याचा स्वीकार करतो, असे भगवंतांनी गीतेत म्हटले आहे. जे अस्तित्वात आहे, ते सारे एक आहे, फक्त त्यावरील भाष्य वेगवेगळे असते, असाच वेदांचा संदेश आहे.

महान ऋषिमुनींनी हिंदू धर्माचे मूळ स्वरूप विशद केले असून, हा धर्म सर्व जगाकडे एक कुटुंब म्हणून पाहतो. सार्वत्रिक सामंजस्य आणि सदिच्छा निर्माण करणे हेच या धर्माला अभिप्रेत आहे. ज्याप्रमाणे सर्व नद्या अखेरीस एकाच महासागराला मिळतात, तसेच वेगवेगळ्या व्यक्ती निरनिराळ्या मार्गांनी जाऊन शेवटी एकाच परमात्म्याशी पोचतात, असे आद्य शंकराचार्यांचे प्रतिपादन आहे.

हिंदू आणि मुसलमान यांनी परस्परांशी शांततेने आणि मैत्रिभावाने नांदावे, यावर मुसलमान नेत्यांनीही भर दिलेला आहे. सय्यद अहमदखान (१८१७-१८९८) यांचे हे संस्मरणीय उद्गार वाचा :

'हिंदू आणि मुसलमान यांनी एकाच भूमीत राहावे. येथे निर्माण होणाऱ्या संपत्तीचा सारख्याच प्रमाणात उपभोग घ्यावा आणि मरावे तेही एकत्रच,

अशी इच्छा अल्लाने व्यक्त केल्याला किती तरी शतके होऊन गेलेली आहेत. त्यामुळे या दोन समाजांनी येथे केवळ मित्र म्हणूनच नव्हे, तर बांधव म्हणूनही राहावे, असाच त्या जगन्नियंत्याचा आदेश असला पाहिजे. भारतभूमी ही एक रूपवती वधू असून, हिंदू आणि मुसलमान हे तिचे दोन डोळे आहेत, असेच मी नेहमी म्हणत असतो. यांपैकी तिचा एक जरी डोळा गेला, तरी ती कुरूप होऊन जाईल.'

प्रेषित महंमदानेच स्वतःच्या उदाहरणाने हिंदू-मुस्लिम भागीदारीला मान्यता दिलेली आहे, असे मौलाना अबुल कलाम आझाद (१८८८-१९५८) यांनी १९२१ मध्ये आपल्या देशबांधवांच्या निदर्शनाला आणले होते. काँग्रेसमध्ये वेगवेगळ्या मतांचे अनेक गट असले, तरी त्या सर्वांनी १९२३ च्या सप्टेंबरमध्ये भरलेल्या काँग्रेस अधिवेशनाच्या अध्यक्षपदी मौलाना आझाद यांची निवड केली. इतक्या तरुण वयात हा मान दुसऱ्या कुणालाही मिळाला नव्हता. स्वराज्यप्राप्तीसाठी करावयाच्या लढ्यामध्ये सर्वांत महत्त्वाचे काय होते, किंबहुना त्या लढ्यापेक्षाही अधिक महत्त्वाचे काय होते, यासंबंधी मौलाना आझादांच्या मनात संदेह नव्हता. अत्यंत तळमळीने ते उद्गारले :

'जर आज स्वर्गातून देवदूत उतरला आणि कुतुबमिनारवर उभा राहून तो जर मला सांगू लागला की, मी जर हिंदू-मुस्लीम एकतेची माझी मागणी सोडून दिली, तर अवघ्या चोवीस तासांच्या आत भारताला स्वराज्य मिळेल; तर मी म्हणेन, मित्रा, मी एक वेळ स्वराज्याचा आग्रह सोडून देईन, परंतु हिंदू-मुस्लीम एकतेचा आग्रह कधीच सोडणार नाही. कारण स्वराज्य मिळायला वेळ लागला, तर ते भारताचे नुकसान ठरेल; परंतु हिंदू-मुस्लीम एकता नष्ट झाली तर ती साऱ्या मानवजातीचीच हानी ठरेल.'

जो सर्व धर्मांना एकत्र आणतो आणि परमेश्वराचा साक्षात्कार घडवितो, तोच खरा धर्म होय, असे म. गांधी म्हणत. ते एकदा म्हणाले होते, 'हा धर्म हिंदू, इस्लाम, ख्रिस्ती इत्यादी धर्मांच्या पलीकडचा आहे. हा खरा धर्म त्या पारंपरिक धर्मांवर कुरघोडी करीत नाही. त्यांच्यात सुसंवाद निर्माण करून सत्याचे महत्त्व सांगतो. निरनिराळे धर्म म्हणजे एकाच ठिकाणी पोचणारे वेगवेगळे मार्ग होय. या धर्मांनी वेगवेगळी रूपे धारण केली असली, तरी त्या सर्वांचा आशय एकच आहे. म्हणून हा खरा धर्मच अखेरपर्यंत टिकून राहील.'

म. गांधींचे खालील शब्द आपण ध्यानात ठेवले, तर संघर्षाऐवजी सहकार्याच्या दिशेने करावयाच्या प्रवासाचा प्रारंभबिंदू अयोध्या हा ठरू शकेल :

'भारतातील सर्व धर्मांच्या आणि वंशांच्या सर्व लोकांना एका ध्वजाखाली एकत्र आणून त्यांच्यामध्ये अभिन्नतेची आणि एकरूपतेची जाणीव निर्माण करा.

कोणाच्याही मनामध्ये कोणत्याही जातीय वा संकुचित भावनांना स्थान असता कामा नये.'

आज आपण जागतिक इतिहासाच्या एका वळणावर उभे आहोत. मानवजातीला भेडसावणाऱ्या साऱ्या समस्यांची सोडवणूक करण्याची क्षमता भारतीय संस्कृतीमध्येच आहे, असा निर्वाळा महान विचारवंतांनी दिलेला आहे. भारतीय संस्कृतीच्या सामर्थ्यावरील या विश्वासामुळेच प्रो. ई. पी. टॉमसन म्हणाले की, 'मानवजातीच्या भवितव्याच्या दृष्टीने सर्वांत महत्त्वाचा देश म्हणजे भारत.' अयोध्या येथे काही जणांनी जो कार्यक्रम सुचविला आहे, तो भारतीय संस्कृतीचा अपमान करणारा ठरतो.

शिर्डी येथील महान संत साईबाबा हे हिंदू होते का मुसलमान, हे कोणालाही माहीत नाही. त्याचप्रमाणे श्रेष्ठ संतकवी कबीर हे हिंदू होते का मुसलमान, हेही कोणाला माहीत नाही. असे सांगतात की, जेव्हा कबिरांचे निधन झाले, तेव्हा त्यांच्या पार्थिव देहावर हिंदू आणि मुसलमान या दोघांनी आपला अधिकार सांगितला. हिंदूंना त्या देहाचे आपल्या प्रथेनुसार दहन करावयाचे होते, तर मुसलमानांनी दफन करण्याचा आग्रह धरला. कबिरांच्या पार्थिव देहाचा ताबा घेण्यासाठी हिंदू आणि मुसलमान तेथे गेले, तेव्हा त्यांना शेल्याखाली फुलांशिवाय काहीच आढळले नाही. ही गोष्ट खरी नसली, तरी खरी असायलाच हवी आहे. डॉ. एस. आर. शर्मा यांनी म्हटले आहे, 'कबिरासारख्या दैवी सामर्थ्य प्राप्त झालेल्या विणकराने मानवी हृदयांचे महावस्त्र विणले. दीर्घकालीन विद्वेषाचे उत्कट प्रेमात रूपांतर करण्याची किमया त्याने करून दाखवली. कबिराची ही प्रेरणा पुन्हा एकदा जागी होवो.'

अयोध्याप्रश्न समाधानकारक रीतीने सोडविण्यासाठी आपण पाच सूत्रे लक्षात ठेवली पाहिजेत :

(१) भूतकाळात कोणताही अन्याय झालेला असो किंवा कित्येक चुकीच्या गोष्टी घडलेल्या असोत, बऱ्याच शतकांनंतर त्यांचे निराकरण करणे अशक्य आहे. चूक दुसऱ्यांदा केली, म्हणजे ती बरोबर ठरत नाही; दुसऱ्यांदा केलेला अन्याय न्याय होत नाही.

(२) महंमद सर्फराज हुसेन यांना १० जून १८९८ रोजी लिहिलेल्या पत्रात स्वामी विवेकानंद म्हणतात, 'आपल्या मातृभूमीमध्ये दोन महान जीवनपद्धतींचा संगम झालेला आहे. हिंदू धर्म आणि इस्लाम येथे एकत्र आले आहेत. वेदान्ताचा मेंदू आणि इस्लामचे शरीर हेच एकमेव आशास्थान आहे. तसे झाले, तरच सध्याच्या संघर्षाने ग्रासलेल्या भारताचे वैभवशाली आणि अजिंक्य भारतामध्ये रूपांतर घडून येऊ शकेल.'

(३) वेद, पुराण आणि बायबल यांच्यात सुसंवाद निर्माण करून मानवजातीचे

एका विशाल परिवारामध्ये परिवर्तन घडवून आणण्याचे महान कार्य भारताला पार पाडायचे आहे. पुन्हा एकदा स्वामी विवेकानंदांच्या शब्दांत सांगायचे तर, 'भिन्नभिन्न धर्म ही एकाच मानवधर्माची वेगवेगळी रूपे असून, प्रत्येकाला आपल्या सोयीप्रमाणे यांपैकी कोणताही धर्म अनुसरण्याची मुभा आहे, हे भारताने जगाला शिकविले.'

(४) रामजन्मभूमी–बाबरी मशीद वादात न्यायालयामध्ये जाऊन काहीही साध्य होणार नाही. या बाबतीतील दिवाणी दावे गेली तीस-चाळीस वर्षे पडून आहेत आणि नवे दावे दाखल केले, तर त्यांचा निकाल लागायला आणखी शंभर वर्षेदेखील पुरणार नाहीत.

(५) दोन्ही समाजांमधील दूरदृष्टीच्या, सदीच्छा बाळगणाऱ्या, चारित्र्यसंपन्न आणि व्यासंगी व्यक्तींनी एकत्र येऊन काहीतरी तडजोड निघाल्याशिवाय आपण परतायचे नाही, असा निर्धार केला; तरच अयोध्या-प्रश्न सुटू शकेल. दोन्ही बाजू त्या निर्णयाच्या बाबतीत सारख्याच असमाधानी राहिल्या, तर या मंडळींनी योग्य तोच निर्णय केला आहे, याचा पडताळा येईल.

■

सर्वोच्च न्यायालयाला राजकीय आखाड्यात खेचण्याचा खटाटोप

विधिमंडळ, शासनयंत्रणा आणि न्यायसंस्था यांच्यात भारतीय राज्यघटनेने सुरेख समतोल साधलेला आहे. या प्रत्येक घटकासाठी विशिष्ट कार्यक्षेत्र ठरवून देण्यात आलेले आहे. आपल्या समाजातील अत्यंत मूलभूत समतोल कायम राखणे, हे न्यायसंस्थेचे कार्य असते. कायद्यांची अंमलबजावणी करण्यासाठी, घटनेतील तरतुदी विशद करण्यासाठी आणि घटनेचे आदेश पाळले जात आहेत, हे पाहण्यासाठी न्यायसंस्था अस्तित्वात आलेली असते.

शांतता आणि सुव्यवस्था कायम राखणे हे शासनयंत्रणेचे प्राथमिक कर्तव्य होय. ही जबाबदारी तिलाच पार पाडायची असते. सुव्यवस्था नसेल, तर स्वातंत्र्य फार काळ टिकू शकत नाही, हेच आजवरच्या इतिहासाने दाखवून दिले आहे. स्वातंत्र्याविना सुव्यवस्था नांदू शकते; परंतु स्वातंत्र्य मात्र सुव्यवस्थेशिवाय कधीच टिकू शकत नाही. स्वातंत्र्य आणि सुव्यवस्था या दोन्ही गोष्टी सुरक्षित ठेवायच्या असतील, तर एका विशिष्ट अधिकारयंत्रणेच्या कक्षेखाली स्वातंत्र्याचा अनुभव घेता आला पाहिजे आणि त्याच वेळी त्या अधिकारयंत्रणेने सुव्यवस्थेची काळजी घेतली पाहिजे. इतर सर्व राज्यघटनांप्रमाणे भारतीय राज्यघटनेनेही हा अधिकार पूर्णपणे शासनयंत्रणेकडे सोपविला आहे. तिलाच 'सरकार' असे संबोधिले जाते.

शांतता आणि सुव्यवस्था राखण्यासाठी सरकारला अनेक वेळा अप्रिय निर्णय घ्यावे लागतात. हे काम न्यायसंस्थेकडे सोपवून हे असे अप्रिय निर्णय करण्याची जबाबदारी सरकारला टाळता येत नाही.

सर्वोच्च न्यायालयाला तसेच अठरा उच्च न्यायालयांना अत्यंत व्यापक अधिकार देण्यात आलेले आहेत (न्यायालयांना इतके अधिकार दुसऱ्या कोणत्याही देशातील राज्यघटनेने दिलेले नाहीत); परंतु वस्तुस्थितीशी वा कायद्याशी निगडित असलेले

(इलस्ट्रेटेड विकली ऑफ इंडिया, २-८ जानेवारी १९९३)

प्रश्नच न्यायालय सोडवू शकते. लोकमतासंबंधीचे किंवा लोकांच्या श्रद्धेसंबंधीचे किंवा राजकीय स्वरूपाचे प्रश्न न्यायसंस्था निकालात काढू शकत नाही आणि म्हणून असे प्रश्न निर्णयासाठी तिच्याकडे कधीही सोपविले जाता कामा नयेत. शासनयंत्रणेचा विस्तारित अवयव म्हणून काम करण्यासाठी न्यायालये अस्तित्वात आलेली नाहीत. आपले धोरण ठरविताना सरकारने लोकमत किंवा लोकश्रद्धा विचारात घ्यायला हव्यात. लोकांच्या विशिष्ट विचारांना व श्रद्धांना पुरेसा आधार आहे किंवा नाही, हे ठरविण्याची जबाबदारी न्यायसंस्थेच्या कक्षेत येत नाही. वस्तुस्थिती अशी आहे की, कोणत्याही देशातील बहुसंख्य लोक स्वत: विचार करूच शकत नाहीत. अगदी शिक्षित वर्गापैकीदेखील सत्त्याण्णव टक्के लोक स्वतंत्र विचार करूच शकत नाहीत, असे रॉकफेलर फाऊंडेशनने काही वर्षांपूर्वी केलेल्या पाहणीत आढळून आलेले होते. नभोवाणीवरून किंवा दूरचित्रवाणीवरून ते जे काही ऐकतात किंवा वृत्तपत्रांतून वाचतात, त्या आधारेच ते आपली मते बनवीत असतात.

न्यायालयांकडे येणाऱ्या प्रश्नांपैकी बरेचसे प्रश्न राजकीय स्वरूपाचे किंवा धोरणविषयक असतात, हे खरे आहे. अशा वेळी योग्य काय आणि अयोग्य काय, याचा स्वच्छ मनाने विचार करायला हवा. हिरे म्हणजे कार्बनशिवाय काहीच नसते, परंतु म्हणून त्यामुळे हिऱ्यांच्या व्यापाऱ्यांना कोणी कार्बनचे व्यापारी मानत नाही.

इतिहासाचे किंवा पुराणवस्तुशास्त्राचे प्रश्न निर्णयासाठी सर्वोच्च न्यायालयाकडे सोपविणे, हे मला अत्यंत हास्यास्पद वाटते; परंतु नुकत्याच उद्ध्वस्त करण्यात आलेल्या बाबरी मशिदीच्या जागी काही शतकांपूर्वी एखादे मंदिर अस्तित्वात होते काय, यासंबंधी सरकारने घटनेच्या १४३ व्या कलमानुसार सर्वोच्च न्यायालयाकडून मत मागविले आहे. हा विषय आमच्या कक्षेत येत नाही, असे सांगून सर्वोच्च न्यायालयाने यासंबंधात मत देण्याचे कारण नाही. इतकेच नव्हे, तर अशा प्रश्नांबाबत मत देण्याचे आपल्यावर १४३ व्या कलमान्वये कोणतेही बंधन नाही, हे ठामपणे सांगायला हवे. सर्वोच्च न्यायालयाने अशी कणखर भूमिका घेतली, तरच पुढील काळात १४३ व्या कलमाचा गैरवापर टळू शकेल.

ज्या प्रश्नांबाबत निर्णय करायला सरकार घाबरते, असे प्रश्न सर्वोच्च न्यायालयाच्या माथी मारण्यासाठी आपले मंत्री कोणती मजल गाठतात, हे पाहण्यासारखे आहे. सर्वोच्च न्यायालयाने पुढील प्रश्नांबाबत आपले मत द्यावे, असे काही मंत्र्यांचे मत असल्याचे वृत्तपत्रांमध्ये प्रसिद्ध झाले आहे :

(१) अयोध्येतील वादग्रस्त जागेवर जे तात्पुरते मंदिर बांधण्यात आलेले आहे, तेथील रामलल्लाच्या मूर्तीचे दर्शन घेण्याची भाविकांना परवानगी द्यावी काय?

(२) उद्ध्वस्त करण्यात आलेली मशीद सरकारने पुन्हा बांधून द्यावी काय?

(३) अयोध्येत मशीद आणि मंदिर एकत्र असावे काय?

–अशा प्रश्नांबाबत मत देणे हे काय सर्वोच्च न्यायालयाचे काम आहे? बाबराने ज्या जागी मशीद बांधली, तेथे पूर्वी मंदिर होते की नाही, यासंबंधी इतिहासकारांमध्ये मतभिन्नता आहे. प्रभू रामचंद्रांचा जन्म तेथे झाला, असे फारच थोडे इतिहासकार मानतात. इतकेच काय, पण राम खरोखरच होऊन गेला काय, किंवा पूर्णपुरुषाची लोकांना कल्पना यावी म्हणून पुराणांनी तो निर्माण केला आहे काय, यासंबंधी तर प्रचंड मतभेद आढळतात. पुराणाशी किंवा इतिहासाशी किंवा पुराण आणि इतिहास या दोन्हींशी निगडित असलेले प्रश्न निवाड्यासाठी सर्वोच्च न्यायालयाकडे आणि अलाहाबाद उच्च न्यायालयाकडे सोपविणे हे आपल्या राजकीय यंत्रणेच्या बौद्धिक दिवाळखोरीचे लक्षण आहे.

आपण आपल्या तिय्यम दर्जाच्या लोकशाहीची इतकी अवनत अवस्था करून टाकली आहे, की उचित आणि अनुचित यांतील फरक आपल्याला समजेनासा झाला आहे. लोकांच्या श्रद्धेशी, इतिहासाशी, पुराणाशी किंवा राजकारणाशी निगडित असलेले प्रश्न न्यायालयाने सोडविले तर बरे, असे मानण्यापर्यंत आपल्या राजकीय नेतृत्वाची मजल गेलेली आहे. अयोध्येतील घटनेशी संबंधित असलेले जे प्रश्न आपण न्यायालयाकडे सोपवायला आतुर झालेले आहोत, तशा स्वरूपाचे प्रश्न जगातील कोणत्याही देशामधील कोणत्याही न्यायालयासमोर कधीही आलेले नसतील.

अशा प्रश्नांबाबत सर्वोच्च न्यायालयाचे किंवा अलाहाबाद न्यायालयाचे मत मागविण्यामुळे भविष्यकाळात अत्यंत घातक परिणाम होऊ शकतात.

पहिली गोष्ट ही की, ज्या प्रश्नांचा न्यायालयांनी अभ्यास केलेला नाही किंवा ज्या प्रश्नांचा त्यांना अनुभव नाही, त्यांचा निवाडा करण्याचे काम त्यांच्यावर लादल्यासारखे होईल. कायद्याशी किंवा वस्तुस्थितीशी निगडित असलेले प्रश्नच न्यायालय हाताळू शकते. पुराणवस्तुशास्त्र किंवा इतिहास अशा अन्य क्षेत्रांशी संबंधित असलेल्या प्रश्नांचा निर्णय करण्याची पात्रता न्यायालयांपाशी नसते. कागदोपत्री पुरावा पाहून किंवा आपण स्वत: काय पाहिले किंवा ऐकले, यासंबंधी साक्षीदाराने सादर केलेला पुरावा लक्षात घेऊन न्यायाधीश निकाल देत असतो. ऐकीव माहितीवर आधारलेला पुरावा न्यायालयाने विचारात घेता कामा नये, अशी त्यासंबंधीच्या कायद्यात स्पष्ट तरतूद आहे.

दुसरी गोष्ट अशी की, जी जबाबदारी राज्यघटनेने सरकारवर सोपविली आहे, ती सर्वस्वी वेगळ्या उद्दिष्टासाठी अस्तित्वात आलेल्या दुसर्‍या कोणत्याही यंत्रणेकडे ढकलून देण्याचा सरकारला अधिकार पोचत नाही. सरकारचा अपुरेपणा झाकण्यासाठी न्यायालयीन निर्णयांचा आडोसा घेता कामा नये.

तिसरी गोष्ट अशी की, जर न्यायसंस्थेला राजकीय आखाड्यामध्ये खेचले, तर तिची लोकमानसामधील प्रतिमा मलीन होईल आणि तिला पूर्वीसारखी प्रतिष्ठाही उरणार नाही. आपल्या प्रजासत्ताकाच्या गेल्या बेचाळीस वर्षांमध्ये एक लष्कर सोडले, तर बाकीच्या सर्व यंत्रणांचे पार अवमूलन करून टाकले आहे. उच्च न्यायालये आणि सर्वोच्च न्यायालय यांच्यासंबंधी लोकांमध्ये सुदैवाने अजून थोडासा आदर उरला आहे. 'भारतीय लोकशाही' या ऐसपैस नावाखाली आपण जो सारा चुथडा करून टाकला आहे, त्यात न्यायसंस्थेचाही समावेश करायचा आहे काय?

चौथी गोष्ट अशी की, या बाबतीत न्यायालयाचा निर्णय आम्हाला बंधनकारक ठरणार नाही, असे कोट्यवधी अनुयायी असलेल्या मोठ्या संघटनांनी जाहीर केले आहे. त्यांचा हा दृष्टिकोन बरोबर की चूक, हा येथे सवालच नाही. खरा मुद्दा असा आहे की, एखादा प्रश्न लोकांच्या श्रद्धेशी निगडित असेल, तर न्यायालयाने त्या फंदात पडू नये, असे म्हणण्याचा लोकांना पूर्ण अधिकार आहे. न्यायालयाने आपली कक्षा ओलांडून मतप्रदर्शन केले, तर ते ज्यांना मान्य नाहीत, ते अशा निर्णयांना मुळीच मान्यता देणार नाहीत.

पाचवी गोष्ट ही की, बरीच वर्षे गेली, तरी न्यायालय या बाबतीत निर्णय करूच शकणार नाही. अयोध्या प्रकरणासंबंधीचे काही दावे अलाहाबाद उच्च न्यायालयात दाखल केल्याला चाळीसहून अधिक वर्षे लोटली आहेत आणि ते दावे तसेच पडून आहेत. अयोध्येसंबंधी अनेक नवे दावे नुकतेच दाखल करण्यात आले असून, त्यांचा निर्णय केव्हा लागेल, हे कोणीही सांगू शकत नाही. सर्वोच्च न्यायालयात सध्या अडीच लाख खटले पडून असून, या बाबतीत अलाहाबाद उच्च न्यायालयाची स्थितीही वेगळी नाही. हे शतक अस्ताला जाण्यापूर्वी न्यायव्यवस्था कोसळून पडेल, अशी पक्की व्यवस्था करण्याइतके बुद्धिवैभव आमच्यापाशी भरपूर आहे. अयोध्या प्रश्न न्यायालयाकडे सोपविण्याने तो अधिक गुंतागुंतीचा होईल, तसेच जातीय कटुतेचा आणि द्वेषाचा आगडोंब उसळल्याशिवाय राहणार नाही. समजा, आपल्या हयातीत सर्वोच्च न्यायालयाने निर्णय दिलाच, तर तो मंडल प्रकरणातील निर्णयासारखा असेल. या देशातून जातीयवादाचे उच्चाटन व्हावे, या गोष्टीवर राज्यघटनेने भर दिलेला असतानाही मंडल प्रकरणातील सर्वोच्च न्यायालयाच्या निर्णयामुळे संकुचित जातीयवाद पुन्हा जागा झाला आहे.

अयोध्या प्रश्न सोडविण्यात राजकीय पक्षांना आलेले अपयश झाकण्यासाठी ते न्यायालयाकडे सोपविण्याचा सोयीस्कर मार्ग अनुसरला आहे.

मशीद उभारली जाण्यापूर्वी तेथे मंदिर होते काय, हे सर्वोच्च न्यायालयाने ठरवायचे आहे. या एका प्रश्नाबाबत जरी न्यायालयाने मतप्रदर्शन केले, तरी त्यातून अनेक अन्य प्रश्न उपस्थित होऊ शकतील.

(१) त्या जागेवर मंदिर होते किंवा नव्हते, यासंबंधी वेगवेगळे पुरावे सादर करण्यात आले, तर तेथे मंदिर अस्तित्वात नव्हतेच, असे धरून चालता येईल काय? पाचशे वर्षांचा रक्तरंजित इतिहास त्या परस्परविरोधी पुराव्यांच्या साऱ्या खाणाखुणा नष्ट करून टाकल्याशिवाय राहणार नाही.

(२) एखाद्या जागेवर पूर्वी दुसऱ्या धर्माचे पूजास्थान अस्तित्वात असेल, तर सध्याचे पूजास्थान जमीनदोस्त करावे काय?

(३) पुराणकालीन कला, चालीरीती आणि श्रद्धा यांचा अभ्यास म्हणजे पुराणवस्तुशास्त्र होय. ते शास्त्र एखाद्या श्रद्धेला आधार ठरू शकेल; पण निर्विवाद निश्चिततेने काही सांगू शकणार नाही. पुराणकालीन एकाच पुराव्यावरून दोन अभ्यासकांचे भिन्न निष्कर्ष निघू शकतील की नाही? न्यायाधीशांच्या मतांपेक्षा किंवा श्रद्धेपेक्षा ज्यांची मते वा निष्ठा वेगळ्या आहेत, असा न्यायाधीशाचा निर्णय त्या लोकांना कसा काय बंधनकारक ठरू शकेल? वेगळ्या आणि भिन्न प्रश्नांची गल्लत व्हायचा संभव नाही काय? एका विशिष्ट जागी रामाचा जन्म झालेला होता की नाही, हा प्रश्न तेथे मंदिर होते की नाही, या प्रश्नापेक्षा सर्वस्वी निराळा आहे. त्यामुळे तेथे पूर्वी कोणतेही मंदिर नव्हते, असे म्हणणे म्हणजे, तेथे रामजन्म झाला, या लोकांच्या श्रद्धेचा अवमान केल्यासारखेच होत नाही का?

माणसाची स्मृती नाहीशी झाली की, त्याची भ्रमिष्टासारखी अवस्था होते. भारतीय जनतेला आपल्या प्रगल्भ संस्कृतीचा विसर पडल्यामुळे ती सध्या भ्रमिष्टासारखी वागत आहे.

आपल्याला प्रत्येक प्रश्न तातडीने सोडविण्याची घाई झालेली आहे. आपल्यापुढे सध्या ज्या समस्या उभ्या आहेत, त्यांचे त्वरित निराकरण होणे अशक्य आहे. या समस्या सोडविण्याचा एकच दीर्घकालीन उपाय आहे – लोकांना सांस्कृतिकदृष्ट्या निरक्षर ठेवण्याऐवजी सर्व धर्मांतील एकतेचे मूलतत्त्व सतत त्यांच्या मनावर बिंबवीत राहिले पाहिजे.

देशाच्या इतिहासात असा एखादा काळ येतो की, स्वस्थ किंवा गप्प बसणे हा मोठा अपराध ठरतो. आपण सध्या अशा काळात वावरत आहोत. अराजक आणि गोंधळ यांच्या उंबरठ्यावर देश उभा आहे. अशा वेळी राजकारणी मंडळींनी योग्य आणि कणखर निर्णय केले नाहीत, तर त्यांच्याविरुद्ध निषेधाचा आवाज उठविणे हे प्रत्येक समंजस नागरिकाचे कर्तव्य ठरते.

सध्या आपल्यापुढे दोन गंभीर प्रश्न उभे आहेत – भारतात लोकशाही टिकेल का आणि दुसरा, टिकली तर राज्ये एकत्र राहतील काय? 'बहुतेक' हे पहिल्या प्रश्नाचे उत्तर आहे, तर 'शक्यता आहे' हे दुसऱ्या प्रश्नाचे.

भारत वाचविण्यासाठी मौलानांचा तोडगा

आपल्या देशापुढे सध्या जेवढा गंभीर पेचप्रसंग उभा आहे, तेवढी कठीण परिस्थिती गेल्या पंचेचाळीस वर्षांत कधीही उद्‌भवली नव्हती. आपण आपली उदासीनता झटकून टाकून, देशाच्या एकतेला आणि अखंडतेला; इतकेच नव्हे, तर आपल्या लोकशाहीच्या अस्तित्वाला केवढा भयानक धोका निर्माण झाला आहे, याचा विचार करायला हवा. भारतात हा असा हिंसाचार सतत चालू राहिला, तरीही त्याचे तुकडे होणार नाहीत, अशी आशा बाळगणारा माणूस मूर्खच म्हणायला पाहिजे.

लोकशाही तीन प्रकारची असते. स्वातंत्र्यप्राप्तीनंतरच्या पहिल्या चौदा वर्षांमध्ये आपण अनुभविला तो लोकशाहीचा एक प्रकार. ली कुआन यू यांनी सिंगापूरमध्ये राबविलेली नियंत्रित लोकशाही हा दुसरा प्रकार. चुकीच्या दिशेने जाणारी लोकशाही हा तिसरा प्रकार असून, त्याचे ढळढळीत उदाहरण म्हणजे आजचा भारत. आपल्या धर्मांच्या उदात्त शिकवणुकीचा हिंदू आणि मुसलमान या दोघांनाही पूर्णपणे विसर पडलेला दिसतो. आपल्या धर्माच्या आशयाशी जे परिचित नाहीत, अशा माथेफिरू आणि हटवादी मंडळींकडून लोकांच्या भावना भडकविल्या जात आहेत. त्यामुळे देशात सर्वत्र अस्वस्थता जाणवत आहे. 'हिंदुस्थानात एक तर तुम्ही खंबीरपणे राज्य करू शकता, नाही तर मुळीच राज्य करू शकत नाही,' या लॉर्ड वेव्हेल यांच्या अर्थपूर्ण उद्‌गारांचे अशा वेळी स्मरण होते.

भारत स्वतंत्र होण्यापूर्वी त्या वेगळ्या परिस्थितीच्या संदर्भात श्री अरविंद म्हणाले होते की, 'अशुभ घडेल, अशी चिन्हे दिसत आहेत.' एका समाजाने दुसऱ्या समाजावर अत्याचार आरंभिले, तर भारत गुंडगिरीच्या विळख्यात सापडेल. प्रक्षोभक वातावरणामध्ये श्री अरविंदांचा हा आवाज विरून गेला. भारतातील आजची परिस्थिती पाहिली; तर एके काळी ज्या देशाने विशाल मानवी संस्कृतीचे शिखर गाठले होते, तो हाच देश का, असा प्रश्न पडतो.

(टाइम्स ऑफ इंडिया, १२ फेब्रुवारी १९९३)

भारत कधी काळी एक राष्ट्र होणार आहे, का भिन्नभिन्न समाजांचे वसतिस्थान म्हणूनच तो यापुढेही राहणार आहे, हा आपल्यापुढील आजचा अत्यंत मूलभूत प्रश्न होय. जगातील अत्यंत आदर्श अशा संमिश्र संस्कृतीचे हिंदू आणि मुसलमान सामाईक वारसदार आहेत, ही वस्तुस्थिती या भूमीचे आणि आजच्या काळाचे सर्वांत ठळक वैशिष्ट्य आहे. असे असूनही हे दोन समाज परस्परांच्या प्राणावर उठले, तर राज्ययंत्रणा किती काळ तग धरू शकेल, याचा विचार करू लागलो की, मन सुन्न होऊन जाते.

जंगलातील कायद्याचे गोंडस नाव म्हणजे सत्ताकारण. वाघाच्या पिंजऱ्यातून ही सर्कस आपण किती काळ चालू ठेवणार आहोत? दूरदृष्टीची, शहाणी आणि विचारी माणसे या समस्येची रास्त सोडवणूक सुचवू शकतील. हे काम राजकारणी मंडळींकडून कधीही होणार नाही. कारण त्यांना देशापेक्षा आपला पक्ष आणि त्याहीपेक्षा ते स्वत: मोठे वाटतात. लोकांच्या कल्याणापेक्षा आपल्याला अधिक मते कशी मिळतील, या काळजीतच हे लोक चूर होऊन गेलेले असतात. देशाच्या दीर्घकालीन हितापेक्षा आपल्या पक्षाचा ताबडतोब फायदा कसा होईल, यावरच त्यांचे सारे लक्ष केंद्रित झालेले असते.

मौलाना वहिदुद्दिनखान यांनी सुचविलेल्या तोडग्याची सर्व विचारी हिंदूंनी आणि मुसलमानांनी दखल घ्यावी, हे सांगणे या लेखाचे मुख्य प्रयोजन आहे. जातीय विद्वेषाचा भडका शांत करण्यासाठी जे नैतिक नेतृत्व आवश्यक असते, ते मौलानांसारखा व्यासंगी गृहस्थ निश्चितच देऊ शकतो. श्री. लालकृष्ण अडवानी यांनी काही दिवसांपूर्वी सुचविलेल्या तोडग्यापेक्षा मौलानासाहेबांचा तोडगा फारसा निराळा नाही. मौलानासाहेबांचा तीनसूत्री तोडगा पुढीलप्रमाणे सांगता येईल :

पहिले सूत्र हे की, मशीद-मंदिरवादाच्या नावाखाली हिंदूंनी सुरू केलेले आंदोलन अयोध्येपुरतेच मर्यादित राहिले पाहिजे; कोणत्याही परिस्थितीत ते अयोध्येच्या पलीकडे जाता कामा नये. त्याची पुनरावृत्ती वाराणसी किंवा मथुरा किंवा अन्य कोठेही होता कामा नये, अशा आशयाची लेखी हमी चार शंकराचार्यांनी आणि अन्य हिंदू नेत्यांनी दिली पाहिजे.

प्रत्येक देशाला आपल्या भूतकाळाचा अभिमान वाटणे स्वाभाविक असले, तरी त्यासाठी भूतकालीन इतिहास पुन्हा घडविण्याचे कारण नसते. इतिहास हा असा दुरुस्त करण्याचे काम एकदा सुरू झाले की, म्हणजेच त्या काळातील चुका सुधारण्याचे प्रयत्न सुरू झाले की, विद्वेष उफाळून येतो. इंग्लंडवर प्रथम रोमन लोकांनी आणि काही शतकांनंतर नॉर्मन लोकांनी आक्रमण केले. त्या सगळ्या इतिहासाकडे इंग्रज लोक आदरानेच पाहतात आणि त्या आक्रमणांचे अवशेष काळजीपूर्वक जतन करून ठेवतात. जुन्या काळात ज्या काही चुका घडल्या, त्या

दुरुस्त करण्याचे सर्वस्वी अशक्य असे कार्य अंगीकारण्यापेक्षा, तो इतिहास जतन करण्याचे औदार्य आणि मोठेपणा आपल्यापाशी नाही काय?

दुसरे सूत्र असे की, विशाल राष्ट्रहित लक्षात घेऊन अयोध्येमध्ये जे काही घडले, ते मुसलमानांनी विसरून जावे. अयोध्येमध्ये मूळच्या जागी किंवा अन्यत्र कोठेही मशीद पुन्हा बांधली पाहिजे, असा आग्रह त्यांनी धरू नये. बाबरी मशिदीचे रक्षण करणे हे आपले कर्तव्य मुसलमान समजत असतील, तर वेदना आणि त्याग यांचे मोल देऊन आपण ते पार पाडले आहे, असे त्यांनी समजले पाहिजे.

मौलानासाहेबांनी तिसरे सूत्र म्हणून आपल्या पहिल्या सूत्राचा राज्यघटनेमध्ये समावेश करावा, असे सुचविले आहे. पवित्र स्थानासंबंधीचा कायदा करून सरकारने त्यांची ही सूचना काही प्रमाणात अगोदरच अमलात आणली आहे.

या योजनेतील पहिले दोन मुद्दे मला मान्य आहेत. मौलानांनी तिसऱ्या मुद्द्याबाबत आग्रह धरू नये, असे मला वाटते. अन्य कोणत्याही मशिदीला धोका पोचू नये, म्हणून राज्यघटनेतच तशी तरतूद केली जावी, हा मुसलमानांचा आग्रह मला समजू शकतो; परंतु आपल्या देशबांधवांच्या सन्मानाविषयी एक राष्ट्र म्हणून, आपल्याला आस्था वाटत नाही, ही कटू वस्तुस्थिती मान्य करायलाच हवी. भूतपूर्व संस्थानिकांना त्यांचे रास्त तनखे देण्यात येतील, अशी घटनेमध्ये पक्की तरतूद केलेली असतानाही, ते तनखे रद्द ठरविण्यासाठी घटनादुरुस्ती करणे कितपत सयुक्तिक होते? या संस्थानिकांनी आपली वडिलोपार्जित अधिकारपदे सोडून दिलेली होती. एके काळी दोनतृतीयांश हिंदुस्थान त्यांच्या ताब्यात होता. जेव्हा हे तनखे रद्द करण्यात आले, तेव्हा त्यांच्यावर वर्षाला अवघे पाच कोटी रुपये खर्च होत असत आणि क्रमाक्रमाने ही रक्कम कमी होत जात असल्याने सरकारी तिजोरीवर फारसा भार पडणार नव्हता. मौलानांचा घटनादुरुस्तीसंबंधीच्या आग्रहामागचा अविश्वास मला समजू शकतो, तरीही त्याबाबत ताणले जाऊ नये, असे माझे मत आहे. घटनादुरुस्तीसाठी संसदेच्या दोन्ही सभागृहांमध्ये दोनतृतीयांश बहुमत आवश्यक असते आणि सध्याच्या परिस्थितीत ते मिळेल, असे दिसत नाही. दुसरी गोष्ट अशी की, ज्या देशाला कशाचीच शरम वाटत नाही, तो देश पुढे ही घटनादुरुस्ती रद्दही करून टाकील. संस्थानिकांच्या तनख्यांबाबत असेच घडले नाही काय? केवळ घटनादुरुस्ती करून राष्ट्रीय जाणीव जागी होत नसते.

काळ झपाट्याने चालला आहे. देशातील सध्याच्या असंतोषामुळे आणि अस्थिरतेमुळे परदेशांतील धनिक भारतात भांडवल गुंतवायला कचरत आहेत. म्हणून सध्याची ही परिस्थिती हाताबाहेर जायच्या आतच हा प्रश्न सोडविणे आवश्यक झाले आहे. दोन समाजांतील समझोता शक्य तितक्या लवकर घडून येणे, ही काळाची गरज आहे.

या संबंधात आपण म. गांधींचे शब्द ध्यानात घ्यायला हवेत – 'जेव्हा धर्माच्या नावाखाली अत्याचार केला जातो, तेव्हा तो धर्मावरच अत्याचार ठरतो. या देशातील दंग्यांमागे राजकीय उद्दिष्ट असले, तरी ते धर्माच्या नावाखालीच सुरू केले जातात. कोणत्याही धर्मामध्ये गुंडगिरीला स्थान असूच शकत नाही; मग तो इस्लाम असो, हिंदू धर्म असो किंवा दुसरा कोणताही. धर्म नाहीसा झाला, तर भारतही नाहीसा होईल. सध्या हिंदू आणि मुसलमान आपापल्या धर्माच्या बाह्य स्वरूपाला चिकटून बसले आहेत. हे वेडे झालेले आहेत.'

दुसऱ्या एका प्रसंगी महात्माजी म्हणाले होते, 'जर हिंदू लोकांनी इतर लोक नष्ट करण्याचा चंग बांधला, तर हिंदू धर्माचा काहीही फायदा होणार नाही, हे मी तुम्हाला बजावून ठेवतो. उलट तसे करण्याने हिंदू धर्मच नष्ट होऊन जाईल. जर तुम्ही रामाचे भक्त असाल, तर राम सर्वांचा आहे, हे तुम्ही मान्य केलेच पाहिजे. हिंदू, मुसलमान, ख्रिस्ती किंवा पारशी या सर्वांचाच तो रक्षणकर्ता आहे.' म. गांधींपेक्षा अधिक देशभक्त आणि अधिक शहाणा असलेला माणूसच त्यांच्या या विधानाशी मतभिन्नता व्यक्त करण्याचे धाडस करील.

■

'जेव्हा मुंबई जळत होती'

मुंबईमध्ये ६ डिसेंबर १९९२ पासून ६ जानेवारी १९९३ पर्यंत आणि १२ मार्चच्या बॉंबस्फोटांच्या मालिकेनंतर जेवढी दंगल आणि पाशवी प्रवृत्तींचा नंगानाच, मालमत्तेचा जेवढा बेधुंद विनाश आणि क्रूर सूडनाट्य पाहायला मिळाले तेवढे या शहराच्या गेल्या तीन शतकांच्या अखंड इतिहासामध्ये कधीही पाहायला मिळाले नव्हते.

या सर्व घृणास्पद घटनांचा तपशीलवार वृत्तान्त वर्तमानपत्रांनी प्रसिद्ध केलेला आहे. आजची सारी वृत्तपत्रे वाचणे जमत नसलेल्या काळात वृत्तपत्रे रद्दीत जमा होणे, स्वाभाविक ठरते आणि लोकांची स्मरणशक्ती साधारणत: पंधरा दिवसांपेक्षा अधिक टिकत नाही. त्यामुळे मुंबईच्या उज्ज्वल नावाला काळिमा लावणारी घटना पुस्तकरूपाने प्रसिद्ध होणे आवश्यक ठरले.

'जेव्हा मुंबई जळत होती' हे पुस्तक प्रसिद्ध करून 'टाइम्स ऑफ इंडिया'ने मोठी सेवा बजावली आहे. श्री. दिलीप पाडगावकर यांनी संपादित केलेल्या या पुस्तकामध्ये त्या वृत्तपत्राच्या ज्येष्ठ पत्रकारांनी सगळ्या घटनांची सविस्तर नोंद केलेली आहे. त्या काळात जी निर्घृण कृत्ये घडली; त्यांचे विहंगमावलोकन शब्द, व्यंगचित्रे आणि छायाचित्रे यांच्याद्वारा घडते. या अवलोकनाला गरुडाची तीक्ष्ण दृष्टी लाभली आहे.

शस्त्रांच्या आणि दंगलींच्या गदारोळात शहाणपणाचे चार शब्द विरून जावेत, असाच तो काळ होता. त्या कालखंडात सत्याची जागा पूर्वग्रहांनी, सूज्ञतेची जागा उन्मादाने, धर्माची जागा माथेफिरूपणाने आणि इतिहासाची जागा अफवांनी घेतली होती. आपापल्या धर्मातील मूलभूत शिकवणुकींचा हिंदू आणि मुसलमान या दोघांनाही विसर पडला आणि अतिरेकी प्रवृत्तीचे नेते जे काही सांगतील, ते खरेच असले पाहिजे, असे मानण्यात येऊ लागते. धर्माच्या नावाखाली धर्मबाह्य वर्तनाला ऊत आला.

हे सारे संपले आहे, असे मानायचे कारण नाही. काल जे घडले; ते उद्या, परवा, पुन:पुन्हा घडू शकेल.

सर्व भारतीयांनी ध्यानात ठेवाव्यात, अशा दोन गोष्टी या पुस्तकामुळे कळून

(पुस्तक परीक्षण, टाइम्स ऑफ इंडिया, ४ जून १९९३)

येतात. पहिली गोष्ट ही की; इतके मूर्ख, हट्टी आणि विवेकशून्य वर्तन आपल्या हातून यापुढेही घडत राहिले, तर एकात्म राष्ट्राचे स्वरूप भारताला कधीही प्राप्त होणार नाही. अनेक जाती-जमातींचा समूह हे आजचे रूप तसेच कायम राहील.

उलटपक्षी, घडलेल्या घटनांवरून शहाणपण शिकण्याची किंचितही क्षमता आपल्यापाशी असेल, तर मुंबईच्या अग्निकांडातून वेदान्ताचा मेंदू आणि इस्लामचे शरीर असलेला वैभवशाली आणि शक्तिसंपन्न भारत निर्माण करू शकू. तसे घडून यावे, अशीच आपली प्रार्थना असली पाहिजे. जगातील सर्वोत्कृष्ट संस्कृतिसंगमाचे आपण दोघे संयुक्त वारसदार आहोत, याचा आपल्याला अभिमान का वाटू नये? मतलबी राजकारणी मंडळी आणि शस्त्रधारी गुंड यांची केवढ्या मोठ्या प्रमाणावर हातमिळवणी झाली आहे आणि त्यामुळे मुंबईतील सार्वजनिक जीवन किती खालच्या पातळीला पोचलेले आहे, याचा हे पुस्तक वाचून लोकांना बोध झाला; तर या पुस्तकाने मोठीच सेवा बजावली, असे म्हणता येईल.

या पुस्तकावरून कळून येणारी आणखी एक गोष्ट म्हणजे राजकारणी मंडळी लोकांना कधीही योग्य मार्गदर्शन करू शकणार नाहीत. ही मंडळी अत्यंत आत्मकेंद्रित असून, स्वत:चा जास्तीतजास्त फायदा कसा होईल आणि आपला पक्ष कसा बलिष्ठ होईल, या एका विचाराशिवाय त्यांना दुसरे काहीही सुचत नाही. ते लोकांकडे माणसे म्हणून पाहतच नाहीत. 'मतांच्या पेढ्या' असाच ते लोकांचा विचार करतात. राजकीय पक्षांचे तथाकथित नेते अलिप्त दृष्टीने प्राप्त परिस्थितीचा विचार करतील, अशी सुतराम शक्यता नाही. मुंबईमध्ये मध्यंतरी जे विनाशाचे आवर्त आले, त्याची पुनरावृत्ती होऊ नये, असे वाटत असेल; तर या बाबतीत आता लोकांनीच पुढाकार घ्यायला हवा.

त्या दिशेने उपाय शोधून काढणे मुळीच अवघड नाही. ज्यांनी आपली सदसद्विवेकबुद्धी गमावलेली नाही, अशा सूज्ञ भारतीयांना मान्य व्हावा, असा तोडगा मौलाना वहिदुद्दीन खान यांनी सुचविला आहे. त्यांनी असे म्हटले आहे की, हिंदूंनी अयोध्या येथील आंदोलनाची पुनरावृत्ती कोठेही करता कामा नये. आपण कधीही इतिहास 'दुरुस्त' करू शकत नाही. अयोध्येमध्ये जे काही अनुचित घडले, ते मुसलमानांनीही व्यापक राष्ट्रहित ध्यानात घेऊन विसरून गेले पाहिजे. अयोध्येतील त्या वादग्रस्त भूखंडावर उद्यान उभारले आणि शाळा बांधली, तर ते खऱ्याखुऱ्या भारतीय संस्कृतीचे मोठेच प्रतीक ठरेल. सर्व धर्मांमधील मूलभूत एकतेचा संदेश देण्याचे महान कार्य या प्रतीकामार्फत पार पाडले जाईल. 'भारतरत्न' या सर्वोच्च सन्मानाने गौरविल्या गेलेल्या डॉ. भगवानदासांच्या ग्रंथाचे शीर्षक हेच आहे. ■

५

निरर्थक समाजवादाकडून अर्थपूर्ण समानतेकडे

भारतातील आर्थिक पर्यावरण

व्यवस्थापनशास्त्राचे ख्यातनाम प्राध्यापक ए. दासगुप्त यांच्या स्मृतिनिमित्त व्याख्यान देण्यासाठी आपण मला निमंत्रित केले, हा मी माझा मोठा सन्मान समजतो. ए. दासगुप्त नाणावलेले अध्यापक होते. अध्यापन हा त्यांचा व्यवसाय नव्हता, ते त्यांचे जीवितकार्य होते. एखाद्या शक्तिशाली चुंबकाप्रमाणे त्यांनी आपल्याभोवती असंख्य मित्र, विद्यार्थी आणि प्राध्यापक गोळा केले.

प्रा. दासगुप्त यांना आपल्या देशासंबंधी खूप प्रेम वाटे. लोकांचे भले व्हावे, ही त्यांची तळमळ होती. कोणत्याही विशिष्ट विचारसरणीचे ते पाईक नव्हते. 'भारतातील व्यवस्थापनशिक्षणाचे जनक' असा त्यांचा सार्थ गौरव केला जात असे. विद्यार्थ्यांना ते महान विचारवंत, श्रेष्ठ अध्यापक आणि खरेखुरे मानवतावादी वाटत; तर सहकारी त्यांच्याकडे मित्र आणि मार्गदर्शक म्हणून पाहत.

गेल्या चाळीस वर्षांमध्ये जागतिक अर्थव्यवस्थेचा इतका झपाट्याने विकास झाला आहे की, पूर्वीच्या चार हजार वर्षांतही तेवढा झाला नव्हता. आपल्या अर्थव्यवस्थेला गती देण्याची भारतापाशी अपरिमित क्षमता आहे, हे कोणीच नाकारणार नाही. मात्र, हे उद्दिष्ट साध्य करण्यासाठी तीन गोष्टींना अग्रक्रम द्यायला हवा – लोकसंख्या नियंत्रण, शिक्षणप्रसार आणि सरकारच्या अर्थविषयक धोरणांत अधिक मूलगामी परिवर्तन. सध्याच्या सरकारने जुन्या अर्थविषयक धोरणाला सोडचिठ्ठी दिलेली असली, तरी नव्या सुधारणा मंदगतीने अमलात आणल्या जात आहेत.

लोकसंख्या नियंत्रित केली नाही, तर आपल्या देशाला भेडसावणारे सारे प्रश्न कधीही सोडविता येणार नाहीत; उलट ते अधिक तीव्र बनतील. वाढती गरिबी ही वाढत्या लोकसंख्येची जुळी बहीण आहे.

स्वातंत्र्य, समता, बंधुभाव आणि न्याय या चार उदात्त आदर्शांवर आपली राज्यघटना उभी आहे; परंतु जोपर्यंत जास्तीतजास्त लोक साक्षर होत नाहीत, तोपर्यंत या उद्दिष्टांना प्रत्यक्ष रूप लाभणे अशक्य आहे. असे असूनही भारत

(पहिले प्रा.ए.दासगुप्त स्मृतिव्याख्यान, नवी दिल्ली, ३० सप्टेंबर १९९१)

साक्षरता-प्रसाराच्या बाबतीत फारच निष्काळजी राहिला आहे. आपले सरकार एकूण खर्चापैकी अवघी २.७ टक्के रक्कमच शिक्षणावर खर्च करीत असते. दक्षिण कोरियात हे प्रमाण १८.५ टक्के आहे, तर सिंगापूरमध्ये १९ टक्के.

संपूर्ण जगभर केवढे क्रांतिकारक बदल घडून येत आहेत, याची दखल कालबाह्य ठरलेला समाजवाद घेत नसल्यामुळे, त्या विचारसरणीचा त्याग केल्यावाचून द्रुतगतीने आर्थिक विकास साधणे जमण्यासारखे नाही.

चीनमध्ये साम्यवाद असूनही गेल्या पंचवीस वर्षांमध्ये त्या देशाने भारताच्या दुप्पट आर्थिक विकास करून दाखविला आहे. चीनमध्ये दर वर्षी परकीय उद्योजक जेवढी गुंतवणूक करतात, ती भारताच्या गेल्या चव्वेचाळीस वर्षांतील एकूण गुंतवणुकीपेक्षा किती तरी अधिक असते. चीनमध्ये अलीकडे अत्यंत आधुनिक तंत्रज्ञानाचा वापर करणाऱ्या सत्तावीस औद्योगिक वसाहती स्थापन करण्यात आलेल्या असून, तेथे अडीच हजारांहून अधिक परकीय कारखान्यांना स्थान देण्यात आले आहे.

भारताच्या सामर्थ्याविषयी आणि क्षमतेविषयी मला नितांत आदर आहे; परंतु कमालीची आत्मसंतुष्टता आणि वास्तवाला सामोरे न जाण्याचा हट्ट हे दोन दुर्गुण भारताच्या हाडीमांशी खिळलेले आहेत; हा जगभर घेतला जाणारा आक्षेप खोटा आहे, असे मी म्हणू शकत नाही.

'पिंजऱ्यात बंदिस्त झालेला वाघ' असे 'इकॉनॉमिस्ट'ने आपल्या ४ मे १९९१च्या अंकात प्रसिद्ध केलेल्या भारताच्या सर्वेक्षणामध्ये म्हटले आहे. या अहवालाचे प्रत्येक शाळेमध्ये आणि महाविद्यालयामध्ये सक्तीने वाचन करण्यात आले पाहिजे. संसदेमध्ये किंवा प्रशासकीय सेवेमध्ये प्रवेश करू इच्छिणाऱ्या प्रत्येक प्रौढाने हे सर्वेक्षण अभ्यासिले पाहिजे, असा नियम करण्यात यावा. जगातील इतर बऱ्याच देशांपेक्षा भारतात भयानक दारिद्र्य दिसते, त्याला पूर्वीचे इंग्रज राज्यकर्ते किंवा दुष्ट परदेशी भांडवलदार किंवा दुर्दैव जबाबदार नसून; भारताने ते स्वतःच्या करणीने ओढवून घेतले आहे, हा त्या लेखाचा मुख्य आशय आहे.

आर्थिक आणि व्यापारविषयक कायदे आपल्या देशामध्ये झपाट्याने बदलत असल्यामुळेच, आपल्या निर्यातीला म्हणावी अशी चालना मिळू शकत नाही. नवे स्थिर निर्यात-आयात धोरण १९८५ च्या एप्रिलमध्ये जाहीर करण्यात आले, तर दुसरे स्थिर धोरण १९८८ च्या एप्रिलमध्ये प्रसिद्ध झाले. १९९० मध्ये त्यात पुन्हा बदल करण्यात आला; परंतु १९८५ पासून दर दोन दिवसांनी नवी अधिसूचना जाहीर करून, या स्थिर धोरणामध्ये असंख्य बदल करण्यात आले. सध्याच्या सरकारने नुकतेच सुधारित व्यापारविषयक धोरण जाहीर केले आहे. हे धोरण कितपत कायम राहते, हे सांगणे कठीण आहे.

एक लोकसंख्यावाढीचे क्षेत्र सोडले, तर इतर सर्व बाबतींत आपण जगाच्या मागे पडत आहोत. भारत, दक्षिण कोरिया आणि हाँगकाँग यांनी साधारणतः एकाच पातळीवरून

आपल्या आर्थिक विकासाला प्रारंभ केला; परंतु सध्या दक्षिण कोरियाचे दरमाणशी उत्पन्न भारताच्या तेरा पट, तर हाँगकाँगचे तीस पट आहे, यावरून हीच गोष्ट सिद्ध होते.

आपली केवळ आर्थिक वाढच खुंटली आहे, असे नसून, विकासही मंदावला आहे. वाढ संख्यात्मक असते, तर विकास गुणात्मक!

मानवी विकासाच्या निर्देशांकाचा आधार घेऊन संयुक्त राष्ट्रसंघाने गेल्या जूनमध्ये एक विकासविषयक अहवाल तयार केला आहे. आरोग्य, पाणीपुरवठा, सार्वजनिक स्वच्छता, दैनंदिन पोषक आहार, साक्षरता, तसेच प्राथमिक आणि माध्यमिक शिक्षण; या मानवी विकासासाठी अत्यावश्यक असलेल्या घटकांवर कोणता देश किती खर्च करतो, हे विचारात घेऊन त्या अहवालात यादी तयार करण्यात आली आहे. १६० देशांमध्ये भारताचा १२३ वा क्रमांक लागतो, यावरून मानवी विकासासंबंधी आपल्याला केवढी अनास्था आहे, हे कळून येते.

विधिमंडळाचे कामकाज पुरे करण्यासाठी जो वेळ उपलब्ध असतो, तो कारणी लागावा, म्हणून विधिमंडळाचे कामकाज वाढविण्यात येते. पार्किसन्स यांच्या नियमाचा हा एक भाग असून, तो आपण अमलात आणल्यामुळेच आपल्या अर्थविषयक कायद्यांना पार्किन्सन रोगाने ग्रासले आहे. या नियमांमध्ये वारंवार इतके बदल करण्यात येतात आणि कोणताही विचार न करता ते इतके गुंतागुंतीचे केले जातात की, त्यांना 'कायदेशीर कचरा' म्हणणेच योग्य ठरेल. आपल्या आर्थिक पर्यावरणात या कचऱ्याचे ढीगच्या ढीग साचलेले आहेत.

एखादा समाज आपले शहाणपण कसे गमावून बसतो, याचे अत्यंत मार्मिक वर्णन जी. के. चेस्टरटन यांनी 'द मॅड ऑफिशियल' या निबंधात केले आहे. एखादा समाज जेव्हा चुकीच्या गोष्टी शांतपणे खपवून घेतो, तेव्हा परिस्थिती बिघडायला प्रारंभ होतो, असे चेस्टरटन यांनी म्हटले आहे. ते पुढे लिहितात : 'अशा लोकांना आपल्या चुकांसंबंधी किंचितही खेद वा खंत वाटत नाही. ते जेव्हा आपल्या कल्पनारम्यतेला नको तेवढा वाव देतात किंवा मूर्खपणाचा कायदा करतात, तेव्हा आपण कोणत्या राक्षसाला जन्म दिलेला आहे, यासंबंधी ते संपूर्ण बेफिकीर राहतात. असा समाज सामुदायिकपणे डोके गमावलेल्यांचा घोळका ठरतो.' आर्थिक आणि व्यापारविषयक कायद्यांच्या बाबतीत भारताची स्थिती अगदी अशीच आहे. प्रत्यक्ष आणि अप्रत्यक्ष करांबाबत आपण निर्माण केलेला राक्षस पूर्वी कधी झाला नव्हता, इतका सध्या राक्षसी झाला आहे.

भारतीयांना कोणत्याच बाबतीत लवकर जाग येत नाही, हे अगदी खरे आहे. अन्याय आणि गैरवर्तन आपण अत्यंत लाचार होऊन सहन करतो किंवा कपाळाला हात लावून बसतो. भारतातले गरीब लोक मुकाट्याने जे गलिच्छ जीवन जगत आहेत, ते इतर देशांतल्या गरिबांच्या नशिबी आले असते, तर त्यांनी तत्काळ

रक्तरंजित क्रांतीचा पुकारा केला असता. जे श्रीमंत आहेत, तेही मूर्खपणाच्या कायद्यांपुढे आणि त्यात वारंवार करण्यात येणाऱ्या दुरुस्त्यांपुढे मान तुकवीत असतात. या कायद्यांचा आणि दुरुस्त्यांचा फायदा होतो, तो केवळ वकिलांना आणि करविषयक सल्लागारांना. ही चतुर मंडळी तो चुकीचा कायदा रद्द व्हावा म्हणून झगडण्यापेक्षा, त्याला बगल कशी देता येईल, या एकाच विचारात बुडून गेलेले असतात.

सध्याच्या सरकारचे नवे औद्योगिक धोरण हे योग्य दिशेने टाकलेले पाऊल आहे, हे कोणीही मान्य करील. कुतूहलजनक अनिर्णित अवस्थेचा काळ आता मागे पडलेला आहे. चाळीस वर्षांच्या गलिच्छ सरकारी समाजवादाचा त्याग करण्यात आलेला आहे. भारतीय इतिहासाच्या कपाटामध्ये सैद्धान्तिक समाजवादावर लवकरच धूळ साठेल, असा माझा कयास आहे. इतर देशांप्रमाणे भारतातही आता उदारीकरणाचे पर्व सुरू झाले असून, मागे जाणे शक्य होणार नाही.

भारतापाशी अद्‍भुत क्षमता आहे. ली कुआन यू यांनी म्हटल्याप्रमाणे, 'भारतीय अर्थव्यवस्था हा एक निद्रिस्त महाकाय प्राणी असून, तो जर जागा झाला, तर जागतिक अर्थकारणावर जबरदस्त परिणाम केल्यावाचून राहणार नाही. भारत म्हणजे सर्दी झालेला महाकाय आहे, कर्करोग झालेला कोणी क्षुद्र प्राणी नव्हे, असे मानण्यात काहीही गैर नाही.'

मानवी संस्कृतीच्या वाढीला आणि विकासाला एखाद्या देशाने किती हातभार लावलेला आहे, याचे मोजमाप त्या देशाच्या समृद्धीवरून करता येत नाही. उलट, इतिहासाची साक्ष अशी आहे की, समृद्धीमुळेच अनेक राष्ट्रे आणि संस्कृती लयाला गेल्या; गरिबीमुळे कोणताही देश वा संस्कृती नष्ट झालेली नाही.

सध्या आपल्या देशात नैतिकतेचा ऱ्हास होत असून, सदसद्‍विवेकबुद्धी दुर्बल होत चाललेली आहे. इतर देशांप्रमाणे भारतातही उपभोगप्रधान संस्कृतीने सर्वांना ग्रासून टाकले आहे. आपल्या सनातन वारशाचा मूलाधार असलेली मूल्ये आपण पुन्हा आत्मसात करायला हवीत.

निव्वळ नफ्याचा विचार न करता व्यापारी जेव्हा उद्योग-व्यवसाय करू लागतील, तेव्हा भारताच्या आर्थिक पर्यावरणात आश्चर्यजनक बदल घडून येतील. यासाठी नवी पिढी उदयाला आली पाहिजे. बाजारात काय खपते, याच्याच केवळ काळजीत ही नवी पिढी गुंतून पडणार नाही. एकूण राष्ट्रीय उत्पादनालाच नव्हे, तर एकूण राष्ट्रीय समाधानाला सहाय्यभूत होतील, असे उद्योजक आपल्याला हवे आहेत. भांडवलशाहीचा आकर्षक चेहरा कसा असतो, हे महात्मा गांधींनी आपल्याला दाखवून दिले आहे आणि भांडवलशाहीचा हाच चेहरा प्रा. ए. दासगुप्त यांना अत्यंत प्रिय होता. पैसे मिळविण्यासाठी व्यवसायात प्रविष्ट झालेल्या माणसाने समाजहित साधण्यासाठी तेथे राहावे, हेच गांधीजींना अभिप्रेत होते.

■

भारत आणि इस्राइल

इस्राइल अस्तित्वात आल्याला चव्वेचाळीस वर्षे झालेली असली, तरी भारताने चार महिन्यांपूर्वीच त्याच्याशी राजकीय संबंध प्रस्थापित केले. जगातील अत्यंत कार्यशील लोक म्हणून मान्यता पावलेल्या देशाशी संबंध प्रस्थापित करण्यात भारताने एवढा विलंब लावावा, ही आपल्या परराष्ट्रीय धोरणातील घोडचूक होय.

देश जुना पण राष्ट्र नवे, असे भारताप्रमाणे इस्राइलसंबंधीही म्हटले जाते. लोकशाहीने निर्माण केलेल्या यंत्रणा व्यवस्थित रीतीने कशा चालवाव्यात, हे त्या देशाकडून आपण शिकू शकतो; तसेच या यंत्रणा कशा चालवू नयेत, हे आपण त्या देशाला शिकवू शकतो.

संख्येला गुणवत्तेचे जे महत्त्व वाटते, तेच भारताच्या दृष्टीने इस्राईलचे महत्त्व आहे. इस्राईलची लोकसंख्या पन्नास लाखांपेक्षाही कमी – म्हणजे एकट्या मुंबई शहराच्या निम्मी आहे. दुसऱ्या शब्दांत सांगायचे, तर भारताची लोकसंख्या इस्राईलच्या दोनशेपट आहे. कमी लोकसंख्येची ही उणीव तेथील लोकांनी संपूर्ण समर्पित वृत्ती, कर्तव्यासंबंधीची निष्ठा आणि कष्ट करण्याची आवड या गुणांनी भरून काढली आहे.

लोकांचे चारित्र्य हेच अखेरीस कोणत्याही देशाचे खरेखुरे सामर्थ्य असते आणि या बाबतीत इस्राईल अत्यंत समृद्ध आहे. निसर्गाने आपल्याला इस्रायली लोकांपेक्षा कमी बुद्धिमत्ता दिलेली नाही; परंतु राष्ट्रीय चारित्र्य, कर्तव्याची जाणीव आणि समर्पणशीलता यांमध्ये आपण उणे पडत असल्यामुळे, इस्राईलमधील परिस्थिती आणि भारतामधील परिस्थिती यांच्यात तफावत दिसते. काही इस्रायली इस्राईलबाहेरही राहतात; परंतु ते दर वर्षी न चुकता आपल्या उत्पन्नातील ठरावीक भाग आपण– होऊन इस्राईलच्या विकासासाठी पाठवीत असतात. अनिवासी भारतीयांचे वर्तन

('विकासामध्ये कामगार संघटना आणि सहकारी संस्था यांची भूमिका' या विषयावरचा भारत-इस्राईल परिसंवाद, मुंबई, २१ सप्टेंबर १९९२)

नेमके उलट घडते. दीड कोटी भारतीय परदेशांमध्ये राहतात. त्यांच्यापैकी एकानेही कधी तरी आपण होऊन भारताच्या विकासाला हातभार लावल्याचे आपण ऐकले आहे काय?

जगातील इतर कोणत्याही देशापेक्षा इस्राईलने समानता अधिक व्यापक प्रमाणावर आणि अर्थपूर्ण रीतीने प्रत्यक्षात आणली आहे.

किबुट्स ही इस्राईलमधील अत्यंत वैशिष्ट्यपूर्ण यंत्रणा आहे. एका किबुट्समध्ये राहणारे लोक तेथील संपत्तीचे सामाईक मालक असतात आणि त्या किबुट्ला होणाऱ्या उत्पन्नातून प्रत्येक सभासदाला त्याच्या गरजेइतके पैसे मिळतात. इस्राईलमध्ये सध्या असे २७० किबुट्स असून, त्यांत सव्वा लाख लोक राहतात. इस्राईलच्या एकूण लोकसंख्येशी त्यांचे प्रमाण अवघे २.७ टक्के पडत असले; तरी शेतीउत्पन्नामध्ये त्यांचा वाटा ३५ टक्के, तर कारखानदारी उत्पादनामध्ये ८ टक्के आहे. किबुट्स आणि कम्युनिझम यांच्यामागील विचारधारा एकच असली, तरी कम्युनिझमला प्रचंड अपयश पत्करावे लागले. कारण सामाईक मालकी स्वीकारण्याबाबत त्याने लोकांवर सक्ती केली, जुलूम-जबरदस्तीही घडवून आणली. याउलट, किबुट्सचे सदस्यत्व लोकांनी स्वयंस्फूर्तीने स्वीकारले. राष्ट्रीय कर्तव्य आणि सामाजिक न्याय यांची त्या लोकांना जाणीव असल्यामुळे, एका संयुक्त कुटुंबाच्या घटकांसारखे ते परस्परसहकार्याने राहतात. हिंदूंमधील अविभक्त कुटुंबव्यवस्था संकल्पनेच्या दृष्टीने किबुट्सपेक्षा वेगळी नाही. अविभक्त हिंदू कुटंबातील सर्व लोकांचा त्या कुटुंबाच्या मालकीच्या मालमत्तेवर सारखाच अधिकार असतो आणि प्रत्येकाची गरज व्यवस्थितपणे भागविली जात आहे, इकडे कर्ता लक्ष देत असतो. आता मात्र दुर्दैवाने या अविभक्त हिंदू कुटुंबव्यवस्थेचा वापर कर कमी करण्यासाठी वा चुकविण्यासाठी केला जातो आणि अशा रीतीने एका उदात्त संकल्पनेचे आपण मातेरे करून टाकले आहे. ■

६

भागधारकांशी सुखसंवाद

सिमेंट व्यवसायातील चढ-उतार

१९ डिसेंबर १९८४

एका अत्यंत दुःखद घटनेच्या छायेत आज आपण येथे जमलेलो आहोत. गेल्या ३१ ऑक्टोबर रोजी पिस्तुलातून सुटलेल्या घातक गोळ्यांचे पडसाद आजही देशभर ऐकू येत असून, यापुढेही बरेच दिवस ते निनादत राहतील. इंदिराजींचा आत्मा अवध्य आहे. त्यांच्या चैतन्याचा आजही सर्वत्र संचार होत आहे. त्या अजूनही आपल्यात आहेत, असा भास होतो. सर्वांना एकत्र ठेवण्याची शक्ती त्यांच्या स्मृतीमध्ये खचितच आहे.

आपल्याला एका धक्कादायक अनुभवातून जावे लागले. त्याचा अर्थ आपण जाणून घेतला, तर इंदिराजींचे बलिदान व्यर्थ जाणार नाही. गांधीजींचा संदेश ध्यानात ठेवा – अहिंसा हा मानवाचा धर्म आहे, तर हिंसाचार हा पशूंचा. इंदिराजींच्या निर्घृण हत्येमुळे आणि त्यानंतर झालेल्या जाळपोळीमुळे आणि मानवसंहारामुळे शांतता आणि सुव्यवस्था प्रस्तापित करणे याला सरकारने सर्वांत प्राधान्य दिले पाहिजे, याचा बोध होतो. सर्वधर्मसमभावाच्या पायावरच भारताचे भवितव्य सर्वस्वी अवलंबून आहे. सर्वधर्मसमभाव हा आपल्या प्रजासत्ताकाचा आत्मा आहे. विविध धर्मांचे आणि पंथांचे अस्तित्व मान्य करण्यावर, सहिष्णुता आणि परस्परांचे सौहार्द स्वीकारण्यावर आपली लोकशाही, तिची अंगभूत शक्ती आणि आपली राष्ट्रीय एकात्मता सुरक्षित राहणार आहे. भारत हे एक राष्ट्र घडावे, हा आपल्या राज्यघटनेचा आशय आहे, याचा आपल्याला कधीही विसर पडता कामा नये. आपण परस्परांवर प्रेम करावे, नाही तर मरण पत्करावे लागेल, हा ऑडेन यांचा इशारा महत्त्वाचा ठरतो.

सारासार विचार न करता नियंत्रणे लादली, तर एखाद्या उद्योगाचे आणि

(असोसिएटेड सिमेंट कंपनीज लिमिटेडच्या भागधारकांच्या वार्षिक सर्वसाधारण सभांमध्ये केलेल्या निवेदनांतील उतारे)

त्याचबरोबर साऱ्या देशाचे किती अपरिमित नुकसान होते, याचे उत्कृष्ट उदाहरण म्हणजे सिमेंट व्यवसाय. या उद्योगावरील नियंत्रणे १९८२ च्या मार्चमध्ये अंशत: उठविली जाताच परिस्थिती किती बदलली, ते पाहा. पुढच्या एका वर्षातच सिमेंट उत्पादन १५ टक्क्यांनी वाढले. अंशत: विनियंत्रण होताच त्या व्यवसायात उत्साहाचे आणि आशावादाचे वारे वाहू लागले. ही नियंत्रणे पूर्णत: रद्द केली, तर कोणता चमत्कार घडू शकेल, याची आपण कल्पना करू शकतो.

पुढील तीन निर्विवाद कारणांमुळे संपूर्ण विनियंत्रण कसे आवश्यक आहे, हे कळून येईल :

(१) सिमेंट उत्पादन इतके वाढले आहे की, त्याबाबतची सारी मागणी भागविणे शक्य झाले आहे. उत्पादनवाढीमुळे जोरदार चुरस निर्माण झाली असून, नवनवे कारखाने उभारले जात आहेत. त्यामुळे नजीकच्या भविष्यकाळात सिमेंटचा तुटवडा जाणवण्याचा मुळीच संभव नाही.

(२) सरकार जे सिमेंट खरेदी करते, त्याला उत्पादन खर्चापेक्षा कमी भाव दिला जातो. बाजारात विकल्या जाणाऱ्या सिमेंटला अधिक भाव मिळत असल्यामुळे कारखान्यांना हा तोटा सहज भरून काढता येईल. सरकारने उत्पादन-खर्चापेक्षा कमी दराने सिमेंट खरेदी करावे, हेही योग्य नव्हे.

(३) सरकार जे सिमेंट खरेदी करते, त्याचा काही भाग चोरट्या मार्गाने खुल्या बाजारात येतो. त्यामुळे आपोआपच भ्रष्टाचार भरभराटतो. स्वच्छ प्रशासनाचे अभिवचन दिलेल्या सरकारने भ्रष्टाचाराची ही छिद्रे तातडीने बुजविली पाहिजेत.

परिवर्तनाची आमच्यापाशी क्षमता आहे आणि जुन्या अनुभवांपासून आम्ही काही शिकू शकतो, हे आपण दाखवून देण्याची वेळ आली आहे. आपल्याला जर देशाचे सामर्थ्य वाढवायचे असेल; तर आपण तुसडेपणा, तिऱ्हाईतपणा आणि हटवाद सोडायला हवा. ताठ उभे राहण्यात आपल्या लोकांचे सारे कौशल्य प्रतीत होते, हे विश्वेश्वरय्या यांचे उद्‌गार सार्थ आहेत, हे आपल्याला मान्य करायलाच लागते. शब्दबंबाळ ठरावांची चळत रचण्याची खोड आपण सोडून देऊन राष्ट्रीय अर्थव्यवस्था कशी सुधारेल, या दिशेने उपाय योजिले पाहिजेत. लोक सर्व काही लवकर विसरतात, हा भरवसा आपण सोडून द्यायला हवा.

वेळेवर जर लागवड केली नाही, तर एका रात्रीत काहीही उगवू शकत नाही. आर्थिक अतिरेकीपणा म्हणजे समाजवाद. तो कमालीचा साचेबंद असल्यामुळे अर्थव्यवस्था मोकळी करण्यासाठी तो मोडून काढला पाहिजे. उपक्रमशीलतेला पायबंद घालणारे तत्त्वज्ञान भिरकावून दिले पाहिजे. सिमेंट व्यवसायावरील उर्वरित नियंत्रणेही ताबडतोब रद्द व्हायला हवीत.

सिमेंट कसेही असले तरी ते विकले जावे, हा काळ आता राहिलेला नाही.

आपल्याला चांगल्या प्रतीचे सिमेंट वाजवी दराने मिळाले पाहिजे, असा ग्राहकांनी आग्रह धरण्याचे दिवस आता आले आहेत. ग्राहकांकडून येणाऱ्या या दडपणाचे आपण स्वागतच केले पाहिजे, कारण त्यामुळे गुणवत्तेला चालना मिळते. कोणत्याही खुल्या बाजारपेठेमध्ये मालाची विक्री ग्राहकाच्या इच्छेवरच अवलंबून असते.

डॉ. पीटर ड्रकर यांनी म्हटल्याप्रमाणे, 'कोणत्याही उद्योगाची दोनच कार्यक्षेत्रे असतात – बाजारपेठ मिळविणे आणि नवनिर्मिती करणे.' सर्व कारखान्यांनी ही दोन्ही कार्ये व्यवस्थित पार पाडावीत आणि लोकांची गरज भागविण्याचे चांगले उपाय शोधून काढावेत, हीच अपेक्षा आहे.

१८ डिसेंबर १९८५

श्री. राजीव गांधी पंतप्रधान झाल्याला एक वर्ष होऊन गेले. ते वर्ष सुरू होताना तुताऱ्या वाजविण्यात आल्या नाहीत, की वर्षाच्या समाप्तीला ढोल पिटले गेले नाहीत. राजीवजींनी अंगीकृत कार्य पार पाडताना कोणताही गाजावाजा केला नाही, हे या संस्मरणीय वर्षाचे प्रमुख वैशिष्ट्य होय. सिद्धान्त आणि व्याख्या यांच्या जंजाळात न अडकता त्यांनी उद्दिष्ट आणि तत्त्व या गोष्टींवर भर दिला.

अण्वस्त्रे काहीशी थंडावली असली, तरी आपण सध्या मानवी इतिहासातील अत्यंत खळबळजनक कालखंडात वावरत आहोत, या वास्तवाचे आपल्याला विस्मरण होता कामा नये. मनुष्यजातीने आदिमकाळापासून विसाव्या शतकाला प्रारंभ होईपर्यंत जेवढे शास्त्रीय ज्ञान संपादन केले, त्याच्या नऊपट ज्ञान दुसऱ्या महायुद्धानंतरच्या चाळीस वर्षांमध्ये मिळविले. जगातील माहिती दर आठ वर्षांनी दुप्पट होत चालली आहे. या माहितीचा उपयोग करून घेण्याची यंत्रणा ज्या देशांपाशी आहे, ते समृद्ध होत आहेत.

अवघ्या पाच हजार दिवसांवर येऊन ठेपलेल्या एकविसाव्या शतकातील आव्हानांना तोंड देण्यासाठी आवश्यक असलेल्या पूर्वतयारीचा प्रारंभ १९८५ ने केलेला आहे. पहिला युगप्रवर्तक अर्थसंकल्प याच वर्षात तयार करण्यात आला. पूर्वीच्या अर्थसंकल्पांमध्ये प्रत्यक्ष करांचे प्रमाण एवढे प्रचंड होते की, काटकसर करणे या सद्‌गुणाचे दुर्गुणात रूपांतर घडून आले. अतिरेकी नियंत्रणे आणि मूर्खपणाने लादलेले कर या दोन गोष्टींमुळे काळा पैसा भरमसाट वेगाने वाढू लागला. या दोन्ही गोष्टींना भारत आता रामराम ठोकत आहे, हे या वर्षातील अर्थसंकल्पाने दाखवून दिले. गेल्या तीस वर्षांमध्ये प्रथमच उद्योजकांना मोकळ्या हवेमध्ये श्वासोच्छ्‌वास करता येऊ लागला आहे.

'लाईफ इन आवर टाइम्स' या ग्रंथात जॉन केनेथ गालब्रेथ म्हणतात, 'अर्थशास्त्र हे शाश्वत सत्य नव्हे. परिस्थितीनुरूप त्याची वारंवार उजळणी करावी लागते. अशा बदलांना जे तयार होत नाहीत, त्यांच्या हातून चुका घडतात. आपल्या हातून चूक घडली आहे, हे मोकळेपणाने मान्य करायची तयारी असली पाहिजे. म्हणून अर्थशास्त्रज्ञांचा चुका करण्याचा अधिकार नाकारला जाता कामा नये.'

आपल्या देशात अर्थविषयक जो नवीन विचार सुरू झालेला आहे, त्याचा इतर उद्योगांप्रमाणे सिमेंट उद्योगालाही लाभ होणार आहे. या उद्योगाचे पूर्वीचे आरोग्य त्याला पुन्हा प्राप्त होईल. या उद्योगावरील काही थोडी नियंत्रणे रद्द करताच १९८१-८२ मधील या उद्योगाची २ कोटी ९३ लाख टनांची उत्पानदक्षमता १९८४-८५ च्या अखेरीला ४ कोटी २० लाख टनांपर्यंत जाऊन पोचली; तसेच प्रत्यक्ष उत्पादन २ कोटी ११ लाख टनांवरून ३ कोटी १ लाख टनांपर्यंत गेले. पूर्वीच्या दहा वर्षांतील उत्पादनवाढीच्या प्रमाणापेक्षा हे कितीतरी अधिक आहे.

नियंत्रणे काही प्रमाणात कमी करताच सिमेंट उद्योगामध्ये एवढी वाढ दिसून आलेली असताना या उद्योगावरची सर्वच नियंत्रणे रद्द केली, तर याहीपेक्षा अधिक गतीने त्याचा विकास होऊ शकेल. उर्वरित नियंत्रणे कायम ठेवण्यासाठी सरकारपाशी कोणतेही सबळ कारण नाही. अडथळा आहे, तो फक्त आपली पकड सोडायला तयार नसलेल्या सनदी नोकरांचा आणि जे काही जुने आहे, त्यालाच चिकटून राहण्याच्या आपल्या ध्यासाचा.

१७ डिसेंबर १९८६

आपल्या अलीकडच्या इतिहासामध्ये प्रगल्भतेच्या दिशेने केलेल्या वाटचालीच्या खुणा अभावानेच आढळतात. मानवी मूल्यांची द्रुतगतीने घसरण आणि आर्थिक आघाडीवर मंद मार्गक्रमण, यांनीच हा सारा काळ झाकाळून टाकला आहे.

१९८६ मध्ये भारत कर्कश्श कोलाहलात बुडून गेलेला दिसतो. किरकोळ बाबींसंबंधीच्या मतभेदांना तात्त्विक संघर्षांचे आणि निष्ठांच्या कसोटीचे रूप देण्यात आपण भलतेच वाकबगार झालेलो आहोत. संकुचित जातीयता, भाषिक दुरभिमान आणि प्रादेशिक अहंकार या तीन गोष्टींचा अंगीकार केला की; देशाचे विघटन व्हायला वेळ लागणार नाही, ही साधी बाब लक्षात घ्यायला आपली जगातील सर्वांत मोठी लोकशाही अजूनही तयार नाही.

आपण आपल्या राष्ट्रीय अस्मितेचा खजिना बेदिक्कतपणे उधळत चाललो आहोत. अनेक जण अतिरेक्यांच्या तालावर नाचणे पसंत करीत आहेत. बार्बारा वॉर्ड

यांनी म्हटले आहे, 'जगाच्या अगदी प्रारंभापासून कृतज्ञतेचा आणि बंधुभावाचा आवाज सदैव क्षीणच राहिला आहे. समाजाने त्या आवाजाची जेव्हा दखल घेतली, तेव्हा तो एकसंध राहिला. त्या आवाजाकडे दुर्लक्ष झाले, तेव्हा समाज फुटायला सुरुवात झाली.'

आपल्या कंपनीचे सध्याचे सुवर्णमहोत्सवी वर्ष आहे. अशा वेळी आपल्या कंपनीच्या सध्याच्या अवस्थेसंबंधी आकर्षक चित्र आपल्यापुढे उभे करता आले असते, तर मला अत्यानंद झाला असता; परंतु 'प्रसन्न सूर्यप्रकाशा'च्या जागी 'उदास आणि अभ्राच्छादित' हे शब्द वाचा, असे आपल्याला सांगावे लागत आहे.

आपल्या देशाचे दीर्घकालीन आर्थिक हित लक्षात घेऊन तीन अप्रिय निर्णय करण्याची आणि ते अमलात आणण्याची अत्यंत आवश्यकता होती.

पहिली गोष्ट ही की, लोकांच्या नोकऱ्या टिकाव्यात, या अदूरदर्शी विचारातून आपण कारखान्यांचे आधुनिकीकरण आणि पुनर्रचना करण्याचे टाळल्यामुळे, देशातील हजारो कारखाने बंद पडण्याच्या मार्गावर आहेत. या उदासीनतेची आपल्याला पुढच्या काळात फार मोठी किंमत मोजावी लागेल. रोजगारांचे केवळ संरक्षण करून काहीही साध्य होत नाही. हे रोजगार उत्पादक असावे लागतात. गरजेपेक्षा अधिक कामगार ठेवण्याबरोबरच त्यांच्या वेतनात सतत वाढ करावी लागते आणि कारखान्यांवरचा बोजा वाढत जातो. जीवनमानाच्या निर्देशांकात वाढ झाली की, महागाई भत्ता वाढविणे अपरिहार्य होऊन जाते. हे धोरण खुद्द कामगारांच्याही दीर्घकालीन हिताचे ठरत नाही.

आपल्या येथील सिमेंट कारखान्यांमधील कामगारांची उत्पादकता अत्यंत सीमित राहिली आहे. जुन्या कारखान्यांमध्ये दर वर्षी दहा लाख टनांचे उत्पादन करण्याकरिता ३ हजारांपासून ५ हजारांपर्यंत कामगार नेमण्यात आलेले आहेत. ज्या कारखान्यांमध्ये प्रक्रिया करणारी नवी यंत्रसामग्री बसविण्यात आली आहे, तेथे तेवढ्याच उत्पादनासाठी पाचशे ते सातशे कामगार पुरेसे ठरतात. अमेरिका, जपान आणि युरोपीय देशांमध्ये अवघे शंभर ते दोनशे कामगार हे काम पार पाडतात.

दुसरी गोष्ट अशी की, कोळसा आणि वीज यांच्या पुरवठ्यात वारंवार व्यत्यय येत असल्यामुळे सिमेंट कारखान्यांच्या विकासाला पुरेसा वाव मिळत नाही. मिळणारा कोळसा अत्यंत भिकार दर्जाचा असतो, हे वेगळेच. आपल्याकडे तयार होणाऱ्या कोळशामध्ये राखेचे प्रमाण किमान चाळीस टक्के तरी असायला हवे. सार्वजनिक क्षेत्रातील कारखान्यांबाबत प्रतिकूल असे काहीही बोलायचे नाही, ही आजवरची प्रथा आता राहिलेली नाही, ही त्यातल्यात्यात समाधानाची बाब आहे. मानवजातीला कठोर वास्तव सहन होत नाही, असे टी. एस. इलियट यांनी म्हटले

आहे. असे असले, तरी विद्यमान पंतप्रधानांच्या कारकिर्दीत आपण वस्तुस्थितीची पूर्वीपेक्षा कितीतरी अधिक दखल घेऊ लागलो आहोत. सार्वजनिक क्षेत्राविषयी बोलताना आपण आपली मते आता स्पष्टपणे मांडू शकतो.

तिसरी गोष्ट अशी की, गेली जवळजवळ चाळीस वर्षे सिमेंटव्यवसाय सर्वंकष नियंत्रणाखाली दडपला गेला आहे. ही नियंत्रणे सिमेंट व्यवसायाला दुबळा ठेवणारी, आर्थिकदृष्ट्या असमर्थनीय आणि प्रामाणिकपणाचे घसरण करणारी ठरली आहेत. म्हणून हा उद्योग आता उर्वरित नियंत्रणापासूनही मुक्त व्हायला हवा. कारखान्यांचे आधुनिकीकरण करण्यासाठी भांडवल उभारण्याची मुभा या कारखान्यांना मिळाली पाहिजे. सरकारला उत्पादन-खर्चापेक्षाही कमी दराने सिमेंट पुरविण्याची सक्ती ताबडतोब बंद व्हायला हवी. आर्थिक प्रश्नांची सोडवणूक सोप्या उपायांनी होत नसते. सक्तीचा सिमेंटपुरवठा ही या प्रश्नाची लष्करी सोडवणूक ठरते. वरकरणी ती व्यवस्थित आणि व्यवहारी वाटत असली, तरी मुळात ती चुकीची आहे.

१७ डिसेंबर १९८७

आपली राष्ट्रीय क्षमता आणि निराशाजनक वस्तुस्थिती यांचा गेल्या चाळीस वर्षांचा खराखुरा ताळेबंद मांडण्याची वेळ आता आली आहे.

पंतप्रधान राजीव गांधी यांनी १९८४ मध्ये अत्यंत सुज्ञपणे उदारीकरणाच्या धोरणाचा स्वीकार केला. समाजवादामुळे लादलेली नियंत्रणे बऱ्याच प्रमाणात शिथिल करण्यात आली. 'आपण काही काळ गप्प बसाल, तर बरे,' असे ॲटली यांनी डाव्या विचासरणीचे प्रो. लास्की यांना बजावले होते. आपल्या पंतप्रधानांनीही काँग्रेसच्या समाजवादी मंचाला असेच सांगायला पाहिजे. लंबकाचे राजकारण अवलंबिले गेले की, आर्थिक भवितव्य काळेकुट्ट झालेच म्हणून समजा. हे असे राजकारण कधी एक टोक गाठते, तर कधी विरुद्ध टोकाला जाऊन पोचते.

सिमेंट व्यवसाय सध्या अवघड कालखंडातून जात आहे. या कारखान्यांची उत्पादनक्षमता वाढली असली, तरी त्यांचे आर्थिक आरोग्य सुधारलेले नाही. काही कारखान्यांना अतिदक्षता विभागात हलविण्यात आलेले असून, बाकीचे त्याच वाटेवर उभे आहेत.

१९८२ पूर्वी किंमत आणि वाटप या बाबतीत सिमेंट कारखान्यांवर सरकारचे सर्वंकष नियंत्रण असल्यामुळे भ्रष्टाचार भरधाव सुटला आणि काळ्या पैशांच्या राशी जमा झाल्या. ही नियंत्रणे आता अल्प प्रमाणातच रद्द करण्यात आल्यामुळे, अजूनही शहाणपणावर हटवाद मात करीत आहे, असेच म्हणावे लागते.

२१ डिसेंबर १९८८

युरोपीय सामायिक बाजारपेठ निर्माण व्हावी, यासाठी कोणत्याही उच्चपदस्थ व्यक्तीपेक्षा ज्यांनी अधिक पुढाकार घेतला, त्या ज्याँ मॉनेत यांची जन्मशताब्दी युरोपने या महिन्यात साजरी केली (पहिल्या महायुद्धाच्या काळात श्री अरविंदांनी युरोपीय देशांनी एकत्र येण्याची गरज व्यक्त केली होती. तसे होणे अटळ होते, अशी श्री अरविंदांची धारणा होती. 'युरोपीय राष्ट्रसंघ' या संकल्पनेचा पुरस्कार त्यांनी १९१६ मध्ये केला होता. विन्स्टन चर्चिल यांनी १९४६ मध्ये हा शब्दप्रयोग वापरला, तेव्हा ही संकल्पना प्रथमच बोलून दाखविली जात होती, अशी लोकांची कल्पना झाली आणि त्यामुळे या संकल्पनेचे सारे श्रेय चर्चिल यांना देण्यात आले).

ज्याँ मॉनेत यांची जन्मशताब्दी साजरी होत असतानाच दक्षिण आशियाई विभागीय सहकार्य संघटना (सार्क) निर्माण होण्यात औचित्य आहे. 'सार्क'चा अजून जन्म झालेला नसला, तरी ती गर्भावस्थेत आहे. आपले सर्वांचे भवितव्य परस्परांशी निगडित आहे; हे ओळखून बांगलादेश, भूतान, भारत, मालदीव, नेपाळ, पाकिस्तान आणि श्रीलंका या देशांनी एकत्र यायला हवे आणि मैत्रीपूर्ण सहकार्याच्या भावनेने कार्य करायला हवे. त्यामुळे या सातही देशांचा आर्थिक लाभच होणार आहे (उदा. भारतात दर वर्षी सिमेंटचे जे वीस लाख टनांचे शिलकी उत्पादन होते; त्याला पाकिस्तान, श्रीलंका, बांगलादेश आणि नेपाळ येथे बाजारपेठ मिळू शकेल). भारत आणि पाकिस्तान सध्या दर वर्षी संरक्षणावर आणि शस्त्रास्त्रांवर जो अमाप खर्च करीत आहेत, ती रक्कम दोन्ही देशांतील लोकांच्या आर्थिक आणि सामाजिक विकासासाठी खर्च करणे शक्य होईल. जागतिक लोकसंख्येपैकी वीस टक्के लोक या सात देशांमध्ये राहत असून, परस्परसहकार्यामुळे त्यांचे संपूर्ण जीवन उजळून निघेल; तसेच या संपूर्ण विभागाचा तंत्रवैज्ञानिक आणि औद्योगिक पुनर्जन्म झालेला पाहायला मिळेल. अशा रीतीने आपण विभागीय समृद्धीचा पाया घातला, तर देशादेशांमधला मैत्रीभावही वृद्धिंगत होईल.

पाकिस्तानमध्ये या महिन्यात निवडणुका होणार असून, ही सुवर्णसंधी वाया दवडता कामा नये. दक्षिण आशियामध्ये भारत हे सर्वांत शक्तिशाली राष्ट्र असल्यामुळे, उदार आणि विशाल दृष्टिकोन स्वीकारण्याची त्याच्यावर अधिकच जबाबदारी पडते. पाकिस्तानमधील नव्या सरकारशी मैत्रीचे आणि सदिच्छेचे संबंध प्रस्थापित करण्यात आपण पुढाकार घ्यायला हवा. सदिच्छा आणि मैत्री यांना तसाच प्रतिसाद लाभतो,

अशा अनुभव आहे.

भारत आणि पाकिस्तान यांच्यात खरेखुरे सहकार्य नांदणे अशक्य आहे, असे ज्यांना वाटते, त्यांनी इतर देशांचा अनुभव ध्यानात घ्यावा. एका पिढीने उराशी बाळगलेले स्वप्न दुसऱ्या पिढीमध्ये प्रत्यक्षात आल्याची अनेक उदाहरणे आढळतात. दुसऱ्या महायुद्धातील अपरिमित मानवसंहारानंतर जर जपान आणि अमेरिका मित्र म्हणून नांदू शकतात, एका शतकाची संघर्षमय पार्श्वभूमी असलेले फ्रान्स आणि जर्मनी हे देश व्यापारातील परस्परांचे भागीदार होऊ शकतात, सोव्हिएत महासंघ आणि चीन आपले अनेक वर्षांचे तीव्र मतभेद विसरून जाऊ शकतात; तर 'सार्क'मधील देशांना तसे करणे मुळीच अवघड जाऊ नये. श्री अरविंदांनी जेव्हा युरोपीय राष्ट्रसंघाची संकल्पना बोलून दाखविली, तेव्हा ती अनेकांना अव्यवहार्यच वाटली होती. भारत आणि पाकिस्तान (यात बांगलादेशाचाही समावेश होतो.) केव्हा ना केव्हा तरी, शिथिल संघराज्याच्या स्वरूपात का होईना, एकत्र येतील, हा श्री अरविंदांनी १५ ऑगस्ट १९४७ या दिवशी व्यक्त केलेला विश्वास खरा ठरावा, या दिशेने प्रयत्न होणे आवश्यक आहे.

आपल्या देशामध्ये पुढल्या वर्षी संसदेची निवडणूक होणार असल्यामुळे आर्थिक शहाणपणाचा विचार मागे पडेल. सर्वत्र समाजवादाच्या जयजयकाराने वातावरण निनादून जाईल. आपल्या देशातील राजकारणी मंडळींना अर्थशास्त्राचे ज्ञान नसल्यामुळे, त्यांनी आपली सारी बुद्धी समाजवादाच्या चरणी वाहिली आहे. निवडणुकीच्या काळामध्ये वास्तवाकडे दुर्लक्ष करून भंपक घोषणांनाच महत्त्व प्राप्त होते.

प्रत्यक्ष आणि अप्रत्यक्ष करांबाबतच्या प्रशासनामध्ये सध्या जेवढा गोंधळ निर्माण झालेला आहे, तेवढा पूर्वी कधीही पाहायला मिळाला नव्हता, ही वस्तुस्थिती आपण केव्हा समजावून घेणार आहोत? आपल्या देशातील बहुसंख्य वरिष्ठ अधिकाऱ्यांना न्यायाची आणि रास्तपणाची फारशी कदर नाही, हे कटू सत्य मान्य करायलाच हवे. न्याय आणि सचोटी यांची भारतीय माणसाला म्हणावी अशी ओळखच नाही. तशी ती असती, तर सतीची किंवा अस्पृश्यतेची प्रथा येथे रूढच झाली नसती. कोट्यवधी लोक अत्यंत निकृष्ट प्रतीचे आयुष्य व्यतीत करीत असताना त्यासंबंधी श्रीमंतांना काहीच वाटत नाही, हे कशाचे लक्षण आहे? लोकशाही कार्यक्षम रीतीने चालण्यासाठी जी राजकीय संस्कृती आवश्यक असते, ती आपल्या देशात विकसित झालेली नाही. लोकशाही यशस्वी होण्यासाठी काही विशिष्ट यंत्रणांची, दृष्टिकोनांची आणि सवयींची नितांत आवश्यकता असते. 'एक माणूस, एक मत' यामुळे लोकशाहीचा उपचार पाळला जातो; परंतु सरकार मात्र कोसळू शकते. कच्च्या मालाच्या वाढत्या किमती आणि उत्पादित मालाचे घसरणारे दर या

कात्रीमध्ये आपल्या देशातील सिमेंट व्यवसाय अडकला आहे.

सिमेंट कारखान्यांच्या उत्पादन क्षमतेमध्ये १९८२ पासून दुपटीने वाढ झाल्यामुळे सध्या वीस लाख टन सिमेंट पडून आहे. हा शिलकी साठा बरेच दिवस पडून राहणार असला, तरीही उत्पादन-खर्चापेक्षा कमी भावाने सिमेंट खरेदी करण्याचा आपला अधिकार सोडायला सरकार तयार होत नाही. सरकारला कमी भावाने सिमेंट पुरविण्याचा बोजा शेवटी नागरिकांवरच पडतो. राजकीय मेहेरबानीला आणि भ्रष्टाचाराला चालना देणारे नियंत्रणांचे उरलेसुरले अवशेषही नाहीसे व्हायला हवेत. सर्व कारखान्यांमध्ये सिमेंटचे साठे पडून असल्यामुळे, सरकारने आता तरी सिमेंट व्यवसायाला खुल्या बाजारपेठेमध्ये मोकळेपणाने श्वासोच्छ्वास करू दिला पाहिजे.

सरकार जेव्हा आर्थिक व्यवहार्यतेचा विचार बाजूला ठेवून राजकीय स्वार्थावर आपले लक्ष केंद्रित करते, तेव्हा काय घडते, याचे एक नमुनेदार उदाहरण म्हणून १९८७ मधल्या पार्सलबांधणीसंबंधीच्या कायद्याचा उल्लेख करता येईल. सिमेंट कारखाना जर कोलकत्यापासून बाराशे किलोमीटर दूर असेल, तर त्या कारखान्यातील ६५ टक्के उत्पादन तागाच्या पोत्यांमध्येच भरले पाहिजे आणि कारखाना जर बाराशे किलोमीटरपेक्षा कमी अंतरावर असेल, तर हे प्रमाण ७० टक्के असले पाहिजे, असे त्या कायद्यात म्हटले आहे.

जगभर नवे तंत्रज्ञान आत्मसात केले जात असताना भारत मात्र जणू काळ थांबल्यासारखा जुन्याच युगात वावरत आहे. बाहेरच्या सर्व देशांमधील ग्राहकांना पॉलिथेलिनच्या पिशव्यांमधून सिमेंट मिळते. कारण तागापेक्षा पॉलिथेलिन अधिक टिकाऊ असते. सिमेंट भुकटीच्या स्वरूपात असल्यामुळे आणि तागाच्या पिशव्या घट्ट विणीच्या नसल्यामुळे वाहतूक करताना ग्राहकांपर्यंत पोचेतो पाच टक्के सिमेंट वाया गेलेले असते. १९८८-८९ या वर्षामध्ये सिमेंटचे एकूण उत्पादन ४ कोटी ३५ लाख टन होणार असून, तागाच्या पोत्यांचाच वापर करण्याचा नियम असल्यामुळे, त्यांपैकी १५ लाख टन सिमेंट वाया जाणार आहे. कोणत्याही शहाण्या देशात इतका मूर्खपणाचा कायदा आढळणार नाही. कारण त्यामुळे सिमेंटचे कारखानदार आणि ग्राहक या दोहोंचेही नुकसान होते.

२८ सप्टेंबर १९८९

सुरुवातीला मला एका शोकजनक घटनेचा उल्लेख करायला हवा. सुमंत मुळगावकर आता आपल्यात राहिलेले नाहीत. आपल्या कंपनीची ज्यांनी जडणघडण केली, त्यांमध्ये ते एक होते आणि त्यायोगे त्यांच्या हातून अठ्ठावन्न वर्षे सिमेंट

व्यवसायाची फार मोठी सेवा घडली. आपल्या एका संचालकांनी म्हटल्याप्रमाणे मुळगावकर यांच्या अथक परिश्रमातून भारताच्या तंत्रवैज्ञानिक प्रगतीला वेगाने चालना मिळाली. मुळगावकर यांनी प्रस्थापित केलेल्या उत्कृष्ट गुणवत्तेचा सदैव पाठपुरावा करणे, हे आपले कर्तव्य ठरते. त्यांनी इतक्या श्रेष्ठ प्रतीची गुणवत्ता कंपनीला प्राप्त करून दिली की, आम्ही तिच्या पलीकडे जाऊ शकू, असे म्हणणे व्यर्थ ठरेल.

गळा दाबून टाकणाऱ्या चाळीस वर्षांच्या नियंत्रणानंतर सिमेंट व्यवसाय आता पूर्णपणे नियंत्रणमुक्त झालेला आहे, ही या वर्षातील सर्वांत उत्साहवर्धक घटना होय. नियंत्रणे रद्द करून, उशिरा का होईना, या महत्त्वाच्या व्यवसायाच्या विकासाची वाट मोकळी करून दिल्याबद्दल मला अत्यंत आनंद होत आहे. आता हा व्यवसाय स्वत:च्या बळावर खुल्या बाजारपेठेला चांगल्या दर्जाचे सिमेंट पुरवील, असा मला विश्वास वाटतो.

सिमेंट व्यवसायाची परिस्थिती सुधारण्यासाठी काय करता येणे शक्य आहे, याचा येथे निर्देश करणे आवश्यक वाटते.

पहिली गोष्ट ही की, अर्धग्रामीण आणि ग्रामीण भागातील सिमेंटच्या मागणीकडे आतापर्यंत आपण लक्ष पुरवू शकलो नव्हतो. त्या बाजारपेठेत प्रवेश करणे आता आपल्याला शक्य होईल. जीवनावश्यक वस्तूंविषयक कायद्यातून सिमेंटला वगळले गेले पाहिजे. कारण त्या कायद्याखाली येणाऱ्या वस्तूंच्या विक्रेत्याला अनेक परवाने मिळवावे लागतात आणि ही प्रक्रिया इतकी दिरंगाईची असते की, वेळ आणि पैसा यांचा अपव्यय करावा लागतो. सिमेंटविक्रीची या जाचक नियमातून सुटका झाल्याशिवाय ग्रामीण भागांत पोचणे जवळजवळ अशक्य होऊन जाईल.

दुसरी गोष्ट अशी की, घरबांधणीमध्ये सिमेंटचा अधिकाधिक वापर होईल, इकडे आपण लक्ष द्यायला हवे. एकीकडे कारखान्यांमध्ये सिमेंटचे साठे पडून आहेत आणि त्यामुळे ते कारखाने अडचणीत आले आहेत आणि त्याच वेळी कोट्यवधी लोक अनिकेत अवस्थेत राहत आहेत. यावरून आपल्या पंचवार्षिक योजना आणि सरकारी धोरणे किती चुकीच्या मार्गाने जात आहेत, हे कळून येते. सध्या २ कोटी ९० लाख घरांची टंचाई जाणवत असून इ. स. २००० पर्यंत आणखी ३ कोटी ६० लाख घरे आवश्यक ठरतील, असे राष्ट्रीय गृहनिर्माण बँकेच्या अध्यक्षांनी नुकतेच म्हटले आहे. याचा अर्थ असा की, घरांची मागणी पूर्णपणे पुरी करायची असेल, तर येत्या बारा वर्षांमध्ये आपल्याला साडेसहा कोटी घरे बांधावी लागतील.

तिसरी गोष्ट ही की, केंद्र आणि राज्य सरकारांनी काँक्रिटचे रस्ते बांधण्याच्या आणि शेतीला पाणीपुरवठा करणाऱ्या कालव्यांच्या भिंती सिमेंटने बांधण्याच्या कार्यक्रमाला अग्रस्थान द्यायला हवे. काँक्रिटचे रस्ते बांधण्याच्या कार्यक्रमाला आर्थिक सहाय्य पुरविण्याची आंतरराष्ट्रीय वित्तसंस्थांनी तयारी दर्शविली आहे.

काँक्रिटचे रस्ते बांधण्यासाठी सुरुवातीला थोडासा अधिक खर्च येत असला, तरी त्या रस्त्यांची वारंवार दुरुस्ती करावी लागत नाही; तसेच ते अधिक काळ टिकतात. रस्त्यांवरून धावणाऱ्या वाहनांची संख्या सतत वाढत असल्यामुळे काँक्रिटचे रस्ते वाहनांना अधिक सोयीचे ठरतात, इकडेही लक्ष द्यायला हवे. सुरुवातीला जादा खर्चापेक्षा ही बचत किती तरी अधिक पटीने होऊ शकेल. रस्ते हा राष्ट्रीय विकासाचा राजमार्ग होय, असे आपण म्हणत असलो, तरी इतर देशांच्या तुलनेने आपण रस्तेबांधणीकडे आवश्यक तेवढे लक्ष दिलेले नाही. आपल्या देशातील एकूण रस्त्यांपैकी अवघे एकतृतीयांश रस्तेच सिमेंट-काँक्रिटचे आहेत. त्याचप्रमाणे राष्ट्रीय राजमार्गांपैकी एकतृतीयांश रस्ते फूटपाथइतके अरुंद आहेत, असे नियोजन आयोगाने आपल्या अलीकडच्या अहवालात नमूद केले आहे.

सिमेंट व्यवसायातील सध्याची मंदी फार काळ टिकणार नाही, याची मला खात्री आहे. मी वर सुचविलेले उपाय अमलात आणण्यावाचून सरकारला गत्यंतरच नाही. आपण आपल्या कारखान्यांची उत्पादनक्षमता वाढवत आहोत आणि तसे करणे योग्यच आहे, याचा लवकरच पडताळा येईल.

सध्याच्या स्पर्धात्मक वातावरणात आपण सर्वांच्या पुढे राहण्याचे ठरविले आहे. दर्जा हा आपल्या उत्पादनाचा निकष राहील, तर रास्त भावाने विकण्याबाबत आपली वितरणयंत्रणा दक्ष राहील.

'मोठे असणे चांगले असते, चांगले असणे हे अधिक चांगले असते आणि दोन्ही गोष्टी एकत्र येणे हे सर्वोत्तम होय,' या आपल्या ब्रीदवाक्याला जागण्याची आपण सदैव काळजी घेऊ. सिमेंट व्यवसायातील आपले अग्रस्थान आपल्याला सतत कायम ठेवायचे आहे आणि आपल्या उत्पादनातील गुणवत्ता श्रेष्ठ प्रकारची आहे, याची ग्वाही इतरांपेक्षा अधिक भाव देऊन खुल्या बाजारपेठेने आपल्याला दिलेलीच आहे.

१३ सप्टेंबर १९९०

आ शियाचा दीपस्तंभ होण्याची क्षमता असलेला भारत नैतिकतेच्या दृष्टीने प्रत्यक्षात कृष्णविवर झालेला आहे. एक राष्ट्र म्हणून भारताची वाटचाल होताना दिसत नाही. केवळ एक प्रशासन यंत्रणा असेच त्याला स्वरूप येत असून, असे घडणे निश्चितच धोकादायक ठरेल. धार्मिक विद्वेष आणि भाषिक नि प्रादेशिक दुरभिमान यांच्या वाढत्या आघातांमुळे आपण आपली राष्ट्रीय अस्मिता विसरत चाललो आहोत. त्यातच आता शहरी विरुद्ध ग्रामीण, तसेच मागासलेले आणि पुढारलेले वर्ग या नव्या संघर्षांची भर पडत आहे. त्यामुळे फुटीरतेचे वर्तुळ पूर्ण

झाले आहे, असे म्हणायला हरकत नाही. हे शतक संपायच्या आत भारताचे विघटन घडून येईल, हे जीन डिक्सन हिचे खोडसाळ भविष्य खरे व्हावे, या दृष्टीने आपण आपल्या परीने हातभार लावीत आहोत.

बुद्धी ही अलौकिक संकल्पना कित्येक शतकांपूर्वीच प्रथम भारताने विकसित केली. तोच देश आज बौद्धिक दारिद्र्याच्या बाबतीत अग्रेसर ठरला आहे.

ज्याला त्याला कष्ट न करता श्रीमंत व्हायचा ध्यास लागलेला आहे. शेअर बाजाराकडे त्या दृष्टीनेच पाहिले जाते. तेथील ९० टक्क्यांहून अधिक कार्य सट्टेबाजीच्या स्वरूपातील असते. या संबंधातील लॉर्ड केनेस यांचा इशारा ध्यानात घेण्याजोगा आहे : 'एखाद्या उद्योगाच्या संथ प्रवाहावर सट्टेबाज बुडबुड्यांपेक्षा अधिक आघात करू शकत नाहीत; परंतु जेव्हा एखादा उद्योग सट्टेबाजीच्या तळ्यातील बुडबुडा बनतो, तेव्हा परिस्थिती गंभीर होते. भांडवल-उभारणीला जेव्हा जुगारी अड्ड्याचे स्वरूप प्राप्त होते, तेव्हा अनवस्था प्रसंग उद्‌भवतो.'

जीवनावश्यक वस्तूंसंबंधीच्या कायद्यातून सिमेंट उद्योग वगळला पाहिजे, असे मी माझ्या मागील वर्षाच्या भाषणात म्हटले होते. कारण त्यामुळे अनेक परवाने मिळविण्यात वेळ आणि पैसा यांचा अपव्यय होतो. सरकारने आपली ही मागणी अखेर मान्य केली, ही आनंदाची घटना आहे.

मुंबईतील रस्ते काँक्रिटचे करण्याचे काम सुरू करून शहाणपणाचे पाऊल टाकण्यात आले आहे. मरीन ड्राईव्हचा रस्ता बऱ्याच वर्षांपूर्वी (एसीसीचे सिमेंट वापरून) तयार करण्यात आला होता. त्या रस्त्याच्या दुरुस्तीसाठी मुंबई महापालिकेला इतर कोणत्याही रस्त्यापेक्षा कमी खर्च करावा लागला आहे. या रस्त्यावर फारसे खड्डेही पडले नाहीत.

'बाजारपेठ मुक्त ठेवल्यानेच ती आपले नियतकार्य व्यवस्थित रीतीने पार पाडत असल्यामुळे मुक्तच ठेवायला हवी,' हा संदेश देणाऱ्या ॲडम स्मिथ यांची द्विजन्मशताब्दी या वर्षात येते. नियंत्रणांपासून मुक्त झालेल्या उद्योगांपुढील सर्व अडचणी दूर करण्याचा एकच रामबाण उपाय आहे आणि तो म्हणजे त्यांचे हे स्वातंत्र्य अबाधित राखण्याचा.

१८ सप्टेंबर १९९१

सोव्हिएत महासंघामध्ये साम्यवाद चौऱ्याहत्तर वर्षे टिकला. जेव्हा त्याचा अंत जवळ आला, तेव्हा तो अवघ्या तीन दिवसांतच मरण पावला. त्या कालावधीतील कृत्रिम श्वासोच्छ्वासाचा काहीही उपयोग होऊ शकला नाही. या दुसऱ्या रशियन राज्यक्रांतीमुळे

भूतलावरील मुक्त लोकांची संख्या पूर्वी कधीही नव्हती इतकी वाढली आहे.

रशियामध्ये घडलेल्या या मूलगामी परिवर्तनावरून आपण भारतीय तीन धडे शिकू शकतो.

पहिली गोष्ट ही की, मानवी अंत:करणातील स्वातंत्र्याची तहान कधीच शांत होऊ शकत नाही; मात्र केवळ 'एक माणूस एक मत' या उपचारामुळे लोकशाही अर्थपूर्ण ठरू शकत नाही. ज्यांच्या अंगी विशेष क्षमता आहे, अशा लोकांच्या हाती सूत्रे गेली, तरच लोकशाही यशस्वी होते; हा वस्तुपाठ कितीही नावडणारा असला, तरी स्वीकारलाच पाहिजे. जाणकार नागरिकांच्या सहभागावरच खरी लोकशाही उभी राहते. वेड्यांच्या रुग्णालयातील जरी प्रत्येकाचा सहभाग लाभला, तरी त्याचा काहीही उपयोग होत नसतो.

दुसरी गोष्ट अशी की, अनियंत्रित भांडवलशाही आणि साचेबंद साम्यवाद या दोघांचाही प्रयोग फसलेला आहे. तैवान आणि सिंगापूर येथील उदारमतवादाचा प्रयोग भारताप्रमाणे रशियातही होण्याची गरज आहे.

तिसरी गोष्ट अशी की, राष्ट्रीय एकात्मता लोकांच्या अंत:करणातच वसत असते. जेव्हा – (अ) राज्यांना केंद्र सरकारचे मांडलिक मानले जाते, (ब) उद्योगधंदे हा राज्यांच्या अखत्यारीतला विषय असला पाहिजे, असे राज्यघटनेने म्हटले असले, तरी ९३ टक्के उद्योगधंदे केंद्र सरकारच्या नियंत्रणाखाली जातात, (क) श्री. सी. सुब्रह्मण्यम् यांच्यासारखे अपवाद वगळता बाकीचे राज्यपाल केंद्र सरकारचे लाचार हस्तक म्हणून वागतात, (ड) केंद्रातील सत्ताधारी पक्षच ज्या राज्यांमध्ये अधिकारावर असतो, तेथील मुख्यमंत्र्यांची नेमणूक दिल्लीहून होते, (इ) संकुचित पक्षीय स्वार्थासाठी निर्लज्जपणे राज्य विधिमंडळे विसर्जित करून राष्ट्रपतींची राजवट लादली जाते; तेव्हा परिणामी, राज्यघटना एक्केचाळीस वर्षे मागे जाते आणि असे होण्यातच राष्ट्रीय विघटनाची बीजे सामावलेली असतात.

ज्या देशातील सरकारे तंत्रवैज्ञानिक विकासाला आणि औद्योगिक वाढीला प्रोत्साहन देणारे फलप्रद, पोषक धोरण कटाक्षाने अंगीकारतात; त्या देशांनी समृद्धीची बरीच वरची पातळी गाठली आहे, असे दिसते. या बाबतीत भारत अजूनही बऱ्याच खालच्या पातळीवर राहिला असून, उद्योगधंद्यांच्या विकासाला अडथळा ठरलेली नियंत्रणे आणि बंधने रद्द केल्याशिवाय त्याची सध्याची दुरवस्था दूर होणार नाही. डॉ. मनमोहनसिंग हे दूरदृष्टी बाळगणारे धैर्यशील गृहस्थ आहेत. त्यांची असाधारण बुद्धिमत्ता आणि अथक परिश्रम करण्याची क्षमता वाखाणण्याजोगी आहे. ते अर्थमंत्री असल्यामुळे, नोकरशाहीने कितीही विरोध केला, तरी उदार औद्योगिक धोरणाचे अभिवचन प्रत्यक्षात येईल, अशी आशा वाटते. प्रत्येक बाबतीत सरकारवर अवलंबून राहायची वृत्ती आपण आता सोडून दिली पाहिजे. तसे

झाले, तरच स्वत: निर्माण केलेल्या पिंजऱ्यात अडकलेला वाघ – म्हणजेच भारत – आपला पूर्ण विकास करण्यासाठी मोकळा होऊ शकेल.

भोवतालचे वातावरण दूषित होऊ नये म्हणून वनीकरण, परिसरातील सुशोभीकरण असे अनेक कार्यक्रम आपल्या कंपनीने हाती घेतले आहेत. गगल येथील कारखान्यामधील आणि जमूल येथील खाणींमधील सरव्यवस्थापकांपासून सामान्य कामगारापर्यंत प्रत्येकाने झाड लावले असून, ते वाढविण्याची आणि टिकविण्याची जबाबदारी पत्करली आहे.

प्रत्येकाने एक तरी झाड लावावे, हा संदेश प्रत्येक नागरिकाने अमलात आणला, तर आपल्या भोवतालचा सारा परिसर स्वच्छ आणि हिरवागार झाल्याशिवाय राहणार नाही.

२६ ऑगस्ट १९९२

शापित देवदूतांऐवजी प्रगत अवस्थेतील माकडांपासून आपण जन्मलेलो आहोत, ही मूलभूत वस्तुस्थिती आपल्या सध्याच्या असंख्य समस्यांना कारणीभूत ठरली आहे. आपण पशूंचे वंशज आहोत, हे एकदा लक्षात घेतले की; आपले संघर्ष आणि गुन्हे, आपली क्षेपणास्त्रे आणि संहार यांसंबंधी नवल वाटत नाही.

आपल्या सर्वांचे पूर्वज एकच असले, तरी आपण उत्क्रांतीच्या वेगवेगळ्या पातळ्यांवर आहोत. काही जण इतके क्रूर आहेत की, त्यांचे वर्तन आपल्या आद्य पूर्वजांशी मिळतेजुळते ठरते. पुढे केव्हा तरी जन्माला येणाऱ्या एखाद्या अतिमानवी प्राण्यांप्रमाणे इतर काही जण वागत असतात. माणूस किती खालच्या पातळीवर गेलेला आहे, हे नवल नव्हे. त्याने किती वरची पातळी गाठली आहे, हे महत्त्वाचे ठरते. आपण किती दंगली घडवून आणतो किंवा किती हत्या करतो, यावरून आपले मोजमाप केले जात नाही. महाभारतामुळेच आपण तारकामंडलात ओळखले जातो.

आर्थिक आघाडीवर द्रुतगतीने विकास साधण्याची भारताची क्षमता प्रत्यक्षात यायची असेल, तर सध्याच्या सरकारने अनुसरलेल्या उदारीकरणाच्या धोरणाशिवाय पर्यायच उरत नाही. गेल्या चाळीस वर्षांत समाजवादाचा अंगीकार केलेल्या आपल्या नेत्यांचा हेतू प्रामाणिक असू शकेल. 'अन्यायाचे निवारण करण्याची तीव्र जाणीव' असे समाजवादाचे वर्णन जी. डी. एच. कोल यांनी केले आहे; परंतु प्रत्यक्षात येऊ न शकणारी चांगली कल्पना, असे दारूबंदीप्रमाणे समाजवादाचेही झाले आहे. आपण सारेच आता समाजवादी झालेलो आहोत, असे एका ब्रिटिश पंतप्रधानांनी शंभर वर्षांपूर्वी म्हटले होते. आपण सारे समाजवादविरोधी झालेलो आहोत, असे म्हणण्याची आता वेळ आलेली आहे. आठव्या पंचवार्षिक योजनेने (१९९२-

१९९७) भारतीय अर्थव्यवस्थेला बळकटी आणण्यासाठी सहा क्षेत्रे निश्चित केली असून, सिमेंट त्यांपैकी एक आहे.

परंतु दुर्दैवाची गोष्ट ही की, रस्ते कॉंक्रिटचे करायला प्राधान्य देण्यात येत नाही. स्वातंत्र्य मिळून चाळीस वर्षे झालेली असली, तरी राष्ट्रीय राजमार्गांपैकी ९८ टक्के भाग मोटारींच्या दृष्टीने गैरसोयीचाच राहिलेला आहे. आपल्या एकूण रस्त्यांच्या लांबीपैकी महामार्गांचे प्रमाण अवघे दीड टक्का असले, तरी ३५ टक्के वाहतूक त्यांच्यावरूनच होते.

सिमेंटच्या एकूण उत्पादनापैकी ४० टक्के उत्पादन सरकार खरेदी करीत असल्यामुळे, विकासविषयक कार्यक्रमावरील खर्चात कपात करण्याचा सरकारी निर्णय सिमेंटच्या मागणीवर अनिष्ट परिणाम करणारा ठरेल.

आपल्याशेजारचे सर्व देश सिमेंट आयात करीत असल्यामुळे आठव्या योजनेने सिमेंटच्या निर्यातीवर भर देण्याचे ठरविले आहे. १९९१-९२ मध्ये आपली सिमेंटनिर्यात १० लाख टनांची होती. १९९६-९७ पर्यंत ती ५० लाख टनांपर्यंत वाढेल, अशी शक्यता दिसते.

एखादा कारखाना किती उलाढाल करतो किंवा केवढा नफा मिळवतो, यावरून त्याचा मोठेपणा मोजला जात नाही. मानवी क्षमतेच्या विकासासंबंधी त्या कारखान्याला किती आस्था आहे, हेच त्याच्या मोठेपणाचे खरेखुरे गमक. डॉ. एस. गांगुली यांच्या आणि त्यांच्या सहकाऱ्यांच्या नेतृत्वाखाली आपल्या कारखान्याचे बदलत्या काळाशी कसे जुळवून घ्यावे, याबाबत आघाडी मारली आहे. या प्रयत्नांमध्ये प्रामाणिक आणि निष्ठावंत कामगारवर्गाचा सहभागही तेवढाच महत्त्वाचा आहे. आपल्या कंपनीच्या शेअर्सना बाजारात किती किंमत येते, यावरून आपले यश मोजले जाणार नाही. ज्या लोकांची आपल्याला सेवा करावयाची आहे, त्यांच्या मनामध्ये आपल्यासंबंधी किती आस्था आणि आदर आहे, यावरूनच ते जोखले जाईल.

मला असे वाटते की, आणखी एका अधिक अवघड निकषावरून आपले मोजमाप केले जाईल. विकसनशील भारताचे विकसित भारतामध्ये परिवर्तन घडवून आणताना आपला कारखाना त्या कार्याला किती सहाय्यभूत होतो, यावरच सारे ठरणार आहे.

२२ सप्टेंबर १९९३

जागतिकीकरण, लोकशाहीकरण आणि उदारीकरण ही आजच्या काळातील परिवर्तनाची तीन प्रमुख शक्तिकेंद्रे आहेत. हाँगकाँगचे गव्हर्नर ख्रिस पॅटर्न यांनी म्हटले आहे, 'प्रत्येक खंडामध्ये, जवळजवळ प्रत्येक देशामध्ये आशा प्रज्वलित झाली आहे.'

सर्व जग एका गावासारखे असावे, या संकल्पनेला चालना देण्यासाठी

निरनिराळ्या देशांच्या अर्थव्यवस्था सध्या जेवढ्या जवळ आल्या आहेत, तेवढ्या पूर्वी कधीही आलेल्या नव्हत्या. साम्यवादाचा अस्त झाल्यामुळे कॅस्ट्रोसारख्या कट्टर हुकूमशहालादेखील क्यूबामध्ये काहीशी लोकशाही आणावी लागली. सहाराच्या दक्षिणेकडील सत्तेचाळीस देशांपैकी तीनचतुर्थांश देशांत लोकशाहीची चळवळ तीव्र स्वरूप धारण करीत आहे. पन्नास वर्षांपूर्वी जसा समाजवादाचा गजर ऐकायला मिळाला, तसा सध्या सगळीकडे उदारीकरणाचा उद्घोष होत आहे. एखाद्या अस्तंगत झालेल्या प्राण्याइतकाच समाजवादही कालबाह्य ठरला आहे. आर्थिक विचारसरणींना पूर्वीचे महत्त्व उरले नाही. एके काळी शिखरावर विराजत असलेल्या विचारसरणी धुळीला मिळाल्या आहेत. 'इकॉनॉमिस्ट'ने आपल्या ३१ जुलै १९९३ च्या अंकात भारताला अतिशय मागास देश ठरविले आहे. ही परिस्थिती पालटायची असेल, तर डॉ. मनमोहनसिंग यांच्या उदारीकरणाच्या धोरणाला लोकांचे संपूर्ण सहकार्य लाभले पाहिजे. नव्या आर्थिक धोरणाच्या निषेधार्थ १९ आणि २० ऑगस्ट रोजी जी अविचारी निदर्शने झाली, ती पाहता डॉ. आईनस्टाईन यांचे शब्द आठवतात, 'बऱ्याच लोकांना मेंदू देण्यात परमेश्वराची चूक झाली असली पाहिजे, त्यांना नुसता पाठीचा कणा दिला असता, तरीही भागले असते.'

जग आज लोकशाहीचे अडीच हजारावे वर्धापनवर्ष साजरे करीत असताना, लोकसत्ताक जगताला तेजस्वी नेतृत्वाचा अभाव जाणवावा, ही दुर्दैवाची बाब आहे. राजकीय मंडळींचे महत्त्व पार ओसरून गेले आहे. बहुतेक राष्ट्रप्रमुखांना लोकांचा पाठिंबाच नाही, मग लोकांचा आदर लाभण्याची आशाच सोडा. लोकसत्ताक जगताचा राजकारणी मंडळींवरील विश्वास उडून गेला आहे. ते जे बोलतात, ते लोकांना खोटे वाटते.

लॉर्ड रॉसबेरी यांच्या कालखंडासंबंधी लिहिताना विन्स्टन चर्चिल यांनी 'महान व्यक्तींचे, परंतु क्षुद्र घटनांचे युग' असे वर्णन केले होते. आपण सध्या क्षुद्र व्यक्तींच्या परंतु महान घटनांच्या युगात वावरत आहोत. जगातील सात अतिश्रीमंत देशांच्या प्रमुखांची बैठक भरलेली असताना एक चतुर राजकीय निरीक्षक उद्गारला, "सध्या टोकियोमध्ये जगातल्या अत्यंत शक्तिशाली देशांची, परंतु जगातल्या अत्यंत दुबळ्या नेत्यांची बैठक भरली आहे."

या जागतिक प्रवाहापासून भारतही अलिप्त राहू शकत नाही. सरकारसंबंधी लोकांच्या मनात अविश्वास निर्माण झालेला आहे. गेले कित्येक दिवस आपले केंद्रीय मंत्रिमंडळ व्यापारमंत्री किंवा संरक्षणमंत्री किंवा कायदामंत्री किंवा धड प्रकृतीचा परराष्ट्रमंत्री यांच्याशिवाय कारभार रेटत आहे, हे फारच थोड्या लोकांच्या लक्षात आलेले दिसते. जेव्हा खरेखुरे नेतृत्व अस्तित्वात नसते, तेव्हा तथाकथित नेतृत्वाची ही उणीव जाणवत नाही.

■

७

करप्रणाली

विश्वासाच्या अभावामुळे परकीय उद्योजक उदासीन

आपल्या देशातील कायद्यांची – विशेषत: करविषयक नियमांची अदूरदर्शी अस्थिरता आणि सरकार आपले आश्वासन पाळील किंवा नाही, यासंबंधीचा अविश्वास ही भारतात पुरेशी परकीय गुंतवणूक न होण्याची प्रमुख कारणे आहेत, ही गोष्ट सर्वसामान्य लोकांच्या ध्यानात येत नाही.

आज परदेशांमध्ये राहणाऱ्या अनिवासी भारतीयांची संख्या जवळजवळ दीड कोटी आहे. त्यांच्यापाशी किमान दहा हजार कोटी डॉलर्सची म्हणजेच जवळजवळ तीन लाख बारा हजार कोटी रुपयांची मालमत्ता आहे.

१९९३-९४ चा अर्थसंकल्प संसदेला सादर करण्यात आल्यानंतर आठवडाभराने या अर्थसंकल्पावर भाषण करण्यासाठी आणि तेथील अनिवासी भारतीयांना भारतामध्ये गुंतवणूक करायला प्रोत्साहन देण्यासाठी मी मस्कत आणि दुबई येथे गेलो होतो. सरकारच्या उदारीकरणामुळे आणि करविषयक नव्या सवलतींमुळे भारतातील नव्या उद्योगधंद्यांमध्ये गुंतवणूक करणे कसे फायदेशीर ठरेल, यासंबंधी मी तेथे बोललो. भारताला मदत करण्याची या अनिवासी भारतीयांची केवळ इच्छाच आहे, असे नव्हे; तर तसे करायला ते उत्सुकही आहेत, असे त्यांच्याशी बोलताना मला आढळून आले. त्या लोकांना आपल्या मातृभूमीसंबंधी कमालीची आस्था वाटते. सरकारचे नवे आर्थिक धोरण आणि या वर्षीच्या अर्थसंकल्पातील करविषयक सवलती पुरेशा समाधानकारक आहेत, असे त्यांचेही मत पडले.

भारतातील कायद्यांमध्ये वारंवार वेड्यासारखे बदल करण्यात येत असल्यामुळे आपल्याला पूर्वी बराच कटू अनुभव आला आणि त्यामुळे सरकार या वेळी आपला शब्द पाळील असा भरवसा वाटत नाही, असेही त्यांनी बोलून दाखविले. आपल्या प्रतिष्ठेशी विसंगत ठरेल, असा कोणताही धोका पत्करण्याची त्यांची तयारी नाही. त्यांनी मला स्पष्टच विचारले, ''पूर्वानुभव लक्षात घेता आम्ही भारत सरकारवर कसा काय विश्वास ठेवायचा?'' या वर्षीच्या अर्थसंकल्पातील करविषयक सवलती

(टाइम्स ऑफ इंडिया, ९ एप्रिल १९९३)

लक्षात घेऊन अनिवासी भारतीयांनी भारतात कारखाना उभारला, तर तीन वर्षांनी जेव्हा त्या कारखान्यात उत्पादन सुरू होईल, तेव्हा सध्याच्या सवलती कायम राहतील, अशी हमी त्यांना कोण देणार? अरब देशांमध्ये करविषयक सल्लागाराचे काम बरेच अनिवासी भारतीय गेली अनेक वर्षे करीत आहेत. आपल्या देशामध्ये काय घडत आले आहे, हे त्यांना पूर्णपणे ठाऊक असते.

एका विशिष्ट तारखेनंतर जर कारखान्याने जहाज किंवा विमान खरेदी केले असेल किंवा यंत्रसामग्री बसविली असेल, तर त्या गुंतवणुकीवरील सवलत केंद्र सरकार अधिसूचना काढून केव्हाही रद्द करू शकते, असे १९८६ पूर्वीच्या प्राप्तिकर कायद्यातील ३२ अ (८) कलमात म्हटले होते. या अधिसूचनेच्या तीन वर्षे अगोदर जर ही गुंतवणूक झाली असेल, तर त्यांना हा अधिनियम लागू होणार नाही, असाही त्या वेळी खुलासा करण्यात आला होता; परंतु १९८६ च्या अर्थविषयक कायद्याने अशी तीन वर्षांची पूर्वसूचना न देताच ही सवलत निर्लज्जपणे रद्द केली. वस्तुत: तशी पूर्वसूचना देणे कायद्याच्या दृष्टीने सरकारवर बंधनकारक होते. 'तीन वर्षांची पूर्वसूचना देणे आवश्यक आहे,' हे शब्द त्या कायद्यातून वगळण्यात आले. सरकारची लहर केव्हा फिरेल हे कोणीच सांगू शकत नाही, याचे हे एक नमुनेदार उदाहरण आहे. सरकारचा हा धडधडीत अन्याय सहन करण्यावाचून भारतीय नागरिकांना गत्यंतरच राहत नाही; परंतु अनिवासी भारतीयांची आणि परदेशी उद्योगपतींची अवस्था तशी नाही. ज्या देशाला आपण दिलेल्या शब्दाची किंमत जाणवत नाही; जेथे केव्हाही, काहीही घडू शकते, तेथे आपले भांडवल गुंतवावे का, असा त्यांना साहजिकच प्रश्न पडतो.

कोणतीही पूर्वसूचना न देता गुंतवणूकविषयक सवलत रद्द करून सरकारने आणि संसदेने आपल्या पूर्वीच्या अभिवचनाशी द्रोह केला आहे, असेच म्हणावे लागते. कर चुकविणारा कायदा मोडत असतो. तीन वर्षांची पूर्वसूचना न देता गुंतवणूक सवलत रद्द करून सरकारने स्वत:च केलेला कायदा मोडला आहे. हा उघड उघड विश्वासघात असून, तो दुरुस्तीच्या नावाखाली खपवून नेण्याचा सरकारला कसा काय अधिकार पोचतो? कर चुकविणारा नागरिक आणि आश्वासनाला हरताळ फासणारे सरकार यांच्यात फरक तो काय उरला?

सरकारने आणि सरकारी अधिकाऱ्यांनी बेदिक्कतपणे आपली अभिवचने मोडल्याची असंख्य उदाहरणे गेल्या पंचवीस वर्षांमध्ये देशभर आपण अनुभवली आहेत. मागास विभागांमध्ये कारखाने उभारले जावेत, म्हणून विशिष्ट कालावधीपर्यंत आपण त्यांना वीजकरातून मुक्त ठेवू, अशी भरघोस आश्वासने राज्य विद्युत मंडळे देत असतात. आपल्या विभागाचा औद्योगिक विकास व्हावा, म्हणून अनेक नगरपालिका

आपण नव्या कारखान्यांकडून जकात घेणार नाही, असे जाहीर करतात; परंतु अल्पावधीतच त्यांना आपल्या लेखी आश्वासनांचा विसर पडतो. आपले सार्वजनिक जीवन इतक्या खालच्या पातळीवर आले आहे की, आपण कसेही वागलो, तरी लोक संतापणार नाहीत, याची अधिकाऱ्यांना खात्री असते.

सरकार आपल्या शब्दाला किंवा आश्वासनाला कितपत जागेल, यासंबंधी शंका वाटावी, अशी सध्याची परिस्थिती आहे. लोकांचा विश्वास हेच सत्ताधाऱ्यांचे खरेखुरे सामर्थ्य असते; परंतु या सामर्थ्याची उद्धट उधळण करायला सत्ताधाऱ्यांना संकोच वाटत नाही. सारे काही आपल्या लहरीवर चालते, असेच ते धरून चालतात. करप्रणाली केवळ कायदेशीर असून चालत नाही, ती विश्वासार्हही असावी लागते. जेव्हा एखादे सरकार आपल्या नागरिकांशी वागताना त्यांचा विश्वासघात करते, तेव्हा ते आपली विश्वासार्हता गमावून बसते.

१९९० च्या अर्थविषयक कायद्यातही प्राप्तिकराच्या संदर्भात काही सवलती रद्द करून असाच विश्वासघात करण्यात आला आहे. ३३ अ (नव्या मळ्यांमधील चहाच्या लागवडीवरील विकासविषयक सूट), ८० एच. एच. (शहरातून मागास विभागात कारखाने हलविणे किंवा नवे बांधणे), आणि ८० एच. एच. ए. (ग्रामीण भागात लघुउद्योग उभारणे) या तीन कलमान्वये देण्यात येणारी सूट, कोणतीही पूर्वसूचना न देता रद्द करण्यात आली आहे. या सवलती बराच काळ म्हणजे १३ ते २५ वर्षांपर्यंत मिळत होत्या. या सवलतींच्या आधारावर, सरकारवर विश्वास ठेवून ज्या नागरिकांनी आपले कारखाने उभारले किंवा हलविले, त्यांच्यावर सवलती रद्द केल्याने होणाऱ्या अन्यायाची सरकारला काहीच फिकीर वाटली नाही.

अशी परिस्थिती असल्यामुळे १९७५ ते १९९२ या काळामध्ये भारतात अनिवासी भारतीयांकडून अवघ्या ५८२ कोटी रुपयांचीच (एका डॉलरला ३१ रुपये हा सध्याचा विनिमय दर लक्षात घेऊन १८ कोटी ८० लाख डॉलर्सचीच) गुंतवणूक व्हावी, यात नवल नाही. या १७ वर्षांतील भारतातील एकूण परकीय गुंतवणुकीशी अनिवासी भारतीयांच्या गुंतवणुकीचे प्रमाण अवघे १० टक्के पडते. इतर परकीय उद्योगपतींना भारतासंबंधी कोणतेच ममत्व वाटत नसल्यामुळे, सरकारी धोरणातील या विवेकशून्य अस्थिरतेमुळे आंतरराष्ट्रीय बाजारपेठेतील भारतासंबंधीच्या विश्वासाला जबरदस्त तडा जातो आणि भारतात गुंतवणूक करूच नये, या निष्कर्षाप्रत परकीय उद्योजक येतात. १९९२ मध्ये भारतात १ लाख २५ हजार कोटी डॉलर्सची परकीय गुंतवणूक करण्यात आली; तर त्याच कालावधीत चीनमध्ये १००० कोटी डॉलर्सची, मेक्सिकोमध्ये ६०० कोटी डॉलर्सची, मलेशियात ३०० कोटी डॉलर्सची आणि छोट्याशा थायलंडमध्ये १ लाख ८० हजार कोटी डॉलर्सची परकीय गुंतवणूक करण्यात आली.

आपल्यानंतर येणारे अर्थमंत्री गुंतवणूकदारांचा असा विश्वासघात करणार नाहीत, अशी हमी विद्यमान अर्थमंत्री कशी काय देऊ शकतील, हा खरा प्रश्न आहे. विशिष्ट बहुमत लाभल्याशिवाय राज्यघटनेत दुरुस्ती करता येणार नाही, त्याचप्रमाणे काही क्षेत्रांतील धोरणांमध्ये बदल करता येणार नाहीत, असे मॉरिशसने आपल्या घटनेतच नमूद करून ठेवले आहे. भारताने इतक्या टोकापर्यंत जायचे कारण नाही. एक लहानसा उपायही पुरेसा ठरू शकेल. सरकारने आपल्या कारकिर्दीच्या उर्वरित कालावधीपर्यंतची आर्थिक आणि करविषयक धोरणे जाहीर करावीत, त्याच्याकडून पूर्वी जो विश्वासघात झाला, त्याबद्दल त्याने दिलगिरी व्यक्त करावी आणि विद्यमान कायद्यांवर विसंबून जे गुंतवणूक करतील, त्यांना संपूर्ण संरक्षण देण्यात येईल, अशी जाहीरपणे हमी द्यावी. त्यामुळे आपल्या अभिवचनांना आपणहोऊन हरताळ फासण्याचा सरकारचा अधिकारच संपुष्टात येईल. तरीही सरकारकडून विश्वासाचा भंग झाला, तर संबंधित नागरिकाला किंवा परकीय गुंतवणूकदाराला उच्च न्यायालयात आणि सर्वोच्च न्यायालयात दाद मागता येईल.

भारतात फार मोठ्या प्रमाणावर परकीय भांडवल आकर्षित करण्याचा हाच एकमेव मार्ग आहे. तसे झाले नाही तर प्राप्तिकर कायद्याच्या १० ए या कलमामध्ये जी दुरुस्ती करण्यात येणार आहे, तिच्या आधारावर कोणताही अनिवासी भारतीय किंवा परकीय उद्योजक भारतात भांडवल गुंतवणार नाही. त्या दुरुस्तीनुसार काही विशिष्ट उद्योगधंद्यांना करमुक्त ठेवण्याचे सरकारने आश्वासन दिलेले असले तरी त्याचा काहीही उपयोग होऊ नये, इतका परदेशांतील उद्योगपतींना भारत सरकारसंबंधी अविश्वास वाटत असून, त्यात त्यांची चूक आहे, असे म्हणता येत नाही.

विशाल राष्ट्रे आणि संकुचित मने कधीही एकत्र नांदू शकत नाहीत, हे आपण ध्यानात ठेवले पाहिजे. राजकारणी मंडळी कितीही कर्तबगार असली आणि वरिष्ठ सरकारी अधिकारी कितीही तडफदार असले; तरी त्यांच्यात जोपर्यंत शब्दाला जागण्याची जाण निर्माण होत नाही, तोपर्यंत सारे व्यर्थ ठरते. सध्याच्या कायद्याच्या आधारे जे लोक वागत असतात त्यांचा, वारंवार कायद्यात बदल करून विश्वासघात करताना सरकारला शरम वाटली पाहिजे.

■

जकात – अनेक अनिष्टांचे आगर

जकातीची पद्धत २००० वर्षांपूर्वीच्या रोमन साम्राज्याइतकी जुनी आहे. तेव्हा जग फारसे सुसंस्कृत झालेले नव्हते आणि त्यामुळे वेळेला आजच्याइतके महत्त्वही प्राप्त झालेले नव्हते. सर चार्ल्स रेव्हेलीन यांनी जकातीचे वर्णन, 'सार्वत्रिक करआकारणीच्या जुलमी प्रथेचा अवशेष' असे केलेले आहे.

जगातील प्रत्येक दुर्गुण जकातीमध्ये सामावलेला असल्यामुळे, जो देश उत्पन्नासाठी या पद्धतीवर अवलंबून राहतो, तो कधीही प्रगती करू शकणार नाही, असे भारतीय करप्रणाली चौकशी समितीने १९२५ मध्ये म्हटल्यापासून, आतापर्यंत जग न ओळखण्याइतके बदलून गेले आहे आणि दोन संपूर्ण पिढ्या उदयाला आल्या आणि अस्ताला गेल्या. बासष्ट वर्षांनंतरही आपल्या देशातील नऊ राज्यांत जकातीने आपले मूळ टिकवून धरले आहे.

दुसऱ्या कुठल्याही करात आढळत नाहीत, असे चार 'गुण' जकातीमध्ये ठळकपणे दिसून येतात. हा एकच कर असा आहे की, तो चालू ठेवावा किंवा नाही, याचा विचार करण्यासाठी नेमलेल्या प्रत्येक समितीने एकमताने आणि नि:संदिग्ध शब्दांत त्याचा निषेध केलेला आहे. या एकाच कराने राजकीय भ्रामकतेची साथ निर्माण केली आहे. या एका कराने भ्रष्टाचाराला एवढी प्रचंड चालना दिलेली आहे की, हा कर रद्द करू नये; असा आग्रह धरणाऱ्यांची मजबूत फळी निर्माण झाली आहे. हा एकच कर असा आहे की, जो पैशाच्या बाबतीत लोकांना फारसा जाचक वाटत नसला, तरी लोकांच्या वेळेचा आणि शक्तीचा फार मोठ्या प्रमाणावर अपव्यय घडवून आणतो.

प्रथम आपण सार्वत्रिक नापसंतीचा विचार करू. जकातीची वसुली ही राष्ट्रहिताशी सर्वथैव विसंगत आहे, असे मत १९२५ पासून नेमण्यात आलेल्या किमान पंचवीस आयोगांनी आणि समित्यांनी व्यक्त केलेले आहे.

जकातीमुळे व्यापारावर आणि मालाच्या वाहतुकीवर किती अनिष्ट परिणाम

(टाइम्स ऑफ इंडिया, ४ जून १९८७)

होतो, हे सांगताना मोटार वाहन करप्रणाली चौकशी समितीने (१९५०) म्हटले आहे की, '१९२४-२५ मध्ये नेमण्यात आलेल्या समितीने जकातीविरुद्ध तीव्र मत नोंदविले होते. जकातीमुळे त्या वेळेपेक्षा सध्या व्यापाऱ्यांचे कितीतरी अधिक नुकसान होत असल्याचे आढळून आले आहे.'

श्री. मिनू मसानी यांच्या अध्यक्षतेखाली १९५९ मध्ये नेमण्यात आलेल्या समितीने जकातीची 'राष्ट्रीय उधळपट्टी' अशी संभावना केली असून, हा कर ताबडतोब रद्द करावा, असे आग्रहपूर्वक सुचविले होते.

नियोजन आयोगाने त्या आयोगाचे एक सदस्य श्री. त्रिलोकसिंग यांच्या नेतृत्वाखाली १९६६ मध्ये नेमणूक केलेल्या वाहतूक धोरण आणि समन्वयविषयक समितीने म्हटले होते की, 'जकात कर अत्यंत मनस्ताप देणारा आणि वेळेचा कमालीचा अपव्यय करणारा आहे आणि या करामुळे अनेक गैरप्रकार संभवतात, याबद्दल सर्वांचेच एकमत झाले आहे. आंतरराष्ट्रीय वाहतुकीच्या दृष्टीने आमची पहिली शिफारस ही आहे की, जकात कर शक्य तितक्या लवकर रद्द करावा.'

ग्रामीण-नागरी अनुबंध समितीने (१९६६) म्हटले होते की, 'मालाच्या सुरळीत वाहतुकीमध्ये जकातीमुळे मोठाच अडथळा निर्माण होतो आणि त्यामुळे हा कर व्यापारी आणि औद्योगिक विकासाला मारक ठरत आहे. राष्ट्रहित लक्षात घेऊन जकात आणि तत्सम स्थानिक कर ताबडतोब रद्द केले पाहिजेत.'

देशाच्या व्यापारी आणि आर्थिक विकासामध्ये मोठाच व्यत्यय येतो, अशी टीका श्री. केसकर यांच्या नेतृत्वाखालील १९६७ मध्ये नेमण्यात आलेल्या रस्ता वाहतूक करप्रणाली चौकशी समितीने केली होती. जकातीचे दुष्परिणाम प्रगत देशांना केव्हाच कळून आले आणि त्यांनी ती प्रथा लगेच रद्द केली. केसकर समितीने पुढे असे म्हटले आहे की, 'स्थानिक स्वराज्य संस्थांच्या प्रशासनांमध्ये जकातीचा कर्करोग फार मोठ्या प्रमाणावर पसरला असून, त्याला वेळीच आवर घातला नाही, तर नागरी जीवन धोक्यात येऊ शकेल.'

कर्नाटक सरकारने १९६९ मध्ये नेमलेल्या भूतलिंगम समितीनेही जकातीच्या विरुद्धच आपले मत नोंदविले होते.

लोकसभेच्या १९७५ मधील अंदाज समितीने जकात रद्द करण्याची मागणी करून त्या संबंधात म्हटले, 'जागोजाग तपासणी नाके उभारण्यात आल्यामुळे आणि त्या प्रत्येक ठिकाणी जकात भरण्यात वेळ जात असल्यामुळे मालाच्या वाहतुकीला अपेक्षित गती लाभत नाही.'

१९७८ मधील अप्रत्यक्ष करविषयक झा समितीनेही जकातीला आक्षेप घेतला असून, ती पद्धत बंद करण्यासंबंधी सुचविले होते.

श्री. पांडे यांच्या नेतृत्वाखाली १९८० मध्ये नेमण्यात आलेल्या राष्ट्रीय

वाहतूक धोरणविषयक समितीने म्हटले होते, जकात अत्यंत हानिकारक आणि उबग आणणारी असून, रस्ता-वाहतुकीच्या कार्यक्षमतेवर तिचा अत्यंत अनिष्ट परिणाम होतो, याबाबत दुमत संभवतच नाही. जकातीमुळे मिळणाऱ्या उत्पन्नापेक्षा तिची वसुली करण्यासाठी येणारा खर्च कितीतरी अधिक असतो.

जकात टिकून राहायचे दुसरे कारण म्हणजे आपल्या राजकीय नेत्यांची दुटप्पी वृत्ती. जकात ताबडतोब रद्द करण्याची गरज आहे, असे सत्ताधारी वारंवार म्हणत असतात. राज्यांतर्गत आणि आंतरराज्यीय व्यापारात विक्षेप आणणारी जकात हटविण्याशिवाय गत्यंतर नाही, अशी आपली खात्री झाल्याची ते ग्वाही देतात; परंतु लगेच त्यांना स्मृतिभ्रंशाचा सोयीस्कर झटका येतो आणि आपले आश्वासन प्रत्यक्षात आणण्याचा विसर पडतो.

आम्ही सत्तेवर येताच जकात रद्द करू, असे जनता पक्षाने आपल्या १९७७ मधल्या आणि काँग्रेसने १९७९ मधल्या निवडणूक जाहीरनाम्यात अभिवचन दिलेले होते; परंतु आपले राजकीय नेते इतके नेभळट आणि स्वार्थी आहेत की, जे योग्य आहे, ते टाळून, जे चुकीचे आहे तेच ते चालू ठेवतात. राजकीय इच्छाशक्तीला झालेल्या पक्षाघाताचे हे एक नमुनेदार उदाहरण म्हटले पाहिजे. आपल्या शब्दांना कृतीचे रूप देण्याची धमकच सत्ताधारी पक्षात उरलेली नाही.

नागरी स्थानिक स्वराज्य संस्थांचे उत्पन्न कसे वाढेल, याचा विचार करण्यासाठी १९६५ मध्ये मंत्र्यांची समिती नेमण्यात आली होती. या समितीने आपल्या अहवालात म्हटले होते, 'जकातीमुळे मालाच्या वाहतुकीचा बराच वेळ वाया जातो. राज्याराज्यांमधल्या, तसेच एका राज्यातील विविध भागांमधल्या मालवाहतुकीला विलंब होता कामा नये, याची काळजी घेतली पाहिजे आणि त्यासाठी जकात-नाक्यांच्या रूपाने जागोजाग उभारण्यात आलेले अडथळे त्वरित उठविले पाहिजेत.'

जकात रद्द करण्याची अत्यंत आवश्यकता आहे, असे प्रतिपादन १९७० च्या फेब्रुवारीमध्ये भरलेल्या वाहतूक विकास मंडळाच्या आठव्या बैठकीचे उद्घाटन करताना त्या वेळचे वाहतूकमंत्री श्री. रघुरामय्या यांनी केले होते. जकात रद्द करून तिच्याऐवजी दुसरे कर अस्तित्वात यावेत, या आशयाचा ठराव त्या बैठकीत संमत करण्यात आला होता.

जकात रद्द करण्याच्या प्रस्तावाला पाच मुख्यमंत्र्यांच्या १९७६ मध्ये नेमण्यात आलेल्या समितीने दुजोरा दिलेला होता.

त्याचप्रमाणे, १९८० च्या सप्टेंबरमध्ये दिल्ली येथे भरलेल्या मुख्यमंत्र्यांच्या आणि विक्रीकर मंत्र्यांच्या परिषदेमध्ये जकात रद्द करण्याचा निर्णय घेण्यात आलेला होता. जकात हा अतिशय जाचक आणि मारक कर आहे, असे त्या परिषदेत

बोलताना श्रीमती इंदिरा गांधी म्हणाल्या होत्या.

१९८४ च्या जानेवारीमध्ये दिल्लीमध्ये भरलेल्या अखिल भारतीय व्यापारी परिषदेत बोलताना, आपापल्या राज्यातील जकात रद्द करण्याच्या काँग्रेसच्या मुख्यमंत्र्यांच्या निर्णयाचे स्वागत काँग्रसचे त्या वेळचे सरचिटणीस श्री. राजीव गांधी यांनी केले होते. जकात रद्द करण्याची आवश्यकता असून, त्या दिशेने सर्व राज्यांनी पावले टाकली पाहिजेत, असे आवाहन १९८६ च्या एप्रिलमध्ये पंतप्रधान श्री. राजीव गांधी यांनी केले होते.

अरे बापरे, आपण किती वर्षे वाया घालविली आणि किती अश्रू व्यर्थ ढाळले! एखादी गोष्ट अमलात आणली पाहिजे, ही जाणीव आणि तिची प्रत्यक्ष अंमलबजावणी यामध्ये अनेक वर्षांचा काळ गेला, तरी त्याचे आपल्याला काहीच वाटत नाही.

जकात रद्द करण्यात आली पाहिजे, अशी केसकर समितीने शिफारस केल्यानंतर महाराष्ट्रात तीन वर्षांनी श्री. शेषराव वानखेडे यांच्या नेतृत्वाखाली एक अभ्यासगट स्थापन करण्यात आलेला होता. या प्रश्नाचा ऊहापोह करण्यामध्ये सात वर्षे घालविल्यानंतर जकात ताबडतोब रद्द करावी, अशी त्या गटाने शिफारस केली. १९७४ च्या जानेवारीमध्ये महाराष्ट्राच्या मंत्रिमंडळाने जकात रद्द करण्याच्या प्रस्तावाला तत्त्वत: मंजुरी दिली. श्री. शंकरराव चव्हाण यांच्याकडे त्या वेळी राज्य परिवहनाचे खाते होते. पुढे श्री. शंकरराव चव्हाण महाराष्ट्राचे मुख्यमंत्री झाले आणि ३१ मे १९८८ पूर्वी राज्यात सर्वत्र जकातीचे उच्चाटन करण्यात येईल, असे त्यांनी जाहीर केले.

जकातीमुळे भ्रष्टाचाराची भयानक प्रमाणावर लागण झाली. जे अक्षम्य अडाणी आहेत किंवा वाईट काही पाहायचेच नाही, असा ज्यांनी आंधळा निर्धार केलेला आहे; त्यांच्यासाठीच केवळ या बाबीचा ऊहापोह आवश्यक ठरतो.

जकातीच्या परिणामांचा खोलवर अभ्यास केल्यानंतर केसकर समितीने (१९६७) म्हटले, 'जकातीमुळे वाहनांना बराच वेळ खोळंबून राहावे लागते. त्याचबरोबर जकात नाक्याच्या कारकुनाला किंवा शिपायाला काहीतरी लाच दिल्याशिवाय वाहनाला पुढे जाऊच दिले जात नाही.'

जकातीच्या सध्याच्या पद्धतीमुळे वशिलेबाजी आणि लाचलुचपत यांना भलतेच प्रोत्साहन मिळाले असून, त्यामुळे स्थानिक स्वराज्य संस्थांचे बऱ्याच प्रमाणावर उत्पन्न बुडते, असा लोकसभेच्या अंदाज समितीचा (१९७५) निष्कर्ष आहे.

हा मुद्दा स्पष्ट करण्यासाठी एक ऐतिहासिक घटना सांगितली की पुरे. १९७० च्या सुमाराला मुंबई महापालिकेचे कामगार संपावर गेले. हा संप मोडून काढण्यासाठी महापालिकेने जकात-नाक्यांसाठी कारकुनांची तात्पुरती भरती केली. येथे पैसे

खायची पद्धत रूढ झाली होती, हे त्या अनुभवी तरुणांना माहीत नव्हते. त्यामुळे संपकाळामध्ये मुंबई महापालिकेचे जकातीचे उत्पन्न चारपट वाढले.

जकात वसूल करण्यासाठी देशाच्या वेळेचा आणि शक्तीचा फार मोठ्या प्रमाणावर अपव्यय होतो. व्यापारी वाहनांचा प्रवासकाळ जकात-नाक्यांवर थांबून राहावे लागत असल्यामुळे, ३० टक्क्यांपासून ७३ टक्क्यांपर्यंत वाढतो. निरनिराळ्या राज्यांतील एकूण ४००० जकात-नाक्यांमुळे १५ टक्के इंधन वाया जाते.

या जकात-नाक्यांमुळे ८० हजार मालमोटारींना बराच काळ खोळंबून राहावे लागते, असे उपयोजित आर्थिक संशोधन मंडळाच्या वाहतूकविषयक अभ्यासगटाला १९७९ मध्ये आढळून आले. इंधन वाया जात असल्यामुळे कोट्यवधी रुपयांचे परकीय चलन निष्कारण खर्ची पडते. वाहनांना थांबून राहावे लागत असल्यामुळे दर वर्षी १ हजार कोटी रुपयांचे इंधन वाया जाते, असे श्री. कृष्णचंद्र पंत यांच्या नेतृत्वाखाली नेमण्यात आलेल्या इंधन बचत समितीला दिसून आले.

जकातीपासून मिळणाऱ्या एक रुपयाच्या उत्पन्नासाठी देशाला ६ रु. २७ पैसे एवढा भुर्दंड पडतो.

जकातीऐवजी अन्य कर लादावेत, अशी शिफारस अनेक समित्यांनी केली आहे. ज्या राज्यांनी जकात रद्द केली, त्यांचे काहीही नुकसान झालेले नाही. कारण त्यांनी जकातीच्या जागी न्याय्य आणि वाजवी कर अमलात आणले आणि त्यामुळे त्यांना जवळजवळ जकातीइतकेच उत्पन्न मिळू लागले.

प्रवेशकर हा असाच एक उपाय आहे. राज्याची सीमा ओलांडताना वाहतूक करणाऱ्या मालावर तो भरावा लागतो. विक्रीकरावर अधिभार, मालमत्ता करात वाढ, नागरी भागातील स्थावर मालमत्तेसाठी आवश्यक असलेल्या नोंदणी शुल्कात वाढ, करमणूक कर हेही अन्य उपाय असून, त्यांच्यापासून मिळणारे उत्पन्न राज्य सरकारांनी स्थानिक स्वराज्य संस्थांना द्यावे. महाराष्ट्र सरकारने नेमलेल्या कसबेकर समितीने या बाबतीत खोलवर विचार करून, जकात रद्द केल्यामुळे जे उत्पन्न बुडेल, त्याची भरपाई करण्याचे मार्ग आणि उपाय सुचवावेत, अशी अपेक्षा आहे.

या बाबतीत एक दक्षता अवश्य बाळगली पाहिजे. उत्पन्नाचे पर्यायी मार्ग शोधून काढायचे आणि ते वाढीव उत्पन्न गिळंकृत करायचे, अशी राज्य सरकारांना अधाशी सवय लागलेली आहे. जकातीऐवजी उत्पन्नाचे पर्यायी मार्ग कोणते असू शकतात, यासंबंधी महाराष्ट्रातील व्यापाऱ्यांनी आणि उद्योजकांनी दोन वेळा शिफारशी केल्या. आश्चर्याची गोष्ट अशी की, राज्य सरकारने त्या शिफारशी स्वीकारल्या, परंतु त्यायोगे वाढलेले उत्पन्न स्वतःच्या खिशात टाकले आणि जकात चालूच ठेवली.

राज्यघटनेच्या सातव्या परिशिष्टामध्ये राज्यांनी कोणते कर लादावेत, या यादीत जकातीचा समावेश करण्यात आलेला आहे. एखाद्या गावात वापरासाठी जो माल येईल, त्याच्यावर हा कर आकारावा, असे तेथे म्हटले आहे. जकात रद्द करू नये, यासाठी राज्य सरकारांवर हितसंबंधी व्यक्तींचे प्रचंड दडपण येण्याची शक्यता असल्यामुळे, या दबावापासून त्यांची मुक्तता करणे आवश्यक ठरेल. म्हणून एखाद्या गावामध्ये आयात होणाऱ्या वस्तूंवर विशिष्ट तारखेनंतर कर लादता येणार नाही, अशी घटनादुरुस्ती करून घ्यायला हवी.

जकातीपायी देशाला गेल्या अनेक वर्षांमध्ये फार मोठी किंमत मोजावी लागली आहे. तसे यापुढे घडू नये, म्हणून घटनादुरुस्तीशिवाय पर्यायच नाही. ज्या देशामध्ये वेळेला काहीच किंमत नाही आणि ज्या देशाच्या राष्ट्रभाषेत काल आणि उद्या यासाठी 'कल' हा एकच शब्द वापरला जातो, तेथे हाच एक मार्ग व्यवहार्य मानावा लागेल.

व्यक्तींच्या जीवनाप्रमाणे राष्ट्रांच्या जीवनातही अनपेक्षितपणे चुका घडत असतात. आपण चुकीच्या ठिकाणी वळण घेऊ शकतो, वेळ वाया घालवू शकतो, सोन्याच्या बदली पितळ आणि पितळाच्या बदली सोने घेऊ शकतो किंवा कोणीही तुमच्यावर येऊन आदळू शकतो. या अशा चुका घडणे अपरिहार्य असले, तरी या प्रमादांची व्याप्ती आणि कालखंड कमीतकमी राहील, अशी खबरदारी घेणे आपल्या हातात असते. तशी घेतली गेली नाही, की तुम्ही गोत्यात येणार, हे नक्कीच.

कर चुकविणे कायदेशीर आहे

गेल्या शंभर वर्षांतील कायद्याच्या वाटचालीने काही गोष्टींना मान्यता दिल्याचे दिसते. आपल्याला कमी कर भरणे शक्य व्हावे, म्हणून आपल्याजवळची संपत्ती आणि उत्पन्न विकून टाकण्याचा नागरिकांना कायदेशीर अधिकार आहे, असे धोरण आता स्वीकारण्यात आले आहे. दुसरे असे की, कर भरायचे टाळणे म्हणजे कर चुकविणे, असे आता समजले जात नसल्यामुळे, बदनाम व्हावे लागत नाही. कराचा बोजा कमी करण्यासाठी एखाद्याने कोणतेही मार्ग अनुसरले, तरी त्याला कायद्याचा अडसर जाणवत नाही, किंवा तसे करणे अनैतिक आहे, असेही मानले जात नाही.

या बाबतीत कायद्याची भूमिका आणि व्यवहाराचे स्वरूप इकडे दुर्लक्ष करून हा विषय समजावून घेता येणार नाही. महसुली प्रकरणातील व्यवहाराचा गाभा आणि त्या संबंधीची कायदेशीर तरतूद या दोन बाबींमध्ये तफावत आहे, असा निर्वाळा इंग्लंडमधील उमराव सभेने आणि प्रीव्ही कौन्सिलने, तसेच आपल्या न्यायालयाने दिलेला आहे.

या निर्णयांमागे अनुस्यूत असलेल्या भूमिकेमुळे कायद्याचे या बाबतीतील स्थान कळून येते. असे असले, तरी मॅक्डॉवेल विरुद्ध सी. टी. ओ (१५४ आय. टी. आर. १४८) या दाव्याचा विचार करताना सर्वोच्च न्यायालयाने असे म्हटले की, कर चुकवणुकीच्या प्रकरणांचा विचार करताना उमरावसभेने दिलेले तीन निर्णय विचारात घेणे आवश्यक ठरते – रॅम्से विरुद्ध आय. आर. (५४ टी. सी. १०१), आय. आर. विरुद्ध बर्मा ऑईल (५४ टी. सी. २००), आणि फर्निस विरुद्ध डॉसन (५५ टी. सी. ३२४).

एखाद्याने आपणहोऊन उत्पादन कर भरला, तर त्या खरेदीदाराकडून त्या रकमेवर विक्रीकर वसूल करता येतो काय आणि या बाबतीत आंध्र प्रदेशातील विक्रीकर कायदा काय सांगतो, या अत्यंत साध्या प्रश्नासंबंधी सर्वोच्च न्यायालयाला

(टाइम्स ऑफ इंडिया, २९ जून १९९०)

मॅक्डॉवेल प्रकरणात निर्णय द्यावयाचा होता. ज्या किमतीला वस्तू विकली, तिच्यावरच विक्रीवर घेतला जावा, उत्पादनकराची रक्कम त्यात मिळविली जाता कामा नये, असे कारखानदाराचे म्हणणे होते. खरेदीदाराने उत्पादन करायची रक्कम परस्पर सरकारी तिजोरीत भरली, तर तिचा विक्रीच्या किमतीमध्ये समावेश केला जाऊ नये, असा मुद्दा मांडण्यात आला. अशा पद्धतीचा अवलंब करून एखादा कारखानदार कायदेशीर मार्गाने विक्रीकर कमी करून घेऊ शकतो काय, एवढेच न्यायालयाने ठरवायचे होते.

या प्रश्नाबाबत विक्रीकर कायद्यानुसार सर्वोच्च न्यायालयाने जो निर्णय दिला, तो बरोबर होता की चूक, यासंबंधी विवेचन करणे, हा या लेखाचा हेतू नाही. आपल्याला कमीतकमी कर भरणे भाग पडावे, या दृष्टीने प्रयत्न करण्यात काहीच गैर नाही; परंतु सर्वोच्च न्यायालयाच्या या निवाड्यामुळे कर टाळण्याचा रास्त खटाटोप आणि संपूर्ण कर चुकविण्याचा बेकायदेशीर खटाटोप यांत फारसे अंतर ठेवलेले नाही आणि म्हणून या निवाड्याच्या वैधतेबद्दल विचार होणे सार्वजनिक हिताच्या दृष्टीने अत्यंत महत्त्वाचे ठरते. त्या निर्णयामुळे कायदेशीर कृती आणि बेकायदा प्रयत्न यात अंतर ठेवलेले नाही, हा आक्षेप बरोबर नव्हे, असे काही जण म्हणतात आणि उमराव सभेच्या तीन निर्णयांचा चुकीचा अर्थ लावतात.

या बाबतीत पहिली गोष्ट अशी की, उमराव सभेने ते तीन निर्णय ज्या वस्तुस्थितीच्या संदर्भात दिले, ती आणि सर्वोच्च न्यायालयापुढे आलेली वस्तुस्थिती यात काहीही साम्य नव्हते. उमराव सभेच्या त्या निर्णयांमध्ये न्यायालयीन दृष्टिकोनाच्या बाबतीत महत्त्वाचा फरक आढळतो, हे खरे आहे. कर टाळण्याच्या प्रयत्नाचे कर चुकविण्याच्या प्रयत्नात जेव्हा रूपांतर होते, तेव्हा या प्रकरणाकडे कोणत्या दृष्टीने पाहावे, एवढ्यापुरतेच ते तीन निर्णय मर्यादित आहेत. उमराव सभेपुढे आलेल्या प्रकरणांचे स्वरूप खोटा तोटा दाखवून कर टाळण्यासारखे होते.

दुसरी गोष्ट अशी की, कोणाही व्यक्तीला आपल्यावरील कराचा बोजा कमी करून घेण्याचा अधिकार आहे, असा उमराव सभेने निःसंदिग्ध निर्वाळा दिला आहे.

तिसरी गोष्ट अशी की, व्यवहारासंबंधीचे कागदपत्र खरेखुरे आहेत, अशी खात्री झाल्यानंतर त्यामागील हेतू काय आहे, हे विचारात घेण्याचे कारण नाही, या आपल्या मताचा उमराव सभेने ड्यूक ऑफ वेस्ट मिन्स्टरन विरुद्ध आय. आर. (१९ टी. सी. ४९०, ५२०, ५२४) या दाव्याचा निकाल देताना पुनरुच्चार केला.

चौथी गोष्ट अशी की, एखाद्या व्यक्तीने कर चुकविण्याच्या हेतूने परकीय कंपनीशी भागीदारी स्वीकारली, तरीही तिला आक्षेप घेता येणार नाही, असे उमराव सभेने नमूद केले आहे.

पाचवी गोष्ट अशी की, या तीन प्रकरणांच्या बाबतीत आपण दिलेले निर्णय

कर चुकविण्याच्या हेतूनेच केलेल्या व्यवहाराला लागू होत नाही, असेही उमराव सभेने नंतरच्या एका निवाड्याच्या वेळी म्हणून ठेवले आहे.

उमराव सभेने तीन प्रकरणांबाबत दिलेल्या निर्णयांचा अंतर्गत महसूल खात्याने कधीही आधार घेतलेला नाही. भारतात मात्र मॅक्डॉवेल प्रकरणाचा निर्णय करताना त्या तीन निर्णयांचा चुकीने आधार घेण्यात आला.

मॅक्डॉवेल प्रकरणाचा पुनर्विचार करायला सर्वोच्च न्यायालय तयार झाले आणि कर चुकविणे हाच एखाद्या व्यवहाराचा किंवा कराराचा मुख्य उद्देश असेल; तर त्याचा आधार घेऊन करमाफीची सवलत दिली जाता कामा नये, असे जाहीर केले, ही समाधानाची बाब म्हटली पाहिजे.

मॅक्डॉवेल प्रकरण पुनर्विचारासाठी सर्वोच्च न्यायालयापुढे आलेले असताना, करांसंबंधीची प्रकरणे हाताळताना, उच्च न्यायालयांनी शहाणपणा दाखवून सर्वोच्च न्यायालयाचे मत विचारात घेण्याचे टाळले. करांचा बोजा टाळण्यासाठी आम्ही विभक्त झालो, असे एखाद्या हिंदू अविभक्त कुटुंबाच्या सदस्यांनी प्रामाणिकपणे सांगितले, तर त्या खऱ्याखुऱ्या विभक्तीकरणाकडे प्राप्तिकर खाते दुर्लक्ष करू शकते काय?

कर टाळणे आणि कर चुकविणे यांमध्ये बराच फरक आहे, असे सर्वोच्च न्यायालयाने जाहीर करणे; न्यायाच्या, समानतेच्या कायद्याच्या आणि सरकारी उत्पन्नाच्या हिताच्या दृष्टीने आवश्यक आहे.

भारताचे सरन्यायाधीश सव्यसाची मुखर्जी म्हणतात, 'कर भरणे ही प्रगतीची किंमत असून, प्रगती साधण्यासाठी प्रत्येकाने ही किंमत चुकती केलीच पाहिजे, हे जस्टिस होम्स यांचे प्रतिपादन सर्वांनी स्वीकारले पाहिजे; परंतु भारतासारख्या अनेक वस्तूंची टंचाई जाणवत असलेल्या देशातील सर्वसामान्य करदाते असा प्रश्न विचारतील की, आम्ही कर भरत आहोत हे देशाच्या प्रगतीसाठी, का काही लोकांना मनमुराद चैन करता यावी म्हणून? जोपर्यंत सरकार आपल्या खर्चातील उधळपट्टी थांबवत नाही, तोपर्यंत कर चुकवू नका, अशी लोकांपुढे कितीही प्रवचने दिली, तरी त्याचा काहीही उपयोग होणार नाही.' (सी. डब्ल्यू. टी. विरुद्ध अरविंद १७३ आय. टी. आर. ४७९, ४८७).

८

केंद्रीय अर्थसंकल्पांचा वार्षिक उपचार

केंद्रीय अर्थसंकल्प १९८४-८५

प्राप्तिकराचे दर प्रतिवर्षी निर्धारित करण्यात येतात, ही एक गोष्ट सोडली, तर अर्थसंकल्पांचा परिणाम संकलित स्वरूपाचा असतो. कारण त्यातील कायदेशीर तरतुदींना कोणतीही विशिष्ट मुदत नसते. अर्थसंकल्प सादर केले जाण्याच्या सुमाराला सर्वत्र कमालीचे कुतूहल दाटून आलेले असते. एका छोट्याशा फायलीमध्ये मावणारे हे अर्थसंकल्प, जोपर्यंत त्यांत बदल केले जात नाहीत, तोपर्यंत त्यांतील तरतुदी सर्व नागरिकांना बंधनकारक असतात. पूर्वीच्या अर्थसंकल्पांनी अर्थव्यवस्थेवर केलेले घातक परिणाम नाहीसे किंवा कमी करण्याच्या १९८४-८५ च्या अर्थसंकल्पात फारसा प्रयत्न करण्यात आलेला नाही.

कापड गिरण्यांवर अगोदरच असह्य निर्बंध लादून आपण त्यांचे निधन घडवून आणले आहे. वीजमागांना आणि हातमागांना प्रोत्साहन मिळावे, म्हणून गिरण्यांवर निर्बंध जारी करणे वेगळे आणि गिरण्यांना श्वासोच्छ्वासही करता येऊ नये, इतका त्यांचा गळा दाबणे वेगळे. मुंबईमधील सध्याच्या दीर्घकालीन संपामुळे प्रतिष्ठेने मरण्याचा कापडगिरण्यांचा मार्गही बंद करून टाकला आहे. लघुउद्योगाच्या क्षेत्रात प्रवेश करून किती धनाढ्य व्यक्तींनी उत्पादन कर भरण्याचे टाळले आहे, हे पाहिले की, आश्चर्य वाटते. जे चांगले असते, ते सुंदर असते, अशी म्हण रूढ झाली आहे; परंतु काही वेळा जे लहान असते, ते कालान्तराने कुरूप होते, हेही ध्यानात घ्यायला हवे.

सरकारचा ४० टक्के खर्च वाया जातो, असे सरकारी नोकरीमधील चाळीस वर्षांच्या अनुभवानंतर (कै.) एच. व्ही. आर. अय्यंगार यांना आढळून आले होते. इंग्लंडमधील एक निवृत्त सनदी अधिकारी मि. लेस्ली चॅपमन यांनी आपल्या 'युवर डिसओबिडियण्ट सर्व्हंट' या पुस्तकात हाच निष्कर्ष नोंदविला आहे. दारिद्र्यनिर्मूलनाचे

('फोरम ऑफ फ्री एंटरप्राईज' या संस्थेच्या वतीने मुंबईमध्ये दर वर्षी केलेल्या, त्याचप्रमाणे भारतातील आणि परदेशातील अन्य शहरांमध्ये दिलेल्या भाषणांमधील उतारे)

कार्यक्रम सरकारी खात्यांऐवजी 'रामकृष्ण मिशन' किंवा मदर तेरेसा यांच्या 'सिस्टर्स ऑफ चॅरिटी' अशा खासगी स्वयंसेवी संस्थांकडे सोपविले, तर ते व्यवस्थित रीतीने अमलात येऊ शकतील. कारण नि:स्वार्थ समाजसेवेचा प्रदीर्घ अनुभव अशा संस्थांच्या पाठीशी उभा असतो.

जोपर्यंत आपण आपले आर्थिक धोरण आणि संबंधित कायदे सोपे, सुटसुटीत आणि स्थिर करीत नाही, तोपर्यंत आपल्या अर्थव्यवस्थेमध्ये सुधारणा होणे अशक्य आहे.

केंद्रीय अर्थसंकल्प १९८५-८६

सरकारच्या आर्थिक धोरणामध्ये आणि महसूलविषयक दृष्टिकोनामध्ये क्रांतिकारक बदल घडून येत असल्याची साक्ष या वर्षीचा अर्थसंकल्प देतो. भारताच्या पुनर्निर्माणाच्या महान कार्याला आता प्रारंभ झाला आहे.

हा अर्थसंकल्प खरोखरच युगप्रवर्तक म्हटला पाहिजे. गेल्या तीस वर्षांमध्ये इतका चांगला अर्थसंकल्प पाहायला मिळाला नव्हता. आशियातील या वर्षीची सर्वांत महत्त्वाची आर्थिक घटना म्हणून या अर्थसंकल्पाकडे पाहिले जाईल.

टोळधाडीचा काळ मागे पडला आहे. उत्पादनवाढीला मारक ठरणाऱ्या गेल्या अनेक वर्षांतील अर्थसंकल्पांच्या पार्श्वभूमीवर या वर्षीचा अर्थसंकल्प उठून दिसतो.

अर्थसंकल्प दोन प्रकारचे लोक तयार करीत असतात – एक थातूरमातूर दुरुस्ती करणारे कारागीर आणि दुसरे खरेखुरे रचनाकार. अर्थमंत्रालयातील बहुतेक अधिकारी मामुली कुवतीचे कारागीरच असतात. या वर्षीचा अर्थसंकल्प मात्र स्वत:च्या बुद्धीचा उपयोग करणाऱ्या रचनाकारांनीच तयार केलेला दिसतो. केवळ तुकडेजोड करून काहीही साधत नाही. अर्थव्यवस्थेच्या उभारणीचा मुळापासूनच गंभीर विचार करायला हवा, अशी या रचनाकारांची पक्की धारणा असते. आपले राजकीय जीवन इतक्या खालच्या पातळीवर घसरले आहे की, चुकीची गोष्ट करायला कोणीच कचरत नाही. योग्य निर्णय घ्यायला मात्र अंगी खूपच धाडस असायला लागते आणि या वर्षीचा अर्थसंकल्प हा खरोखरच धाडसी उपक्रम म्हटला पाहिजे.

लोकांमध्ये नवा आशावाद संचारला असून, त्याचे प्रतिबिंब या अर्थसंकल्पात पडलेले आहे.

नियंत्रणे शिथिल करण्याच्या बाबतीत, नव्या सरकारने योग्य दिशेने पावले उचलली आहेत, याचा प्रत्यय हा अर्थसंकल्प आणि तत्संबंधी सरकारने जाहीर

केलेली धोरणे आणून देतात.

जगाच्या अनेक भागांत सध्या समाजवादाची पद्धतशीर पिछेहाट होत आहे. पश्चिम युरोपातील ग्रीस, इटली, पोर्तुगाल, स्पेन, फ्रान्स आणि स्वीडन या देशांतील समाजवादी सरकारे उजवीकडे झुकू लागल्याचे स्पष्ट दिसत आहे. प्रगतीला मारक ठरणारा समाजवाद आणि निखळ वस्तुस्थिती यांच्या संघर्षातून हा स्वागतार्ह बदल घडून आला आहे. ज्याँ मॉनेत यांनी म्हटले आहे, 'अत्यंत अपरिहार्य ठरते, तेव्हाच माणसे बदलाला तयार होतात; आणि ते जेव्हा एखाद्या पेचप्रसंगात सापडतात, तेव्हाच त्यांना ही गरज जाणवते.'

ज्या देशामधील लोकांना आर्थिक स्वातंत्र्य असते, ते देशच द्रुतगतीने आपला विकास करू शकतात, हा अर्थशास्त्राचा शाश्वत अनुभव आहे. पश्चिम जर्मनी आणि पूर्व जर्मनी किंवा दक्षिण कोरिया आणि उत्तर कोरिया असे त्या देशांचे दोन तुकडे झाल्यावर जेथे स्वातंत्र्य होते, त्या देशांनी केलेली प्रगती आणि जेथे शासननियंत्रित अर्थव्यवस्था होती, तेथे झालेली दुरवस्था यांची तुलना केली की; विकासाचे रहस्य कशात दडलेले आहे, याचा उलगडा होतो.

कंपन्यांवरील करात कपात करून या अर्थसंकल्पाने आपला शहाणपणा व्यक्त केला आहे. व्यक्तिगत प्राप्तिकराचे प्रमाणही प्रत्येक पातळीवर कमी करून ते जास्तीतजास्त ५० टक्क्यांवर आणून ठेवले आहे. या अर्थसंकल्पाने वारसा रद्द केला आहे, त्यामुळे 'आता श्रीमंत माणसांना मरायला हरकत नाही,' या कीट्सच्या अर्थपूर्ण उद्‍गाराची आठवण होते. सक्तीची बचत योजनाही बंद करण्यात आलेली आहे. संपत्तिकराचे प्रमाण २ टक्क्यांवर आणण्यात आलेले आहे. लोकांना जाचक ठरणाऱ्या करप्रणालीकडे भारताने पुन्हा कधीही जाता कामा नये.

करकपातीमुळे आर्थिक कार्यक्षमतेला निश्चितच चालना मिळेल. जेवढे कराचे प्रमाण अधिक, तेवढी कर चुकविण्याची लोकांची प्रवृत्ती जास्त, हा अनुभव समाजवादाला नाकारताच येणार नाही.

कर चुकविणे हा गेल्या काही वर्षांपासून आपल्या लोकांचा आवडता खेळ झालेला आहे. प्रत्यक्ष कराचे प्रमाण एवढ्या टोकाला गेले होते की, सरकारला मिळणाऱ्या उत्पन्नापेक्षा चुकविण्यात आलेला कर कितीतरी पटीने अधिक असे. श्रीमंत लोक आपली संपत्ती काळ्या पैशामध्ये दडवून ठेवत.

जेव्हा एखादा नियम मूलभूत मानवी प्रवृत्तीशी सर्वस्वी विसंगत असतो, तेव्हा तो धाब्यावर बसविण्याचाच यशस्वी खटाटोप केला जातो, हे सत्य आपल्या सरकारला आता उमगलेले दिसते. कर चुकविण्याची प्रवृत्ती प्रत्येक देशातच आढळते. तिचे निर्मूलन करणे कोणालाही जमलेले नाही.

करात कपात केली जाताच तिच्याविरुद्ध डाव्यांनी ओरडावे, हे अपेक्षितच

होते. दुष्ट मध्यमवर्गीयांकडून सत्ता हस्तगत करण्यासाठी कार्ल मार्क्सने श्रमिक जनतेला जे दहा प्रमुख उपाय सुचविले होते, त्यांत प्राप्तीकराचे भरमसाट आणि चढते प्रमाण हा एक उपाय होता.

स्वीडनमध्ये प्राप्तिकराचे प्रमाण वाढविण्यात येताच प्रामाणिक नागरिकही कर चुकविण्याच्या युक्त्या शोधू लागले, असे डॉ. गुनार मिर्डाल यांनी म्हटले आहे. इंग्लंडलाही काही वर्षांपूर्वी हाच दुःखद अनुभव घ्यावा लागला. तेथील प्राप्तिकर अधिकाऱ्यांनी १९८० मध्ये सर्व कंपन्यांच्या हिशेबाच्या वह्यांची कसून पाहणी केल्यावर असे आढळून आले की, ८५ टक्के कंपन्यांनी आपला फायदा कमी दाखविला होता. इंग्लंडमध्ये काळ्या पैशाचे प्रमाण वाढत असल्याचे 'हाऊस ऑफ कॉमन्स'च्या हिशेब समितीने देशांतर्गत महसुलाबाबत १९८१ मध्ये सादर केलेल्या आपल्या अहवालात म्हटले आहे. २० देशांमधील आर्थिक विकासाची पाहणी करून, १९८३ मध्ये जागतिक बँकेला सादर करण्यात आलेल्या अहवालात असे म्हटले आहे की; ज्या देशांत करांचे प्रमाण कमी आहे, तेथे विकासाचे वार्षिक प्रमाण ७.३ टक्के आहे; तर ज्या देशांनी भरमसाट करआकारणीची पद्धत अंगीकारली आहे, तेथे हा दर अवघा १.१ टक्का आहे.

१९७२ ते १९७५ या काळामध्ये भारतात चलनफुगवट्याने शीग गाठली होती. चलनफुगवट्याचे प्रमाण १० ते २५ टक्के इतके होते. प्राप्तिकराची कमाल मर्यादा याच काळात गाठली गेली होती, हे या संदर्भात ध्यानात घ्यायला हवे होते. १९७१ पासून १९७४ पर्यंत भारतात प्राप्तिकराचे कमाल प्रमाण ९७.७५ टक्के होते. चुकीचे आर्थिक धोरण स्वीकारले, की वर्षभरातच चलनफुगवटा गती घेतो.

करकपातीच्या बाबतीत भारताला चांगले मित्र लाभलेले आहेत. आयर्लंडने १९७९ मध्ये संपत्तिकर पूर्णपणे रद्द केला, तर जर्मनीने तो बऱ्याच प्रमाणात खाली आणला. भांडवली उत्पन्नावरील करात अमेरिकेने कपात केली, तर इंग्लंडने प्राप्तिकराची कमाल मर्यादा ८३ टक्क्यांवरून ६० टक्क्यांपर्यंत खाली आणली. प्राप्तिकराची कमाल मर्यादा जेवढी कमी, तेवढे लोकांना उत्पादन वाढविण्याबाबत अधिक प्रोत्साहन लाभते आणि त्यामुळे आपोआपच देशाचा आर्थिक विकास घडून येतो.

स्वीडनने १९८२ मध्ये प्राप्तिकराचे कमाल प्रमाण ८५ टक्क्यांवरून ५० टक्क्यांवर आणले. कंपन्यांवरील कराचे प्रमाण इंग्लंडने १९८४ मध्ये ५२ टक्क्यांवरून ५० टक्क्यांवर आणले. आणि पुढे दर वर्षी ते कमी करीत १९८६-८७ मध्ये ३५ टक्क्यांवर आणून ठेवले. मलेशियानेही कराचे प्रमाण असेच कमी केलेले आहे.

प्राप्तिकर कायदा आपण सोपा करणार आहोत, असे आश्वासन प्रत्येक अर्थमंत्री देत आलेले असताना, गेल्या वीस वर्षांमध्ये दर वर्षी हा कायदा जास्तीत जास्त गुंतागुंतीचा करण्यात आला. कायदा सोपा करण्याचा शेवटचा खराखुरा प्रयत्न १९६५ मध्ये श्री. टी. टी. कृष्णम्माचारी यांनी केला होता. प्रचंड गोंधळाच्या स्वरूपात असलेल्या प्राप्तिकर कायद्यात या वर्षी नव्या गुंतागुंतीची भर घालण्यात आलेली नाही, ही समाधानाची बाब आहे. सर्व राजकीय व्यवहारांमध्ये जे चांगले आहे, त्याला प्रमुख स्थान मिळायला हवे, असे डॉ. जॉन्सन म्हणत असत. या वर्षीचा अर्थसंकल्प तसा आहे.

अध्यक्ष केनेडी यांचा शब्दप्रयोग वापरायचा, तर सर्व जहाजांना वर खेचण्याइतक्या उसळत्या लाटा निर्माण करणे हे या अर्थसंकल्पाला अभिप्रेत आहे. तरीही या अर्थसंकल्पावर टीका झाली – काही बरोबर तर काही चुकीची. काही विशिष्ट हितसंबंधी गटांच्या अपेक्षा पुऱ्या न झाल्यामुळे त्यांनी अर्थसंकल्पावर ठपका ठेवला. या विशिष्ट हितसंबंधी गटांची नेहमी एकच मागणी असते, 'त्याच्यावर कर बसवू नका, तसेच माझ्यावरही कर बसवू नका, त्या झाडापलीकडे दडलेल्या माणसावर कर बसवा.'

प्रत्येक सोडवणुकीबाबत समस्या निर्माण करण्याची ताकद प्रत्येक प्रश्नावर उपाय शोधून काढण्याच्या क्षमतेपेक्षा कितीतरी अधिक असल्यामुळे, इतर बऱ्याच जणांनी अर्थसंकल्पाचा निषेध केला आहे. विरोधी पक्षानेही या अर्थसंकल्पाला दूषणे दिलेली आहेत. कारण, सरकार जे काही करील, मग ते चांगले का असेना, त्याला विरोध करणे हेच आपले कर्तव्य आहे, असे हे पक्ष मानतात. देशाला भेडसावत असलेल्या प्रश्नांची सोडवणूक करण्यासाठी एकत्र येण्यापेक्षा, एकमेकांवर मात करण्यातच सर्व राजकीय पक्षांची शक्ती खर्च होत असते.

केंद्रीय अर्थसंकल्प १९८६-८७

न्यायाधीश म्हणून नेमणूक झाल्यानंतर, आपण चोख न्याय देऊ, असे आश्वासन देताना एक न्यायाधीश गृहस्थ उद्गारले होते, 'मी पक्षपाताकडे झुकणार नाही आणि निष्पक्षपातीपणाकडेही कलणार नाही.

'सध्याच्या सरकारचा मी पक्षपाती समर्थक आहे, हे मला कबूल केलेच पाहिजे. जेव्हा श्रीमती इंदिरा गांधी यांचे निधन झाले, तेव्हा कोणत्याही संकटावर मात करू शकेल, असा नेता आपल्याला हवा होता; तसेच दुखावलेल्या लोकांच्या जखमांवर फुंकर घालणारा मांत्रिक हवा होता. वादळातही न डगमगणारा कुशल

वैमानिक हवा होता. सुदैवाने श्री. राजीव गांधी यांच्यापाशी हे तिन्ही गुण आहेत. देशाला अखंड ठेवण्याचे आणि त्याच्यात आत्मविश्वास निर्माण करण्याचे सामर्थ्य राजीवपाशी आहे. या देशावर जे राजकीय आणि आर्थिक आघात झाले, ते पुसून टाकण्याचे कसब राजीवपाशी खचितच आहे. पूर्वी ते वैमानिक होते. आता त्यांना नियतीशी केलेला करार पुरा करण्यासाठी देशाचे सारथ्य करायचे आहे. त्यांच्या उदारमतवादाला नैतिक परिमाण लाभले आहे, हे त्यांच्या पंतप्रधानपदाच्या पहिल्या पाचशे दिवसांचे मला लक्षणीय वैशिष्ट्य वाटते.'

व्यक्तिगत आणि कंपन्यांवरील करांच्या प्रमाणांमध्ये करण्यात आलेली कपात कायम राखल्यामुळे लोक अर्थमंत्र्यांना दुवा देतील. करांचे प्रमाण कमीतकमी ठेवण्याची लाट आता जगभर आलेली आहे. गायीला भाकड केल्याने दूध मिळत नाही, या चाणक्याच्या सूत्रातील शहाणपण बऱ्याच देशांना उमगले आहे. १९८५-८६ मध्ये प्रत्यक्ष करांच्या वसुलीमध्ये पूर्वी कधी झाली नव्हती, एवढी २३ टक्के वाढ झालेली आहे. करांचे प्रमाण खाली आणण्याचे गेल्या वर्षीच्या अर्थसंकल्पाचे धोरण किती योग्य होते, हे यावरून दिसून येते.

या बाबतीत पाकिस्तानने भारतावर आघाडी मारलेली आहे. तेथे कंपन्यांवर ४० टक्के आणि व्यक्तींवर कमाल ४५ टक्के कर आहे. डिव्हिडंडच्या रूपाने मिळणाऱ्या उत्पन्नावर भागधारकांना तेथे कर भरावा लागत नाही. देणगी कर तर पाकिस्तानने पूर्णपणे रद्द केला आहे. जेथे करांचे प्रमाण अधिक आहे, अशा देशांपेक्षा जेथे करांचे प्रमाण कमी आहे, अशा देशांनी द्रुतगतीने आपला विकास साधला आहे, असे वीस विकसनशील देशांची पाहणी केल्यावर आढळून आले आहे.

अमेरिका, पश्चिम जर्मनी, फ्रान्स, नॉर्वे, स्वीडन, डेन्मार्क, बेल्जियम, स्पेन, सिंगापूर, थायलंड, ऑस्ट्रेलिया आणि न्यूझीलंड या देशांनी गेल्या वर्षी वा या वर्षी प्रत्यक्ष करांच्या प्रमाणामध्ये कपात केली.

अमेरिकेच्या अध्यक्षांनी १९८५ च्या मेमध्ये तेथील काँग्रेसला सादर केलेल्या अर्थसंकल्पामध्ये कंपन्यांवरील कराचे प्रमाण ३३ टक्के आणि व्यक्तींवरील कराचे प्रमाण ३५ टक्के राहील, असे म्हटले आहे. ऑस्ट्रेलियाने व्यक्तिगत प्राप्तिकराचे कमाल प्रमाण ६० टक्क्यांवरून ४९ टक्क्यांवर आणले आहे. उत्पादनाला चालना देण्यासाठी सिंगापूरने वैयक्तिक कराचे आणि कंपन्यांवरील कराचे कमाल प्रमाण ३३ टक्के ठरविले आहे. बेल्जियममध्ये कंपन्यांवरील कर ५७ टक्क्यांवरून ४५ टक्क्यांइतका खाली आणण्यात आला आहे.

लघुउद्योगांना प्रोत्साहन, दारिद्र्यनिर्मूलनाचे कार्यक्रम आणि मोठ्या प्रमाणांवरील

कर्जमेळावे या गोष्टींना मागील सरकारच्या १९८४-८५ मधील अर्थसंकल्पामध्ये मिळालेले स्थान राजकीय हेतूने या वर्षीच्या अर्थसंकल्पातही कायम ठेवण्यात आले आहे. लोकांची गरिबी कमी होत असेल किंवा लघुउद्योजकांना प्रोत्साहन मिळत असेल, तर अशा गोष्टींना कोणताही विचारी माणूस विरोध करणार नाही; परंतु या कार्यक्रमांची अंमलबजावणी व्यवस्थित होत आहे, असे आढळून येत नाही.

भारतात प्रत्यक्ष धोरणापेक्षा दिखाऊ गोष्टींनाच प्राधान्य दिले जाते, असे येथे तीन वर्षे राहिलेले ब्रिटिश पत्रकार ट्रेव्हर फिशलॉक यांना दिसून आले. अर्थमंत्र्यांची धोरणे आणि अर्थसंकल्पातील तरतुदी पाहिल्या की, फिशलॉक यांच्या विधानाची सत्यता पटते. अर्थसंकल्पाला खरोखरच गरिबी दूर करायची आहे, का केवळ या प्रश्नांचे भांडवल करायचे आहे, असा प्रश्न पडतो. आपल्याला रोजगार निर्माण करायचे आहेत, का मोफत मदतीचे वाटप? लोकांना स्वावलंबी करायचे आहे, का त्यांना सरकारवर अवलंबून ठेवायचे आहे?

वस्तुस्थिती कितीही कटू असली, तरी तिच्याकडे डोळेझाक करता येत नाही. फ्रान्सच्या लोकसभेने वास्तवाची दखल घेतली नाही, म्हणून 'खिडक्या नसलेले सभागृह,' असे तिचे वर्णन करण्यात आले. निवडणूकप्रधान राजकारणामध्ये वास्तवापेक्षा घोषणाबाजीलाच पेव फुटते.

भारताचा आर्थिक विकास लघुउद्योगांशी निगडित आहे, यात संशय नाही. 'फॉर्च्यून'ने उल्लेख केलेल्या एक हजार मोठ्या कंपन्यांमधील वीस लाख रोजगार गेल्या दहा वर्षांमध्ये नाहीसे झाले असताना, अमेरिकेने त्याच कालावधीत लघुउद्योगाच्या क्षेत्रात नवे दोन कोटी रोजगार निर्माण केले.

लघुउद्योग क्षेत्राबद्दल आपल्याला वाटणारी आस्था रास्त असली, तरी हे लहान कारखाने भरमसाट चलाखी दाखवून कर चुकवत असतात, याचा आपल्याला विसर पडता कामा नये.

सरकारने १९७३ मध्ये केलेल्या पाहणीत असे आढळून आले की, १२ टक्के छोट्या कारखान्यांचा पत्ताच लागत नाही, तर २६ टक्के कारखाने कायमचे बंद असतात. अस्तित्वात नसलेले आणि बंद असलेले हे कारखाने सरकारकडून सवलतीच्या दराने कच्चा माल मिळविण्याबाबत मात्र हयगय करीत नाहीत. वस्त्रोद्योगाच्या क्षेत्रातील एकतृतीयांश छोटे कारखाने तद्दन बोगस आहेत, असे १९७५ च्या फेब्रुवारीमध्ये त्या वेळचे उद्योग राज्यमंत्री श्री. ए. पी. शर्मा यांनी संसदेतच सांगितले होते. बँकांकडून आर्थिक सहाय्य घेणाऱ्या लघुउद्योगांपैकी ३४.५ टक्के कारखान्यांनी कायदा धाब्यावर बसवून गैरव्यवहार केले, असे रिझर्व्ह बँकेला १९७७ च्या मार्चमधील तपासणीत आढळून आले. लघुउद्योगाच्या क्षेत्रात

खोट्या कारखान्यांची बेसुमार वाढ होत असल्याबद्दल, लोकसभेच्या अंदाज समितीने आपल्या चौदाव्या अहवालात (१९८०-८१) चिंता व्यक्त केली होती.

अशी विदारक वस्तुस्थिती असतानाही उत्पादन करातून सूट यांसारख्या सवलती विद्यमान अर्थसंकल्पातही कायम ठेवण्यात आलेल्या आहेत. या सवलतींचा लघुउद्योगांकडून गैरवापर होता कामा नये, अशी कोणतीही दक्षता घेण्यात आलेली नाही.

ग्रामीण विकास मंत्रालयाकडून एकात्मिक ग्रामीण विकास कार्यक्रम आणि राष्ट्रीय ग्रामीण रोजगार कार्यक्रम यांसारखे दारिद्र्यनिर्मूलनाचे कार्यक्रम ज्या पद्धतीने हाताळले जातात, ते पाहता आपल्या देशात दिखाऊपणाचे केवढे अवडंबर माजले आहे, याची कल्पना येते. भौतिक प्रकल्पातील गुंतवणुकीपेक्षा मानवी साधन-संपत्तीच्या विकासावरील गुंतवणूक किती तरी महत्त्वाची आणि आर्थिकदृष्ट्या उपयुक्त असते, यासंबंधी मतभेद संभवतच नाही. दारिद्र्यनिर्मूलनाच्या कार्यक्रमासाठी अर्थसंकल्पामध्ये जी तरतूद करण्यात आलेली आहे, तिला कोणीच आक्षेप घेणार नाही; परंतु ही रक्कम निव्वळ समारंभ साजरे करून वाया घालविली जाते, हे निश्चितच आक्षेपार्ह ठरते.

राष्ट्रीय ग्रामीण रोजगार अंमलबजावणीमध्ये जवळजवळ सर्व राज्यसरकारांकडून भ्रष्टाचार, अफरातफर, खोटे हिशेब, अन्नधान्याचे बेकायदेशीर स्थलांतर असे गंभीर गैरप्रकार घडल्याचे संसदेच्या सार्वजनिक लेखा समितीने आपल्या एकोणिसाव्या अहवालात (१९८१-८२) नमूद केले आहे. या कार्यक्रमाच्या कार्यवाहीत लेखा समितीला जे ३६ दोष आढळून आले, त्यांची यादी अहवालाच्या तिसऱ्या परिशिष्टात देण्यात आली आहे. या योजनेखाली तरतूद करण्यात आलेल्या रकमेपैकी फारच थोडी रक्कम गरजू व्यक्तींपर्यंत पोचली, असे नियोजन आयोगाचे एक सदस्य प्रा. राजकृष्ण यांनी म्हटले आहे. दारिद्र्यनिर्मूलनाच्या कार्यक्रमाचे रूपांतर सत्ताधारी पक्षाला सहाय्य करण्याच्या कार्यक्रमामध्ये झाले आहे.

'नॅशनल इन्स्टिट्यूट ऑफ पब्लिक फायनान्स अँड पॉलिसी' या संस्थेने काळ्या पैशासंबंधीच्या आपल्या पाहणीत, दारिद्र्यनिर्मूलनाच्या कार्यक्रमांनी काळ्या पैशामध्ये भरच घातल्याचे दाखवून दिले आहे. या कार्यक्रमांपैकी ५० ते ८० टक्के रक्कम वाया जाते, असेही या संशोधनात आढळून आले.

राजकारणी व्यक्ती अर्थशास्त्रीय सत्याची किती बेदिक्कत अवहेलना करतात, याचे अफलातून उदाहरण जागोजाग भरणारे कर्जमेळावे हे म्हटले पाहिजे. कर्जासाठी आलेल्या अर्जांपैकी काही विशिष्ट व्यक्तींना त्यांच्याकडून कोणतेही तारण न घेता

कर्ज दिले जावे आणि कालांतराने ते माफ केले जावे, अशी सक्ती राष्ट्रीयीकृत बँकांवर करण्यात आलेली आहे. कर्जासंबंधीचे अर्ज मंजूर करण्याबाबत कोणतेही नियम वा निकष लावले जात नाहीत. ज्यांचे चारित्र्य संशयास्पद आहे, अशा राजकारणी व्यक्तींच्या शिफारशींवरच सार्वजनिक पैशाचे हे असे भरमसाट वितरण होत असते. ज्या देशामध्ये सर्वांत प्रथम विचार केला जातो तो आपल्या कुटुंबाचा, नंतर आपल्या जातीचा आणि नंतर आपल्या पक्षाचा. राष्ट्रहिताचा विचार कोणालाच सुचत नाही. अशा देशात हे कर्जमेळावे किती धोकादायक ठरू शकतील, हे जन्मांधालाही कळून येईल. या मेळाव्यांची संख्या जसजशी वाढत जाईल, तसतसा नागरिकांवरचा कराचा बोजाही वाढता राहील.

सरकार आणि पक्ष यांमध्ये फरक करायची आपल्याला सवयच नाही. सरकारी पैसा आणि बँकांजवळील पैसा यांमध्येही आता फरक केला जात नाही. बँक ही काही धर्मादाय करणारी संस्था नव्हे. तिच्याकडे असलेल्या निधीचा व्यापक सार्वजनिक निधीसाठी विचारपूर्वक विनियोग करायला हवा. कर्जमेळावे भरवून सध्या तो निधी उधळला जात आहे. हे असे करणे घटनात्मकदृष्ट्या किती वैध आहे, याचीही दखल घेतली गेली पाहिजे. घटनात्मकदृष्ट्या ते अनैतिक आहे, हे निर्विवाद. या अशा बेजबाबदार कर्जमेळाव्यांमुळे अपप्रवृत्तींना प्रोत्साहन मिळेल, भ्रष्टाचार शिष्टाचार बनेल आणि सत्ताधारी पक्षाच्या स्वार्थाला सीमाच उरणार नाही. प्रामाणिक लोकशाहीमधील राज्यकारभार कायद्याच्या आधारे चालावा लागतो; विशिष्ट व्यक्तींच्या लहरीवर नव्हे. तशी अनागोंदी जेथे माजते, तेथे केवळ प्रजासत्ताकाचा सांगाडा शिल्लक उरलेला असतो.

बँकिंग हा एक व्यवसाय आहे. हा व्यवसाय बळकट व्हावयाचा असेल, तर त्याला अधिक स्वायत्तता मिळाली पाहिजे. सत्ताधारी व्यक्तींच्या हस्तक्षेपापासून तो जितका मुक्त राहील तितके बरे. कर्जमेळाव्यांमुळे बँकेची पत आहे यावरचा लोकांचा विश्वास ढळेल. या अशा मेळाव्यांमुळे गुंड आणि दलाल, राजकीय स्वार्थसाधू आणि समाजकंटक यांचीच काय ती चलती होईल. या अशा मदतवाटपांपासून विरोधी पक्षांच्या समर्थकांना बाजूला ठेवले जाते, हे कोणीच नाकारू शकणार नाही. या आक्षेपापासून मेळावा मुक्त ठेवायचा असेल, तर देवदूतांचीच समिती नेमावी लागेल. गरिबांना मदत करण्याचे याहून अधिक चांगले आणि शहाणे मार्ग उपलब्ध होऊ शकतात.

काळ केव्हा ना केव्हा तरी सूड उगवतच असतो. एकच पक्ष सतत सत्तेवर राहील, असे समजण्याचे कारण नाही. त्यामुळे दुसरा पक्ष जेव्हा सत्तेवर येईल, तेव्हा तोही या अशा अव्यवहारी योजनांचा आपल्या राजकीय स्वार्थासाठी उपयोग करून घेईल. सरकारी तिजोरीतून राजकीय पक्षांना पैसा पुरविला जाण्यात काहीच

गैर नाही; परंतु हा व्यवहार मागच्या दाराने होता कामा नये. हे असे प्रचंड गर्दी खेचणारे कर्जमेळावे लोकांच्या हिताचे आहेत काय; असे विचारणे, म्हणजे अणुबाँब तुमच्या आरोग्याला चांगला आहे काय, असा प्रश्न करण्यासारखेच आहे.

कर चुकवणुकीची प्रकरणे शोधून काढण्यासाठी नागरिकांच्या घरांवर वा कचेऱ्यांवर कोणताही सारासारविवेक न बाळगता, अत्यंत रानटी पद्धतीने धाडी घातल्या जातात, ही प्राप्तिकर खात्याच्या प्रशासनातील अत्यंत संतापजनक बाब होय.

लॉर्ड डेनिंग यांनी म्हटले आहे, 'जे सरकारचे उत्पन्न बुडवितात, त्यांना तसेच मोकळे सोडावे, असे कोणीही म्हणणार नाही. अशा लोकांचा शोध घेऊन त्यांच्यावर खटले भरायला हवेत; परंतु असे करताना अवलंबायचे उपाय कायदेशीर असणे तितकेच आवश्यक आहे. चांगल्या उद्दिष्टासाठी चुकीचे उपाय योजणे कधीही समर्थनीय ठरत नाहीत. लोकांच्या व्यक्तिगत प्रतिष्ठेवर आणि मालमत्ता बाळगण्याच्या त्यांच्या मूलभूत अधिकारावर अतिक्रमण होणार नाही, अशी काळजी हे उपाय योजताना घेतली पाहिजे.

सध्या या धाडींचे प्रमाण इतके वाढले आहे की, कालांतराने कोणालाही त्याबद्दल काहीही वाटणार नाही. उलट ते प्रतिष्ठेचेच प्रतीक ठरू शकेल.

न्याय आणि संयम यांची पुरेशी जाणीव नसणे, हे आपल्या राष्ट्रीय स्वभावातील दोन प्रमुख दोष आहेत, असे मी नेहमीच म्हणत आलो आहे. सामाजिक न्यायाच्या बाबतीत आपण किती बेदरकार झालेलो आहोत, याचे चिरंतन स्मारक म्हणजे अस्पृश्यतेची रूढी. संयमाची किंवा नेमस्तपणाची आपल्यामध्ये किती उणीव आहे, याचा धडपडीत पुरावा म्हणजे प्राप्तिकर खात्याकडून घातल्या जाणाऱ्या धाडी. या धाडी अत्यंत पाशवी पद्धतीने घातल्या जातात, याच्यापेक्षाही या अमानुष वर्तनाचे मंत्रालयाकडून समर्थन केले जाते आणि या धाडी अशाच चालू राहतील, असे सांगितले जाते, हे अजब म्हटले पाहिजे.

कायद्यापासून कोणीही सुटू शकत नाही हे जितके खरे आहे; तितकेच जोपर्यंत आपली राज्यघटना अस्तित्वात आहे, तोपर्यंत प्रत्येकाला सरकारी दहशतवादापासून संरक्षण मिळाले पाहिजे, हेही तितकेच खरे आहे. आपल्या राष्ट्रीय चारित्र्याची घसरण होण्यामध्ये सरकारच्या मूर्ख आर्थिक धोरणांनी किती हातभार लावलेला आहे, या प्रश्नात मी येथे शिरत नाही; तसेच २००० वर्षांपूर्वी एका महात्म्याने शिकविलेला धडा लक्षात घेऊन, व्यापारावर पहिला दगड मारण्याचा अधिकार कोणाला आहे, हा प्रश्नही मी उपस्थित करू इच्छित नाही. सरकार आणि उद्योजक यांच्या दरम्यान परस्परसहकार्य, परस्परआदर आणि परस्परविश्वास निर्माण होणे आवश्यक आहे. गेल्या वर्षापासून सरकारने अमलात आणलेल्या नव्या धोरणाला

संपूर्ण देशाकडून जो प्रतिसाद लाभला, त्यावरून असे वातावरण निर्माण होईल, याची खात्री वाटते.

कर चुकविण्याच्या प्रवृत्तीला एका दिवसात आळा घालणे शक्य होणार नाही. त्यासाठी नागरिकांच्या मानसिकतेमध्ये संपूर्ण क्रांती घडवून आणली पाहिजे. दहशतवादी राजवटीमध्ये मूल्यविहीन संकेत निर्माण होतात. त्या संकेतांना टाळण्याची दक्षता आपण घेतली पाहिजे. दहशतवादी राजवटीच्या दिशेने होणारी वाटचाल नंतर गंभीर प्रश्न निर्माण करते. सवयीमुळे सरकारी जुलूम निष्फळ ठरू लागतो. नागरिकांचे मनोधैर्य टिकणे सुरळीत राज्यव्यवस्था चिरस्थायी होण्याच्या दृष्टीने गरजेचे ठरते. नागरिकांनी आपणहोऊन कर भरला पाहिजे, असे निकोप वातावरण जेथे निर्माण होते, तेथेच सुदृढ राष्ट्रीय चारित्र्य साकारू लागते.

केंद्रीय अर्थसंकल्प १९८७-८८

१९८७ च्या अर्थविधेयकासंबंधी तीव्र निषेधापासून सहर्ष स्वागतापर्यंत टोकाच्या प्रतिक्रिया व्यक्त झालेल्या आहेत. या विधेयकात गेल्या वर्षीपेक्षा अधिक सवलती असतील, अशी अपेक्षा बाळगणाऱ्यांची घोर निराशा झाली आहे.

यासंबंधीची यथार्थता जाणून घेण्यासाठी, देशाच्या अर्थकारणावर पंतप्रधान राजीव गांधी यांनी घडवून आणलेला परिणाम विचारात घ्यायला हवा. गेल्या दहा वर्षांमध्ये सर्वच विकसित आणि विकसनशील देशांत आर्थिक सुधारणांचा महोत्सव साजरा केला जात आहे. करांचे प्रमाण कमी ठेवणे हे या महोत्सवाचे सर्वांत मोठे वैशिष्ट्य ठरते. जेव्हा सध्याच्या काळाचा इतिहास लिहिला जाईल, तेव्हा त्यात आर्थिक क्षेत्रातील दोन घटनांची महान उपलब्धी म्हणून नोंद करावी लागेल. १९८५ मधील पंतप्रधान राजीव गांधी यांनी घडवून आणलेल्या आर्थिक सुधारणा आणि अध्यक्ष रेगन यांनी १९८६ मध्ये त्या दिशेने उचललेले पाऊल, या त्या घटना होत. या दोन्ही नेत्यांना अर्थव्यवस्थेमध्ये मूलगामी बदल घडवून आणायचे होते. या बाबतीत राजीव गांधी यांची कार्यसिद्धी, येथील वातावरण लक्षात घेता, विशेष महत्त्वाची मानली पाहिजे.

पंतप्रधान राजीव गांधी आणि अर्थमंत्री विश्वनाथप्रताप सिंग यांनी १९८५ पासून पुढील सात उद्दिष्टे निश्चित केली आहेत :

(१) करांचे कमीत कमी प्रमाण,

(२) करपद्धतीची पुनर्घटना आणि करता येईल तेवढी ती सुटसुटीत करणे,

(३) आर्थिक धोरणात आणि करांच्या प्रमाणात स्थिरता आणणे.

(४) अर्थसंकल्पीय तरतुदींसंबंधी अनावश्यक गुप्तता टाळणे.

(५) लोकांकडून सूचना मागवून लोकसत्ताक प्रशासनामधील त्यांचा सहभाग वाढविणे.

(६) करदात्यांसंबंधी संशय बाळगण्याऐवजी त्यांच्यावर विश्वास ठेवणे.

(७) भलेपणाने वागण्यासंबंधी वसुली अधिकाऱ्यांना जाणीव करून देणे.

संगणकाच्या क्षेत्रामध्ये 'वापरणाऱ्याचे सहकार्य' असा एक शब्दप्रयोग रूढ झाला आहे. वापरणाऱ्याच्या गरजा आणि सोयी लक्षात घेऊन संगणकाची रचना करणे, हा या शब्दप्रयोगाचा अर्थ आहे. करदात्यांचे सहकार्य मिळविणे हे आपल्या सध्याच्या सरकारचे प्रमुख उद्दिष्ट असल्यामुळे, त्यांच्या गरजा आणि सोयी लक्षात घेऊन करांचे प्रमाण ठरविले पाहिजे, असे हे सरकार मानते.

आपल्या देशामध्ये सनदी नोकरांचे दोन प्रकार आढळतात. एका प्रकारात दूरदृष्टीच्या, शहाण्या अधिकाऱ्यांचा समावेश होतो. केवळ सरकारी महसूल वाढविणे एवढाच अर्थसंकल्पाचा मर्यादित हेतू नसून, आर्थिक विकासाला चालना देणारे प्रभावी साधन म्हणून अर्थसंकल्पाचा उपयोग करून घेतला पाहिजे, असे हे अधिकारी मानतात. या अशा दूरदृष्टीच्या, विचारी व्यक्तींची नोकरशहा म्हणून संभावना करणे, हा त्यांचा अपमान ठरतो. सनदी अधिकाऱ्यांचा जो दुसरा प्रकार आहे, त्यांचा नोकरशहा म्हणून उल्लेख न करणे हा भाषेचा अपमान ठरेल. इंग्रजी राजवटीच्या काळात या अधिकाऱ्यांकडे 'प्रशासनाची पोलादी चौकट' म्हणून पाहिले जात असे. दुसऱ्या प्रकारातील अधिकारी स्वत:ला तसेच मानतात आणि पोलादासारखेच अत्यंत साचेबंद वर्तन करतात. अशा अधिकाऱ्याने अर्थसंकल्प तयार केला, तर राष्ट्रीय अर्थव्यवस्थेला फार मोठी हानी पोचते.

पंतप्रधानांच्या नव्या आर्थिक धोरणाला आपण कडाडून विरोध करू, असे या ताठर नोकरशहांनी मुलाखतींमध्ये म्हटले असल्याचे वॉल-स्ट्रीट जर्नल या वृत्तपत्राने आपल्या ७ नोव्हेंबर १९८६ च्या अंकामध्ये प्रसिद्ध केले आहे. 'हट्टी नोकरशहांनी उगवलेला सूड', असे या वर्षीच्या अर्थविधेयकाचे वर्णन करता येईल. 'नोकरशहांनी पुकारलेला असहकार' असे म्हणणेही चुकीचे ठरणार नाही. वरिष्ठ सनदी अधिकाऱ्यांनी पंतप्रधानांच्या उद्दिष्टांविरुद्ध उघड उघड बंड पुकारले असून, आपल्या जुन्याच पद्धतीने ते वागू पाहत आहेत.

भारताच्या विकासाला आवश्यक तेवढी चालना मिळालेली नाही आणि सरकारी महसूल घटत चालला आहे. भ्रामक आर्थिक धोरणे अनुसरल्यामुळेच अशी दुरवस्था निर्माण झाली. नोकरशहांचे चुकीचे विचार पुढीलप्रमाणे सांगता येतील :

(१) करांचे भरमसाट चढे प्रमाण ठेवले की, सरकारी महसूल वाढतो. प्रयत्न

आणि पारितोषिक यांचा संबंध तोडून टाकला, तरीही प्रयत्नात खंड पडत नाही.

(२) सरकारी मालकी आणि सरकारी नियंत्रण यांचा अवलंब केला की, सामाजिक न्यायासह आर्थिक विकास साधता येतो. भारतात अनुसरला जाणारा समाजवाद म्हणजे लोकांचा विश्वासघात आहे, असे लंडनच्या 'इकॉनॉमिस्ट'ने अचूक वर्णन केले आहे. भारतातील एकूण भांडवल गुंतवणुकींपैकी ६६ टक्के भांडवल सार्वजनिक क्षेत्रांमध्ये गुंतविण्यात आले असले, तरी या क्षेत्राकडून राष्ट्रीय औद्योगिक उत्पादनामध्ये अवघ्या २७ टक्क्यांचीच भर पडते.

(३) सरकार श्रीमंत झाले की, देश श्रीमंत होतो, असे हे नोकरशहा मानतात. पाकिस्तानात सरकार गरीब आहे, तर लोक श्रीमंत. याउलट भारतात; सरकार श्रीमंत, तर लोक गरीब अशी अवस्था आहे. पाकिस्तानचे दरडोई उत्पन्न ३९० डॉलर्स आहे, तर भारताचे २६० डॉलर्स.

(४) कामगार संघटना आक्रमक झाल्या की, कामगारांची परिस्थिती सुधारते आणि बेकारी नष्ट किंवा कमी करता येते, ही समजूत किती चुकीची आहे, याचा इटलीला १९८० मध्ये जबरदस्त अनुभव घ्यावा लागला आणि तेव्हापासून त्या देशाने विकासाला गती मिळेल, अशा आर्थिक धोरणांचा अंगीकार केला.

(५) दारिद्र्यनिर्मूलनाच्या कार्यक्रमासाठी अर्थसंकल्पामध्ये तरतूद केली की, गरिबीचे उच्चाटन झालेच म्हणून समजा, असे हे अधिकारी सांगतात. गरिबीचा आणि उत्पादकतेचा संबंध असतो, ही वस्तुस्थिती ते ध्यानातच घेत नाहीत. लोकांची कर भरण्याची क्षमता किती आहे, हे विचारात न घेता करांचे प्रमाण ते सतत वाढवत राहतात.

आपले आर्थिक प्रश्न सोडवण्यासाठी वेळ वाया घालवून चालणार नाही. 'हे आपण केले नाही तर कोण करणार? आत्ता केले नाही तर केव्हा करणार?' - असा प्रश्न रब्बी हिलेल याने २००० वर्षांपूर्वी विचारला होता. तोच प्रश्न तेवढ्याच उत्कटतेने आपण आज स्वत:लाच विचारायला हवा. पंतप्रधान राजीव गांधी यांच्या नेतृत्वाखाली आपण त्वरेने आर्थिक विकास साधला नाही, तर अवघड अडचणींचे डोंगर उभे राहतील, अशी आपल्या देशाची सांप्रतची राजकीय अवस्था आहे.

केंद्रीय अर्थसंकल्प १९८८-८९

पंतप्रधान राजीव गांधी यांच्या सरकारने १९८५ मध्ये सादर केलेल्या पहिल्या अर्थसंकल्पाने मोठ्याच अपेक्षा निर्माण केल्या होत्या; परंतु स्वतंत्र भारताचा ४१ वा अर्थसंकल्प त्या मुळीच पुऱ्या करीत नाही.

अर्थमंत्र्यांनी तयार केलेला अर्थसंकल्प एखाद्या पुष्पगुच्छासारखा आहे. त्यात पुढच्या बाजूला थोडीशी कोवळी ताजी फुले ठेवण्यात आली असून, मागचा सारा भाग पानांनीच भरून टाकलेला आहे आणि त्याच्यावर सुगंध शिंपडला आहे. या पुष्पगुच्छामध्ये खाजकुइलीची पाने अशा रीतीने दडविण्यात आलेली आहेत की, वरवर पाहणाऱ्याला ती दिसूच नयेत.

सरकाराच्या कर्जबाजारीपणामध्ये झालेली भरमसाट वाढ कमालीची चिंताजनक ठरते. भारताने अगोदरच धोक्याच्या पट्ट्यामध्ये पदार्पण केले आहे. अजून तो कर्जाच्या जाळ्यात अडकलेला नाही, इतकेच. रिझर्व बँकेचे डॉ. एस. आर. के. राव म्हणतात,

'सरकारला कर्जपुरवठा करण्याची बाजारपेठेची क्षमता मर्यादित असल्यामुळे, या बाजारपेठेकडून घेतलेले कर्ज जेव्हा व्याजापोटीच खर्च होते, तेव्हा तो देश कर्जाच्या सापळ्यात सापडलेला आहे, असे म्हणावे लागते. एकदा का ती मर्यादा ओलांडली, की नंतर मिळणारे कर्ज व्याजाची फेड करायलाही पुरेसे ठरत नाही.'

रिझर्व बँकेचे दुसरे एक अधिकारी श्री. ए. शेषन सांगतात : १९९२-९३ मध्ये अशी परिस्थिती उद्‌भवेल, की सरकार दर वर्षी घेत असलेल्या कर्जापेक्षा व्याजाची वार्षिक रक्कम अधिक झालेली असेल.'

देशाच्या अर्थकारणाच्या दृष्टीने हा गंभीर धोका संभवतो, त्यामुळे भविष्यकाळात काय घडून येईल, ते सांगवत नाही. व्याजाचा आणि कर्जफेडीचा बोजा आपल्या मुलांवर पडेल आणि त्यासाठी त्यांच्यावर कर बसवावा लागेल. सरकारी कर्ज चढत्या श्रेणीने वाढत गेले, तर देशाच्या उत्पादनक्षमतेवर अनिष्ट परिणाम घडून येईल.

कर्ज घेण्याच्या नादामध्ये सरकार देशाचे आर्थिक भवितव्य गहाण ठेवत आहे. या संदर्भात थॉमस जेफरसन यांचे शब्द आठवतात – 'लोकांचे कल्याण करण्याच्या नावाखाली सरकार लोकांना जे राबवीत आहे, ते आपण टाळू शकलो, तर लोक अधिक सुखी होतील.'

या अर्थसंकल्पानुसार सरकार इंदिरा विकासपत्र योजनेखाली जी रक्कम गोळा करणार आहे, तिची पाच वर्षांनी दुपटीने फेड करावयाची आहे. याचा अर्थ असा की, सरकार या विकासपत्रांवर दरवर्षी १४.८ टक्के व्याज देणार आहे. भारत सरकारने आजपर्यंत कधीही एवढा व्याजदर दिलेला नाही. खरे सांगायचे, तर इंदिरा विकासपत्र योजनेचा फायदा मुख्यत: काळ्या पैसेवाल्यांनी आणि कर चुकविणाऱ्यांनीच घेतलेला आहे. कारण त्या विकासपत्रांवर कोणाचेच नाव लिहिलेले नसते. या पत्रधारकांना सरकार जे व्याज देणार आहे, त्याच्यावरील कर चुकविला जाण्याचीच शक्यता असताना, या समाजद्रोही लोकांना सरकारने एवढा अधिक व्याजदर का

द्यावा, हे समजत नाही.

ज्या कार्यक्रमांच्या आर्थिक आणि सामाजिक उद्दिष्टपूर्तीबाबत शंका वाटते, असे कार्यक्रम फार मोठ्या प्रमाणावर कमी करायला हवेत, असे या वर्षीच्या आर्थिक सर्वेक्षणामध्ये आग्रहपूर्वक सुचविण्यात आले आहे; परंतु सरकार ही शहाणी सूचना अमलात आणण्याच्या मन:स्थितीत दिसत नाही.

श्रीमती इंदिरा गांधी यांच्या आर्थिक सल्लागार मंडळाचे एक सदस्य प्रा. के. एन. राज म्हणतात, 'दारिद्र्यनिर्मूलनाच्या योजना हा एक मोठाच धंदा होऊन बसला आहे. या कार्यक्रमाच्या सूत्रधारांना भरपूर प्राप्ती होत असते. म्हणूनच ते या कार्यक्रमाचे ढोल बडवत असतात.'

भरमसाट तुटीचा बोजा असलेली आगगाडी आर्थिक उपाययोजनेचे कोणतेही इंजिन खेचू शकत नाही. १९७८-७९ पर्यंत भारत सरकार आपल्या उत्पन्नाच्या मर्यादेत खर्च करीत असे; परंतु १९७९-८० पासून सरकारने दैनंदिन भांडवली उत्पन्नातून खर्च करण्याचा सपाटा लावला असून, त्यामुळे दर वर्षी महसुली तुटीमध्ये भर पडत चालली आहे.

इंग्लंडमध्ये व्यापार आणि उद्योगखाते सांभाळणारे लॉर्ड यंग यांनी १२ जानेवारी १९८८ रोजी प्रसिद्ध केलेल्या श्वेतपत्रिकेत आपल्या खात्याचे नाव बदलून 'उपक्रमशीलता विभाग' असे नवे नाव ठेवले आहे. या श्वेतपत्रिकेत त्यांनी व्यापारी वर्गाला आवाहन केले आहे की, 'या आणि पाहा. आम्ही तुम्हाला कोणती मदत करू शकतो, याची माहिती घ्या. आमचा दरवाजा तुम्हाला नेहमीच खुला आहे.' नवे उत्पादक रोजगार निर्माण करण्याची आकांक्षा बाळगणाऱ्या सरकारचा दृष्टिकोन हा असा असतो. आपल्या भारतात व्यापार आणि उद्योगखात्याचे, त्याचे प्रत्यक्ष कार्य लक्षात घेऊन नामकरण करायचे असेल, तर 'उपक्रमशीलता गोठविणारा विभाग' असेच करावे लागेल.

निर्यातीव्यतिरिक्त परकीय चलन उपलब्ध करून घेण्याचा आणखी एक प्रशस्त राजमार्ग म्हणजे पर्यटनामुळे मिळणारे उत्पन्न. भारतात साधारणत: दर वर्षी दहा लाख परदेशी प्रवासी येतात आणि त्यांच्याकडून आपल्याला १८०० कोटी रुपये परकीय चलनामध्ये मिळतात. याउलट स्पेनमध्ये दर वर्षी चार कोटी ७० लाख परदेशी प्रवासी जातात. ही संख्या स्पेनच्या एकूण लोकसंख्येपेक्षा अधिक आहे. सिंगापूरमध्येही २५ लाख लोकसंख्या, तर ३० लाख परदेशी प्रवासी असे चित्र दिसते. संपूर्ण भारतात परदेशी प्रवाशांसाठी ३४ हजार खोल्या उपलब्ध आहेत, तर एका लहानशा सिंगापूर शहरामध्ये ३० हजार. थायलंडसारखा छोटा देशही परदेशी प्रवाशांकडून दर वर्षी १५० कोटी डॉलर्स मिळवितो. ही रक्कम

परदेशी प्रवाशांकडून भारत मिळवीत असलेल्या रकमेपेक्षा किती तरी अधिक आहे.

आधीच आपले करविषयक नियम अत्यंत गुंतागुंतीचे झालेले आहेत. या वर्षीच्या अर्थविधेयकामुळे त्या गोंधळात भरच पडणार आहे. करविषयक सल्लागारांचा धंदा भलताच तेजीत यावा, अशी सोय या विधेयकाने केलेली आहे.

हा गुंतागुंतीचा मामला मामुली ठरावा, अशा तीन असमर्थनीय तरतुदी या अर्थविधेयकात करण्यात आलेल्या असून, त्यांची ताबडतोब हकालपट्टी होणे आवश्यक आहे. दोन तरतुदींनी विश्वासघात केलेला असून, तिसरी तरतूद हा न्यायावरील आणि घटनात्मक वैधतेवरील जबरदस्त आघात ठरतो. आपल्याला असा विश्वासघात का करावा लागत आहे, यासंबंधी अर्थविधेयकाने एक चकार शब्दही उच्चारलेला नाही. तीन वर्षांची पूर्वसूचना दिल्याशिवाय कोणत्याही नव्या गुंतवणुकीवरील करामध्ये देण्यात येत असलेली सवलत रद्द केली जाणार नाही, असे सरकारने कायदा करून गुंतवणूकदारांना अभिवचन दिलेले होते. हा कायदा ज्या पक्षाच्या सरकारने केला, त्या पक्षाच्या सरकारने तो १९८६ मध्ये रद्द करावा; यावरून लोकांना दिलेला शब्द पाळण्याबाबत आपण किती बेफिकीर झालेलो आहोत, याची कल्पना येते. याच सरकारने पूर्वी दिलेल्या कायदेशीर आश्वासनांना अव्हेरून अर्थविधेयकात दोन तरतुदी केलेल्या आढळतात.

या अशा विश्वासघातामुळे प्रशासनाची प्रतिमा काळवंडते; त्याचप्रमाणे परदेशी आणि अनिवासी भारतीयांच्या भारत सरकारवरील विश्वासाला तडा जातो.

प्राप्तिकरविषयक कायद्यामध्ये १९८७ मध्ये करण्यात आलेली दुरुस्ती तशीच कायम ठेवून या वर्षीच्या अर्थसंकल्पाने अर्थकारणाची मोठीच हानी घडवून आणली आहे. प्रत्येक नागरिकाच्या उत्पन्नावर पहिला अधिकार पोचतो, तो सरकारचा आणि कर भरल्यावर त्या नागरिकापाशी जे काही उरेल, ते नालायक आणि कृतघ्न नागरिकांना सरकारने दिलेले देणगीदाखल समजावे, या उद्धट विचारावर तो दुरुस्ती कायदा आधारलेला होता. सरकारच्या या उर्मट अरेरावीबाबत अर्थविधेयकाने सोयीस्कर मौन स्वीकारले आहे.

केंद्रीय अर्थसंकल्प १९८९-९०

या सरकारचा गेला अर्थसंकल्प म्हणजे निव्वळ राजकीय संधिसाधूपणाचा कहर म्हटला पाहिजे. तो एखाद्या निवडणूक जाहीरनाम्यासारखा वाटतो. सत्ताधारी पक्षाचे आसन बळकट करणे, हाच त्यामागचा एकमेव हेतू असला पाहिजे. या

अर्थसंकल्पात कोणतेही सुसूत्र धोरण आढळत नाही.

आपले प्राप्तिकरविषयक कायदे आणि त्यांना जोडण्यात आलेली असंख्य नियमांची आणि अधिसूचनांची लांबलचक माळ पाहिली की, हा सारा प्रकार अनाकलनीय का झाला आहे, याची कल्पना येते. प्रशासनातही कार्यक्षमता अभावानेच उठून दिसते. तिसऱ्या जगातील दुसऱ्या कोणत्याही देशात इतकी भिकार अर्थव्यवस्था असेल, असे वाटत नाही. करदाते जर कुत्री असतील, तर अर्थमंत्रालयातील अधिकाऱ्यांना पशुविषयक क्रूरताप्रतिबंधक कायद्याखाली नक्कीच शिक्षा होईल.

आपल्या अर्थमंत्रालयाला स्थिरतेचे वावडे आहे. या मंडळींना स्थिरतेचे महत्त्व समजावून देणे, म्हणजे चेंगिजखानापुढे शांततामय सहजीवनाचे प्रवचन ठोकण्याजोगे ठरेल.

केंद्र सरकारचा ८० टक्के महसूल संघटित उद्योगक्षेत्राकडून येतो. स्वातंत्र्यप्राप्तीनंतरच्या पहिल्या चाळीस वर्षांमध्ये प्राप्तिकर कायद्यामध्ये करण्यात आले नव्हते, एवढे वेडेवाकडे बदल १९८७ च्या एप्रिलपासून भरमसाट वेगाने करण्यात येत असल्यामुळे, हे उद्योगक्षेत्र अस्वस्थ होऊन जाणे स्वाभाविक आहे. काही चुकीच्या तरतुदी वगळता, प्राप्तिकर कायद्यामध्ये आपण १९६२ पासून बदल केले नसते; तर सरकारची करवसुली वाढली असती, आर्थिक विकास अधिक झाला असता आणि करदात्यांमागची कटकट टळली असती, हे निर्विवाद! प्राप्तिकर कायद्यांमध्ये वारंवार होणाऱ्या बेसुमार बदलांमुळे वकील आणि करसल्लागार यांचीच काय ती चंगळ होते.

प्राप्तिकर कायद्याने आपल्या राष्ट्रीय प्रतिष्ठेला काळिमा फासला आहे आणि तरीही त्या कायद्यात दर २-४ महिन्यांनी अर्धे-कच्चे बदल केले जातात. आपल्या सर्वांचे दुर्दैव असे की, समंजस लोकही हे मूर्ख बदल शांतपणे स्वीकारतात. दुरुस्ती म्हणजे सुधारणा आणि बदल म्हणजे प्रगती, असे समजण्याची चूक आपण सतत करीत आलेलो आहोत.

अर्थमंत्रालयाबाहेर देशात कोठेही शहाणपण अस्तित्वात नाही, असे गृहीत धरूनच हे बेबंद बदल करण्यात येतात. राज्यकर्त्यांना सत्तेचा एवढा कैफ चढला आहे की, संकल्पित बदलांबाबत लोकांच्या सूचना वा आक्षेप जाणून घेण्याची त्यांना गरजच भासत नाही. हितसंबंधी लोकांची कावकाव, असे मानून या सूचनांची वा टिकेची वासलात लावण्यात येते.

सगळे कायदे सनदी अधिकाऱ्यांनी तयार करायचे आणि संसदेने फक्त 'हो' म्हणायचे, अशी सध्याची अवस्था आहे. त्यामुळे आपण ज्यांना संसदेने संमत केलेले कायदे असे म्हणतो, ती प्रत्यक्षात नोकरशाहीची मुजोर निर्मिती असते.

पक्षीय आदेशपद्धती आणि पाशवी बहुमत यांच्या समागमातून हे राक्षसी अपत्य जन्माला आले आहे. आपल्या संसदेने आणीबाणीच्या काळात मूलभूत मानवी अधिकारांची पायमल्ली करून किती सैतानी कायदे संमत केले होते, याचा आपल्याला कधीही विसर पडता कामा नये. कोणत्याही दुसऱ्या लोकशाही देशाच्या या शतकाच्या इतिहासामध्ये इतक्या जुलमी कायद्यांना तुलना सापडणार नाही.

आपले अर्थविषयक कायदे किती चक्रम आहेत, याचे मासलेवाईक उदाहरण म्हणजे कुक्कुटपालन व्यवसायाच्या फायद्यांमध्ये देण्यात आलेली अल्पशी सवलत. भारतातील कायद्यांइतके येथील हवामानदेखील लहरी असल्याचे दिसत नाही. कुक्कुटपालन व्यवसायाला होणारा फायदा १९६५ पासून १९७५ पर्यंत प्राप्तिकरातून पूर्णपणे वगळण्यात आला होता. कायद्यातील हे कलम नंतर गाळण्यात आले आणि १९७६ पासून १९८६ पर्यंत या नफ्यावर १५ टक्क्यांपासून ३३ टक्क्यांपर्यंत कर बसविण्यात आला. १९८६ पासून ही सवलत पूर्णपणे रद्द करण्यात आली. नफ्यापैकी एकतृतीयांश रकमेला प्राप्तिकरातून सूट दिली जावी, अशी आता नवी दुरुस्ती सुचविण्यात आली आहे.

गुंतवणूक भत्ता पुन्हा सुरू करून अर्थखात्याने आपल्या लहरी चक्रमपणाचा आणखी एक पुरावा सादर केला आहे. औद्योगिक विकास आणि आर्थिक वाढ व्हावी, या उद्देशाने १९५५ पासून विकासविषयक सूट देण्यात येऊ लागली. हा शहाणपणाचा उपाय १९७४ पर्यंत अमलात आणण्यात येत होता. त्यानंतर ही सूट कोणतेही कारण नसताना काढून घेण्यात आली. तिच्या जागी १९७४ पासून १९७६ पर्यंत प्रारंभिक घसारा आला. या तरतुदीची जागा १९७६ पासून १९८६ पर्यंत गुंतवणूक भत्त्याने घेतली. हा भत्ता रद्द करण्यापूर्वी तीन वर्षांची पूर्वसूचना देण्यात येईल, अशी कायद्यामधे ग्वाही देण्यात आलेली असतानाही, १९८६ मध्ये ही सवलत सरकारने काढून घेतली. सरकारच्या या विश्वासघातकी निर्णयामुळे लोकांना सरकारी आश्वासनांसंबंधी भरवसा वाटेनासा झाला. १९८६ मध्ये गुंतवणूक भत्त्याची जागा गुंतवणूक बचत खात्याने घेतली आणि या बचत गुंतवणूक खात्याला पर्याय म्हणून आता पुन्हा गुंतवणूक भत्ता सुरू करण्यात आला आहे. करसल्लागारांना फारसे काम राहणार नाही, अशी सोपी आणि सुटसुटीत करपद्धती आपण अमलात आणू, असे पंतप्रधानांनी आपल्या कारकिर्दीच्या प्रारंभी दिलेले आश्वासन प्रत्यक्षात उतरलेले नाही.

सत्ताधाऱ्यांच्या चक्रमपणामुळेच लोकांवर कर लादण्यात येतात, असे महान फ्रेंच विचारवंत मॉन्तेस्क्यू यांनी म्हटले आहे. अप्रत्यक्ष करांबाबतही सध्या जी अस्थिरता दिसते, ती या चक्रमपणापासूनच निर्माण झाली आहे.

केंद्र सरकारने योग्य धोरण आखले, तर भारत तंत्रविज्ञानाच्या क्षेत्रामध्ये जगात अग्रेसर ठरू शकेल. या संबंधात परदेशी मासिकांमध्ये प्रसिद्ध झालेल्या लेखांतील उतारे येथे देणे उचित ठरेल :

'किनाऱ्यानजीकच्या तेलखाणींमधून तेल काढण्यासाठी आवश्यक असलेल्या यंत्रसामग्रीच्या बाबतीत भारत अनेक देशांच्या मानाने किती तरी पुढे गेलेला आहे. या क्षेत्रातील भारताची उत्पादकता इंग्लंडमधील उत्पादकतेपेक्षा दीड पट अधिक आहे –' डिरेक्टर, सप्टेंबर १९८८.

'यंत्रसामग्रीच्या निर्मितीमध्ये जपानने जसा पहिला क्रमांक संपादन केला आहे, तसा संगणकांच्या बाबतीत भारतही पहिला क्रमांक मिळवू शकेल, कारण गणित ही भारताची मूलभूत क्षमता आहे' – टाइम, १० ऑगस्ट १९८७.

'भारतात जागरूक व्यापारी वर्ग असल्यामुळे निर्यातीच्या बाबतीत हा देश अन्य अनेक देशांशी यशस्वी स्पर्धा करू शकेल'– फोर्बस्, फेब्रुवारी १९८६.

'सध्याच्या संगणकीय युगाला – विशेषत: त्यातील कृत्रिम बुद्धिमत्तेच्या क्षेत्राला संस्कृत भाषा अत्यंत सोयीची आहे' – आर्टिफिशियल इंटलीजन्स मॅगेझीन, एप्रिल १९८५.

सध्याच्या सरकारने सुरुवातीच्या काळात जो शहाणपणा आणि दूरदृष्टी दाखविली, तिचा आपण पुनश्च अवलंब केला, तर भारतात निश्चितच क्रांतिकारक परिवर्तन घडवून आणू शकू.

दुर्दैवाने, त्या शहाणपणाची आणि दूरदृष्टीची पुसटशीही खूण या अर्थसंकल्पात दिसत नाही. सरकारी नियंत्रण कमी करण्याच्या आश्वासनाला अर्थमंत्रालय जागलेले नाही. या अर्थसंकल्पामध्ये नव्या अकरा कार्यक्रमांचा अंतर्भाव करण्यात आलेला असल्यामुळे, अर्थकारणातील नोकरशाहीचा उपद्रवी हस्तक्षेप वाढतच राहणार आहे.

केंद्रीय अर्थसंकल्प १९९०-९१

अर्थमंत्री प्रा. मधू दंडवते यांच्यासारख्या सुजाण व्यक्ती भारताच्या सार्वजनिक जीवनामध्ये अभावानेच पाहायला मिळतात. त्यांच्या कार्याला प्रगल्भ वैचारिक बैठक लाभलेली आहे आणि त्यामुळे राजकारणी मंडळींच्या भाऊगर्दीतही ते आपल्या चिंतनशीलतेमुळे उठून दिसतात. आपल्या देशातील बहुसंख्य राजकारणी मंडळींचा बौद्धिक वकूब ते ज्या मागास विभागातून आलेले असतात, त्याच्याशी साजेसाच असतो.

दंडवते यांनी संसदेमध्ये मांडलेला अर्थसंकल्प हा एका प्रामाणिक व्यक्तीने तयार केलेला आहे, हे जाणवते. मात्र तुम्हाला हर्षवायू व्हावा किंवा तुम्ही कमालीचे हताश होऊन जावे, असे या अर्थसंकल्पात काहीही नाही. 'चांगल्या काळातील वाईट अर्थसंकल्प' असे या अर्थसंकल्पाबाबत म्हणणे रास्त ठरत असले, 'तरी वाईट काळातील चांगला अर्थसंकल्प', असे त्याचे वर्णन केले तर ते चुकीचे ठरू नये.

आपल्या देशाचा कर्जबाजारीपणा प्रत्यही वाढत असल्यामुळे राष्ट्रीय अर्थकारणावर विपरीत परिणाम घडून येत आहे. सरकारवरचा एकूण आर्थिक बोजा असह्य होण्याच्या दिशेने वाटचाल करीत आहे. यात केवळ सरकारी कर्जाचाच समावेश होतो, असे नव्हे; तर भविष्यनिर्वाह निधी, अल्पबचत इत्यादी मार्गांनी सरकारने लोकांना जी रक्कम परत करायची आहे, तिचाही अंतर्भाव होतो.

केंद्र सरकारवर पडलेला प्रचंड आर्थिक भार पाहिला की, डोके सुन्न होऊन जाते. या बाबतीतील श्रीमंत देशांची तुलनात्मक आकडेवारी पाहिली की, आपल्या सरकारने केवढी अवाढव्य उधळपट्टी चालविली आहे, याची कल्पना येईल. सगळ्या गोष्टी विचारात घेतल्या की, 'भारतातील रुपया म्हणजे अमेरिकेतील डॉलर' असे समीकरण मांडायला काहीच हरकत नाही. अमेरिकन सरकारचे कर्ज दर सेकंदाला ८००० डॉलर्स या प्रमाणात वाढत असते आणि ही गोष्टही तेथील नागरिकांना चिंताजनक आणि भयावह वाटते. भारत सरकारचा कर्जबाजारीपणा दर सेकंदाला ११००० रुपये या प्रमाणात वाढत असतो. याचाचा अर्थ असा की, अमेरिकन सरकारच्या कर्जापेक्षा भारत सरकारचे कर्ज ४० टक्के अधिक वेगाने वृद्धिंगत होत असते.

सरकारी उधळपट्टीमुळे देश सध्या गंभीर आर्थिक संकटात सापडलेला असून, त्या संबंधात लोकमत जागृत करण्यासाठी मी एक अभिनव उपाय सुचवू इच्छितो. सरकारचा कर्जबाजारीपणा दर दिवसाला ११० कोटी रुपयांनी वाढत असल्यामुळे, सरकारी कर्जाचा आकडा लोकांना दर दिवशी कळावा, म्हणून देशाच्या वेगवेगळ्या विभागांमध्ये कलियुग घड्याळे ठेवण्यात यावीत, असे मला वाटते. भारत दर दिवशी आपला कर्जभार ११० कोटी रुपयांनी वाढवीत चालला आहे.

भारताच्या संकलित निधीचे कर्जरोखे विकून सरकार किती रक्कम लोकांकडून उसनी घेऊ शकते, या संबंधात कायदा करण्याचा आपल्या राज्यघटनेने २९२ व्या कलमानुसार संसदेला अधिकार दिला आहे. संसदेने तशी मर्यादा घालून देण्याची आता वेळ आली आहे. कर्ज घेण्याच्या केंद्र सरकारच्या अधिकारावर कमाल मर्यादा घातली पाहिजे, अशी आपल्या अर्थव्यवस्थेची पाहणी करण्यासाठी नेमलेल्या चक्रवर्ती समितीने शिफारस केली होती. या शिफारशीचा पुरस्कार सार्वजनिक लेखा

समितीने आपल्या नवव्या (१९६२-६३), छत्तिसाव्या (१९६४-६५), बावन्नाव्या (१९६५-६६) आणि चौसष्टाव्या (१९६८-६९) अहवालात केला होता. भारताच्या महालेखापालांनीही आपल्या १९८८ च्या अहवालात हेच सुचविले होते.

सरकारी कर्जाची कमाल मर्यादा निश्चित करण्यासाठी संसदेने कायदा करावा, यासाठी लोकांनी आपापल्या भागातील संसद सदस्यावर जोरदार दडपण आणायला हवे. सरकार आपणहोऊन शहाण्यासारखे वागेल, अशी अपेक्षा करणे आतापर्यंतच्या अनुभवावरून व्यर्थ ठरते.

राज्यघटनेच्या २९२ व्या कलमानुसार संसदेने तशी कमालमर्यादा निश्चित केली, तर आपला तिला विरोध राहणार नाही, या अर्थमंत्र्यांच्या घोषणेबद्दल लोकांनी त्यांचे आभार मानायला हवेत.

क्षमतेच्या मानाने भारताची निर्यात खूपच कमी आहे, यात नवल वाटण्याजोगे काहीही नाही. जागतिक व्यापार ही द्रुतगतीने धावण्याची स्पर्धा असते. पाठीवर बटाट्यांचे पोते घेऊन भारताला तीत भाग घ्यावा लागतो. इतर देशांना असा कोणताच बोजा बाळगावा लागत नाही. १९५० मध्ये आपली निर्यात ब्राझील आणि दक्षिण कोरिया यांच्यापेक्षा कितीतरी अधिक होती. आज ब्राझीलची निर्यात भारताच्या तिप्पट, तर दक्षिण कोरियाची पाचपट झालेली आहे.

काळ्या पैशाच्या साठ्यात भर पडू नये, यासाठी आपण अनेक उपाय योजणार आहोत, या अर्थमंत्र्यांच्या घोषणेचे लोकांकडून स्वागत व्हायला हवे. कारण काळा पैसा हा केवळ आर्थिक दृष्टीने नव्हे, तर सामान्य जनतेच्या दृष्टीनेही अत्यंत अनर्थावह ठरतो; परंतु आपले सरकार कायदे करताना कर चुकविणारेच डोळ्यांसमोर धरते. या अशा जाचक कायद्यांमुळे प्रामाणिक करदात्यांना केवढी गैरसोय आणि छळ सोसावा लागतो, याचा विचार करण्याची सरकारला गरजच वाटत नाही. सरकारकडे प्राप्तिकराच्या मार्गाने जमा होणाऱ्या महसुलापैकी ९६ टक्के रक्कम करदात्यांनी आपणहोऊन भरलेली असते, हे या संदर्भात ध्यानात घेतले पाहिजे. फक्त ४ टक्के महसुलाबाबतच वरिष्ठ अधिकाऱ्यांकडे किंवा न्यायालयाकडे प्रकरण नेले जाते. आपले उत्पन्न कमी दाखवावे, असा प्रयत्न जगभर सर्वत्र चालू असतो. प्रामाणिक करदात्यांना आपले खरे उत्पन्न जाहीर करावेसे वाटावे, अशा पद्धतीने अनेक देशांत प्राप्तिकरविषयक कायदे अमलात आलेले आहेत. त्या देशांकडून भारताला बरेच काही शिकता येण्यासारखे आहे. भारत सरकारला प्रत्येक व्यक्ती कर चुकविणारीच वाटते आणि तिला जाळ्यात कसे पकडायचे, या एकाच अट्टाहासाने कायद्यांची आखणी आणि अंमलबजावणी केली जाते.

इंग्लंडमधल्या ९१ टक्के कंपन्यांनी आपले उत्पन्न कमी दाखविले होते, असे ताज्या पाहणीत आढळून आलेले आहे. लोक आपले साधारणत: १० टक्के उत्पन्न लपवितात, असा युरोपीय आर्थिक समूहातील देशांचा कयास आहे. कंपन्यांकडून भरावयाच्या प्राप्तिकराची जपानने १९८८ मध्ये पाहणी केली, तेव्हा २२०६ कंपन्यांपैकी अवघ्या एका कंपनीचा अपवाद वगळता, बाकीच्या सर्वांनी कमी उत्पन्न दाखविल्याचे दिसून आले.

उत्पन्न कमी दाखविण्याची प्रवृत्ती केवळ लोकशाही देशांमध्येच आढळते, असे नाही. हुकूमशाही देशांमध्ये कर चुकविणाऱ्याला फाशीची शिक्षा देण्याची तरतूद असताना तेथेही अशी प्रकरणे आढळतातच. चीनमधल्या कम्युनिस्ट राज्यकर्त्यांनी गेल्या वर्षी शांघायमधल्या व्यापाऱ्यांच्या हिशेबाच्या वह्या तपासल्या, तेव्हा ८६ टक्के व्यापाऱ्यांनी कमी उत्पन्न दाखविल्याचे सिद्ध झाले. सोव्हिएत रशियामधील बिनसरकारी उद्योगक्षेत्र कर चुकवूनच आपली भरभराट साधत असते. त्यामुळे एकट्या भारतातच काही तरी भयंकर घडत आहे, अशी आपल्या सरकारने समजूत करून घेण्याचे काहीही कारण नाही.

खरे म्हणजे या बाबतीमध्ये समतोल दृष्टिकोनाची आणि सारासारविवेकाची गरज आहे. आपल्या दुकानातून कोणताही ग्राहक चोरी करीत नाही, या एकाच विवंचनेमध्ये असलेला दुकानदार आपल्या व्यवहाराची भरभराट घडवून आणू शकत नाही.

कंपन्यांवरील कर ५० टक्क्यांवरून ४० टक्क्यांवर (अधिभार विचारात घेतला, तर ४३.२ टक्के) खाली आणला, ही या अर्थसंकल्पातील स्वागतार्ह बाब आहे. जगभर सर्वत्र आर्थिक विकासाचे एक प्रभावी साधन म्हणून सध्या करकपातीचा अवलंब केला जातो. स्वीडनने हा कर ५७ टक्क्यांवरून ३० टक्क्यांवर आणला आहे, तर जपानमध्ये तो आता ३७.५ टक्के आहे. १९९० च्या मार्चमध्ये सादर झालेल्या सिंगापूरच्या अर्थसंकल्पात हे प्रमाण ३१ टक्के करण्यात आले आहे. इंग्लंड, हॉलंड, पोर्तुगाल आणि स्पेन या देशांत कंपन्यांवरील कराचे प्रमाण ३५ टक्के आहे.

जर एखाद्या कंपनीने आपल्या भागधारकांसाठी लाभांश जाहीर केला, तर त्या कंपनीला तिच्या गुंतवणुकीवर मिळणाऱ्या लाभांशावरील कर रद्द करून या अर्थसंकल्पाने योग्य दिशेने पाऊल उचलले आहे. कंपन्या आपल्याला होणाऱ्या फायद्यावर प्राप्तिकर भरतच असतात. त्यामुळे या कंपन्या भागधारकांना जो लाभांश वाटतात, त्यांच्यावर भागधारकांकडून पुन्हा प्राप्तिकर वसूल करणे न्याय्य ठरत नाही. म्हणून लाभांशावरील प्राप्तिकर पूर्णपणे रद्द केला जाणे किंवा तो बऱ्याच

प्रमाणात कमी करणे आवश्यक झालेले आहे, याची या अर्थसंकल्पाने दखल घ्यायला हवी होती. इंग्लंड, फ्रान्स, जर्मनी, जपान आदी अनेक देशांमध्ये ही प्रथा रूढ आहे. पाकिस्तानात सर्व भागधारकांना मिळणारा लाभांश प्राप्तिकरातून पूर्णपणे मुक्त करण्यात आला आहे. खासगी क्षेत्रांमध्ये सरकारी वित्तीय संस्थांनी भांडवल गुंतविण्याऐवजी तेथे भागधारकांची खरीखुरी लोकशाही प्रस्थापित व्हायला हवी, अशी आपण मागणी केली पाहिजे.

गुंतवणुकीवरील सूट रद्द करून या अर्थसंकल्पाने कोणतेही भले साधलेले नाही. ही सूट म्हणजे राष्ट्रीय विकासासाठी सरकारने केलेली गुंतवणूक मानली जाते. विकसनशील देशांना याव्यतिरिक्त पर्यायच उरत नाही. गुंतवणुकीला प्रोत्साहन मिळावे, म्हणून मूळ खर्चापेक्षा जी अधिक गुंतवणूक केली जाते, तिच्यातील ४० टक्के गुंतवणूक करमाफीला पात्र ठरविण्याचा निर्णय पाकिस्तानने केला आहे. मलेशियामध्ये हे प्रमाण ६० टक्के आहे, तर दक्षिण कोरियामध्ये हे प्रमाण १०० टक्क्यांवर नेण्यात आलेले आहे.

१९५० मध्ये भारताचे सरासरी उत्पन्न थायलंड किंवा दक्षिण कोरिया यांच्यापेक्षा अधिक होते. आज थायलंडचे सरासरी दर माणशी वार्षिक उत्पन्न ९०० डॉलर्स आणि दक्षिण कोरियाचे २३७० डॉलर्स इतके वाढलेले असताना, भारतीय नागरिक मात्र २९० डॉलर्सच्या पुढे जाऊ शकलेला नाही. आपल्याकडील नोकरशाहीनियंत्रित अतिरेकी नियोजनाने लोकांच्या गरिबीतच वाढ केलेली आहे.

रिझर्व्ह बँकेच्या ३१ डिसेंबर १९८७ च्या पाहणीनुसार आपल्या देशातील मोठे, मध्यम आणि लघु अशा तिन्ही क्षेत्रांतील एकूण २ लाख ६ हजार ९८ कारखाने आजारी असल्याचे आढळून आले आहे. या आजारी कारखान्यांमध्ये दररोज १८८ कारखान्यांची भर पडत असल्यामुळे, आता ही संख्या ३ लाखांवर गेलेली असून, यांपैकी ९३ टक्के कारखान्यांचा आजार कधीही बरा होण्यासारखा नाही.

आपल्या देशातील ८४० रोजगारविनिमय केंद्रांमध्ये नावे नोंदविणाऱ्या लोकांची संख्या भरमसाट वाढत आहे. १९८८ च्या अखेरीला ही संख्या ३ कोटींवर गेलेली असून, एकूण बेकारांची संख्या तिच्या दुप्पट आहे.

संघटित उद्योगक्षेत्रामध्ये काम करणाऱ्यांची संख्या २ कोटी ६० लाख आहे. २५ पेक्षा अधिक माणसे नेमणारे खासगी क्षेत्रातील कारखाने आणि केंद्र शासन, राज्य शासने, नगरपालिका, अन्य स्थानिक स्वराज्य संस्था आणि सार्वजनिक क्षेत्रातील महामंडळे यांनी चालविलेले कारखाने अशांचा संघटित उद्योगक्षेत्रामध्ये समावेश होतो. यावरून हे दिसून येते की, संघटित क्षेत्रामध्ये काम करणाऱ्या एका माणसाबरोबर देशात दोन माणसे बेकार आहेत.

नजीकच्या भविष्यकाळामध्ये आशियाई देश आर्थिक शक्तिकेंद्रे बनतील, असे भविष्य जगभरचे जाणकार वर्तवीत आहेत. एकविसावे शतक ३६०० दिवसांनंतर आलेले असताना, या अपेक्षित आर्थिक समृद्धीचा लाभ घेण्यासाठी 'ओरिएंट एक्स्प्रेस'मध्ये प्रवेश मिळविण्याकरिता पाश्चात्त्य उद्योजकांची झुंबड उडाली आहे; परंतु त्यांच्यापैकी फारसे कोणी भारतात यायला उत्सुक दिसत नाही.

गेल्या चाळीस वर्षांमध्ये भारतात एकूण ३ हजार कोटी रुपयांची परदेशी गुंतवणूक झाली. चीन किंवा ऑस्ट्रेलिया येथे परदेशी उद्योजक दर वर्षी जी गुंतवणूक करतात, तिच्यापेक्षा भारतातील एकूण गुंतवणूक कमीच भरते. समाजवादामुळे आपल्या अर्थव्यवस्थेला जी अधोगती लाभली आहे, ती नाहीशी करण्याची कुवत या अर्थसंकल्पामध्ये नाही.

आफ्रिकेच्या अनेक भागांमध्ये अशी प्रथा आहे की, पाऊस पडावा म्हणून तेथील टोळीवाल्यांचे प्रमुख वरुणदेवतेला प्रसन्न करण्यासाठी नृत्य करतात. हा विधी पाहण्यासाठी असंख्य लोक जमलेले असतात. या नृत्यामुळे पाऊस पडत नाही; परंतु आपले दु:खनिवारण व्हावे, म्हणून टोळीचा प्रमुख प्रयत्नांची पराकाष्ठा करीत आहे, एवढे समाधान त्या लोकांना खचितच लाभते. प्राप्तिकर कायद्यात आपल्याकडे वारंवार केल्या जाणाऱ्या बदलांचा हेतू त्या प्रमुखाच्या पर्जन्य-नृत्यासारखाच आहे.

जागतिक अर्थमंचाची डाव्होस येथे अलीकडेच परिषद भरलेली असताना, सिंगापूरचे पंतप्रधान लिऊ कुयान यू एका प्रमुख भारतीय उद्योगपतीला म्हणाले, 'भारतीय अर्थव्यवस्था सध्या निद्रिस्त महाकायासारखी आहे. या महाकायाला जाग आली, तर तो साऱ्या जागतिक अर्थव्यवस्थेचा चेहरामोहरा बदलवून टाकील. दुसऱ्या कोणावरही अवलंबून न राहता, केवळ स्वत:च्या प्रयत्नांवर आर्थिक महासत्ता होण्याची अद्भुत क्षमता भारतापाशी आहे.' या वर्षीच्या अर्थसंकल्पाने आपली चाळीस वर्षांची भंपक परंपरा कायम राखलेली असल्यामुळे, त्या निद्रिस्त महाकायाला जागे करण्याचे 'औद्धत्य' या अर्थसंकल्पाकडूनही घडणार नाही, हे निश्चित.

केंद्रीय अर्थसंकल्प १९९२-९३

या वर्षीचा अर्थसंकल्प नेहमीसारखा, नाडलेल्या लोकांकडून कर उकळण्यासाठी, हापापलेल्या लोकांनी तयार केलेल्या अर्थसंकल्पासारखा नाही. या अर्थसंकल्पातील तरतुदी अत्यंत विचारपूर्वक करण्यात आलेल्या असल्यामुळे त्यांचे स्वागत सर्व

सुजाण मंडळींनी करायला हवे.

उदारीकरण हा या अर्थसंकल्पाचा गाभा आहे. या अर्थसंकल्पामुळे भारताच्या आर्थिक इतिहासातील एका नव्या अध्यायाला प्रारंभ होत आहे. या भूतलावरच्या अत्यंत गरीब देशांमध्ये भारत विसाव्या क्रमांकावर आहे; याचे एक प्रमुख कारण म्हणजे आपली समाजवादी विचारसरणी. आपले एकूण वार्षिक उत्पादन साधारणत: दीड कोटी लोकसंख्या असलेल्या लॉस एंजेलिसपेक्षा कमी आहे. कालबाह्य झालेल्या समाजवादाला उराशी बाळगून आपला द्रुतगतीने आर्थिक विकास होणे शक्य नाही, याची आपल्या सरकारला प्रथमच जाणीव झालेली आहे, याचा प्रत्यय या वर्षीच्या ऐतिहासिक अर्थसंकल्पावरून येतो.

जोपर्यंत आपण काही विशिष्ट मूल्यांना चिकटून राहत नाही, तोपर्यंत आपण औद्योगिक मंदीतून बाहेर पडणे अशक्य आहे, यावर या अर्थसंकल्पात डॉ. मनमोहनसिंग यांनी दिलेला भर योग्यच म्हटला पाहिजे. आर्थिक दुखणी अल्पावधीत नाहीशी करण्याची कोणतीही जादूची कांडी अर्थमंत्र्यांपाशी नसते.

जागतिक अर्थव्यवस्थेचा एक घटक म्हणून भारताला पुढच्या काळामध्ये वावरावे लागणार आहे. जी नवी जागतिक आर्थिक व्यवस्था उदयाला येत आहे, तिने राष्ट्राराष्ट्रांमधल्या सीमा पुसून टाकल्या आहेत. भांडवल आणि कारखाने देशाच्या सीमेपाशी थांबत नाहीत. भारताला जर आपला आर्थिक विकास साध्य करून घ्यायचा असेल, तर जागतिक अर्थव्यवस्थेमध्ये सहभागी होण्यावाचून आपल्याला पर्यायच उरत नाही.

करांचे प्रमाण कमी करणे हे या अर्थसंकल्पाचे एक प्रमुख उद्दिष्ट आहे. जागतिक अर्थव्यवस्थेमध्ये सहभागी होणाऱ्या देशाच्या दृष्टीने करांचे प्रमाण कमी असणे अपरिहार्य ठरते. भरमसाट कर असलेले देश विकासाच्या शर्यतीमध्ये मागे पडतात. आपल्या मनाला येतील तेवढे कर सरकारने लादण्याचा काळ केव्हाच मागे पडला आहे.

जर आपल्याला आयात आणि निर्यात यांच्यामध्ये स्थिर आणि निकोप समतोल निर्माण करायचा असेल, तर आपल्याला निर्यात वाढविलीच पाहिजे. अवघी दीड कोटी लोकसंख्या असलेल्या चिमुकल्या हॉलंडची निर्यातही भारताच्या सहापट आहे.

जागतिक बँकेच्या आणि आंतरराष्ट्रीय नाणेनिधीच्या दडपणाला बळी पडून हा अर्थसंकल्प तयार करण्यात आल्याची टीका मुळीच समर्थनीय ठरत नाही. ज्यांना वस्तुस्थितीचे आकलन होत नाही, असेच लोक हा आक्षेप घेत आहेत. चाळीस वर्षांच्या चुकीच्या धोरणानंतर योग्य निर्णय घेण्याचे शहाणपण भारताला आता

प्राप्त झाले आहे, हे आक्षेपकांनी ध्यानात घेतले पाहिजे. या दोन आंतरराष्ट्रीय वित्तीय संस्थांमध्ये अनेक भारतीय वरच्या पदांवर काम करीत आहेत. भारत सरकारला इष्ट काय आणि अनिष्ट काय याचा उलगडा होत नाही, असे म्हणणे ही प्रच्छन्न आत्मनिंदाच ठरते.

ते काहीही असले, तरी धोरणविषयक गुणवत्तेवरूनच आपण अर्थसंकल्पाचे मूल्यमापन केले पाहिजे. हा शहाणपणाचा मार्ग कोणी सुचविला, हा काथ्याकूट व्यर्थ आहे. सरकार जे काही करील, त्याला आक्षेप घेणे हेच आपले कर्तव्य आहे, अशी विरोधी पक्षांनी स्वत:ची समजूत करून घेणे, ही लोकशाहीमधील एक मुख्य त्रुटी आहे.

भारतात बहुराष्ट्रीय कंपन्यांचा सुळसुळाट होईल, अशी भीती काही जण व्यक्त करतात. वस्तुस्थिती अशी आहे की, परदेशी कंपन्यांचे वर्चस्व भारतात प्रस्थापित होण्याची मुळीच शक्यता नाही. आपण अजूनही ईस्ट इंडिया कंपनीशी लढत आहोत, या भ्रमातून बाहेर पडले पाहिजे.

चलनवाढीला आणि औद्योगिक मंदीला आळा घालण्याच्या दृष्टीने हा अर्थसंकल्प अपुरा ठरतो, असा आणखी एक आक्षेप घेतला जातो. चलनवाढ काही प्रमाणात रोखणे शक्य असले, तरी ती पूर्णपणे थोपविणे सद्य:स्थितीत जमण्यासारखे नाही, हे मान्य केले पाहिजे. श्री. मोरारजी देसाई पंतप्रधान असताना (१९७७-७९) 'नकारात्मक चलनफुगवटा' असा शब्दप्रयोग वापरण्यात आलेला होता. आणीबाणीचा जुलमी कालखंड नुकताच मागे पडलेला असल्यामुळे, देशात नवे चैतन्य आणि नवा विश्वास उफाळून आलेला होता आणि त्याची परिणती वस्तूंच्या किमती खाली येण्यात झाली होती.

चलनफुगवटा विश्वव्यापी आहे. आजच्या डॉलरची किंमत १९४५ च्या तुलनेने अवघी १३ सेंट आहे. तेव्हाचे ६ पेन्स म्हणजे आजचा पौंड. जर्मनीने १९४८ मध्ये राईशमार्क हे आपले कवडीमोलाचे चलन रद्द करून डॉईशमार्क हे नवे भक्कम चलन सुरू केले. त्याचीदेखील किंमत तेव्हाच्या मानाने एकतृतीयांश वर आलेली आहे.

दुसरी गोष्ट अशी की, जागतिक अर्थव्यवस्थेला सध्या मंदीचा फटका जाणवत आहे. अमेरिकेमध्ये सध्या एवढी मंदी आलेली आहे की, तिला 'सर्व मंदींची माता' असे संबोधिले जाते. औद्योगिक मंदी दीर्घ काळ टिकण्याचा १९४५ नंतरचा हा पहिलाच प्रसंग आहे. जनरल मोटर्स या अमेरिकेतल्या एका अवाढव्य कारखान्याला १९९१ मध्ये ४५० कोटी डॉलर्सचा तोटा सहन करावा लागला. त्या कारखान्याच्या ८४ वर्षांच्या इतिहासामध्ये एवढा प्रचंड तोटा सहन करण्याची ही पहिलीच वेळ. सध्याच्या मंदीची झळ दुसऱ्या कोणत्याही देशापेक्षा इंग्लंडला अधिक जाणवत

आहे. १९९१ मध्ये तेथील वीस हजार कारखान्यांचे दिवाळे वाजले. याला अर्थ असा की, प्रत्येकी पन्नास कारखान्यांपैकी एक कारखाना बंद पडला.

या अर्थसंकल्पामध्ये अशा अनेक बाबी आहेत की, त्यांचे स्वागत करायला हवे.

(१) सनदी नोकरशाहीच्या सर्वंकष नियंत्रणापासून अर्थव्यवस्था मुक्त करण्याचा हा अर्थसंकल्प प्रथमच प्रयत्न करीत आहे.

(२) सरकारच्या कर्जात भरमसाट वाढ झाली की, देशाला गंभीर धोका संभवतो, याची स्पष्ट जाणीव या अर्थसंकल्पामध्ये दिसते. देणे भागविण्यासाठी सध्या आपण पुढे मिळणाऱ्या मिळकतीची राजरोस चोरी करीत आहोत. कर्जावरील व्याज देण्यासाठी पुढील वर्षी ३२ हजार कोटी रुपये खर्च करावे लागणार आहेत. याचा अर्थ असा की, एकूण सरकारी खर्चांपैकी २३ टक्के रक्कम व्याज म्हणून द्यावी लागेल. ही रक्कम विकासावर किंवा संरक्षणावर होणाऱ्या खर्चापेक्षाही अधिक आहे.

(३) या अर्थसंकल्पामुळे परकीय चलनाची परिस्थिती काहीशी सुधारली आहे. सध्या आपल्याकडे ४४० कोटी डॉलर्स इतका परकीय चलनाचा साठा आहे. कर्जफेड करणे अशक्य व्हावे किंवा कर्जाची मुदत वाढवून घेणे भाग पडावे, अशी चिंताजनक अवस्था आता राहिलेली नाही.

(४) रुपया काही प्रमाणात परिवर्तनीय केला, हे चांगले झाले. त्यामुळे राष्ट्रीय हित निश्चितच साधले जाईल. हे पाकिस्तानच्या उदाहरणावरून दिसून येते.

(५) या अर्थसंकल्पामुळे परदेशी भांडवलदारांचा भारतावरील विश्वास वाढलेला आहे. पूर्वी अनिवासी भारतीय येथील बँकांमधील आपल्या ठेवी काढून घेत असत. ती परिस्थिती आता राहिलेली नाही.

(६) भाग-भांडवल गोळा करताना सरकारी नियंत्रकाची परवानगी घ्यावी लागत असे. ते पद रद्द करण्यात आल्यामुळे, उदारीकरणाच्या प्रक्रियेला वेग लाभेल.

(७) बँकांमधील ठेवींवरील व्याज देताना त्यावरील कर कापून घेतला जात असे. आता ही प्रथा रद्द करण्यात आलेली आहे. ठेवींवरील व्याजापैकी १० टक्के रक्कम स्वत:जवळ ठेवण्याचे जर्मन सरकारने ठरविताच तेथील भांडवलदार दुसऱ्या देशांमध्ये गुंतवणूक करू लागले. पश्चिम जर्मन बँकांमधील १० कोटी डॉईशमार्कच्या ठेवी लगेच काढून घेण्यात आल्या आणि त्यांनी शेजारच्या चिमुकल्या लक्झेंबर्गमध्ये प्रवेश मिळविला, हे पाहताच पश्चिम जर्मन सरकारने तो कायदा रद्द करून टाकला.

(८) सोन्याच्या आयातीला परवानगी देण्याचा निर्णय शहाणपणाचा म्हटला पाहिजे.

(९) आत्तापर्यंत बँकांना ३८.५ टक्के रक्कम स्वत:कडे ठेवून उर्वरित रक्कम ग्राहकांना कर्ज म्हणून देण्याची मुभा होती. ही मर्यादा ३० टक्क्यांपर्यंत खाली आणण्यात आल्यामुळे मोठ्या बँका उद्योगव्यवसायाला अधिक कर्जपुरवठा करू

शकतील. त्याचप्रमाणे व्याजदरही १ टक्क्याने कमी होईल.

(१०) आयात कराचे प्रमाण कमी करण्यात आल्यामुळे जागतिक अर्थव्यवस्थेमध्ये सहभागी होणे भारताला अधिक सुलभ ठरेल.

(११) व्यक्तिगत प्राप्तिकराची कमाल मर्यादा कमी करण्यात आल्यामुळे सरकारचे कोणतेही नुकसान होणार नाही. कारण कर चुकविण्याची प्रवृत्ती आपोआपच कमी होईल. प्राप्तिकराची कमाल मर्यादा ४० टक्के असली, तर हा कर भरायला लोक खळबळ करीत नाहीत, असे हार्वर्ड विद्यापीठाचे प्रोफेसर लॉरेन्स लिंडसे यांनी पुराव्यानिशी दाखवून दिले आहे. 'लिंडसे परिणाम' म्हणून हा सिद्धान्त ओळखला जात असून, तो अमेरिका आणि इंग्लंड या देशांनी स्वीकारलेला आहे. अमेरिकेत हे प्रमाण ३३ टक्के आहे, तर इंग्लंडमध्ये ४० टक्के वैयक्तिक करदात्यावरील प्राप्तिकराची कमाल मर्यादा (अधिभार धरून) ४४.८ टक्क्यांवर आणण्यात आल्यामुळे, विकसित देशांशी घनिष्ठ संबंध प्रस्थापित करणे शक्य होणार आहे. कारण द्रुतगतीने समृद्ध होणाऱ्या या देशांनी प्राप्तिकराची कमाल मर्यादा अगोदरच कमी केली आहे.

केंद्रीय अर्थसंकल्प १९९३-९४

एकंदरीने, हा सर्जनशील आणि पौष्टिक अर्थसंकल्प आहे. डॉ. मनमोहनसिंग धंदेवाईक राजकारणी नाहीत. ते आहेत नामवंत तंत्रज्ञ. 'इकॉनॉमिस्ट'च्या शब्दांत सांगायचे तर, मनमोहनसिंग यांनी सादर केलेला अर्थसंकल्प मामुली राजकीय व्यक्तीच्या आकलनाबाहेरचा आहे. चेटूक किंवा घोटाळा करूनच हा अर्थसंकल्प अमलात आणता येईल, असे तो सुमार बुद्धीचा प्राणी म्हणू लागेल.

या अर्थसंकल्पातील उद्दिष्टे पूर्णपणे समर्थनीय ठरतात. शेतीला आणि शेतीवर आधारित उद्योगांना चालना देणे हे या अर्थसंकल्पाचे एक प्रमुख उद्दिष्ट आहे. निर्यात वाढविणे हे दुसरे उद्दिष्ट.

चलनफुगवटा कमी करून तुटीच्या अर्थकारणाला आळा घालणे हे या अर्थसंकल्पाचे तिसरे उद्दिष्ट आहे. १९९१ च्या ऑगस्टमध्ये चलनफुगवट्याचे प्रमाण १७ टक्के होते, ते आता ७ टक्क्यांवर आले आहे. महसुली तूट एकूण राष्ट्रीय उत्पन्नाच्या ८.४ टक्क्यांइतकी वाढली होती, ती आता ५ टक्के झालेली आहे. भावी पिढ्यांचे प्रतिनिधी संसदेमध्ये उपस्थित राहू शकत नसल्यामुळे, अजून जन्माला न आलेल्या नागरिकांच्या हिताचे रक्षण करण्यासाठी आपल्या स्वत:च्या कर्जाचा भार आपणच सोसायला हवा. अमेरिकेचे एक ख्यातनाम अध्यक्ष थॉमस

जेफरसन यांच्या शब्दांत सांगायचे तर, 'पुढच्या पिढ्यांवर कर्जाचा बोजा टाकण्याचा कोणत्याही पिढीला अधिकार नसतो, हा प्रशासनातील एक मूलभूत सिद्धान्त होय.' भावी पिढ्यांवर असा भार टाकण्याचा आपल्याला कोणताही अधिकार नाही, हे ध्यानात घेऊन आपली कर्जे आपणच फेडण्याची नैतिक जबाबदारी पत्करली पाहिजे.

आरोग्य, शिक्षण आणि कुटुंबनियोजन या विकासाशी निगडित असलेल्या क्षेत्रांवर अधिक खर्च करणे, हे या अर्थसंकल्पाचे चौथे उद्दिष्ट होय. विकासावरच नागरिकांच्या जीवनाची गुणवत्ता अवलंबून असते. अयोध्या, मुंबई आणि सुरत येथे गुंडांनी अलीकडे घडवून आणलेल्या दंगली आणि हिंसाचार एवढे भयानक होते की, त्यांच्यापुढे हिटलर हा बालगुन्हेगार ठरावा. मूल्याधिष्ठित शिक्षणाची दीर्घकालीन योजना अमलात आली, तरच ही अशी संकटे पुन्हा येणार नाहीत. शिक्षणाचे रास्त महत्त्व ओळखणारा हा पहिलाच भारतीय अर्थसंकल्प आहे.

अर्थव्यवस्थेला गती देणे हे या अर्थसंकल्पाचे आणखी एक महत्त्वाचे उद्दिष्ट आहे. ज्या देशाची चलने गेली कित्येक वर्षे भारतीय रुपयाच्या तुलनेने दुर्बळ ठरलेली होती, ते देशही आता आपल्यापुढे गेलेले आहेत. सध्या ५२ मॉरिशियन रुपये आणि ७९ पाकिस्तानी रुपये म्हणजे १०० भारतीय रुपये असे प्रमाण झालेले आहे.

प्रत्यक्ष कराच्या प्रमाणामध्ये सुधारणा घडवून आणणे हे अर्थसंकल्पाचे सहावे आणि शेवटचे उद्दिष्ट तूर्त तरी प्रत्यक्षात येणे कठीण आहे. अप्रत्यक्ष कराच्या बाबतीत मात्र या अर्थसंकल्पाने विधायक उपाय योजिले आहेत.

जगभरच्या ताज्या प्रवाहाशी हा अर्थसंकल्प सुसंगत आहे. कपड्याच्या फॅशनप्रमाणे कल्पनांच्या फॅशनही बदलत असतात. कल्पनांच्या नव्या फॅशनचा अंगीकार करण्यात भारत बराच आळशी आहे.

राष्ट्रीयीकरण ही १९४० मधली फॅशन होती, तर खासगीकरण ही आजची फॅशन झालेली आहे. सुदैवाने सध्या शिक्षणाला खूपच महत्त्व प्राप्त झालेले आहे. सांप्रतच्या अनेक समस्यांवर शिक्षणप्रसाराने मात करता येईल, हे आता लोकांना पटू लागलेले आहे. व्यवस्थापनशास्त्रातील एक तज्ज्ञ डॉ. वॉरन बेनिस म्हणतात, 'सध्याच्या स्पर्धात्मक युगामध्ये दीर्घकालीन विकासासाठी आणि लोकशक्तीचा पुरेपूर वापर करून घेण्यासाठी तीन गोष्टींची गरज आहे – शिक्षण, शिक्षण आणि शिक्षण.'

उदारीकरण आणि करांचे कमी प्रमाण ही आजची आणखी एक फॅशन झालेली आहे. 'आमचा पक्ष सत्तेवर आला; तर आम्ही कोणत्याही व्यवसायाचे राष्ट्रीयीकरण करणार नाही, करांचे प्रमाण वाढवणार नाही आणि वाटेल तसे वागण्याची कामगार संघटनांना मुभा देणार नाही,' असे इंग्लंडमधील मजूर पक्षाचे नवे नेते जॉन स्मिथ यांनी अलीकडेच म्हटले आहे. कर वाढविणे हा शुद्ध आर्थिक मूर्खपणा आहे, असे

सांगून स्मिथ पुढे म्हणाले की, ‘आम्ही जर करप्रमाणात वाढ केली, तर लोकांचा विश्वासघात केल्यासारखे होईल.’ आपला अर्थसंकल्प संसदेला सादर होण्याच्या एक आठवडा अगोदर सिंगापूरने कंपन्यांवरील कर ३० टक्क्यांवरून २७ टक्क्यांवर आणि कमाल प्राप्तिकर ३३ टक्क्यांवरून ३० टक्क्यांवर आणला.

या अर्थसंकल्पातील काही उणिवा सहज नजरेत भरणाऱ्या आहेत.

वैयक्तिक करांच्या प्रमाणामध्ये आवश्यक तेवढी कपात करणे, या अर्थसंकल्पाला जमलेले नाही. २८ हजार रुपयांपर्यंतचे उत्पन्न करमाफ होते. वस्तुत: या रकमेमध्ये वाढ होणे जरुरीचे ठरते.

१९८१ मध्ये १५ हजार रुपयांपर्यंतचे उत्पन्न करमाफ ठरविण्यात आलेले होते. तेव्हाचे १५ हजार रुपये म्हणजे आजचे ४५ हजार रुपये. करमाफीची मर्यादा १९८५ मध्ये १८ हजार रुपयांपर्यंत वाढविण्यात आली. तेव्हाचे १८ हजार रुपये म्हणजे आजचे ३७ हजार रुपये. करमाफीची मर्यादा १९९० मध्ये २२ हजार रुपये आणि १९९२ मध्ये २८ हजार रुपये करण्यात आली. या दोन्ही मर्यादा आजच्या ३१ हजार रुपयांइतक्या होतात. नजीकच्या भविष्याची काळजी घेण्यासाठी आणि करमाफीच्या प्रमाणात दर वर्षी बदल करण्याचे टळावे, म्हणून करमाफीची मर्यादा ४५ हजार रुपयांपर्यंत वाढविण्यात आली पाहिजे. पाकिस्तानात ४० हजार रुपयांपर्यंतच्या उत्पन्नावर प्राप्तिकराची माफी देण्यात आली आहे. भारत आणि पाकिस्तान यांच्यातील विनिमय दर लक्षात घेता, भारतीय रुपयांमध्ये ही रक्कम ५० हजार चारशे रुपये होते. दुसरी गोष्ट अशी की, ४० हजार रुपयांवर पाकिस्तानात फक्त १० टक्केच कर घेतला जातो.

प्राप्तिकरासंबंधीच्या कायद्यात स्थिरता किंवा सोपेपणा आणण्याचा कोणताही प्रयत्न या अर्थसंकल्पामध्ये करण्यात आलेला नाही. स्थिरता आणि सोपेपणा या खात्यासाठी एक स्वतंत्र मंत्री नेमावा आणि कोणत्याही चांगल्या प्रशासनाचे हे दोन सद्‌गुण कायम राहतील, हे पाहणे एवढेच त्या मंत्र्याचे कार्य असावे, या मी पूर्वी केलेल्या सूचनेचा येथे पुनरुच्चार करतो. हा मंत्री केवळ पंतप्रधानांनाच जबाबदार असला पाहिजे आणि त्याचा निर्णय सर्वांना बंधनकारक ठरला पाहिजे.

गेल्या वर्षी आश्वासन दिल्याप्रमाणे वैयक्तिक प्राप्तिकरावरील १२ टक्के आणि कंपन्यांच्या प्राप्तिकरावरील १५ टक्के अधिभार रद्द होणे जरुरीचे आहे.

आगामी चांगल्या कालखंडाची अनेक प्रसादचिन्हे या अर्थसंकल्पामध्ये पाहायला मिळतात. हा अर्थसंकल्प भारताला स्वर्गात न्यायला असमर्थ ठरणार असला, तरी तो या देशाला नरकापासून नक्कीच वाचवील.

■

१

जातीयतेचा शतकानुशतकांचा शाप :
महत्त्वपूर्ण घटनात्मक प्रश्न

मंडल अहवाल – पाच घातक त्रुटी देशाच्या एकतेला आणि सुरक्षिततेला धोका

छळ आणि यातना निर्माण करण्याची आधुनिक भारताला जेवढी चटक लागलेली आहे, तेवढा या प्रवृत्तीचा आढळ जगातील दुसऱ्या एखाद्या देशात क्वचितच होत असेल. आत्मताडनाच्या शतकानुशतकांच्या प्रथेचा लाभलेला हा वारसा असावा.

ऑक्सिजनचे अग्नीशी असलेले नाते विशद करताना भौतिक शास्त्रज्ञ 'आवश्यक पण पुरेसे नाही' असा शब्दप्रयोग करतात. अभूतपूर्व राष्ट्रव्यापी हिंसाचार उफाळून आणायला जातीयवाद आणि त्याचे प्रेषित मंडल हे आवश्यकही आहेत आणि पुरेसेही आहेत. मंडल अहवालामुळे भारताचे जवळजवळ सारख्याच लोकसंख्येचे दोन तुकडे पडतील आणि ते कधीही सांधले जाणार नाहीत.

गेली दहा-बारा वर्षे शहाणपणाने शीतपेटीत बंद करून ठेवण्यात आलेला मंडल अहवाल, किंचितही बदल न करता जशाचा तसा अमलात आणण्याचा भारत सरकारचा निर्णय ही फार मोठी आपत्ती ठरणार आहे. सरकारला केवळ हिंसक निदर्शनांचीच भाषा समजते, अशी लोकांची पक्की खात्री झालेली असल्यामुळे, अनेक राज्यांमध्ये लोक संतप्त होऊन जाळपोळ करीत सुटले आहेत. या लोकक्रोधाचा भडका वाढत जाणार असून, त्याचा भारताच्या एकतेवर आणि अखंडतेवर अत्यंत घातक परिणाम होणार आहे.

मंडल अहवालात पाच घातक गफलती आहेत :

(१) सरकारी कचेऱ्यांमध्ये, कारखान्यांमध्ये आणि शैक्षणिक संस्थांमध्ये बऱ्याच मोठ्या प्रमाणावर जागा राखून ठेवण्याची शिफारस या अहवालामध्ये करण्यात आलेली आहे. या राखीव जागांचा उमेदवाराच्या गुणवत्तेशी काहीही संबंध असणार

(इंडियन एक्सप्रेस, २८ ऑगस्ट १९९०)

नाही. यामुळे सर्वत्र दर्जा घसरत जाणार असून, सत्तेची सूत्रे गुणवंतांकडून मामुली कुवतीच्या लोकांकडे जातील.

(२) या राखीव जागा केवळ जात विचारात घेऊन निश्चित करण्यात आलेल्या आहेत. त्यामुळे हा अहवाल गरीब-ब्राह्मण आणि श्रीमंत-दलित विचारात घेत नाही. कोणतीही जात मागास नसते, काही व्यक्ती मागास अवस्थेत असतात इतकेच. ही वस्तुस्थिती हा अहवाल विचारात घेत नाही. आर्थिक मागासलेपणा किंवा पुढारलेपणा यांना त्या अहवालात काही स्थान नाही.

(३) केवळ नोकरीच नव्हे, तर बढतीही तथाकथित मागास जातींसाठी राखून ठेवली जाणार आहे. या अशा जातवार विभागणीमुळे नागरी प्रशासनावर घातक परिणाम घडून येतील. लष्कराच्या बाबतीत तर ही तरतूद कमालीची अनिष्ट ठरेल. आपले लष्कर हा साऱ्या देशाच्या अभिमानाचा विषय आहे. हे एकच क्षेत्र असे आहे की, ज्याने आपला दर्जा कायम राखला आहे. फील्ड मार्शल आणि जनरल, एअर मार्शल आणि ॲडमिरल या लष्करातील अत्युच्च पदांवर जातवार जागा राखून ठेवण्याच्या धोरणामुळे ज्या व्यक्ती येतील; त्यांच्या नेतृत्वाखाली पायदळ, नौदल आणि वायुदल यांची काय अवस्था होईल, याची साधी कल्पना करणेही अशक्य आहे. शिवाय यामुळे देशाच्या सुरक्षिततेला धोका पोचू शकतो, या गंभीर बाबीकडे दुर्लक्ष होता कामा नये.

(४) एकराष्ट्रीयत्वाची जाणीव वृद्धिंगत करणे हाच जातीयवादाचा बीमोड करण्याचा एकमेव उपाय आहे. जाती-जातींमध्ये सुसंवाद निर्माण व्हायला हवा, सामाजिक पातळीवर त्यांच्यात आदान-प्रदान घडून यायला हवे. जातीयवादाचे हे शतकानुशतकाचे ओझे आपण इतिहासाच्या कचऱ्यात फेकून द्यायला हवे. त्याऐवजी मंडल अहवाल जातीयवादाला सर्वोच्च स्थान देऊ पाहत आहे. जातीयवादाच्या रोगापासून समाजपुरुषाची सुटकाच होऊ नये, हे या अहवालाला अभिप्रेत आहे.

(५) भारताची प्रगती वरिष्ठ-कनिष्ठ जातीयवादापासून समानतेकडे होत आहे. सरंजामशाहीकडून व्यक्तिप्रतिष्ठेकडे आपली वाटचाल सुरू आहे. सर्व नागरिक समान आहेत, त्यांच्यात कोणताही भेद केला जाता कामा नये, हा आपल्या प्रजासत्ताकाचा गाभा आहे. सर्व नागरिकांना संपूर्ण समान मानल्याशिवाय खरीखुरी लोकशाही निर्माण होऊच शकत नाही. समानतेच्या या अत्युच्च आदर्शावरच आपले प्रजासत्ताक उभे आहे, तेच त्याचे प्रेरणास्थान आहे, नागरिकत्वाचा तोच एकमेव निकष आहे आणि जनकल्याणाचा तोच मूलस्रोत आहे (हुकूमशाही देशात याच्या नेमकी उलट परिस्थिती असते. साऱ्या सुखसोयी आणि विशेषाधिकार सत्ताधारी पक्षाच्या सक्रिय सदस्यांसाठीच राखून ठेवलेल्या असतात). पक्षपातावरच मंडल अहवालाची उभारणी करण्यात आलेली आहे. गुणवत्ता आणि क्षमता यांना

काहीच वाव राहू नये, असा या शिफारशींचा हेतू आहे.

राज्यघटनेच्या नवव्या परिशिष्टामध्ये जमीनधारणाविषयक तरतुदींचा अंतर्भाव करून या उपाययोजनेला होणारा विरोध मोडून काढता येईल. तो एकदा मूलभूत अधिकार मानला गेला की, न्यायालयामध्ये त्याला आव्हान देता येणार नाही; परंतु तसे करण्याऐवजी मंडल अहवालाची कार्यवाही करण्यात आली, तर ते कृत्य घटनेच्या मूळ चौकटीशी विसंवादी ठरेल. जमीनधारणाविषयक कायद्याला न्यायालयात आव्हान देता येऊ नये, म्हणून घटनादुरुस्ती करणे हा उपाय होऊ शकत नाही. कारण अशी दुरुस्ती घटनाबाह्य आणि अवैध ठरेल. तथाकथित मागास जातींना न्याय देण्याच्या नादापायी आपल्याला जर हा मूर्खपणाचा निर्णय अमलात आणायचा असेल, तर प्रथम आपण सध्याची उदात्त घटना मोडीत काढावी आणि या मागास देशासाठी नवी मागास राज्यघटना जारी करावी.

∎

मंडल प्रकरणी सर्वोच्च न्यायालयाचे निकालपत्र

आपल्या न्यायव्यवस्थेच्या इतिहासातील एक अत्यंत खेदजनक वर्ष म्हणून भारतीय प्रजासत्ताकाचे भावी इतिहासकार १९९२ ची नोंद करतील. या वर्षामध्ये सर्वोच्च न्यायालयाने, बहुमताच्या आधाराने जातीयतेच्या राक्षसाला जवळजवळ अमरता प्राप्त करून दिली.

आपल्या अल्पमताच्या निकालपत्रामध्ये न्या. कुलदीपसिंग यांनी म्हटल्याप्रमाणे, भारताला गेल्या एक हजार वर्षांमध्ये जे शाप भोगावे लागले, त्यात जातीयतेचा शाप सर्वांत मोठा होता. भारतीय समाज वेगवेगळ्या जातींमध्ये चिरफळला गेला असल्यामुळे आणि देशसंरक्षणाची जबाबदारी एकाच जातीवर सोपविण्यात आल्यामुळे; अफगाण, तुर्क, मुघल आदी परकीय आक्रमकांना हा देश जिंकून घेणे सोपे गेले, असे सर्वच इतिहासकारांनी नमूद करून ठेवले आहे.

सुदैवाची गोष्ट अशी की, स्वतंत्र भारताच्या लोकसत्ताक राज्यघटनेच्या मसुदा समितीचे अध्यक्षपद डॉ. बाबासाहेब आंबेडकर यांच्याकडे आले. आपल्या उदात्त राज्यघटनेमध्ये जातिव्यवस्थेला स्थान मिळू नये, इकडे बाबासाहेबांनी लक्ष पुरविले आणि भारताची सामाजिक एकात्मकता निर्माण करण्यात पुढाकार घेतला.

डॉ. आंबेडकरांच्या शब्दांत सांगायचे तर, 'आपण सर्व भारतीय एकाच परिवारातील आहोत, आपण सर्व एकच लोक आहोत, असे मानणे हा बंधुभावाचा खरा अर्थ आहे. जातीयवाद राष्ट्रघातक आहे, कारण त्यामुळे आपले सामाजिक जीवन एकसंध होत नाही. जातीजातींमध्ये द्वेष आणि दुरावा निर्माण होतो, या दृष्टीनेही त्या राष्ट्रघातक आहेत. आपल्याला जर आपले एक-राष्ट्रीयत्व प्रत्यक्षात आणायचे असेल, तर या अडचणींवर आपण मात केली पाहिजे. एकराष्ट्रीयत्व निर्माण झाले, तरच खराखुरा बंधुभाव नांदू लागेल. बंधुभाव नसेल, तर समता आणि स्वतंत्रता या बाबी केवळ वरपांगी राहतील.'

गेल्या वर्षी आपण डॉ. आंबेडकरांची जन्मशताब्दी साजरी केली आणि त्यानंतर

(हिंदुस्तान टाइम्स, ३० नोव्हेंबर १९९२)

लगेचच त्यांचे सर्वांत मोठे स्मारक विद्रूप करून टाकले. भारताची राज्यघटना हेच डॉ. आंबेडकरांचे सर्वांत महनीय स्मारक.

सरकारी नोकरीच्या किंवा अधिकारपदाच्या बाबतीत जातीच्या आधारावर नागरिकांमध्ये भेद करायला राज्यघटनेच्या १६ (२) व्या कलमान्वये मनाई करण्यात आलेली असली, तरीही घटनेच्या १६ (४) व्या कलमाखाली जातीच्या आधारावर सरकारी नोकऱ्या राखून ठेवण्याची मुभा देण्यात आल्याचे सर्वोच्च न्यायालयाने आपल्या बहुमताच्या निकालपत्रामध्ये म्हटले आहे.

न्या. थोमेन, कुलदीपसिंग आणि आर. एन. सहाय या तिघांनी मात्र अल्पमताच्या आपल्या निकालपत्रामध्ये कायद्याची योग्य भूमिका कथन केली आहे. जातीच्या आधारावर सरकारी नोकऱ्या राखून ठेवता येत नाहीत, असा निर्वाळा त्यांनी दिला आहे.

मंडल प्रकरणातील सर्वोच्च न्यायालयाने बहुमताने दिलेला निवाडा निखालस चुकीचा असून, सार्वजनिक हिताच्या दृष्टीने आणि खुद्द मागास जातींच्या दीर्घकालीन कल्याणाच्या दृष्टीने तो बाजूला सारणे अत्यंत आवश्यक ठरले आहे. आपल्या राज्यघटनेच्या मूलभूत चौकटीला एकात्म, जातिविरहित समाज अभिप्रेत आहे. सर्वोच्च न्यायालयाच्या निर्णयाने जातीय भावनेला जोर चढणार असून, देशाच्या एकसंधतेवर आघात होणार आहे. राज्यघटनेचा मूलभूत आशय त्या निकालपत्राने विचारातच घेतलेला नाही. या निकालपत्रामुळे जातीयवाद फोफावणार असून, पुढारलेल्या जाती आणि मागास जाती असे देशाचे दोन तुकडे होण्याचा धोका निर्माण झालेला आहे. जातीजातींमध्ये सदैव वैमनस्य खदखदत राहील आणि फुटीर प्रवृत्तीला प्रोत्साहन मिळेल. इतकेच नव्हे, तर मागासलेपणाच फायदेशीर ठरू शकेल. एकात्म, एकसंध राष्ट्र निर्माण करण्याच्या दृष्टीने स्वातंत्र्यप्राप्तीपासून करण्यात आलेले प्रयत्न वाया जातील.

जातीयवादाचा अस्त घडवून आणण्याची आपल्या राज्यघटनेची खटपट सर्वोच्च न्यायालयाच्या निर्णयामुळे व्यर्थ ठरून, जातीयवादाला नवा जोम प्राप्त होईल. स्वातंत्र्यपूर्वकाळात येथे जे भयानक प्रकार घडले, त्यांची पुनरावृत्ती पाहायला मिळेल – फक्त भूमिका बदललेल्या असतील, इतकेच! त्या काळात मागास जातींवर अन्याय होत असे. आता मागास जाती पुढारलेल्या जातींवर अन्याय करू शकतील. (आपल्या मुलाला वैद्यकीय महाविद्यालयात प्रवेश मिळावा, म्हणून केरळमधील पुढारलेल्या जातीतील एका महिलेने आपल्या नवऱ्याच्या उपस्थितीत, न्यायालयात निवेदन करताना, एका हरिजनाच्या अनैतिक संबंधातून आपल्याला हा मुलगा झाल्याचे सांगितले, यावरून परिस्थिती किती विकोपाला गेलेली आहे, याची कल्पना येते. त्या महिलेवर ओढवलेल्या या लाजिरवाण्या प्रसंगाकडे

आपल्या निद्रिस्त जनतेचे लक्ष गेलेले दिसत नाही). यापुढे गुणवत्ता आणि क्षमता यांच्यापेक्षा जातीलाच प्राधान्य दिले जाईल. 'जात' या शब्दाऐवजी 'वर्ग' हा शब्द घालून सर्वोच्च न्यायालयाने घटनेचे १६ (४) वे कलम नव्याने लिहिले आहे. जातीच्या आधारावर सरकारी नोकऱ्या राखून ठेवायला मान्यता देऊन सर्वोच्च न्यायालयाने आपल्या निकालपत्रात आरक्षणाच्या बाबतीत विशिष्ट अर्हता आणि अटी नमूद केल्या आहेत. सर्वोच्च न्यायालयाने म्हटले आहे की, (अ) मागास वर्गांमधला वरचा थर आरक्षणातून वगळावा. नाहीतर त्या वर्गासाठी ठेवण्यात आलेले आरक्षणाचे फायदे हा थरच गिळंकृत करून टाकील; (ब) या वरच्या थराला कोणत्या आधारे वगळण्यात आलेले आहे, ते भारत सरकारने चार महिन्यांच्या आत जाहीर करावे. उत्पन्न, मालमत्ता किंवा अन्य काही निकष असेल, तर तसा तो सांगितला जावा; (क) एखाद्या जातीचा मागास वर्गामध्ये समावेश करणे किंवा तिला त्यातून वगळणे यासंबंधीचा निर्णय बदलती परिस्थिती लक्षात घेऊन विशिष्ट कालांतराने केला जावा; (ड) मागास वर्गामध्ये एखाद्या जातीचा केलेला समावेश योग्य आहे किंवा नाही, तसेच एखाद्या जातीला वगळले असल्यास ते योग्य आहे किंवा नाही, हे पाहण्यासाठी केंद्र सरकारने चार महिन्यांच्या आत एका कायमस्वरूपी आयोगाची नेमणूक करावी आणि या बाबतीतील पुढची सर्व प्रकरणे विचारार्थ सर्वोच्च न्यायालयापुढे ठेवावीत; (ई) लष्करातील नोकऱ्या आणि काही वरिष्ठ अधिकारपदे जातवार आरक्षणाच्या कक्षेबाहेर ठेवणे श्रेयस्कर ठरेल.

विशिष्ट जातींच्या लोकांचाच आरक्षणासाठी विचार केला जावा, या गोष्टीला सर्वोच्च न्यायालयाने मान्यता द्यावी, याचे नवल वाटते. एकदा का तुम्ही वरचा थर दूर केला की, ठरावीक जातींचेच लोक या आरक्षणाला पात्र ठरतील. या विशिष्ट जातींव्यतिरिक्त समाजातील जे घटक सामाजिक आणि शैक्षणिकदृष्ट्या मागास आहेत, त्यांना या आरक्षणाच्या तरतुदींतून वगळण्यात आले आहे.

गेल्या ४५ वर्षांमध्ये आपल्या देशातील सामाजिक, शैक्षणिक आणि आर्थिक परिस्थितीमध्ये प्रचंड परिवर्तन घडून आलेले आहे, हे कोणालाही नाकारता येणार नाही. पुढारलेल्या जातींमध्ये कोट्यवधी मागास व्यक्ती आहेत, तर मागास जातींमध्ये कोट्यवधी पुढारलेल्या व्यक्ती आहेत. नोकऱ्या राखून ठेवण्यासाठी जात हा एकमेव घटक सर्वोच्च न्यायालयाने स्वीकारल्यामुळे, (अ) वरचा थर वगळता सर्व मागास जातींमधील सर्व व्यक्तींना आरक्षणासाठी पात्र ठरविले आहे, आणि (ब) पुढारलेल्या जातीतील सर्व व्यक्तींना वगळण्यात आलेले आहे - मग त्यांच्यापैकी कितीही व्यक्ती मागास आणि होतकरू असल्या तरीदेखील, मागास जातींच्या यादीमध्ये ज्या जातींचा समावेश करण्यात आलेला नाही, त्यांच्या बाबतीत हे निकालपत्र निखालस अन्यायकारक ठरते.

राज्यघटनेच्या १५ (४) किंवा १६ (४) या कलमांचा लाभ मागास वर्गाला देता येईल; परंतु हा वर्ग एकजिनसी समूह असला पाहिजे. मागासलेपणा हाच त्या समूहाचा एकजिनसीपणा असायला हवा. दुसऱ्या शब्दांत सांगायचे, तर त्या समूहातील सदस्यांचा मागासलेपणा हाच त्यांना एकत्र आणणारा दुवा किंवा धागा मानला पाहिजे. अशा तऱ्हेचा दुवा किंवा धागा जात पुरवू शकत नाही. वरचा थर वगळला, तर या समूहाचा जात हाच एकमेव दुवा किंवा धागा उरतो. एखाद्या समूहाची मागासवर्गीय म्हणून नोंद केली, तर ते समर्थनीय ठरू शकते; परंतु कोणत्याही जातीला संपूर्णपणे मागास ठरविता येत नाही. सर्वोच्च न्यायालयाच्या घटनापीठाने त्रिलोकीनाथ (१९६९), प्रदीप टंडन (१९७५), जयश्री (१९७७) आणि अखिल भारतीय शोषित या प्रकरणी हाच मुद्दा उचलून धरला. मंडल अहवालाचा ऊहापोह होत असताना सर्वोच्च न्यायालयाला ही निकालपत्रे सादर करण्यात आलेली होती. सर्वोच्च न्यायालयाने आपल्या निकालपत्रात त्यासंबंधी कोठेही नापसंती व्यक्त केलेली नाही; परंतु त्याचबरोबर त्या निकालपत्रातील युक्तिवादाकडे साफ दुर्लक्ष केले.

रोजगार, प्रवेश आणि बढत्या या बाबतीत केंद्र सरकारने आत्तापर्यंत जातवार आरक्षणे का केली नव्हती, याची कारणे सर्वोच्च न्यायालयाने विचारात घेतलेली नाहीत. नोकरीच्या नोंदवहीत जातीचा उल्लेख करण्याची प्रथा भारत सरकारने १९५१ मध्येच बंद केली. जातीच्या आधारावर शेवटची जनगणना १९३१ मध्ये करण्यात आली. या कालबाह्य झालेल्या जनगणनेवरच संपूर्ण मंडल अहवाल आधारलेला आहे. कारण तशा प्रकारची ती शेवटचीच जनगणना होती. काका कालेलकर यांनी आपला अहवाल १९५५ साली सादर केला. त्या अहवालासोबत राष्ट्रपतींना धाडलेल्या पत्रात ते म्हणतात, 'कोणत्याही जातीसाठी सरकारी नोकऱ्यांमध्ये जागा राखून ठेवण्याच्या मी पूर्णपणे विरुद्ध आहे. याचे साधे कारण असे की, या नोकऱ्या केवळ त्या नोकरांसाठी नसतात, तर संपूर्ण समाजाला सुविधा पुरविण्यासाठी निर्माण करण्यात आलेल्या असतात.' मागास जातींसंबंधीचा कालेलकर-अहवाल त्या वेळच्या सरकारने स्वीकारला नाही. त्या अहवालामध्ये २३९९ जातींची मागास म्हणून नोंद करण्यात आलेली होती. या यादीच्या संदर्भात केंद्र सरकारने म्हटले, 'काही थोडे अपवाद वगळता, जर एखादी संपूर्ण जात मागास समजण्यात आली, तर ज्यांना खरोखरच मदतीची गरज आहे, त्यांच्याकडे दुर्लक्ष होईल आणि त्यांना पुरेसे सहाय्य करणे अशक्य ठरेल.' केंद्र सरकारने घेतलेला हा आक्षेप मंडल अहवालालाही लागू पडतो. त्या अहवालात ३७४३ जातींची मागास म्हणून नोंद करण्यात आली आहे. विश्वाचा व्याप जसा वाढत जात आहे, तशीच मागास जातींची यादीही सतत वाढती राहिली आहे. या यादीमध्ये आपलाही समावेश

व्हावा, यासाठी अनेक जातींचा खटाटोप सुरूच झालेला आहे.

या विषयावरचा अखेरचा शब्द आपण पंडित जवाहरलाल नेहरू यांच्यावरच सोपवू या. राज्यांच्या मुख्यमंत्र्यांना २७ जून १९६१ रोजी लिहिलेल्या पत्रात नेहरू म्हणतात, 'कोणत्याही प्रकारचे आरक्षण – विशेषत: नोकऱ्यांमधील आरक्षण मला मुळीच मान्य नाही. कार्यक्षमता आणि गुणवत्ता यांची हानी होईल, अशा कोणत्याही तरतुदींच्या मी सर्वस्वी विरुद्ध आहे. मागास समूहांना मदत करण्याचा एकमेव खराखुरा उपाय म्हणजे चांगले शिक्षण घेण्याची संधी आपण त्यांना उपलब्ध करून दिली पाहिजे. त्याऐवजी जर आपण सांप्रदायिक किंवा जातीय आधारावर नोकऱ्या राखून ठेवू लागलो, तर बुद्धिमान आणि कर्तृत्ववान लोकांचा कोंडमारा होईल आणि आपण सतत दुय्यम किंवा तिय्यम पातळीवर राहू. काही ठिकाणी बढत्या देताना धर्म किंवा जात विचारात घेतली जाते, हे मला कळले, तेव्हा मी थक्कच झालो. असे करणे, हा केवळ मूर्खपणाच आहे, असे नसून विनाशाला आमंत्रण देण्यासारखे ठरू शकेल. मागास समूहांना आपण सर्व जण सर्व प्रकारे मदत करू या. मात्र, असे करताना कार्यक्षमतेचा बळी दिला जाता कामा नये.'

१६ (४) आणि ३३५ ही दोन कलमे एकत्र विचारात घेतली तर, अनुसूचित जाती आणि जमाती यांचा विचार करतानाही प्रशासनाच्या कार्यक्षमतेचा बळी दिला जाता कामा नये, असे स्पष्टपणे नमूद केले आहे. अशा परिस्थितीत, इतर मागासवर्गांचा विचार करताना कार्यक्षमतेला हानी पोचविणे मुळीच समर्थनीय ठरत नाही. सर्वोच्च न्यायालयाने आपल्या निकालपत्रात हे मान्य केले आहे. प्रशासनाची कार्यक्षमता ही अट पाळणे सरकारला कसे काय शक्य होणार आहे? ज्या देशातील एक टक्क्यापेक्षाही कमी लोक प्राप्तिकर भरतात, तेथे मागास जातींमधील वरचा थर कसा काय ठरविता येणार?

सर्वोच्च न्यायालयाच्या निकालाने सरकारवर त्याला न पेलणारी जबाबदारी सोपविण्यात आलेली आहे, ही गोष्ट लोकांनी ध्यानात घेतली पाहिजे. सर्वोच्च न्यायालयाच्या निकालपत्राचा आदर करणे सरकारवर कायद्याने बंधनकारक आहे, हे खरे; परंतु त्यासाठी आरक्षणाचे धोरण चालू ठेवण्याचे मुळीच बंधनकारक ठरत नाही. कारण सर्वोच्च न्यायालयाने आपल्या या निकालपत्रात इतक्या अटींचा आणि नियमांचा उल्लेख केलेला आहे की; त्या सर्वांचे पालन करायचे म्हटले, तर देशाच्या संपत्तीची, वेळेची आणि शक्तीची अक्षम्य धूळधाण करावी लागेल. नियम आणि अटी यांची पूर्तता करण्याच्या प्रयत्नांमध्ये फार मोठ्या प्रमाणावर उधळपट्टी होणार असल्यामुळे, जातीच्या आधारावर सरकारी नोकऱ्या राखून ठेवणे राष्ट्रहिताच्या दृष्टीने इष्ट ठरत नाही, असा निर्णय घ्यायला केंद्रीय मंत्रिमंडळ पूर्णपणे मुक्त आहे.

सरकारला आता एकच निर्णय करायचा आहे. सर्वोच्च न्यायालयाच्या निकालपत्राचा

आधार घेऊन विशिष्ट जातींसाठी नोकऱ्या राखून ठेवण्याचे सध्याचे धोरण चालू ठेवायचे का, हा एक विचार आहे. त्यामुळे या गरीब देशामध्ये केवळ वकिलांचीच चंगळ होणार आहे. लोकांना राजी राखणारे सरकार कोणता निर्णय करील, याचा अंदाज करता येतो; परंतु जर सरकारला राष्ट्रहिताची खरीखुरी कळकळ असेल, तर त्याने जातवार आरक्षणाच्या विवेकशून्य धोरणाचा त्याग करायची हिंमत दाखविली पाहिजे.

आपण आता सुखाने मरू शकतो, असे सर्वोच्च न्यायालयाचा निर्णय जाहीर झाल्यावर विश्वनाथप्रताप सिंग म्हणाले होते; परंतु दुर्दैवाने त्यांच्या धोरणामुळे देशाला मात्र सुखात राहणे अशक्य होणार आहे. जातीयतेचे विषारी रोप पुन्हा लावण्यात आले असून, ते आपल्याला अनंतकाळपर्यंत छळत राहणार आहे.

१०

अन्य घटनात्मक प्रश्न

भारताच्या राष्ट्रपतींची निवडणूक : पाच महत्त्वपूर्ण नियम

वु ड्रो विल्सन यांनी म्हटल्याप्रमाणे, राष्ट्रपती सर्व जनतेचे प्रतिनिधित्व करतात; कोणत्याही एका विशिष्ट मतदारसंघाचे नाही. अमेरिकेच्या अध्यक्षांना जसा प्रशासकीय अधिकार आहे, तसा भारताच्या राष्ट्रपतींना नाही, हे खरे असले; तरी जनतेच्या आशाआकांक्षांचे प्रतीक म्हणून त्यांच्याकडे पाहिले जाते. देशाची एकात्मता आणि अखंडता यांचे दर्शन राष्ट्रपतिपद घडविते. या सर्वोच्च पदाशी राजकीय डावपेच वा फेरबदल यांचा संबंध येत नसल्यामुळे, असंख्य राजकीय पक्ष असलेल्या भारतासारख्या देशात राष्ट्रपतींच्या निवडणुकीला विशेष महत्त्व प्राप्त होते. १९८९ च्या डिसेंबरपासून १९९१ च्या जूनपर्यंतच्या अठरा महिन्यांच्या अल्प कालावधीमध्ये देशात दोन निवडणुका घेण्यात आल्याचे आणि तीन सरकारांनी सत्तास्वीकार केल्याचे दृश्य विद्यमान राष्ट्रपतींना पाहावे लागले.

केवळ गुणवत्तेच्या निकषावरच राष्ट्रपतींची निवड केली जावी, असे आपल्या राज्यघटनेला अभिप्रेत आहे; परंतु नव्या दिल्लीमध्ये चाललेल्या कारवाया पाहिल्यानंतर गुणवत्तेपेक्षा जात किंवा संप्रदाय यांचाच अधिक विचार केला जातो, असे म्हणावे लागते (नाही तरी नवी दिल्ली ही घटनात्मक नैतिकतेची दफनभूमी झालेलीच आहे).

आपल्या उदात्त राज्यघटनेचा क्षुद्र आणि संकुचित उद्दिष्टासाठी वापर केला जातो. चारित्र्य आणि गुणवत्ता या बाबतीत ज्यांनी लौकिक मिळविलेला आहे, त्यांची निवड होऊ नये, असाच एकंदर लोकशाहीचा मामला असतो. याबद्दल राज्यघटनेला दोष देऊन चालणार नाही. प्रौढ मताधिकाराची ती अंगभूत मर्यादा असते. आज भारताला जर सम्राट अशोक किंवा बादशहा अकबर राष्ट्रपतिपदाच्या निवडणुकीला उभे राहिले, तर ते हमखास निवडून येतील, अशी खात्री देता येत नाही. अत्यंत सामान्य दर्जाचे लोक सत्ताधारी होतात, ही लोकशाहीमधील न टाळता येणारी उणीव आहे, असे अमेरिकेतील राजकीय परिस्थितीवर भाष्य करताना लॉर्ड ब्राईस यांनी म्हटले आहे. अब्राहम लिंकन यांच्यासारखी असाधारण व्यक्ती तेथे राष्ट्राध्यक्षपदावर विराजमान

(टाइम्स ऑफ इंडिया, १ जुलै १९९२)

झाली, हा अपवाद मानला जातो. आपण जेव्हा स्वतंत्र झालो, तेव्हा शहाणेही व्हायला हवे होते, या गोष्टीचा आपल्याला विसर पडला, असे विल डुरान्ट यांनी म्हटले आहे. माणसाच्या दोन कानांमधील भाग हाच या भूतलावरील अत्यंत मागास प्रदेश होय.

राष्ट्रपतींची निवडणूक लोकशाही पद्धतीने करायची असेल, तर आपल्या घटनेत जी व्यवस्था करण्यात आलेली आहे, तिच्यापेक्षा अधिक समाधानकारक व्यवस्था सुचविता येणे कठीण आहे. राष्ट्रपतींच्या निवडणुकीबाबत आपल्या राज्यघटनेने पाच महत्त्वाचे नियम सांगून ठेवलेले आहेत.

ही निवडणूक गुप्त मतदान पद्धतीने व्हावी हा पहिला नियम. राष्ट्रपतींनी स्वत:ला पक्षीय राजकारणापासून अलिप्त ठेवावे, अशी अपेक्षा असल्यामुळे त्यांच्या बाजूने किंवा त्यांच्याविरुद्ध मत देताना प्रत्येक मतदाराने नीट विचार करायला हवा. क्षुद्र पक्षीय राजकारणामुळे निवडणूक प्रक्रियेचे महत्त्व कमी होऊ नये, म्हणून ही दक्षता घेणे आवश्यक ठरते.

दुसरी गोष्ट अशी की, आपल्या देशात राष्ट्रपतींची निवडणूक अप्रत्यक्ष रीतीने होते. भारतात अध्यक्षीय राज्यप्रणाली नसल्यामुळे राष्ट्रपतींची निवड अप्रत्यक्ष पद्धतीनेच होणे श्रेयस्कर (आणि कमी खर्चाचीही) असे घटनासमितीत बोलताना पं. नेहरू प्रभृतींनी म्हटले होते. म्हणून आपल्या राज्यघटनेने राष्ट्रपतींच्या निवडणुकीबाबत अप्रत्यक्ष पद्धतीची तरतूद केली. आपले राष्ट्रपती निवडण्याचा सर्व लोकांना अधिकार देऊन काहीच साध्य झाले नसते. कारण सर्वसामान्य मतदार एवढा विचारी नसतो, तसेच कोणीही त्याला भुलवू शकतो. संसदेच्या दोन्ही सभागृहांमध्ये निवडून आलेले सदस्य आणि राज्याच्या विधानसभांमध्ये निवडून आलेले सर्व सदस्य यांनाच राष्ट्रपतींच्या निवडणुकीचा मताधिकार देण्यात आलेला आहे. केवळ केंद्रामध्ये सत्ताधारी असलेल्या पक्षाच्याच मतांवर राष्ट्रपतींची निवडणूक होऊ नये, म्हणून विधानसभांच्या सदस्यांचाही मतदारांमध्ये अंतर्भाव करण्यात आलेला आहे.

राष्ट्रपतिपदाची मुदत पाच वर्षांची असून, ती संपण्यापूर्वीच नव्या राष्ट्रपतींची निवड केली पाहिजे, असे घटनेचे ६२ वे कलम सांगते. ही अशी वेळेची मर्यादा घालून दिलेली असल्यामुळे, संसदेमधील किंवा विधानसभांमधील काही जागा रिकाम्या असतात किंवा एखाद्या राज्यात विधानसभा अस्तित्वात नसतानाही ही निवडणूक घ्यावीच लागते. विद्यमान राष्ट्रपतींची मुदत संपण्यापूर्वी नव्या राष्ट्रपतींची निवड करणे घटनेनेच बंधनकारक ठरविले आहे (राष्ट्रपती व्यंकटरामन यांची मुदत २४ जुलै १९९२ रोजी संपते). निवडणुकीच्या दिवशी जे लोक लोकसभेचे, राज्यसभेचे किंवा एखाद्या विधानसभेचे निवडून आलेले सदस्य असतील; तेच मतदान करायला पात्र ठरतात.

तिसरे असे की, सर्व राज्यांमध्ये जास्तीत-जास्त एकरूपता यावी, अशी काळजी घेण्यात आली आहे. त्यासाठीच 'एक व्यक्ती एक मत' हा नेहमीचा नियम

या निवडणुकीला लागू करण्यात आलेला नाही. एखाद्या राज्याच्या लोकसंख्येला तेथील विधानसभा सदस्यांच्या संख्येने भागले की, जी संख्या येते, तिच्या आधारे प्रत्येक मतदाराची मते ठरविली जातात. त्यामुळे ज्या राज्यांमधे अधिक लोकसंख्या आहे, तेथील विधानसभा सदस्यांना, ज्या राज्यांमध्ये कमी लोकसंख्या आहे, तेथील सदस्यांपेक्षा अधिक मतांचा अधिकार प्राप्त होतो आणि अशा रीतीने लोकसंख्येच्या प्रमाणात मतांची तरतूद करण्याची एकरूपता साध्य करण्यात आली आहे.

प्रत्येक राज्याची लोकसंख्या विचारात घेऊन मताचे 'वजन' ठरविले जाते. लोकसंख्येच्या आधारावर असे 'वजन' ठरविणे लोकशाहीमध्ये शक्य असले; तरी पांडित्य, ज्ञान किंवा दूरदृष्टी यांच्या आधारावर 'वजन' ठरविता येत नाही. 'शहाण्यांना मूर्खांच्या मेहेरबानीवर जगावे लागते' या सनातन अन्यायावर उपाय शोधून काढणे मानवी बुद्धीला आजवर शक्य झालेले नाही आणि पुढेही कधी शक्य होणार नाही. राष्ट्रपतींच्या निवडणुकीमध्ये सुजाण लोकप्रतिनिधीइतकाच मूर्ख आणि बेजबाबदार संसदसदस्यांना आणि विधानसभा-सदस्यांना अधिकार प्राप्त झाला आहे.

सर्व राज्ये आणि केंद्र यांच्यात समानता साधण्यात आली आहे. राज्य विधानसभांच्या सर्व सदस्यांच्या एकूण मतांइतकीच मते संसदसदस्यांना देण्यात येऊन समानतेची तरतूद करण्यात आली. राष्ट्रपतींच्या निवडणुकीत प्राधान्यक्रमाने पसंती सुचविण्याची पद्धत अवलंबिण्यात आली आहे. राष्ट्रप्रमुखाची निवड करताना अल्पसंख्याकांच्या मतांचाही विचार करण्यात यावा, या हेतूने ही तरतूद करण्यात आली आहे. या संबंधात डॉ. आंबेडकर म्हणाले होते, 'केवळ बहुमताने किंवा ज्यात अल्पसंख्याकांच्या विचाराचे प्रतिबिंब पडणार नाही, अशा पद्धतीने राष्ट्रपतींची निवडणूक व्हावी, हे कोणालाच मान्य होण्यासारखे नाही. म्हणून साध्या बहुमताने राष्ट्रपतींची निवडणूक करण्याची पद्धत न स्वीकारता, अल्पसंख्याकांच्या मतांचीही दखल घेतली जाईल, अशी पद्धत अंगीकारायला हवी. प्राधान्यक्रमाने पसंती सुचविण्याची पद्धत स्वीकारूनच आपण हे उद्दिष्ट साध्य करू शकतो.'

एकसदस्यीय मतदारसंघामध्ये पर्यायी मत म्हणून ही पद्धत ओळखली जाते. मतदान करताना प्रत्येक मतदाराने आपल्याला कोणत्या क्रमाने उभे राहिलेले उमेदवार पसंत आहेत, याची नोंद करायची असते. अशा पद्धतीने करण्यात आलेल्या मतदानात एखाद्या उमेदवाराला स्पष्ट बहुमत मिळाले, तर तो निवडून आला असे मानण्यात येते, आणि पुनर्गणनेची आवश्यकता भासत नाही. जर कोणालाही असे स्पष्ट बहुमत मिळाले नाही, तर नंतरच्या पसंतीची मते विचारात घेतली जातात. राष्ट्रपती आणि उपराष्ट्रपती यांच्या निवडणुकीबाबत १९५२ मध्ये हे नियम करण्यात आले आणि आजही तेच प्रचलित आहेत.

■

विकास मंडळे – एक धोकादायक उपाय

बहुतेक राजकारणी व्यक्ती विचारमुक्त प्रदेशांत वावरत असतात, असे गमतीने म्हटले जाते. विदर्भ, मराठवाडा आणि उर्वरित महाराष्ट्र यांच्यासाठी वेगवेगळी विकास मंडळे स्थापन करण्याची शिफारस राष्ट्रपतींना करणारा प्रस्ताव २६ जुलै १९८४ रोजी एकमताने संमत करून महाराष्ट्राच्या विधानसभेने आणि विधानपरिषदेने या विधानाची सत्यता पटवून दिली आहे. महाराष्ट्राचे राजकारण सध्या वास्तवापासून दूर गेलेले असून, ते गोंडस शब्दांच्या जगामध्ये रममाण झालेले आहे, हेच यावरून सिद्ध होते.

महाराष्ट्राच्या इतर भागांमध्ये जेवढा विकास झालेला आहे, त्या पातळीवर विदर्भ आणि मराठवाडा यांना आणण्याची गरज आहे, हे कोणीच नाकारत नाही. हे कसे काय साध्य करायचे, हाच खरा प्रश्न आहे. विकासातील मागासलेपणा परिणामकारक उपाय योजून दूर करता येईल. न्यायाची चाड असलेली सुजाण माणसे यासाठी घटनेचा आधार घेऊ शकतील; परंतु घटनेच्या ३७१ व्या कलमान्वये विकास मंडळे स्थापन करून हा अन्याय दूर होणार नाही, हे निश्चित.

राज्यघटनेच्या ३७१ व्या कलमामध्ये अशी तरतूद करण्यात आली आहे की, (अ) विदर्भ, मराठवाडा आणि उर्वरित महाराष्ट्र यांच्यासाठी तसेच सौराष्ट्र, कच्छ आणि उर्वरित गुजरात यांच्यासाठी वेगवेगळी विकास मंडळे स्थापन करण्याची जबाबदारी राष्ट्रपती राज्यपालांवर सोपवू शकतात; (ब) या विभागांच्या विकासासाठी प्रत्येक विकास मंडळाला समान रक्कम उपलब्ध करून दिली जाईल; आणि (क) या विभागामध्ये तांत्रिक आणि व्यावसायिक शिक्षणाच्या, तसेच सरकारी रोजगारांच्या पुरेशा सुविधा निर्माण करण्यात येतील.

या ३७१ व्या कलमाइतके अत्यंत संदिग्ध आणि असमाधानकारक कलम राज्यघटनेमध्ये दुसरे आढळणार नाही. हे इतके मोघम आहे की, त्याची कधीच अंमलबजावणी करण्यात आलेली नाही. या कलमाचा १९७७ च्या फेब्रुवारीमध्ये

(टाइम्स ऑफ इंडिया, ८ ऑगस्ट १९९०)

एकदाच वापर करण्यात आला. कच्छसाठी विकास मंडळ स्थापन करावे, असा त्या वेळी राष्ट्रपतींनी आदेश काढला होता; परंतु या आदेशाची कार्यवाही करण्यात आली नाही इतकेच नव्हे, तर वर्षभराने तो मागे घेण्यात आला.

विकास मंडळांची मागणी एक घोषणा म्हणून आकर्षक असली तरी, त्यांच्या निर्मितीमुळे मूळ समस्या सुटण्याऐवजी ती अधिक बिकट होईल. त्यांच्यामुळे राजकीय वैमनस्याला वाव मिळून अनेक मूलभूत प्रश्न उपस्थित होतील आणि निवाडा करण्यात बराच काळ निघून जाईल. या संबंधातील काही मूलभूत प्रश्न असे :

(१) एखाद्या राज्यातील घटनात्मक यंत्रणा कोसळून पडल्यावर ३५६ व्या कलमानुसार तेथे राष्ट्रपती राजवट प्रस्थापित केली जाते. ३७१ व्या कलमातील तरतुदी ३५६ व्या कलमाला छेद देतात काय?

(२) ३७१ व्या कलमान्वये राष्ट्रपतींनी जारी केलेल्या आदेशाची कार्यवाही करण्याची जबाबदारी मंत्रिमंडळावर आणि विधिमंडळावर पडते. हे वैधानिक आणि प्रशासकीय अधिकार राज्यपाल राबवू शकतात काय?

(३) विकास मंडळांना प्रशासकीय आणि कार्यकारी अधिकार राहतील, का त्यांनी नुसत्याच शिफारशी आणि अहवाल सादर करायचे आहेत?

(४) ३७१ व्या कलमान्वये राज्यपालांकडे आणि विकास महामंडळे सोपविण्यात आलेली जबाबदारी पार पाडण्यासाठी निधी उपलब्ध करून देण्याचे कार्य नेहमीच्याच प्रशासकीय यंत्रणेकडे राहणार आहे काय?

(५) एखाद्या विभागाच्या विकासखर्चासाठी राज्यपालांनी मंजूर केलेल्या रकमेवर विधिमंडळात चर्चा होऊन बदल सुचविण्याचा अधिकार लोकप्रतिनिधींना आहे का नाही?

या मंडळांबाबत असे अनेक प्रश्न निर्माण होणार असल्यामुळे, त्यांची सोडवणूक करण्यासाठी पुढील रास्त मार्ग अवलंबायला हवा.

३७१ वे कलम महाराष्ट्र आणि गुजरात या देशांतील दोन मोठ्या राज्यांशी संबंधित असल्यामुळे, संपूर्ण घटनेच्या संदर्भातच त्याची कार्यवाही व्हायला हवी. त्या कलमाचा स्वतंत्रपणे विचार न करता घटनेतील अन्य तरतुदीही विचारात घ्याव्या लागतील. लोकांनी निवडून दिलेल्या प्रतिनिधींकडे आपल्या राज्यघटनेने त्या त्या राज्याचा कारभार सोपविला आहे. विकास मंडळांच्या सदस्यांची निवडणूक होणार नसल्यामुळे, म्हणजेच राज्यपाल त्यांची नेमणूक करणार असल्यामुळे त्या मंडळाच्या अहवालांना आणि शिफारशींना वजन प्राप्त होणार असले, तरी मंडळांना

मंत्रिमंडळाचे कार्यकारी आणि विधानसभेचे वैधानिक अधिकार प्राप्त होणार नाहीत. ३७१ व्या कलमात नमूद केलेल्या बाबींची जबाबदारी सर्वस्वी राज्यपालांवर सोपविण्यात आली आहे; विकास मंडळांकडे ही सुपुर्द करण्यात आलेली नाही.

'राज्यपालांची विशिष्ट जबाबदारी' या शब्दप्रयोगामुळे मंत्रिमंडळाचा सल्ला मानलाच पाहिजे असे बंधन राज्यपालांवर ठरत नाही; परंतु राज्यपालांवर 'विशेष जबाबदारी' सोपविण्यात आलेली आहे, याचा अर्थ या विषयामध्ये ते नेहमी निर्णय करू शकतात, असाही होत नाही. ३७१ व्या कलमानुसार राष्ट्रपतींनी आदेश दिल्यावर, राज्याच्या संपूर्ण गरजा लक्षात घेऊन, राज्यपाल विकास मंडळांची स्थापना करू शकतात, विकासकार्यासाठी त्यांना समान निधी उपलब्ध करून देऊ शकतात; तसेच शिक्षणाच्या आणि रोजगाराच्या सुविधांची तरतूद करू शकतात. विकासकार्यासाठी समान निधी उपलब्ध करून देण्याची तरतूद करणे आणि प्रत्यक्षात तो निधी उपलब्ध करून देणे या दोन गोष्टींमध्ये खूपच तफावत आहे.

३५६ व्या कलमान्वये जशी राष्ट्रपती राजवटीची तरतूद करण्यात आलेली आहे, तसा कोणताही अधिकार ३७१ व्या कलमाने राज्यपालांना दिलेला नाही. ३५६ व्या कलमानुसार राष्ट्रपती एखाद्या राज्यात केंद्रशासन अमलात आणू शकत असले, तरी तसे करण्यापूर्वी त्यांना बऱ्याच गोष्टी विचारात घ्याव्या लागतात; तसेच राष्ट्रपती राजवटीची मुदत साधारणत: सहा महिन्यांपुरतीच मर्यादित असते. ३७१ व्या कलमामध्ये अशी कोणतीच खबरदारी घेण्यात आलेली नाही; तसेच विकास मंडळांच्या मुदतीबाबतही त्यात काहीही नमूद करण्यात आलेले नाही.

स्वतंत्र विकास मंडळे स्थापन करण्याऐवजी प्रादेशिक असमतोल दूर करण्यासाठी दुसरी एखादी यंत्रणा अस्तित्वात आणणे शहाणपणाचे ठरेल.

मंत्रिपदामुळे लाभणाऱ्या वैभवाची आणि फायद्याची हाव राजकारणी मंडळींना कमालीची असल्यामुळे, एकदा का विकास मंडळे अस्तित्वात आली की, महाराष्ट्राचे विघटन करून विदर्भ आणि मराठवाडा यांची वेगळी राज्ये निर्माण करावीत, या मागणीला जोर चढेल. विकास मंडळांचे लक्ष केवळ आपापल्या विभागापुरते मर्यादित राहणार असल्यामुळे, राज्याच्या एकूण गरजेकडे दुर्लक्ष करून, आपापल्या विभागासाठी जास्तीतजास्त निधी उपलब्ध होण्याच्या दृष्टीने खटाटोप सुरू होईल आणि तो सिद्धीला जात नाही, असे दिसून येताच वेगळ्या राज्याच्या मागणीसाठी आंदोलन उभे ठाकेल.

आपण सर्व महाराष्ट्रीय लोक एक आहोत, आपली भाषा एक आहे, संपूर्ण महाराष्ट्राच्या भल्यासाठी आपण झटले पाहिजे, या एकतेच्या भावनेला वेगवेगळ्या विकास मंडळांमुळे तडा जाईल.

दुसरी गोष्ट अशी आहे की, आम्हालाही स्वतंत्र विकास मंडळे मिळाली पाहिजेत, अशी मागणी महाराष्ट्राच्या इतर विभागांकडून केली जाईल. विदर्भ आणि मराठवाडा यांच्याप्रमाणे कोकणासाठीही वेगळे विकास मंडळ स्थापन करण्यात यावे, अशा आशयाचा प्रस्ताव महाराष्ट्र विधिमंडळाने १९८९ च्या मार्चमध्ये संमत करून ठेवलेलाच आहे.

तिसरी गोष्टी अशी की, महाराष्ट्रात विकास मंडळे स्थापन झाली की, तशाच तऱ्हेची मागणी इतर राज्यांमध्येही मूळ धरू लागेल. आपल्याला वेगळे राज्य मिळाले पाहिजे, असे बिहारमधला झारखंड आणि आंध्र प्रदेशातील तेलंगण आधीच म्हणत आहेत, हे लक्षात घेतले पाहिजे.

विकास मंडळे अस्तित्वात आली की; एका बाजूला राज्यपाल आणि विकास मंडळे, तर दुसऱ्या बाजूला मंत्रिमंडळ आणि विधिमंडळ असा घटनात्मक आणि राजकीय संघर्ष उफाळून येईल.

विकास मंडळांमार्फत राज्यपाल राजकीय आखाड्यात उतरू शकतील आणि राज्यशासनाच्या दैनंदिन कारभारामध्ये त्यांचा हस्तक्षेप वाढेल.

३७१ व्या कलमाचा आधार घेऊन घाईघाईने विकास मंडळे स्थापन करण्यात आली आणि त्यांची प्रस्थापना राज्यघटनेच्या मूलभूत चौकटीशी विसंगत आहे, असा सर्वोच्च न्यायालयाने निर्णय दिला, तर आधीच अस्तित्वात असलेल्या गोंधळात आणखीच भर पडेल.

अशा परिस्थितीत ३७१ व्या कलमाच्या अंमलबजावणीमुळे निर्माण होणारे प्रश्न कसे सोडवायचे, यासंबंधी राष्ट्रपतींनी १४३ व्या कलमानुसार सर्वोच्च न्यायालयाकडे विचारणा करणे इष्ट ठरेल. यासंबंधीची कायदेशीर भूमिका सर्वोच्च न्यायालयाकडून विशद झाली की, जे लोक आज कोणताही विचार न करता विकास मंडळांचा आग्रह धरीत आहेत, हे फेरविचार करायला प्रवृत्त होतील. तसे घडो वा न घडो, सर्वोच्च न्यायालयाकडून कायदेशीर भूमिका विशद झाल्यावर जर कृती करण्यात आली, तर निदान ती वादंगाच्या भोवऱ्यात तरी अडकणार नाही.

विधिमंडळांच्या विशेषाधिकारांसंबंधी गैरसमज

जे. जे. रुग्णालयामध्ये हलक्या प्रतीच्या औषधांचा वापर करण्यात आल्यामुळे काही रुग्णांचा मृत्यू घडून आला, या तक्रारीची चौकशी करण्यासाठी महाराष्ट्र सरकारने मुंबई उच्च न्यायालयाचे एक ज्येष्ठ न्यायमूर्ती श्री. बी. लेंटिन याच्या अध्यक्षतेखाली १९८६ मध्ये एका आयोगाची नियुक्ती केली. चौकशीचे हे काम वर्षभर चालू होते.

चौकशी आयोग पुरावा गोळा करीत असताना, ३० जून १९८७ रोजी आरोग्यमंत्री भाई सावंत यांनी महाराष्ट्र विधानसभेत असे सांगितले की, 'राम कापसे प्रभृती काही विरोधीपक्षीय सदस्य चुकीची माहिती पुरवून लेंटिन आयोगाची दिशाभूल करीत आहेत.' लागलीच न्या. लेंटिन यांनी पुढील पत्रक काढले :

'विधानसभेच्या सन्माननीय सदस्यांच्या विशेषाधिकारांवर, तसेच विधानसभेत निवेदने करण्याच्या किंवा त्यावरील चर्चेत भाग घेण्याच्या त्यांच्या अधिकारांवर किंचितही अतिक्रमण करण्याची माझी मुळीच इच्छा नाही; परंतु या विशिष्ट प्रसंगी आयोगाच्या माहितीसाठी वस्तुस्थिती विशद करणे मला आवश्यक वाटते. ती माहिती येणेप्रमाणे :

> *विधानसभेच्या कोणत्याही सदस्याशी माझा परिचय नाही. राम कापसे यांचे नाव तर मी काल प्रथमच वर्तमानपत्रांमध्ये वाचले. श्री. एन. ए. शहा आणि श्री. जे. पी. देवधर या दोन ख्यातनाम वकिलांची आयोगाने नेमणूक केली असून, आमच्यावतीनेही खुलासा करण्यात यावा, असे त्यांनी मला सांगितले.*
>
> *'राजकारणापासून आयोग पूर्णपणे अलिप्त राहिलेला आहे. सत्ताधारी किंवा विरोधी पक्षांच्या कोणत्याही सदस्याने आयोगाला माहिती पुरविलेली नाही; तसेच त्यांच्याकडून कोणत्याही प्रकारची माहिती आयोगाकडे आलेली नाही.'*

(इंडियन एक्स्प्रेस, १८ एप्रिल १९८८)

न्या. लेंटिन यांनी आणि आयोगाच्या कामकाजात त्यांना मदत करणाऱ्या दोघा वकिलांनी विधानसभेचे विशेषाधिकाराचा भंग केलेला आहे, अशा आशयाची तक्रार विधानसभेचा एक सदस्य श्री. केशवराव धोंडगे यांनी ५ जुलै १९८७ रोजी दाखल केली. सभागृहातील कामकाजाबाबत मतप्रदर्शन करून या तिघांनी सभागृहाचा अवमान केलेला आहे, असे श्री. धोंडगे यांनी आपल्या तक्रारीत म्हटले. 'सभागृहाच्या कामकाजासंबंधीचे सभापतींनी संमत केलेले इतिवृत्त तयार होण्याचीही त्या तिघांनी वाट पाहिली नाही; वृत्तपत्रांतील बातम्यांवर आधारून त्यांनी हे मतप्रदर्शन केले,' असेही धोंडगे यांनी म्हटले होते.

सभागृहाचा अवमान झाल्यासंबंधीचा धोंडगे यांचा प्रस्ताव ७ एप्रिल १९८८ रोजी विधानसभेत मांडण्यात आला. त्या वेळी श्री. धोंडगे म्हणाले की; न्या. लेंटिन विकृत, चक्रम आणि कमालीचे अनैतिक आहेत. ते पुढे असेही म्हणाले की, न्या. लेंटिन गुन्हेगार न्यायाधीश आहेत. लेंटिन यांचा 'गुन्हेगार न्यायाधीश' असा उल्लेख करताना ते फौजदारी खटले हाताळतात, असे म्हणणे धोंडगे यांना अभिप्रेत नसावे.

श्री. धोंडगे पुढे असे म्हणाले की, विधानसभेच्या कामकाजात नाक खुपसण्याचे लेंटिन यांना काहीही कारण नाही. या सभागृहाचे सार्वभौमत्व सिद्ध करण्याची वेळ आलेली आहे. आपण लेंटिन यांना विशेषाधिकार समितीपुढे उभे करायला हवे.

यासंबंधीचा कायदा सर्वोच्च न्यायालयाच्या पूर्णपीठाने १९६४ मध्ये विशद केलेला आहे.

राज्यघटनेच्या १९४ (३) कलमामध्ये असे म्हटले आहे, की राज्यविधानसभेचे अधिकार आणि विशेषाधिकार कायदा करून निश्चित होईपर्यंत आपली राज्यघटना अस्तित्वात आली, तेव्हा इंग्लंडमधील 'हाऊस ऑफ कॉमन्स'चे जे अधिकार आणि विशेषाधिकार होते, तेच मानले जावेत.

'हाऊस ऑफ कॉमन्स'चा अवमान केल्याची अनेक प्रकरणे इंग्लंडमधल्या न्यायालयांत दाखल झालेली असती, तर एखाद्या न्यायाधीशावर तसा ठपका ठेवल्याचा प्रसंग गेल्या तीनशे वर्षांमध्ये एकदाही तेथे घडलेला नाही, ही महत्त्वाची गोष्ट ध्यानात घ्यायला हवी. १९५० मध्ये आपली राज्यघटना अस्तित्वात आली, तेव्हा 'हाऊस ऑफ कॉमन्स'पाशी कोणतेही विशेषाधिकार उरले नव्हते. तरीही त्या सभागृहाची प्रतिष्ठा सतत वाढतीच राहिली. कालबाह्य झालेला जुन्या विशेषाधिकारांचा त्या सभागृहाने आपणहोऊन त्याग केला. विधानसभेच्या विशेषाधिकारांचे प्रकरण विचारार्थ आलेले असताना सर्वोच्च न्यायालयाने पुढील तीन मूलभूत दंडक सांगितले :

(१) जेव्हा एखादी विधानसभा आपल्या विशेषाधिकारांचा प्रश्न उपस्थित

करते, तेव्हा हाऊस ऑफ कॉमन्सने काही शतकांपूर्वी एकदा तशी मागणी केली होती, एवढा पुरावा पुरेसा ठरत नाही. हाऊस ऑफ कॉमन्सचे १९५० मध्ये कोणते विशेषाधिकार होते, हे दाखवून देणे आवश्यक आहे.

(२) एखादे क्षुल्लक कारण सांगून विधानसभेने आपला अवमान झाल्याची तक्रार केली, तर त्या तक्रारीत तथ्य आहे किंवा नाही, याचा निर्णय न्यायालय करील.

(३) विधानसभेने ज्या व्यक्तीवर आपल्या विशेषाधिकारांचा भंग केल्याचा ठपका ठेवलेला आहे, त्या व्यक्तीचे म्हणणे ऐकून घेण्याचा न्यायालयाला संपूर्ण अधिकार आहे. संबंधित व्यक्तीला शिक्षा देताना विधानसभेने आपली मर्यादा ओलांडली असेल, तर न्यायालय ही शिक्षा रद्द करू शकते.

न्या. लेंटिन आणि त्यांचे दोन सहकारी यांच्यासंबंधी विधानसभेत बदनामीकारक उल्लेख होताच, वकीलवर्गाने हे प्रकरण धसाला लावण्याचे ठरविले, हे फार चांगले केले.

महाराष्ट्र आणि गोवा येथील बार असोसिएशननी, तसेच पश्चिम भारत वकील संघटनेने गेल्या आठवड्यात या संबंधामध्ये आवश्यक ते ठरावही संमत केले. असे ठराव करणे किती गरजेचे होते, याची कारणे पुढीलप्रमाणे :

पहिले असे की, ते ठराव करून वकिलांच्या संघटनांनी न्या. लेंटिन आणि त्यांचे दोन सहकारी वकील यांना आपला संपूर्ण पाठिंबा असल्याचे दाखवून दिले. आयोगाने तयार केलेल्या टिपणाची भाषा अत्यंत प्रतिष्ठित असून, त्यात वस्तुस्थिती निवेदन करण्यात आली आहे. आयोगाची विश्वासार्हता टिकून राहण्याच्या दृष्टीने हे टिपण प्रसिद्ध करणे आवश्यक होते. नाहीतर, चुकीच्या माहितीचा आयोगाच्या कामकाजावर परिणाम झाला असला पाहिजे, असा लोकांमध्ये गैरसमज उद्भवला असता. विधानसभेच्या कामकाजाची प्रमाणित प्रत मिळायला काही महिने लागले असते. त्यामुळे ती प्रत मिळेपर्यंत न्यायाधीश आणि वकील थांबले असते, तर लोकांचा आयोगावरचा विश्वासच उडून गेला असता. आयोगावर करण्यात आलेल्या आरोपांचा न्यायाधीश आणि वकील यांनी ताबडतोब इन्कार केला, हे फार चांगले झाले. आपल्यावरील विश्वासाला तडा जाऊ नये, म्हणून असे करणे हे आयोगाचे कर्तव्यच होते.

दुसरे असे की, विधानसभेने न्या. लेंटिन यांच्याविरुद्ध कारवाई करणे सार्वजनिक हिताच्या दृष्टीने अत्यंत अनिष्ट ठरले असते; तसेच कोणताही प्रामाणिक न्यायाधीश यापुढे आयोगाचे अध्यक्षपण स्वीकारायला तयार झाला नसता.

तिसरे असे की, विधिमंडळाचे प्रत्येक सभागृह सार्वभौम आहे, हा सिद्धान्त

वकील संघटनेने खोडून काढायलाच हवा होता. वस्तुस्थिती अशी आहे की, केवळ लोकच सार्वभौम आहेत आणि केवळ राज्यघटना सर्वोच्च आहे. इतर सर्व यंत्रणा राज्यघटनेची महान उद्दिष्टे प्रत्यक्षात आणण्यासाठी निर्माण करण्यात आलेली केवळ साधने आहेत. आपल्या राज्यघटनेला केवळ माणसांचीच नव्हे, तर यंत्रणांचीही लोकशाही अभिप्रेत आहे. म्हणूनच राज्यघटनेने कोणत्याही अधिकारपदाला किंवा यंत्रणेला सार्वभौम अधिकार किंवा अमर्यादित सत्ता बहाल केलेली नाही. एखाद्या विधिमंडळाने सार्वभौमत्वाचा दावा करणे कायद्याशी सर्वस्वी विसंगत ठरते, हे सर्वोच्च न्यायालयाने दाखवून दिलेलेच आहे.

सार्वजनिक सभ्यतेचे मूलभूत नियम विधिमंडळात आणि विधिमंडळाबाहेर पाळण्यात आले, तरच लोकशाही टिकू शकेल, यावर वकील संघटनेने आपल्या ठरावात भर दिलेला आहे. विधिमंडळात जे काही घडते, त्याच्या संबंधात नागरिकाला न्यायालयात दाद मागता येत नाही, ही दुर्दैवाची गोष्ट आहे; परंतु विधिमंडळाला जे सांगितले जाते, ते जर खोटे वा दिशाभूल करणारे असेल किंवा न्यायाधीश आणि वकील यांच्यावर चिखलफेक करणारे असेल, तर त्याचा निषेध करण्याचा नागरिकांना संपूर्ण अधिकार आहे.

कोणताही सारासार विचार न करता, विधानसभेने विशेषाधिकार भंगाचा प्रस्ताव संमत केला, तर त्याचे केवढे गंभीर परिणाम होतील, हे सभापतींच्या लक्षात आणून देणे, हा वकील संघटनांच्या प्रस्तावाचा हेतू होता.

आपल्या देशातील विधिमंडळांना ज्या तऱ्हेचे विशेषाधिकार प्राप्त झालेले आहेत, तसे दुसऱ्या कोणत्याही लोकसत्ताक देशामध्ये आढळून येत नाहीत, हे ध्यानात घेतले पाहिजे. विधिमंडळांची प्रतिष्ठा आणि आदर राखण्याच्या दृष्टीने त्यांना विशेषाधिकार आवश्यक आहेत, या म्हणण्याला काहीही अर्थ नाही. आपल्या राज्यघटनेनुसार संसदेला आणि विधिमंडळांना जेवढे अधिकार बहाल केलेले आहेत, त्याच्यापेक्षा किती तरी कमी अधिकार अमेरिकेच्या राज्यघटनेने तेथील काँग्रेसला दिलेले आहेत आणि तरीही अमेरिकन काँग्रेस आपली प्रतिष्ठा आणि आदर कायम राखून चांगल्या रीतीने आपले कार्य पार पाडीत असते.

संसदीय विशेषाधिकारांचा सिद्धान्त आपण इंग्लंडपासून उचलला; परंतु आता तेथेही गेल्या कित्येक वर्षांपासून हे विशेषाधिकार कमी केले जात आहेत. हाऊस ऑफ कॉमन्सच्या विशेषाधिकार समितीने १९६४ च्या जूनमध्ये सादर केलेल्या अहवालामध्ये विशेषाधिकारांची व्याप्ती वाढविणे त्या सभागृहाच्या दृष्टीने आणि लोकांच्याही दृष्टीने हितावह नाही, असेच नमूद केले आहे. लोकांना आपली मते निर्भयपणे मांडता यावीत, यासाठीच त्या समितीने ही शिफारस केली.

या अहवालावर लंडनच्या 'टाइम्स'ने २५ जून १९६४ रोजी लिहिलेल्या अग्रलेखात असे दाखवून दिले आहे की, 'संसदेने आपल्या विशेषाधिकारांचा वापर अत्यंत काळजीपूर्वक केला नाही, तर हे विशेषाधिकार आणि लोकांचे भाषणस्वातंत्र्य यात विसंवाद निर्माण होईल. लोकांच्या स्वातंत्र्याचे रक्षण करणे हे कर्तव्य असलेल्या संसदेने विशेषाधिकारांच्या नावाखाली लोकांच्या स्वातंत्र्याचा संकोच केला, असेच म्हणावे लागले.' 'विशेषाधिकारांचा वारंवार आधार घेतल्याने संसदेची प्रतिष्ठा वाढण्याऐवजी ती खालावत जाण्याचाच संभव अधिक आहे,' असेही 'टाइम्स'ने म्हटले आहे. आपल्या विशेषाधिकारांची कक्षा वाढविण्याची संधी हाऊस ऑफ कॉमन्सला १९५८ मध्ये आलेली असतानाही तसे करायला त्या सभागृहाने शहाणपणामुळे नकार दिला.

भारतातील विधिमंडळाच्या विशेषाधिकारांसंबंधी लोकप्रतिनिधींच्या मनात जे भयंकर गैरसमज आहेत, ते दूर करण्याच्या दृष्टीने गेल्या चाळीस वर्षांत आपण काहीही गेले नाही. यासंबंधी लोकप्रतिनिधींच्या दृष्टिकोनात बदल होण्यावरच आपल्या लोकशाहीचे भवितव्य ठरणार आहे.

(विशेषाधिकारांसंबंधी योग्य घटनात्मक तरतूद विशद करणारा हा लेख प्रसिद्ध केल्याबद्दल माझ्यावरही विशेषाधिकाराचा भंग केल्याचा आरोप ठेवण्यात आलेला होता.)

■

११

कायदा, न्यायाधीश आणि वकील

आंतरराष्ट्रीय लवाद विरुद्ध न्यायालयातील दावे

आंतरराष्ट्रीय लवादाची परंपरा प्राचीन ग्रीक नगर-राज्यांमधील युद्धांइतकी जुनी आहे. अमेरिकन राज्यक्रांतीनंतर निर्माण झालेल्या प्रश्नांची सोडवणूक करण्यासाठी, १७९४ मध्ये इंग्लंड आणि अमेरिका यांच्यात झालेल्या तहापासून, आंतरराष्ट्रीय लवाद-प्रथेला आधुनिक स्वरूप प्राप्त झाले. व्यापाऱ्यांमधील दावे सोडविण्यासाठी मध्ययुगीन युरोपमध्ये आर्थिक लवादाची कल्पना रूढ झाली.

साठ वर्षांपूर्वी पॅरिस येथील 'इंटरनॅशनल चेंबर ऑफ कॉमर्सने' एक लवाद मंडळ स्थापन करून, निरनिराळ्या देशांतील व्यापाऱ्यांसाठी नवी यंत्रणा उपलब्ध करून दिली. या सुविधेला प्राधान्य देण्यात येऊ लागले आणि आता तर ती आंतरराष्ट्रीय व्यापाराची गरजच होऊन गेलेली आहे. भारतातील आणि परदेशांतील न्यायालयांचे काम कसे चालते, याचा मला काहीसा अनुभव आहे. आंतरराष्ट्रीय व्यापारी लवादांशीही माझा संबंध आलेला आहे. त्यामुळे नेहमीच्या न्यायालयात दावा दाखल करण्यापेक्षा आंतरराष्ट्रीय आर्थिक लवादाकडे तो सोपविणे खूपच सोयीचे ठरते, याची मी ग्वाही देतो.

१९८० पासून जगभर खासगीकरणाला प्राधान्य मिळू लागले. समाजवादी देशांमध्ये पूर्वी सरकारी मालकीच्या कारखान्यांकडे अत्यंत आदराने पाहिले जाई. त्या देशांतही हे पांढरे हत्तींचे कळप खासगी क्षेत्राच्या स्वाधीन करण्यात येऊ लागले आहेत. आंतरराष्ट्रीय आर्थिक लवाद हा या खासगीकरणाचा एक अपरिहार्य घटक ठरतो. अशा प्रकारचे दावे लवकर निकालात निघावेत, असे व्यापाऱ्यांना वाटत असते; परंतु न्यायालये या दाव्यांचा तातडीने निवाडा करू शकत नसल्यामुळे, अशा एखाद्या वेगळ्या यंत्रणेची आवश्यकता होती.

काही महत्त्वाच्या देशांमधील न्यायालयांच्या सध्याच्या अवस्थेवर ओझरती नजर टाकली, तर आंतरराष्ट्रीय व्यापारी लवादाचे फायदे कळून येतील.

इंग्रजी भाषक जगातील न्यायालयांमध्ये दाव्यांचे एवढे ढीग पडून आहेत की,

---

(इंटरनॅशनल चेंबर ऑफ कॉमर्स, नवी दिल्ली, ९ फेब्रुवारी १९८७)

त्यांचा निवाडा केव्हा होईल, हे सांगणे अशक्य होऊन बसलेले आहे. अशा परिस्थितीत पैसे मिळविण्याशिवाय वकीलवर्गाला दुसरे काही सुचतच नाही.

इंग्लंडमध्ये न्यायमंत्री लॉर्ड हेलशॅम खटल्यांचा निकाल शक्य तितक्या लवकर लागावा; तसेच त्यासाठी कमी खर्च यावा, यासाठी पराकाष्ठेचा प्रयत्न करीत असले, तरी त्यात त्यांना यश येण्याची मुळीच शक्यता नाही. मायकेल जोसेफ या ख्यातनाम वकिलांनी सध्याच्या न्यायालयीन अवस्थेसंबंधी १९८५ च्या मार्चमध्ये आपले पुस्तक प्रसिद्ध केले. 'वकील तुमच्या आरोग्यावर घातक परिणाम करू शकतात,' हे त्या पुस्तकाचे शीर्षक चमत्कारिक वाटले, तरी वस्तुस्थितीनिदर्शक आहे. दाव्यांचा निकाल होण्यासाठी नेहमीच्या न्यायालयांवर अवलंबून राहण्यात आले, तर आंतरराष्ट्रीय व्यापाराचे आरोग्य धोक्यात येईल हे निश्चित.

जी स्थिती इंग्लंडमध्ये, तीच अमेरिकेत. निर्णय देण्याच्या बाबतीत न्यायालयांकडून होणाऱ्या विलंबाबद्दल तेथील सर्वोच्च न्यायालयाचे भूतपूर्व सरन्यायाधीश वॉरन बर्जर यांनी कडक टीका केलेली आहे. न्यायालयात जाण्यासाठी आपल्या अशिलांना प्रवृत्त करण्याची अमेरिकन वकिलांना चटकच लागली आहे. तेथे दर वर्षी नवे अडीच कोटी दावे वेगवेगळ्या न्यायालयांमध्ये दाखल होत असतात.

न्यायालयामार्फत आपल्यावरील अन्यायाचे निराकरण करून घेण्याचा अधिकार अमेरिकन नागरिकांनी गमावला आहे काय, असा प्रश्न तेथील अनेक विचारवंत करीत आहेत. दाव्यांचा खर्च इतका वाढला आहे आणि त्यांचा निवाडा होण्यासाठी एवढा काळ जातो की, दावे दाखल करणारे लोक अतिदक्षता विभागातून सुरक्षितपणे बाहेर येण्याची अपेक्षाच बाळगू शकत नाहीत. न्यायदानाची सध्याची पद्धत अशी आहे की, दिवाणी दाव्यांवर सर्वस्वी वकिलांचेच नियंत्रण असते. त्यांच्या जे फायद्याचे असते, तेच घडवून आणले जाते.

आता मी भारतातील परिस्थितीकडे वळतो. येथील न्यायव्यवस्था केव्हा कोसळून पडेल, हे सांगता येत नाही, असा धोक्याचा इशारा भूतपूर्व सरन्यायाधीशांनी वारंवार दिलेला आहे. येथील न्यायालयांवर त्यांना सहन होणार नाही, इतका कामाचा बोजा पडलेला आहे, अशी कबुली विद्यमान सरन्यायाधीश पाठक यांनी गेल्या जानेवारीमध्ये अलाहाबाद येथे बोलताना दिली आहे. आपल्या देशातील खटले वर्षानुवर्षे रेंगाळत राहिलेले असतात. सहनशीलतेचा अंत पाहणारा हा विलंब लक्षात घेतला की, मला चार्ल्स डिकन्सच्या 'ब्लीफ हाऊस'मधील जार्नडीस विरुद्ध जार्नडीस या खटल्याची आठवण होते. आपल्या देशातील अठरा उच्च न्यायालयांमध्ये पाच लाख खटले दहा वर्षांपासून तीस वर्षांपर्यंत रेंगाळत राहिलेले आहेत. कर्नाटक उच्च न्यायालयामध्ये एक खटला अडतीस वर्षे चालला आहे, असे लंडनच्या 'इकॉनॉमिस्ट'ने दाखवून दिले आहे. हा खटला दाखल करणारा

गृहस्थ तेव्हा अविवाहित तरुण होता. आता तो साठीच्या पलीकडे गेलेला असून, त्याला दहा नातवंडे आहेत. या गृहस्थाच्या निधनानंतर हा खटला चालविण्याची जबाबदारी त्याच्या काही नातवंडांवर येऊन पडेल, अशी चिन्हे दिसत आहेत.

त्वरेने आणि अल्पखर्चात अंतिम निर्णय ही आंतरराष्ट्रीय आर्थिक लवादाची प्रमुख वैशिष्ट्ये आहेत.

आपल्यावरील लहानसहान अन्यायांचे निवारण व्हावे, म्हणून प्रत्येक जण न्यायालयाकडे धाव घेत असल्यामुळे, तेथे दररोज असंख्य नवे दावे दाखल केले जातात. वाईट नाणी चांगल्या नाण्यांना व्यवहारातून बाद करतात, असे महाराणी एलिझाबेथचा अर्थशास्त्रज्ञ ग्रेशम याने चारशे वर्षांपूर्वी म्हटले होते. त्याचा हा प्रसिद्ध वाक्प्रचार 'ग्रेशन नियम' म्हणून ओळखला जातो. दाव्यांबाबतचा ग्रेशम नियम तितकाच खरा आहे – 'वाईट दावे चांगल्या दाव्यांना हद्दपार करून ते रेंगाळत राहतील अशी तरतूद करतात.' एखाद्या व्यवहारातील तुमची बाजू कितीही बरोबर असली, तरी कोणत्याही उच्च न्यायालयात त्याची सुनावणी सुरू व्हायला किमान दहा वर्षे तरी जातात.

वेळेचे महत्त्व आणि उशीर होण्याचे अनिष्ट परिणाम यांची आंतरराष्ट्रीय लवाद मंडळाला चांगली कल्पना आहे. प्रत्येक मिनिटातील साठ सेकंदांचा उपयोग करून घेतला पाहिजे, असे ही मंडळे मानतात. तातडीची ही जाणीव कोणत्याही दिवाणी न्यायालयात कधीच आढळणार नाही. एकदा का या लवाद मंडळापुढे प्रकरण आले की, त्याचा त्वरेने निर्णय दिला जातो. खटला रेंगाळत राहण्यासाठी दिवाणी न्यायालयात ज्या हिकमती केल्या जातात, तसे करायला येथे वावच नसतो. खटला दाखल करणे आणि तो सुनावणीला येणे या बाबतीतील न्यायालयांमधील पद्धत इतकी गुंतागुंतीची आहे की, विलंब होणे अपरिहार्य ठरते. लवाद मंडळांनी या वेळखाऊ पद्धतीला फाटा दिलेला आहे.

खालच्या न्यायालयाने दिलेल्या निकालाविरुद्ध अशिलाला वरच्या न्यायालयाकडे अपील करता येते आणि त्यामुळे अंतिम निर्णय व्हायला आणखीच वेळ लागतो. लवाद मंडळांचा निवाडा अंतिम स्वरूपाचा असल्यामुळे त्याच्याविरुद्ध अपील करण्याचा प्रश्नच उद्भवत नाही.

एखाद्या अर्जदाराला किती वेळा अपिले दाखल करता येतात, यावर योग्य निर्णयाची हमी अवलंबून नसते; तर न्याय देणारा माणूस केवढ्या बौद्धिक पात्रतेचा आहे, यावरून ते ठरत असते, हे आपण ध्यानात घ्यायला हवे. इंटरनॅशनल चेंबर ऑफ कॉमर्सने नेमलेल्या लवाद मंडळाची बौद्धिक पात्रता सर्वोच्च न्यायालयातील न्यायाधीशांइतकी नक्कीच असते, असे मी माझ्या अनुभवावरून खात्रीशीरपणे म्हणू शकतो.

खर्च कमी लागणे ही सापेक्ष कल्पना आहे. न्यायदान स्वस्त असले पाहिजे, पण न्यायाधीश मात्र महाग असले पाहिजेत, असे सर ए. पी. हर्बर्ट यांनी म्हटले आहे. आंतरराष्ट्रीय आर्थिक लवाद मंडळ काहीशा महाग न्यायाधीशांची नेमणूक करीत असले, तरी नेहमीच्या न्यायालयांच्या तुलनेने खर्च बराच कमी येतो. न्यायालयांमध्ये न्यायाधीश स्वस्त आणि न्याय महाग अशी अवस्था असते. तेथे दावा दाखल करणे ही निव्वळ चैन ठरते. रुग्णालये आणि न्यायालये ही दोन ठिकाणे अशी आहेत, की सध्या तेथे वाढत्या खर्चाचा रक्तस्राव झालेला आहे.

न्याय ही जर वस्तू मानली, तर इंटरनॅशनल चेंबर ऑफ कॉमर्सने पॅरिस येथे स्थापन केलेल्या बाजारपेठेमध्ये ती तुम्हाला मिळू शकते. ही वस्तू चांगल्या दर्जाची तर असेलच; शिवाय न्यायालयापेक्षा कमी खर्चात मिळू शकेल. सारे काही मोजक्या आणि नेमक्या शब्दांत ठरविले जात असल्यामुळे खर्च आपोआपच कमी होतो. लवादाला कोणाचीही मर्जी संपादन करायची नसते. ज्याप्रमाणे एखादा न्यायाधीश वकिलाला खूश करण्याचा प्रयत्न करीत असतो, तसा प्रकार येथे घडत नाही.

अत्यंत श्रीमंत, परंतु कमालीचा घाबरलेला माणूस हा कोणत्याही वकिलाचा आवडता पक्षकार असतो, असे फ्रँक होगन यांनी म्हटले आहे. लवाद मंडळाकडे न्याय मागायला जाताना तुम्ही श्रीमंत असण्याचीही गरज नाही आणि घाबरलेले असण्याचीही आवश्यकता नाही.

न्यायालयांमध्ये शब्दांच्या ठिणग्या उडत असल्या, तरी सत्य धूसरच राहते. लवाद मंडळ म्हणजे न्यायाच्या सर्वांत जवळ जाण्याची जागा, असे म्हणता येईल. ज्या लोकांची बाजू बरोबर असते, ते आंतरराष्ट्रीय लवाद स्वीकारायला तयार होतात. याउलट, ज्यांची बाजू कमकुवत असते, असे लोक लवादाकडे जाण्याऐवजी दिरंगाई करणाऱ्या न्यायालयाकडे धाव घेण्यासाठी उत्सुक असतात, असा माझा नेहमीचाच अनुभव आहे. दुसऱ्या शब्दांत सांगायचे तर, तुमच्या म्हणण्यामध्ये खरोखरच किती तथ्य आहे, याचा निकष म्हणजे आंतरराष्ट्रीय लवाद स्वीकारण्याची तुमची तयारी. आंतरराष्ट्रीय लवादाचा हाच सर्वांत मोठा गौरव मानायला हवा.

उच्च न्यायालय, अपील न्यायालय आणि उमराव सभा हे ब्रिटिश न्यायव्यवस्थेचे तीन घटक असून; त्यांच्या कार्यक्षेत्रांसंबंधी अमेरिकेतील वकिलांसमोर बोलताना लॉर्ड ॲस्क्वीथ म्हणाले होते, 'संथ, विनम्र आणि चूक असणे हे उच्च न्यायालयाचे कर्तव्य मानले जाते. याचा अर्थ अपील न्यायालयाने द्रुतगती, उर्मट आणि बरोबर असले पाहिजे, असा होत नाही. कारण ती उमराव सभेची मिरासदारी असते.' उच्च न्यायालयाची नम्रता आणि उमराव सभेची तातडी यांचे मिश्रण म्हणजे आंतरराष्ट्रीय लवाद.

थोडक्यात सांगायचे तर, न्यायालय म्हणजे १९०७ मधील जुनी रोल्स रॉईस मोटार – प्रशस्त, भव्य; तर आंतरराष्ट्रीय लवाद म्हणजे १९८७ मधील होंडा कार. ती तुम्हाला त्याच ठिकाणी घेऊन जाते – अधिक वेगाने, अधिक तत्परतेने आणि अत्यंत कमी खर्चात.

मला जर एखाद्या देशाचा हुकूमशहा नेमण्यात आले, तर माझी नियुक्ती आणि माझी हत्या यांच्या दरम्यानच्या अल्पकाळात, सर्व आंतरराष्ट्रीय करार आंतरराष्ट्रीय लवादाकडे सोपविले पाहिजेत, असा मी कायदा करीन. लवादामुळे या व्यवहारांचे स्वरूपच बदलून जाईल. कमी मतभेद आणि अधिक सहमती, कमी वाद आणि अधिक सामंजस्य, असे स्वरूप त्यांना प्राप्त होईल. दुसऱ्या देशातील बहुराष्ट्रीय कंपन्यांबाबत काही देशांमध्ये जो आकस आढळतो, तोही आंतरराष्ट्रीय लवादामुळे नाहीसा होऊ शकेल. जेव्हा माझ्या देशातील एखादा कारखाना दुसऱ्या देशात आपली शाखा उघडतो, तेव्हा त्यामागे साहस आणि उपक्रमशीलता यांची प्रेरणा असते. याउलट, जेव्हा दुसऱ्या देशातील कारखाना माझ्या देशात येऊ पाहतो, तेव्हा त्याचा हाव आणि शोषण हाच उद्देश असतो, असे मानले जाते. या संबंधात मला बर्नार्ड शॉ यांच्या उद्गारांची आठवण होते, 'जेव्हा माणूस वाघाला ठार करतो, तेव्हा ती धाडसी क्रीडा ठरते, परंतु जेव्हा वाघ माणसाला मारतो, तेव्हा तो पाशवीपणा मानला जातो.'

जुलमी साचेबंदपणातून कायद्याची सुटका करून बदलत्या समाजव्यवस्थेचा कार्यक्षम आणि उपयुक्त सेवक जर त्याला बनवायचे असेल, तर त्यात काळानुसार बदल व्हायला हवेत आणि निरुपयोगी ठरलेले भाग काढून टाकायला हवेत. अशी एखादी वेळ येते की, वरवरच्या डागडुजीने काहीच साध्य होत नाही. त्याऐवजी आधुनिक तंत्राचा अंगीकार करून नवे टुमदार घर बांधणेच श्रेयस्कर ठरते.

न्यायालये आणि वकिली व्यवसाय : काल, आज आणि उद्या

न्यायदान आणि कायद्याचे राज्य या, मानवाने आपल्या शहाणपणाचा वापर करून विकसित केलेल्या, दोन अत्यंत उदात्त संकल्पना. रोमन लोक न्यायदानाला देवता समजत असत. कितीही वादळे झाली तरी किंचितही हलू नये, अशा मजबूत सिंहासनावर रोमन लोकांनी तिला आरूढ केले होते. कोणत्याही भावनोद्रेकाचा तिच्या अंत:करणाला स्पर्श होत नसे; कोणाविषयी आपुलकी किंवा दुष्टावा वाटू नये म्हणून तिने आपले डोळे बांधून घेतले होते; तिच्या हातातील तलवारीचा वार सर्वच अपराध्यांवर तेवढ्याच तीव्रतेने आणि हमखास होत असे. प्राचीन भारतीय संस्कृतीनेही अशीच न्यायदानाची महती गायलेली आहे. आपल्या काळात मात्र न्यायदानासंबंधीचा आदर बराच खालावला असून, न्यायदानामागच्या मूल्यांबाबतही बरीच घसरण झालेली आहे.

कायदा अपूर्ण आहे हे तर खरेच. अगदी देवदूतांच्या समितीनेही तयार केला, तरी तो अपूर्णच राहणार. कायद्याची ही अपूर्णता समजण्यासारखी आहे; परंतु एका नामवंत लेखकाने म्हटल्याप्रमाणे, न्यायालयाकडे आता धर्ममंदिर म्हणून पाहिले जात नाही, तो जुगाराचा अड्डा समजला जातो. खालच्या न्यायालयाचा निर्णय तुम्हाला असाधानकारक वाटला तर दुप्पट रक्कम पणाला लावून तुम्ही खंडपीठाकडे जाता, तेथेही तुमच्या मनासारखे झाले नाही, तर तिप्पट रक्कम खर्च करून सर्वोच्च न्यायालयाचा दरवाजा ठोठावता.

वकिली व्यवसायासंबंधी गेल्या अनेक शतकांमध्ये अनेक निरीक्षणे नोंदविण्यात आली आहेत. त्यांतील काही थोडीच या व्यवसायाचा गौरव करणारी आहेत.

वकिली पेशाचा तुमचा दीर्घकाळचा संबंध लक्षात घेता, सध्याच्या न्यायदान पद्धतीविषयी तुमचे काय मत आहे, असे मी १९४७ मध्ये भारताचे त्या वेळचे

(मुंबई उच्च न्यायालयाचा १२५ वा वर्धापना दिन, नागपूर २८ सप्टेंबर १९८७)

ॲडव्होकेट जनरल सर नौशिरवान इंजिनिअर यांना विचारले होते. त्यांनी उत्तर दिले, 'न्यायदानाची काझी पद्धत बरी आहे, असे आता मला वाटू लागले आहे. त्या पद्धतीनुसार कोण बरोबर आहे आणि कोणाच्या हातून चूक घडली आहे, याचा निर्णय एका व्यक्तीवर सोपविलेला असतो आणि तेथेच हे प्रकरण थांबते.' इंजिनिअर यांनी वरकरणी चमत्कारिक वाटणारे मत का व्यक्त केले, याचे कारण शोधणे कठीण जाणार नाही. आपल्या देशातील न्यायदान पद्धतीमध्ये जे दोष उत्पन्न झालेले आहेत, त्याचे कारण इंग्रजांचा आपल्यावरील पगडा हे आहे, असे काही जण मानतात. मला हे मत मुळीच मान्य नाही. आपल्या न्यायदान पद्धतीला ज्या रोगांनी ग्रासले आहे, त्याबद्दल इंग्रजांना जबाबदार धरणे चुकीचे ठरते.

ऑक्सफर्ड आणि केंब्रिज या विद्यापीठांना नावे ठेवण्याची आपल्याकडे फॅशनच रूढ झालेली आहे. त्यांच्यामुळे आपल्यावर अनिष्ट परिणाम झाले, असे हे लोक म्हणतात. न्या. एम. सी. छगला आणि न्या. हिदायतउल्ला यांच्यासारखे नागपूर आणि मुंबई उच्च न्यायालयाचे अनेक नामवंत न्यायाधीश ऑक्सफर्ड किंवा केंब्रिज या विद्यापीठांचे विद्यार्थी होते, हे विसरून चालणार नाही. इंग्रजांच्या न्यायदान पद्धतीचे नियम आपण स्वीकारले नसते, तर येथे न्यायदान करणे अशक्यच होऊन गेले असते. आपल्या देशाला पाच हजार वर्षांचा इतिहास आहे. या पन्नास शतकांच्या काळात भारताच्या विविध भागांमध्ये दहा-पंधरा वेगवेगळ्या संस्कृती उदयाला आल्या आणि अस्ताला गेल्या. यांपैकी कोणती संस्कृती राष्ट्रव्यापी संस्कृती म्हणून आपण स्वीकारू शकलो असतो? आपण प्रत्येक गोष्टीसाठी भांडत असतो. एका राज्याच्या सीमेवरील गावे दुसऱ्या राज्यात जाऊ नयेत, म्हणून आपण भांडत असतो. इतिहासकाळातील एखादी न्यायदान पद्धती आपण स्वीकारली असती, तर तिला देशाच्या सर्व भागांनी मान्यता दिली असती काय, हा प्रश्न आपण आपल्यालाच विचारला पाहिजे. परकीय न्यायदान पद्धतीचा किंचितही प्रभाव नसलेली आणि सर्वमान्य होणारी एखादी न्यायदान पद्धती आपण दाखवू शकतो काय? दुसरे असे की, कायद्याचे राज्य, मानवाचे मूलभूत अधिकार, सर्व नागरिकांची समानता या पारंपरिक भारतीय संकल्पना नव्हेत. जर आपल्या देशात अजूनही अस्पृश्यता पाळली जात असेल, सती जाण्याचे प्रकार घडत असतील आणि त्या ठिकाणाला तीर्थक्षेत्राचे माहात्म्य प्राप्त होत असेल; तर बाहेरच्या जगाकडून आपण काही तरी शिकले पाहिजे, हे मान्य करावे लागते.

कायद्याचे राज्य ही मूलत: पाश्चात्त्य संकल्पना आहे. ती जेथे प्रचलित नसते, तेथे काय घडते, हे समजून घेण्यासाठी मी नायजेरियाचे उदाहरण देतो. एअर इंडियाचे एक विमान अलीकडेच नायजेरियन सैनिकांनी ताब्यात घेतले. एअर इंडियाने नायजेरियाच्या उच्च न्यायालयाकडे धाव घेऊन ते विमान परत देण्याची

मागणी केली. विमानाची ताबडतोब सुटका करण्यात आली पाहिजे, असा उच्च न्यायालयाने निर्णय दिला. आपल्या न्यायालयाचा आदेश धुडकावून लावून नायजेरियन सरकारने विमान मुक्त करायला नकार दिला. उच्च न्यायालयाच्या निर्णयाविरुद्ध त्या सरकारने सर्वोच्च न्यायालयात अपील दाखल केले. ते फेटाळण्यात आल्यावरही नायजेरियन सरकार विमान सोडून द्यायला तयार होईना. काही दिवसांनी नायजेरियन सरकारने वटहुकूम काढून हे प्रकरण लष्करी न्यायालयाकडे सोपविले आणि त्या न्यायालयाकडून आपल्याला हवा तसा निर्णय मिळविला. जेथे कायद्याचे राज्य नसते, तेथे हे असे घडते. कायद्याच्या राज्याची संकल्पना आपल्याला प्राचीन काळापासून परिचित होती, असे म्हणणे निखालस ढोंगीपणाचे ठरेल.

आणीबाणीच्या काळात काय घडले, ते आठवा. राज्यघटनेच्या २१ व्या कलमान्वये देण्यात आलेला व्यक्तिस्वातंत्र्याचा मूलभूत अधिकार तेव्हा स्थगित ठेवण्यात आला होता. ज्या लोकांना चुकीने पकडण्यात आले होते, खासगी वैमनस्यामुळे किंवा एखाद्या अधिकाऱ्याच्या लहरीखातर किंवा काहीही ऐकून न घेता ज्यांना स्थानबद्ध करण्यात आले होते; अशांच्या सुटकेचे, सरकारी रोषाची पर्वा न करता, आपल्या उच्च न्यायालयाने आदेश दिले, हे त्यांना खरोखरच भूषणावह होते. न्यायालयांच्या निर्णयावर मात करता यावी, म्हणून आपल्या संसदेने तेव्हा एक चमत्कारिक कायदा संमत केला होता. कोणत्याही कायद्याच्या आधारे नागरिकांना आपल्या व्यक्तिगत स्वातंत्र्याचा अधिकार सांगता येणार नाही, असा त्या अजब कायद्याचा आशय होता. कायद्याची मूलभूत प्रतिष्ठा ही पाश्चिमात्य संकल्पना परकीय आहे, या सबबीखाली झिडकारून दिली की; भारतात काय घडू शकते, याचा हा पुरावा आहे. एखाद्या व्यक्तीला आपण स्थानबद्ध का केलेले आहे, याची कारणे कोणत्याही पोलीस अधिकाऱ्याने न्यायालयाला कथन करता कामा नयेत, असाही आणखी एक कायदा त्या काळात अमलात होता. एखाद्या व्यक्तीच्या स्थानबद्धतेची कारणे समर्थनीय नाहीत, असे आढळून आल्यामुळे न्यायालयाने तिची सुटका केली, तर त्या व्यक्तीला न्यायालयातून बाहेर पडताच त्याच कारणासाठी पुन्हा अटक करण्याचा अधिकार पोलिसांना मिळालेला होता. आपल्या राज्यघटनेने ज्या पाश्चिमात्य संकल्पनांचा स्वीकार केलेला आहे, त्यांचा त्याग केला की, भारतीय संसद अशा तऱ्हेचे अन्याय्य कायदे संमत करू शकते, हे आपण अनुभवले आहे.

न्यायदान आणि वकिली व्यवसाय यांच्या सांप्रतच्या अवस्थेसंबंधी इंग्लंड आणि अमेरिका येथे काय म्हटले जाते, हे जाणून घेणे मनोरंजक ठरेल. एखाद्या गोष्टीसंबंधी प्रतिकूल अभिप्राय व्यक्त करायचा असेल, तर आपल्या देशाचे

उदाहरण घेण्याऐवजी इतर देशांसंबंधी बोलणे सोयीचे जाते. याचे साधे कारण असे आहे की, इतर देशांची निंदा केली की, आपल्याला बरे वाटते; परंतु आपल्या देशातील एखाद्या गोष्टीसंबंधी कोणी आक्षेप घेतला, की आपण चवताळून उठतो.

न्यायकोविदांच्या आंतरराष्ट्रीय आयोगापुढे बोलताना इंग्लंडमधील विधिसेवा आयोगाचे अध्यक्ष लॉर्ड बेन्सन यांनी सांगितले की, 'वाढता खर्च, अकार्यक्षमता, दिरंगाई, अपात्रता आणि वेळेचा अपव्यय या दोषांनी आमच्या देशातील न्यायदान पद्धतीला ग्रासून टाकले असल्यामुळे, लोक नाराज झाले आहेत. कोणताही बदल वाईट असतो. विशेषत: चांगल्यासाठी केलेला बदल अधिकच वाईट असतो, हा वकिलांचा परंपरागत दृष्टिकोन येथेही आढळतो.'

ब्रिटिश न्यायव्यवस्था पूर्णपणे निरुपयोगी होऊन गेलेली आहे, अशी टीका ज्येष्ठ ब्रिटिश न्यायाधीश लॉर्ड डेव्हलिन यांनी केली आहे. सध्याच्या पद्धतीमुळे वेळ आणि परिश्रम वाया जातात; तसेच तोंडी साक्षी-पुरावा घेण्याची पद्धत असमाधानकारक ठरते, या ब्रिटिश न्यायपद्धतीमधील दोन प्रमुख दोषांचा त्यांनी उल्लेख केला आहे.

इंग्लंडमधील न्यायाधीश अडाणी आणि पूर्वग्रहदूषित असल्याचे लॉर्ड गिफर्ड यांनी म्हटले आहे. शिक्षणामुळे आणि सामाजिक स्थानामुळे हे न्यायाधीश पूर्वग्रहदूषित झाल्याचे दिसून येते, असे लॉर्ड गिफर्ड म्हणतात. 'न्याय आहेच कुठे?' या आपल्या पुस्तकात गिफर्ड पुढे म्हणतात की, 'न्यायदान पद्धतीमध्ये पुरुषांचे वर्चस्व असल्यामुळे तिला स्त्रियांच्या प्रश्नांचे नीट आकलनच होत नाही. बलात्कार करणाऱ्या पुरुषाचे आयुष्य धुळीला मिळू नये, म्हणून आपण त्यांना सौम्य शिक्षा देतो, असे जेव्हा एखादा न्यायाधीश म्हणतो, तेव्हा आश्चर्य वाटते. बलात्कारासारख्या क्रूर आणि दुष्ट प्रकारामुळे एका मुलीचे जीवन उद्ध्वस्त होऊन गेलेले आहे, याची न्यायाधीशांना काहीच खंत वाटत नाही.'

न्यायालयांमध्ये कामकाज दीर्घ काळ रेंगाळत राहते, यासंबंधी भूतपूर्व न्यायमंत्री लॉर्ड हेलशॅम यांनी संताप व्यक्त केला आहे. ज्याप्रमाणे वैद्यक-व्यावसायिकांना आणि अभियंत्यांना अधूनमधून प्रशिक्षण आणि कार्यानुभव घ्यावा लागतो, तसे न्यायाधीशांच्या बाबतीतही केले पाहिजे, अशी त्यांची सूचना आहे.

आता मी अमेरिकेकडे वळतो. वकिली व्यवसायाचे तेथे जेवढे व्यापारीकरण झालेले आहे, तेवढे जगात दुसरीकडे कोठेही झालेले नसावे. या बाबतीत अमेरिकेनंतर क्रम लागतो तो भारताचाच. आपल्या अशिलाला जेवढी नुकसानभरपाई मिळेल, त्याच्यावर अमेरिकेतल्या वकिलाची फी अवलंबून असते. म्हणून आपल्या पक्षकाराला जास्तीतजास्त नुकसानभरपाई मिळावी, असा त्यांचा प्रयत्न असतो. भोपाळमधील युनियन कार्बाईड कारखान्यात विषारी वायूची गळती झाल्यामुळे अनेक गरीब

नागरिक प्राणांना मुकले. लागलीच अमेरिकेतील वकील भोपाळकडे धावले, याचे हेच कारण होते. रस्त्यातून रुग्णवाहिका जाताना दिसली की, अमेरिकन वकील तिचा पाठलाग करतो आणि यात कोणाला काहीही वावगे वाटत नाही. वकिली व्यवसायावर बंदी घालावी, अशी मॅसाच्यूसेट्स आणि पेनसिल्व्हानिया येथील नागरिकांनी अठराव्या शतकात मागणी केली होती, ती याच कारणामुळे.

न्या. हँड यांनी म्हटले आहे, 'आजारपण आणि मृत्यू यांच्यानंतर मला सर्वांत अधिक भीती वाटत असेल, तर ती न्यायालयात अशील म्हणून जाण्याची.'

अमेरिकेतील चाळीस टक्के वकील नालायक असल्याचे न्या. डग्लस यांनी म्हटले आहे. तेथील सर्वोच्च न्यायालयाचे भूतपूर्व सरन्यायाधीश वॉरन बर्जर म्हणतात, 'आमच्या देशातील पन्नास टक्के वकिलांना काहीही अक्कल नाही.' (न्या. डग्लस यांचा चाळीस टक्क्यांचा अंदाज या भूतपूर्व सरन्यायाधीशांना मान्य नाही). अमेरिकन न्यायव्यवस्था सर्वनाशाकडे चाललेली आहे, असे ते म्हणतात. विसावे शतक संपायच्या आत अमेरिकन न्यायव्यवस्था कोलमडून पडली, तर आपल्याला मुळीच आश्चर्य वाटणार नाही, असेही त्यांनी म्हटले आहे. अमेरिकन बार असोसिएशनपुढे बोलताना न्या. बर्जर म्हणाले,

'वकिलांच्या टोळधाडीने आपल्या समाजावर वर्चस्व प्रस्थापित केले आहे, ही कटू वस्तुस्थिती आपण मान्य करायला हरी. न्यायाधीश, वकील आणि न्यायालय यांच्याकडून आपल्याला न्याय मिळेल, असे आता सामान्य लोकांना वाटत नाही. ज्याप्रमाणे आजारी माणसाला त्वरित रोगमुक्त व्हावेसे वाटते, त्याचप्रमाणे आपल्याला त्वरित न्याय मिळाला पाहिजे, अशीच लोकांची अपेक्षा असते.'

न्यायदानाच्या प्रक्रियेमध्ये भरमसाट वाढ झाल्यामुळे तिला आता कर्करोगाचे स्वरूप प्राप्त झाले असून, हा रोग आपल्या लोकसत्ताक यंत्रणांना आणि अर्थव्यवस्थेला गिळंकृत करण्याचा धोका असल्याचा इशारा अमेरिकेच्या भूतपूर्व डेप्युटी ॲटर्नी जनरलनी दिला आहे. अमेरिकेमध्ये दर वर्षी वकिलांवर तीन हजार कोटी डॉलर्स खर्च केले जातात. ही रक्कम एकूण राष्ट्रीय उत्पन्नाच्या दीड टक्का भरते. भारतातील न्यायदान पद्धती कमालीची गुंतागुंतीची असल्यामुळे येथेही वकिलांवर एकूण राष्ट्रीय उत्पन्नाच्या दीड टक्के रक्कम खर्च होत असावी.

विद्यमान न्यायदान पद्धतीमध्ये तीन गंभीर उणिवा आढळतात.

वकिली व्यवसायाचे व्यापारीकरण हा पहिला दोष. वकिली व्यवसायाचे सध्या जेवढे व्यापारीकरण झालेले आहे, तेवढे पूर्वी कधीही झाले नव्हते. मी १९४६ मध्ये मुंबईच्या उच्च न्यायालयात वकिलीला सुरुवात केली, तेव्हा वकिलाने एखादे विधान केले, तर ते खरेच असले पाहिजे, असे मानले जाई. सरकारला किंवा

दुसऱ्या एखाद्या सार्वजनिक संस्थेला न्यायालयात प्रतिज्ञापत्रक दाखल करावे लागले आहे, असे पूर्वी क्वचितच घडे; परंतु आता सारेच काही पार बदलून गेले आहे. वस्तुस्थितीशी विसंगत असणारी विधाने करताना वकिलांना संकोच वाटत नाही. सरकारी अधिकाऱ्यांमार्फत सादर केल्या जाणाऱ्या प्रतिज्ञापत्रकांमध्ये सत्याचा अंश फारच अल्प असतो. लेंटिन आयोगासमोर काय घडले ते पाहा. एकामागून एक साक्षीदार धडधडीत खोटे बोलत होता, आणि तरीही लोक शांतच राहिले. खोटे बोलणे हा आपला राष्ट्रीय स्वभावच झालेला आहे. वरिष्ठ पदांवरचे लोक खोटे बोलतात, ही चिंतेची बाब नाही. या धादांत असत्य बोलण्यासंबंधी लोकांना काहीच गैर वाटत नाही, यावरून आपले राष्ट्रीय चारित्र्य केवढ्या खालच्या पातळीला जाऊन पोचलेले आहे, याची कल्पना येते. चिंतेची खरी बाब आहे ती ही. भारतासंबंधी आत्मीयता बाळगणारा एक नागरिक म्हणून मी एक प्रश्न विचारू इच्छितो– जगातील प्रगल्भ लोकसत्ताक देशांमध्ये जे राष्ट्रीय चारित्र्य आढळते, त्याचा आपल्या येथे अभाव का दिसावा? कारण, आपल्या प्राचीन संस्कृतीइतकी दुसरी कोणतीही संस्कृती उदात्त नाही.

न्यायदान व्यवस्थेमधील दुसरा दोष हा की, आधुनिक समाजाच्या अनाकलनीय गुंतागुंतीमध्ये हा व्यवसाय अडकला आहे. जीवन अधिक जटिल होऊन गेले आहे आणि त्यामुळे भ्रष्टाचाराची भरभराट होत आहे. जीवनमूल्यांचे महत्त्व ओसरत चालले आहे.

आपण नेहमी आपल्या अधिकारासंबंधी तावातावाने बोलत असतो; परंतु आपल्यावरील जबाबदारीचे आपल्याला क्वचितच स्मरण होते, हा तिसरा दोष होय. आपल्या राज्यघटनेच्या ४-अ भागात मूलभूत कर्तव्यांचा समावेश करण्यात आलेला आहे. १९७६ मधील ४२ व्या घटनादुरुस्तीने हा समावेश केलेला असला, तरी मूलभूत कर्तव्यांची कोणालाच आठवण होत नाही.

आपल्या तेथील न्यायदान व्यवस्थेमधील सर्वांत मोठा दोष कोणता, असे जर मला विचारले, तर मी म्हणेन, दिरंगाई. खटल्याचा निकाल लागेपर्यंत बराच कालावधी निघून जातो. आपल्यापाशी इतर बरेच सद्गुण असले, तरी वेळेचे महत्त्व जाणण्याचा गुण आपल्यापाशी नाही. दिरंगाईसंबंधी आपल्याला काहीच वाटत नाही, यामागे ऐतिहासिक कारणे असावीत. काल अनादि, अनंत आहे, असे आपली प्राचीन संस्कृती सांगते. चिरंतनाच्या या पार्श्वभूमीवर, एखाद्या खटल्यासाठी तीस वर्षे खर्ची पडली, म्हणून काय बिघडले? आपला पुनर्जन्मावरही विश्वास आहे. त्यामुळे हे आयुष्य वाया घालविले, तरी चिंता करण्याचे कारण नाही. वेळेचा सदुपयोग करण्यासाठी पुढचे अनेक जन्म आहेतच की!

भारतामध्ये न्यायालयातील दावे जेवढे दीर्घ काळ रेंगाळत पडलेले असतात,

तेवढा कालावधी जगात दुसरीकडे कोठेच लागत नसेल. आपल्याकडील खटले वर्षानुवर्षे चालत असल्यामुळे शाश्वततेचा अर्थ कळू लागतो. कायदा गाढव असेल किंवा नसेल; परंतु भारतात मात्र तो नक्कीच गोगलगाय आहे. गोगलगायींनादेखील खटल्याची वाटचाल मंदगती वाटत असावी. न्यायदेवता आंधळी असावी, हे मी समजू शकतो; परंतु ती लंगडीही का असावी, हे समजत नाही. भारतात न्यायदेवता चालत नाही, ती कशीबशी पुढे सरकत असते, इतकेच.

एका धर्मादाय विश्वस्तनिधीशी मी संबंधित होतो. त्या निधीच्या इमारतीचा ताबा मिळावा, म्हणून आम्ही न्यायालयाकडे अर्ज केला. त्या बाबतीत सर्वोच्च न्यायालयाकडून अंतिम निर्णय होईपर्यंत तीस वर्षे निघून गेली. एवढे होऊनही निधीला त्या इमारतीचा संपूर्ण ताबा मिळविणे शक्य झाले नाही. कारण, काही मजल्यांच्या बाबतीत संबंधित व्यक्ती लघुवाद न्यायालयात गेल्या. त्यामुळे त्या खटल्याचा शेवट होईपर्यंत आणखी दहा वर्षे निघून जातील. जर पुढच्या ऑलिम्पिक क्रीडा महोत्सवात खटल्यांचा समावेश करण्यात आला, तर भारत निदान एक तरी सुवर्णपदक नक्कीच मिळवू शकेल.

दिरंगाईचा दोष मुख्यत: वकिलांकडेच येतो. लहानसहान कारणांवरून आम्ही पुढच्या तारखा मागून घेतो. जर पुढची तारीख द्यायला न्यायाधीशाने खळखळ केली, तर वकीलवर्ग त्याच्यावर नाराज होतो. खटल्याचा निकाल लवकर लागावा, यासाठी न्यायाधीशांशी सहकार्य करणे हे वकिलाचे कर्तव्य आहे, असे मी मानतो. या एका कर्तव्याकडे आमचे नेहमीच दुर्लक्ष होत आले आहे.

काही वेळा न्यायाधीशांना भूतदयेच्या भूमिकेतून हस्तक्षेप करायला सांगितले जाते. सार्वजनिक ठिकाणांवरच्या अतिक्रमणाबाबत असे नेहमीच घडते. कायद्याची अंमलबजावणी करणे हे न्यायालयाचे काम असते; परंतु अतिक्रमणांसारख्या प्रकरणांमध्ये कायद्याची अंमलबजावणी केली जाऊ नये, अशी न्यायालयांना विनंती करण्यात येते. जे वकील बेघर लोकांना आपल्या स्वत:च्या घरामध्ये सामावून घेत नाहीत किंवा आपल्या घराशेजारी त्यांच्यासाठी झोपडी बांधत नाहीत, तेच लोक अशा वेळी दुर्बल घटकांचे आपणच काय ते तारणहार आहोत, असा आव आणतात. ही दुटप्पी वृत्ती वकिलांनी निर्लज्जपणे अंगीकारली आहे.

कोठे काहीही घडले की, न्यायालयाकडे धाव घेण्याची आपल्याला चटकच लागलेली आहे. त्यामुळे न्यायालयात साचून राहिलेल्या प्रकरणांची संख्या प्रत्यही वाढत जाते. ही अशी अवस्था यायला मुख्यत: आपणच जबाबदार आहोत, हे वकिलांनी कबूल करायला हवे. उदरनिर्वाहासाठी वकिलांनी पैसे मिळविण्यात काहीच गैर नाही; परंतु त्यासाठी त्यांनी समाजावर एवढा असह्य बोजा टाकावा काय, हा खरा प्रश्न आहे.

हा प्रश्न काही प्रमाणात तरी सोडविण्याचे मार्ग कोणते?

पहिले हे की, आपण आपल्या वकिलांना बऱ्यापैकी प्रशिक्षित केले पाहिजे. आपल्या विधिमहाविद्यालयांतून आपण नैतिक निरक्षरांची निर्मिती करीत असतो. सार्वजनिक हितासंबंधी त्यांना आस्थाच नसते. भारतात सध्या तीन लाख वकील आहेत. अमेरिकेत वकिलांची संख्या सात लाख असून, दुसरा क्रमांक आपलाच लागतो. वकिलांची ही अशी प्रचंड संख्या असल्यामुळे या दोन्ही देशांतील वकील खटले दाखल करण्याबाबत लोकांना चिथावत असतात. याउलट, जपानमध्ये वकिलांची संख्या अवघी चौदा हजार आहे. तेथे दर वर्षी वकिलीच्या परीक्षेला तीस हजार विद्यार्थी बसतात; परंतु त्यांतील अवघे ४७५ च उत्तीर्ण होतात. म्हणजेच उत्तीर्णांचे प्रमाण २ टक्क्यांपेक्षाही कमी भरते. यावरून जपानमध्ये वकिलीची परीक्षा किती अवघड असावी, याची कल्पना येते. ही अशी परिस्थिती असल्यामुळे फारच थोडे खटले तेथे न्यायालयांत दाखल करण्यात येतात. बरेचसे दावे न्यायालयाबाहेरच सोडविले जातात.

दुसरे असे की, आपल्या देशातील प्रशासनाचा दर्जा सध्या फारच खालावला आहे. त्यात सुधारणा होणे अगत्याचे आहे. भारतातील कारभार सध्या जितक्या गचाळपणे केला जातो, तितका तो गेल्या ४५ वर्षांत कधीही पाहायला मिळाला नव्हता. बिहारमध्ये एक गंगा नदी सोडली, तर बाकी काहीच हालत नाही, असे म्हटले जाते.

इंग्लंडमध्ये २ कोटी ९० लाख लोक प्राप्तिकर भरतात, परंतु तेथील उच्च न्यायालयात प्राप्तिकराची जेमतेम ३० च प्रकरणे दाखल होतात. करदात्यांची संख्या भारतात ५० लाख आहे आणि प्राप्तिकराची दर वर्षी सहा हजारांहून अधिक प्रकरणे उच्च न्यायालयात येऊन पोचतात. याशिवाय एक हजार याचिका दाखल होतात त्या वेगळ्याच. याचा अर्थ इंग्रज लोकांपेक्षा भारतीय लोक अधिक भांडकुदळ आहेत, असे नव्हे. करप्रशासनाची कार्यक्षमता खालावल्यामुळे, आपल्यावरील अन्यायाचे निवारण करून घेण्यासाठी करदात्यांना न्यायालयाकडे धाव घेणे अपरिहार्य ठरते. एखाद्या व्यक्तीकडून भरमसाट करआकारणी करणाऱ्या अधिकाऱ्याला काहीच शिक्षा केली जात नाही.

विश्वनाथ प्रताप सिंग अर्थमंत्री असताना जी प्रशासकीय योजना जाहीर करण्यात आली होती, ती बऱ्याच लोकांपर्यंत पोचलीच नाही. एखाद्या अधिकाऱ्याने संबंधित व्यक्तीकडून वसूल केलेल्या कराव्यतिरिक्त अधिक रकमेची मागणी केली, तर त्या जादा रकमेच्या पाच टक्क्यांइतकी रक्कम त्या अधिकाऱ्याला आणि त्याच्या सहकाऱ्यांना देण्यात येईल, अशी ही प्रशासकीय प्रोत्साहन योजना होती. या योजनेखाली इंडियन टोबॅको कंपनीकडून गेल्या पाच वर्षांतील उत्पादन करापोटी

८०६ कोटी रुपयांची मागणी करण्यात आली. या कालावधीत कंपनीला एकूण फायदा ७० कोटी रुपये झालेला होता. कंपनीने हे ८०६ कोटी रुपये भरले असते, तर ही मागणी करणाऱ्या अधिकाऱ्याला ४० कोटी रुपये मिळणार होते. हे प्रकरण अजूनही कोलकता उच्च न्यायालयात पडून आहे.

तिसरे असे की, नागरिकांचे सार्वजनिक चारित्र्य कसे उंचावेल, इकडेही लक्ष दिले गेले पाहिजे. शाळा-महाविद्यालयांमध्ये 'प्राचीन भारतीय संस्कृती' हा विषय सक्तीचा करायला हवा. अनेक संस्कृतींच्या संगमातून विकसित झालेल्या भारतीय संस्कृतीची विद्यार्थ्यांना ओळख झाली, तर त्यांना नैतिकतेचे महत्त्व कळून येईल. ज्याप्रमाणे व्यक्तीचा विवेक टिकून राहण्यासाठी स्मरणशक्तीची गरज असते, त्याप्रमाणे राष्ट्राची विवेकबुद्धी शाबूत राहण्यासाठी परंपरा आणि संस्कृती यांचे भान असणे आवश्यक ठरते, असे विल डुरांट यांनी म्हटले आहे.

न्यायसंस्थेवरील विश्वासाला तडा : राष्ट्रीय आत्मपरीक्षणाची गरज

जागतिक इतिहास वर्तुळाकार पद्धतीने साकारत असतो. उच्च नैतिक मूल्यांच्या कालखंडानंतर काही दशके नैतिक ऱ्हासाची जातात. नैतिक मूल्यांच्या बाबतीत आज आपण अत्यंत खालची पातळी गाठली आहे. गुन्हेगारीची आणि सशस्त्र गुंडगिरीची लाट सध्या एवढी उसळलेली आहे की, गुन्ह्यांची कारणमीमांसा शोधून काढणारे तज्ज्ञही गोंधळून गेले आहेत. नैतिक घसरणीचाच हा अपरिहार्य परिपाक आहे.

व्यापारी मंदीचे अत्यंत द्रुतगतीने प्रगमनशील अर्थव्यवस्थेमध्ये रूपांतर घडवून आणता येऊ शकते, परंतु नैतिक मंदी सहजासहजी नाहीशी करता येत नाही. लालबहादूर शास्त्री यांच्या निधनापासून आपल्या देशातील सार्वजनिक जीवन बिघडायला सुरुवात झाली आणि या अधोगतीला आता धरबंधच राहिलेला नाही. निर्भय न्यायसंस्था हा कोणत्याही लोकशाहीचा आत्मा असतो. अनैतिकतेने आपल्या न्यायसंस्थेलाही ग्रासून टाकले आहे. न्यायाधीश हे कोणत्याही समाजाचे महत्त्वपूर्ण आधार असतात, त्यांच्याशिवाय समाजाचा मूलभूत समतोल टिकूच शकत नाही.

न्यायदानाच्या खळाळत्या प्रवाहामध्ये विष मिसळण्याचे कारस्थान १९७३ मध्ये सुरू झाले. त्या वेळी सर्वोच्च न्यायालयामधील सरन्यायाधीशाचे पद रिकामे झालेले होते. केशवानंद खटल्यामध्ये सरकारला प्रतिकूल ठरेल, असा निर्णय दिल्याची सजा म्हणून तीन न्यायाधीशांचा ज्येष्ठताक्रम बेदिक्कत नाकारण्यात आला.

आम्हाला बांधिलकी मानणारे न्यायाधीश हवे आहेत, असे सरकारने जाहीर केले. सत्ताधारी पक्षाच्या विचारसरणीशी बांधिलकी हाच बढतीचा एकमेव निकष झाला. आज्ञाधारक न्यायसंस्थेचे युग येथपासून सुरू झाले. सरकार नेभळट न्यायाधीशांचा शोध घेऊ लागले.

दुष्ट प्रवृत्ती एड्सपेक्षाही अधिक संसर्गजन्य असते आणि तिला वेळीच रोखले

(टाइम्स ऑफ इंडिया, ९ जुलै १९९०)

नाही, तर ती सर्वत्र आपला प्रभाव गाजवू लागते. आर्थिक समृद्धीचा विचार बळावला, की बौद्धिक सचोटीला सोडचिठ्ठी दिली जाते. पैसे मिळविण्यासाठी चुकीचा निर्णय देणारा न्यायाधीश जेवढा भ्रष्ट असतो, तेवढाच स्वत:च्या बढतीचा विचार डोळ्यांपुढे ठेवून चुकीचा निर्णय देणारा न्यायाधीशही दोषी असतो.

नैतिक ऱ्हासाने आपल्या देशात लवकरच वेग पकडला. आपल्या प्रजासत्ताकाच्या प्रारंभीच्या वीस वर्षांत सत्यनिष्ठेला सर्वोच्च स्थान होते. न्यायालयाच्या अवमानासंबंधीच्या कायद्याची कोणालाही भीती वाटत असे. या कायद्यामुळेच कोणालाही न्यायालयावर भ्रष्टाचाराचा आरोप करता येत नसे. आता याच सत्यनिष्ठेपायी न्यायालयीन अवमानाच्या कायद्याची तमा न बाळगता भ्रष्टाचाराचे आरोप करावे लागत आहेत. मुंबई उच्च न्यायालयातील काही न्यायाधीशांनी भ्रष्टाचार अनुसरल्याचा आरोप मुंबईतील वकील संघटनांनी गेल्या महिन्यात जाहीरपणेच केला आहे. कुठल्याही आधुनिक लोकशाहीच्या इतिहासात असा प्रकार पूर्वी कधीही घडलेला नाही.

वकिलांच्या संघटनांनी जो मार्ग अनुसरला, तो योग्य होता की अनुचित; तसेच न्यायाधीशांची बाजू ऐकून न घेता त्यांचा धिक्कार करणे कितपत रास्त होते, याविषयी मतभिन्नता संभवते. वकिलांनी अनुसरलेला मार्ग ज्यांना मान्य नव्हता, तेही वकिलांच्या उद्दिष्टाशी सहमत होते, हे ध्यानात घ्यायला हवे. सगळे मार्ग खुंटल्यावरच वकिलांनी हा निर्वाणीचा उपाय अनुसरला. एखाद्या वकिलाने व्यक्तिश: असा आरोप केला असता, तर तो न्यायालयाचा अवमान ठरला असता. वकिलांच्या प्रतिनिधिक संघटनेने या बाबतीत पुढाकार घेतल्यामुळे न्यायाधीश वकिलांवर कायदेशीर कारवाई करू शकत नाहीत.

केवळ वकील आणि त्यांचे अशील यांच्यापुरताच हा प्रश्न मर्यादित नाही, तर साऱ्या देशाच्या दृष्टीनेही तो महत्त्वाचा ठरतो. न्यायदान यंत्रणा दूषित पर्यावरणापासून अलिप्त राहणे सगळ्या नागरिकांच्या दृष्टीने आवश्यक असते.

म्हणूनच आता, या संबंधात सखोल राष्ट्रव्यापी आत्मपरीक्षण करण्याची वेळ आलेली आहे. सत्याला सामोरे जाताने स्वत:मधील दोष कबूल करण्याचा सच्चेपणा आपण दाखवायला हवा. वकिली व्यवसायाला भरपूर पैसा मिळवून देणाऱ्या बाजाराचे स्वरूप प्राप्त झालेले आहे. विद्वन्मान्य व्यवसाय म्हणून आता वकिलीकडे कोणीच पाहत नाही. लवकर श्रीमंत होण्याचा राजमार्ग म्हणूनच त्याच्याकडे पाहिले जाते. त्यामुळे पक्षकारांच्या दृष्टीने न्यायालयीन प्रक्रिया म्हणजे छळवाद झालेला असून, त्यातून त्यांची कधीच सुटका होत नाही.

मुंबई उच्च न्यायालयातील अलीकडच्या घटनांमुळे लोकांच्या न्यायसंस्थेवरील विश्वासाला तडा गेलेला आहे. राजकारणी व्यक्तींनी जर तुमचा विश्वास गमावला, तर पुढच्या निवडणुकीत तुम्ही त्याला बदलू शकता; परंतु न्यायाधीशांवरचा तुमचा

विश्वास उडाला, तरी तुम्हाला ते सहन करावेच लागतात. निरनिराळ्या न्यायालयांमधील काही वरिष्ठ अधिकाऱ्यांचे वर्तन नीतिमूल्यांना सोडून असते, ही वस्तुस्थिती मान्य करायलाच हवी.

वरिष्ठ न्यायाधीशापर्यंत भ्रष्टाचार पोचावा, यावरून आपल्या राष्ट्रीय चारित्र्याचे केवढ्या प्रचंड प्रमाणावर अवमूलन झाले आहे, याची कल्पना येते. अधिकारावर असलेली माणसे पैसा खाणारच, असे आता लोक गृहित धरून चालले आहेत. प्राचीन भारतातील नैतिकता आणि आधुनिक भारतातील अनैतिकता यांच्यातील तफावत ध्यानात घेतली की, उत्क्रांतीमुळे माणूस प्रगत पावतो, हा सिद्धान्त खोटा असल्याचे सिद्ध होते.

वकिलांच्या संघटनेने ठराव करून भ्रष्टाचारी न्यायाधीशांचा धिक्कार केलेला आहे. त्यामुळे लोकांचा न्यायसंस्थेवरील विश्वास ओसरतो. म्हणून तसे न घडता, भ्रष्टाचारी न्यायाधीशाला कसे हाताळावे, हा प्रश्न उभा राहतो.

आपण न्यायालयात गेलो की, आपले सर्व प्रश्न सुटतील, अशी आपल्या लोकांची भ्रामक श्रद्धा आहे. इंग्लंडचे भूतपूर्व न्यायमंत्री लॉर्ड हेलशॅम यांच्या शब्दांत सांगायचे; तर भ्रष्टाचार, अप्रामाणिकपणा, फसवणूक इत्यादी गैरप्रकारांना न्यायालयांमध्ये जेवढा वाव मिळतो, तेवढा इतरत्र कोठेच मिळत नाही, ही वस्तुस्थिती आहे. या गैरप्रकारांना आळा बसावा, म्हणून सरकार कायदे करून आपल्या परीने प्रयत्न करीत असते. न्यायालयाचे कामकाज चालू असताना सरकारने घालून दिलेल्या नियमांचे पालन होत आहे की नाही, इकडे कटाक्षाने लक्ष दिले पाहिजे.

उच्च किंवा सर्वोच्च नायालयातील न्यायाधीशाला बडतर्फ करायचे असेल, तर संसदेमध्ये त्याच्यावर महाभियोग दाखल केला पाहिजे, अशी एकमेव घटनात्मक तरतूद आहे. महाभियोग दाखल करणे ही सोपी गोष्ट नसते. तो सारा प्रकार अतिशय गुंतागुंतीचा असतो आणि अशा वेळी राजकीय पक्षाचा स्वार्थ उफाळून येण्याची शक्यता असते. न्या. जे. सी. शहा यांच्यासारख्या अत्यंत सचोटीच्या न्यायाधीशावर महाभियोग दाखल करण्यापर्यंत आपल्या संसदेची मजल गेली होती. हे पाहिले की, आपली लोकशाही किती विकृत रूप धारण करू शकते, हे कळून येते.* न्या. शहा यांनी सर्वोच्च न्यायालयाच्या निकालपत्रात एका अप्रामाणिक

** सर्वोच्च न्यायालयाचे एक न्यायमूर्ती व्ही. रामस्वामी यांच्यावर महाभियोग भरावा, असा प्रस्ताव १९९३ मध्ये संसदेसमोर आलेला असताना, संसदेने आपला हा अधिकार बजावला पाहिजे, असे कायदा सांगत असतानाही, मतदानाच्या वेळी तटस्थ राहण्याचा आदेश काँग्रेस पक्षाने आपल्या सदस्यांना दिला आणि त्यामुळे प्रस्ताव नामंजूर झाला.*

सरकारी अधिकाऱ्यावर, त्याने केलेल्या अपप्रकारांबद्दल ठपका ठेवला. हा अधिकारी लटपटी-खटपटी करण्यात इतका वाकबगार होता की, न्या. शहा यांच्याविरुद्ध महाभियोग चालवावा, अशा आशयाच्या अर्जावर त्याने १९९ संसदसदस्यांच्या सह्या मिळविल्या.

न्यायालयाच्या अवमानासंबंधीच्या कायद्यातील कडक तरतुदी शिथिल करणे मूर्खपणाचे आणि धोक्याचे ठरेल. कारण त्यामुळे सत्य आमच्या बाजूला आहे, असे सांगून कोणीही न्यायाधीशावर भ्रष्टाचाराचा आरोप करू शकेल. उच्चपदस्थांचे चारित्र्यहनन हा भारताचा राष्ट्रीय खेळ झालेला आहे. न्यायालयीन निकालांवर नाराज असलेले पक्षकार आणि वकील न्यायाधीशांवर भलभलते आरोप करतील आणि संबंधित न्यायाधीशाची जाहीर चौकशी झाली पाहिजे, असा आग्रह धरतील.

मुंबई उच्च न्यायालयातील वादंगाबाबत सरकारने अलिप्त राहावे, हे कायदामंत्री दिनेश गोस्वामी यांचे प्रतिपादन योग्य होते. सरकारने न्यायालयाशी निगडित असलेल्या प्रकरणांमध्ये निष्कारण हस्तक्षेप केल्याची अनेक उदाहरणे आपल्याला माहिती आहेत. मुंबईतील वकिलांच्या संघटनांनी काही न्यायाधीशांवर जे आरोप केले आहेत, त्याबाबत चौकशी करण्यासाठी कोणती पद्धत अवलंबावी, हे विशद करणारा कायदा अस्तित्वात आला पाहिजे. ही अशी प्रकरणे तपासासाठी उच्च न्यायालयाच्या सरन्यायाधीशांकडे सोपविण्यात यावीत. त्या आरोपात तथ्य नाही, असे सरन्यायाधीशांना आढळून आले, तर हे प्रकरण तेथेच थांबवावे. न्यायाधीशांवर करण्यात आलेले आरोप रास्त आहेत, असे जर सरन्यायाधीशांचे मत पडले, तर हे प्रकरण निर्णयासाठी भारताचे सरन्यायाधीश आणि सर्वोच्च न्यायालयाचे अन्य दोन न्यायाधीश अशा तिघांच्या समितीकडे सुपुर्द करण्यात यावे. या राष्ट्रीय निवाडा आयोगाचा निकाल अंतिम मानण्यात यावा. आयोगाचा निकाल संबंधित न्यायाधीशांच्या विरुद्ध गेला, तर त्याने आपल्या पदाचा राजीनामा सादर करावा. न्यायाधीशपदाची प्रतिष्ठा न राखणाऱ्या व्यक्तींना शिक्षा देण्याचा हाच एकमेव सभ्य उपाय होय.

आपली वरिष्ठ न्याययंत्रणा लोकांच्या विश्वासाला आणि आदराला पात्र राहिलेली नाही, असा जर समज वकिलांच्या संघटनांनी लोकमानसामध्ये निर्माण केला असता; तर त्यांनी लोकांचे हित साधण्याऐवजी अहितच केले, असे म्हणावे लागले असते. कारण सुदैवाने, आपल्या १८ उच्च न्यायालयांतील आणि सर्वोच्च न्यायालयातील बहुसंख्य न्यायाधीश अत्यंत सचोटीचे आहेत. काहींच्यामध्ये तर चारित्र्य आणि क्षमता यांचा मनोज्ञ संगम आढळतो.

■

१२

संस्कृती आणि शिक्षण

आदि शंकराचार्य : चैतन्य-साम्राज्याचे संस्थापक

कोणत्याही युगामध्ये आणि कोणत्याही देशामध्ये आजवर होऊन गेलेल्या महामानवांपैकी सर्वश्रेष्ठ अशा बारा महामानवांची गणना करायची ठरविले, तर त्यात आदि शंकराचार्यांचा नक्कीच समावेश होईल. मी त्यांना विश्वमानव मानतो. आदि शंकराचार्य अनेक कारणांनी विश्वमानव ठरतात.

ते जसे पहिल्या प्रतीचे कवी होते, तसेच ते अतुलनीय तत्त्वज्ञही होते. ते संत होते, सिद्धपुरुष होते आणि धार्मिक सुधारकही होते. ते कर्मयोगी होते, भक्तियोगी होते आणि ज्ञानयोगीही होते आणि या प्रत्येक क्षेत्रात त्यांनी अग्रस्थान संपादन केले होते.

आदि शंकराचार्य कार्यशीलही होते. कार्यात्मकतेबद्दल ज्यांना जागतिक सन्मान प्राप्त झालेला आहे, अशांशी ते तुल्यबल ठरू शकतात. त्यांनी स्वत:चा वेगळा धर्म स्थापन केला नाही, परंतु सर्व धर्मांचे मूलरहस्य असलेल्या सनातन धर्माचा पुरस्कार केला. अतूट श्रद्धा आणि अपरिमित करुणा त्यांच्या ठायी वसत होती. जे जे म्हणून मानवी आहे, ते ते त्यांना प्रिय असे. त्यांचा व्यासंग खरोखरच अत्यंत सखोल होता. उपनिषदे, वेद आणि भगवद्‌गीता यांच्या गाभ्यापर्यंत त्यांचे पांडित्य पोचलेले असल्यामुळे या धर्मग्रंथांच्या आशयाचे मूलगामी महत्त्व त्यांनी जाणले होते.

भारताच्या वेगवेगळ्या कोपऱ्यांमध्ये मठ स्थापन करण्यामागे त्यांची कोणती दृष्टी होती? हा सारा देश एक आहे, हेच त्यांना दाखवून द्यायचे होते. आपल्या येथे भिन्न धर्म, भिन्न पंथ, भिन्न संप्रदाय असतील. वेगवेगळ्या धर्मांचे लोक येथे नांदत असतील आणि शतकानुशतके ते तसे नांदत असले, तरी येथे राहणारे सर्व लोक एकाच कुटुंबाचे घटक आहेत, अशी शंकराचार्यांची धारणा होती. आपल्या सर्वांचे भवितव्य परस्परांशी निगडित झालेले आहे आणि या महान राष्ट्रामध्ये एकात्मिक संस्कृती विकसित झालेली आहे, हा संदेश देण्यासाठीच त्यांनी या टोकापासून त्या

(भारतीय विद्याभवनाच्या वतीने दिलेले जाहीर व्याख्यान, मुंबई, ७ एप्रिल १९८९)

टोकापर्यंत देशाची परिक्रमा केली.

आदि शंकराचार्यांचा दृष्टिकोन विश्वात्मक होता. संपूर्ण जगाचे आध्यात्मिक नेतृत्व आणि नैतिक मार्गदर्शन करणे हेच भारताचे मूलभूत कार्य आहे, असे स्वामी विवेकानंद आणि श्री अरविंद जेव्हा म्हणत असत; तेव्हा त्यांच्या डोळ्यांपुढे आदि शंकराचार्यच असले पाहिजेत.

त्यांना अवघे बत्तीस वर्षांचे आयुर्मान लाभले; पण तेवढ्यात त्यांनी आश्चर्यकारक कार्य करून दाखविले. बेकन यांनी म्हटल्याप्रमाणे, जो माणूस वेळ वाया घालवत नाही, तो चिरतरुणच असतो. शंकराचार्यांनी आपल्या आयुष्यातील एकही क्षण वाया घालविला नाही.

त्यांच्या जीवनातील प्रत्येक क्षण म्हणजे विचार आणि कृती यांची अथक यात्राच असायची. बाराशे वर्षांपूर्वी त्यांनी स्थापन केलेले मठ आजही अस्तित्वात असून, देशाला आध्यात्मिक मार्गदर्शन करीत आहेत.

आजच्या शास्त्रज्ञांचे अत्याधुनिक निष्कर्ष आणि शंकराचार्यांचे प्रतिपादन यांच्यातील साम्य पाहिले की, आपण थक्क होऊन जातो. ध्यानधारणेच्या मार्गाने आपल्याला शाश्वत वास्तवाची ओळख पटते, हे अध्यात्माने दाखवून दिले आहे. शेकडो वर्षांच्या संशोधनानंतर विज्ञानाला याच निष्कर्षाप्रत यावे लागणार आहे. विश्व अस्तित्वात असले, तरी ते जसे आपल्याला दिसते, तसे प्रत्यक्षात नाही; ही गोष्ट सर जेम्स जीन्स, सर आर्थर एडिंगटन, आल्बर्ट आईनस्टाइन आणि 'अणू आणि आण्विक संशोधन' या ग्रंथाचे एक लेखक मॅक्स प्लँक आदि शास्त्रज्ञांनी मान्य केली आहे. चैतन्य, अनंत चैतन्य हेच काय ते एकमेव वास्तव आहे. विसाव्या शतकामध्ये सापेक्षतावादाचा जो सिद्धान्त मांडण्यात आला, तो आपल्या पूर्वजांना तीन हजार वर्षांपूर्वीच ठाऊक झालेला होता, असे डॉ. सी. पी. रामस्वामी अय्यर म्हणत.

जगातील सर्व महान शास्त्रज्ञांची आज बैठक भरली किंवा आज जे शास्त्रज्ञ मरण पावलेले आहेत, ते जेव्हा हयात होते, तेव्हा – म्हणजे वीस वर्षांपूर्वी असाच मेळावा भरला असता, तर आदि शंकराचार्य त्यात खचितच शोभून दिसले असते. विज्ञानाच्या शाश्वत सिद्धान्तांसंबंधी त्यांनी या महान शास्त्रज्ञांशी बरोबरीच्या पातळीवरून चर्चा केली असती. हे सिद्धान्त बरोबर आहेत, हे त्यांनी आपल्या अद्वितीय प्रज्ञेने केव्हाच जाणले होते.

सर्व धर्मांचा समन्वय ही शंकराचार्यांची जगाला लाभलेली सर्वांत मोठी देणगी, असे त्यांच्यासंबंधी लिहिणाऱ्यांनी एकमताने मान्य केले आहे. शंकराचार्यांच्या काळातही अनेक संप्रदाय आणि उपसंप्रदाय, अनेक पंथ आणि उपपंथ अस्तित्वात होते. जुन्या हिंदू धर्माविरुद्ध बौद्ध धर्म उभा ठाकला होता. या वेगवेगळ्या धार्मिक शिकवणुकींमध्ये आणि श्रद्धांमध्ये समन्वय कसा साधायचा, अशी समस्या निर्माण

झाली होती.

आदि शंकराचार्यांनी वेगवेगळ्या तत्त्वज्ञानांचा आणि आदर्शांचा केवळ समन्वयच घडवून आणला असे नव्हे, तर त्यांना विशुद्ध रूप दिले. जसजसा काळ जातो; तसतसा कोणत्याही पंथामध्ये, वा धर्मामध्ये, वा भाषेमध्ये अनेक निरुपयोगी आणि कुचकामी गोष्टींचा भरणा होत राहतो आणि या बाह्यांगालाच खरा धर्म मानला जाण्याची चूक घडते. शंकराचार्यांनी धर्मसंकल्पनेवरचे हे कवच फोडले आणि सर्व धर्मांची शिकवण, त्यांचा आशय कसा एक आहे, हे दाखवून दिले. त्यामुळेच त्यांच्या प्रतिपादनाला आशयात्मक परिपूर्णता प्राप्त झाली. शंकराचार्यांनी जे सांगितले, त्यात भर घालावी, असे काहीही नाही. त्यांनी रचलेली स्तोत्रे अत्यंत सुंदर आहेत. ती त्यांनी, मानवी मनाचे अत्यंत विकसित रूप आविष्कृत करणाऱ्या संस्कृतमध्ये लिहिली. त्यांच्या या स्तोत्रांमध्ये जागोजागी विशाल दृष्टिकोनाचा प्रत्यय येतो.

'जेव्हा सर्व काही बिघडते, तेव्हा धर्माची पुनर्स्थापना करण्यासाठी मी अवतार घेतो,' असे भगवंतांनी भगवद्गीतेत म्हटले आहे. आपण सध्या इतक्या खालच्या थराला गेलेलो आहोत की, भगवंतांनी अवतार घेण्याची वेळ खचितच आली आहे.

केवळ एक बौद्धिक कसरत म्हणून शंकराचार्य तत्त्वज्ञानाकडे पाहत नव्हते. ती त्यांच्या समर्पित जीवनाची निष्पत्ती होती. प्रत्येक मानवी जीवन अंतिम वास्तवाचाच एक घटक आहे, अशी शंकराचार्यांची धारणा होती. म्हणून आपल्याला लाभलेल्या मनुष्यजन्माचा उपयोग त्या दैवी शक्तीचे साधन म्हणून करायला हवा, असे ते म्हणत.

शंकराचार्यांच्या प्रतिपादनाची चार वैशिष्ट्ये पुढीलप्रमाणे सांगता येतील :

पहिले हे की, शाश्वत काय आहे आणि तत्कालिक काय आहे, हे तुम्हाला ओळखता आले पाहिजे. परमात्मा सनातन आहे, बाकीच्या गोष्टी येतात आणि जातात. जे नित्य बदलते आणि विनाश पावत असते, त्यात गुंतून पडू नका. जे शाश्वत आहे, त्याचाच ध्यास धरा, कारण तेच अंतिम वास्तव आहे.

गृहस्थाश्रमाला शंकराचार्यांचा विरोध नव्हता. जर कौटुंबिक जीवन निर्माण झाले नाही, तर मानवजात नष्ट होईल, हे त्यांना ठाऊक होते. तरीही ते सांगत, 'तुमच्याभोवती जे काही आहे, मग ती तुमची संपत्ती असो किंवा तुमचे कुटुंब असो, ते सारे नाशवंत आहे.' भोवतालच्या जीवनात आपण रमून गेलो की, जे कालातीत आहे, त्याचा आपल्याला विसर पडतो आणि क्षणभंगुर गोष्टीच खऱ्या वाटू लागतात.

आपण जे काही करू, त्याचे आपल्याला पारितोषिक मिळाले पाहिजे, या ध्यासाचा त्याग करा, असे शंकराचार्यांचे दुसरे सांगणे होते. कर्म करताना कर्मफळाची आस बाळगू नका, असे ते म्हणत. शंकराचार्यांनी जे काही सांगितले, ते त्यांच्या

काळातील लोकांनी कितपत स्वीकारले, यासंबंधी मी साशंक आहे; परंतु जसजसा काळ जाईल, तसतसे आपले प्रतिपादन लोकांना पटत जाईल, याची त्यांना खात्री होती.

सामान्य माणसे उपकारकर्त्यांसंबंधी कृतज्ञता बाळगत नाहीत. येशू ख्रिस्ताला त्याच्या भोवतालच्या लोकांनी सुळावर चढविले. सॉक्रेटिसचा त्याच्याच सहकाऱ्यांनी वध केला – तोही बहुमत विचारात घेऊन. लोकशाहीमध्ये असेच घडत असते. बहुमत म्हणजे शहाणपणाच्या बाजूने दिलेला कौल, अशी चुकीची कल्पना करून घेऊ नका. जे उचित असते, त्याच्यावर सहसा बहुमताचा विश्वास बसत नाही.

नैतिक सिद्धता हा शंकराचार्यांचा तिसरा सिद्धान्त होता. तुम्ही अशा रीतीने आपले आयुष्य व्यतीत करा की, ते जेव्हा संपुष्टात येईल, तेव्हा तुम्हाला जगन्नियंत्याचा साक्षात्कार घडला पाहिजे, असे शंकराचार्यांनी सांगितले आहे. म्हणून तुम्ही तुमच्या संपत्तीप्रमाणे तुमच्या बुद्धीचाही उपयोग भोवतालच्या लोकांसाठी करायला हवा. सार्वजनिक करुणा आणि सार्वत्रिक आस्था हे नैतिक सिद्धतेचे आवश्यक घटक होत, अशी त्यांची धारणा होती.

'तुमच्यात आणि माझ्यात, भोवतालच्या प्रत्येक गोष्टीत एकच विष्णू नांदत आहे,' असे त्यांनी एका स्तोत्रात म्हटले आहे. 'सगळ्या गोष्टींत तुम्ही स्वत:ला पाहा, आपण आणि इतर माणसे यांच्यात फरक करू नका,' असे शंकराचार्यांचे सांगणे असे. हाच त्यांचा सार्वत्रिकतेचा संदेश होय. संपूर्ण मानववंश बंधुभावाने वागला पाहिजे, हे त्यांना अभिप्रेत होते.

मोक्षाची आस बाळगा, हे त्यांचे चौथे आणि शेवटचे महत्त्वाचे सांगणे. यालाच सेंट लूकने 'शाश्वत जीवनाचा ध्यास' असे संबोधिले आहे. चिरंतन जीवनाच्या पूर्वसिद्धतेची भूमी म्हणजे आपल्या भोवतालचे जग, असे त्यांनी वर्णन केले आहे.

शंकराचार्यांचा जन्म केव्हा झाला आणि मृत्यू केव्हा घडून आला, यासंबंधी निश्चित माहिती उपलब्ध नाही. त्यांचा जन्म इ. स. ७८८ मध्ये झाला असावा, असा मॅक्स म्यूलर यांचा कयास होता. म्हणून आपण गेल्या वर्षी त्यांची १२०० वी जयंती साजरी केली. त्यांचे देहावसान केव्हा झाले, यासंबंधी आपल्याला फारसे काही माहीत नसले, तरी वयाच्या ३२ व्या वर्षी त्यांनी देहत्याग केला, असे मानले जाते. शंकराचार्यांच्या जन्माचे किंवा देहावसानाचे निश्चित वर्ष आपल्याला ठाऊक नसले, म्हणून काहीही बिघडत नाही. कारण त्यांच्या व्यक्तिजीवनापेक्षा त्यांचा जीवनसंदेश कितीतरी मोठा आहे.

शंकराचार्यांनी चैतन्याचे साम्राज्य निर्माण केले, असे मी म्हणेन. अनेक पिढ्या आल्या आणि गेल्या, साम्राज्ये भरभराटली आणि विलय पावली; परंतु शंकराचार्यांचे

चैतन्य साम्राज्य १२०० वर्षे होऊन गेली, तरी टिकून राहिले आहे आणि जोपर्यंत आपल्याला शंकराचार्यांच्या शिकवणुकीचा विसर पडत नाही, तोपर्यंत हा देश केव्हा तरी आपले पूर्ववैभव प्राप्त करून घेईल, असा विश्वास बाळगायला काहीच हरकत नाही.

∎

प्राचीन विचारधन आणि आधुनिक मानव

भारतामध्ये गेल्या पाच हजार वर्षांत ज्या मूल्यांचा पुरस्कार करण्यात आला, त्यांचे अनुसरण आणि आचरण आजच्या काळातही तेवढेच आवश्यक आहे; परंतु आपल्या या अमोल वारशाची फारच थोड्या भारतीयांना जाणीव दिसते.

सोन्याचे पोते आपल्या पाठीवरून वाहणाऱ्या गाढवासारखी भारताची अवस्था आहे, अशी माझी खात्रीच झालेली आहे. आपण काय वाहून नेत आहोत, हे त्या गाढवाला ठाऊक नसते. आपण ओझे वाहून नेत आहोत, एवढ्यावरच ते खूश असते. हा सुवर्णभार म्हणजे अजब खजिना आहे – कला, वाङ्‌मय, संस्कृती आणि आयुर्वेदासारखी काही शास्त्रे यांचा वारसा आपल्याला प्राचीन काळापासून लाभलेला आहे. 'ऋषिमुनींनी शोधून काढलेला आध्यात्मिक सत्याचा भव्य कोष' असे आदि शंकराचार्यांनी याचे वर्णन केले आहे. सगळ्या जगाचा मार्गदर्शक होण्याची भारतामध्ये क्षमता आहे, असे रवींद्रनाथ टागोर म्हणत.

प्राचीन भारताची ही सोनेरी देणगी असंख्य ऋषींच्या आणि संतांच्याद्वारा अखंडितपणे आपल्यापर्यंत येऊन पोचली आहे. यांपैकी काही संतांना जागतिक लौकिक प्राप्त झाला, तर काही अनामच राहिले. आपली संस्कृती प्राधान्याने आध्यात्मिक विकासाशी संबंधित असल्यामुळे आजच्या युगात ती विशेषच महत्त्वाची ठरते. कारण, भौतिकवादी प्रगतीचे निरर्थकत्व सगळ्यांनाच कळून आले आहे. श्रीअरविंद म्हणत, 'प्राचीन भारत अजूनही जिवंत आहे; अजून त्याने आपला अखेरचा सर्जनशील शब्द उच्चारलेला नाही. प्राचीन भारताचे अस्तित्व अजून टिकून असून, स्वतःच्या आणि साऱ्या मानवजातीच्या कल्याणासाठी त्याला बरेच काही करायचे आहे.'

भारत शाश्वत आहे, चिरकालीन आहे. येथील प्रारंभकाळामधील अनेक संस्कृती इतिहासाच्या धूसर प्रकाशात विरून गेलेल्या असल्या, तरी या भूमीला चिरतारुण्याचे

(आकाशवाणी, जयपूर, १६ फेब्रुवारी १९८५, 'भारताचा अमोल वारसा' या पुस्तकावर आधारित.)

वरदान लाभलेले आहे. भारताची संस्कृती कालातीत असून, ख्रिस्त जन्माच्या वीस शतके अगोदर तिला जेवढे महत्त्व होते, तेवढेच ते आपल्या या विसाव्या शतकातही टिकून राहिलेले आहे. संपूर्ण मानववंशाचा अभ्यास केल्यानंतर डॉ. अरनॉल्ड टायनबी म्हणतात,

'मानवजातीला आत्मविनाश करून घ्यायचा नसेल, तर पाश्चिमात्य प्रारंभ असलेल्या प्रकरणाचा भारतीय समारोप होणे अत्यावश्यक आहे, हे आता सगळ्यांनाच कळून आले आहे. मानवजातीच्या इतिहासातील अत्यंत धोकादायक क्षण सध्या अवतरला असून, मानवजातीने भारतीय मार्गाचा अवलंब केला, तरच तिची सांप्रतच्या गंभीर संकटातून सुटका होऊ शकेल. सम्राट अशोक आणि महात्मा गांधी यांनी पुरस्कारलेली अहिंसा आणि श्रीरामकृष्ण परमहंस यांनी प्रतिपादन केलेला सर्वधर्मसमभाव, हाच तो भारतीय मार्ग होय. मानवजातीने तो अनुसरला, तर एका कुटुंबाचे घटक म्हणून तिची वाटचाल होऊ शकेल. सध्याच्या अणुयुगात आपल्याला आपला नाश करून घ्यायचा नसेल, तर भारतीय मार्गाशिवाय पर्यायच उरत नाही.'

टायनबी यांच्या या विवेचनात भारताच्या प्राचीन ऋषींनी पुरस्कारिलेल्या 'वसुधैव कुटुंबकम्' या आदर्शाचाच पडसाद उमटला आहे. संपूर्ण विश्व चैतन्यमय असून, हे चैतन्य सर्वोच्च आणि अपरिवर्तनीय आहे आणि भौतिक जग हा त्या चैतन्याचा केवळ आविष्कार आहे, हेच सर्व मूलभूत सूत्रांमधील अत्यंत मूलभूत सूत्र आहे. भारताला हजारो वर्षांपूर्वीच या सूत्राचा साक्षात्कार झाला आणि त्याचे अपरिमित महत्त्वही कळून आले. आजचे अत्यंत प्रगत देश अजूनही त्या बाबतीत अंधारातच वावरत आहेत. हे चैतन्य चिरकालीन वास्तव असल्यामुळे भौतिक जगामागचे गूढ भौतिक परिभाषेने कधीच उकलणार नाही. आजचे अवाढव्य ज्ञान ऋषींच्या बुद्धीपलीकडे जाऊच शकत नाही; तसेच अत्यंत प्रगत अवस्थेतील विज्ञान वेदान्ताच्याच अधिक जवळ गेले आहे.

उच्च मूल्यांचा आग्रह धरल्यामुळे प्राचीन भारताला महानता प्राप्त झाली. त्या मूल्यांपेक्षा अधिक उदात्त मूल्ये शोधून काढणे अशक्य आहे. आपल्या प्राचीन मुनींनी कोणत्याही देशाचा मोठेपणा त्याच्या साम्राज्यावरून किंवा त्याच्या संपत्तीवरून मोजला नाही. सार्वजनिक प्रशासनामध्ये आणि नागरिकांच्या वैयक्तिक जीवनामध्ये कर्तव्य आणि करुणा यांचा किती आढळ होतो, या निकषावरच ते मोठेपणा ठरवीत असत. माणसाची खरी प्रगती त्याच्या नैतिक आणि आध्यात्मिक विकासावर अवलंबून असते, भौतिक वा ऐहिक दर्जावरून ती ठरत नाही, हाच आपल्या ऋषिमुनींचा सनातन संदेश होता. यशापेक्षा त्यागाला अधिक मान दिला जात असे. लोभ आणि मोह यांच्यापासून मुक्त होण्यात माणसाचे सर्वोच्च कर्तृत्व सामावलेले

आहे, अशी त्यांची धारणा होती. संपत्ती किंवा सत्ता यावरून नागरिकाचे समाजातील स्थान ठरत नसे. व्यासंग, दानत आणि निष्ठा हे नागरिकांच्या प्रतवारीचे निकष असत. भगवान बुद्धांचा सच्चा अनुयायी असलेला सम्राट अशोक हे या उदात्त प्रथेचे उत्कृष्ट उदाहरण होय. अशोक सम्राट असूनही बौद्ध भिक्षूंचे दर्शन होताच त्यांना लवून वंदन करीत असे. या एवढ्या मोठ्या सम्राटाने भिक्षूंसमोर नतमस्तक होणे चुकीचे आणि अनुचित आहे, असे त्याचा मंत्री यश याचे मत होते. अशोकने त्याला उत्तर दिले,

'या भिक्षूंना प्रणाम करून व्यासंग, ज्ञान आणि त्याग या गुणांसंबंधीचा माझा परमादर मी व्यक्त करीत असतो. यश, माणसाचा दर्जा वा स्थान याच्यापेक्षा त्याचे सद्‌गुण आणि ज्ञान यांनाच जीवनात अधिक महत्त्व असते. कुरूप दिसणाऱ्या शरीरातही उदात्त मन आणि अंत:करण वसू शकते. तू जेव्हा तुझे अज्ञान दूर करशील, तेव्हाच तुला मानवजातीच्या महासागरामध्ये फारच थोडे महात्मे आहेत, हे कळून येईल. कवडी किमतीच्या गारगोट्यांमध्ये एखादे जरी रत्न आढळले, तरी खरा रत्नपारखी ते लगेच ओळखू शकतो.'

'धर्म' या संस्कृत शब्दाचा इंग्रजीमध्ये उचित अनुवाद करता येत नाही. सद्‌वर्तन, कर्तव्य, मूलभूत नियम, नैतिकता अशा अनेक संकल्पनांचा 'धर्म' या शब्दामध्ये अंतर्भाव होतो.

धार्मिक स्वातंत्र्याची आणि सहिष्णुतेची परंपरा भारतात कधीही खंडित झालेली नाही. सत्य हे कोणत्याही पंथाची वा संप्रदायाची मिरासदारी होऊ शकत नाही, या जाणिवेतूनच त्या परंपरेचा उदय झाला. 'प्रत्येक दिशेकडून आमच्याकडे श्रेष्ठ विचार येवोत,' ही ऋग्वेदातील प्रार्थना जगप्रसिद्ध आहे.

प्रत्येक माणसाला स्वत:च्या मुक्तीसाठी स्वत:च प्रयत्न करावे लागतात आणि आत्म्याची अंतिम विकासावस्था गाठण्यासाठी स्वत:च आध्यात्मिक अनुभव घ्यावा लागतो, हे सत्य आपल्या ऋषिमुनींना उमगले होते. कोणत्याही व्यक्तीचा वा ग्रंथाचा अधिकार स्वत: विचार न करता मान्य केला की, आध्यात्मिक अर्धांगवायूचा प्रादुर्भाव झालाच म्हणून समजा. श्रुती जे काही सांगत आहेत, ते मुकाट्याने मान्य करणे पुरेसे ठरत नाही. मोक्षाचा मार्ग सोपा नसतो. आध्यात्मिक अभिवृद्धीसाठी पैसा उपयोगी पडत नाही. ही अभिवृद्धी कशी साध्य करावी, यासाठी ठरावीक नियम नसतात. ज्याचा त्यानेच हा अनुभव घ्यावा लागतो. मोक्षप्राप्तीचा मार्ग अत्यंत अरुंद असून, त्याच्या दोन्ही बाजूंना खोल विवरे असतात. तीक्ष्ण, धारदार पात्यावरून वाटचाल करण्याइतके ते महाकठीण असते, असे कठोपनिषदात म्हटले आहे.

ध्यानधारणेतून दैवी शक्तीचा साक्षात्कार घडतो. त्यासाठी चिरंतनाच्या शिखरावर आपल्या आंतरिक चैतन्याने शांत विहार करणे आवश्यक असते. ध्यानधारणेइतकेच

कर्मही महत्त्वाचे ठरते. प्रार्थना किंवा कर्म किंवा ज्ञान हे मुक्तीचे मार्ग होत. अविरत कर्म आणि अखंडित विश्रांती यांचा गूढ समन्वय म्हणजे श्री अरविंदांसारख्या महायोग्यांचे जीवन. भगवद्गीतेने म्हटले आहे : 'जो कर्मात विश्रांती आणि विश्रांतीत कर्म अनुभवतो तोच खरा ज्ञानी होय; त्यालाच योगी म्हणावे.'

सत्याचा शोध करणाऱ्या सर्वांनाच वेदान्त मार्गदर्शक ठरतो, असे स्वामी विवेकानंदांनी 'कर्मयोगी' या आपल्या प्रसिद्ध ग्रंथात म्हटले आहे. ते लिहितात :
'नि:स्वार्थ बुद्धी आणि सत्कर्म यांच्यायोगे मोक्ष प्राप्त करण्याचे साधन म्हणजे कर्मयोग. नीती आणि धर्म यांच्या पायावर कर्मयोग उभा असतो. कर्मयोग्याचा कोणत्याही सिद्धान्तावर विश्वास नसला, तरी चालू शकते. तो नास्तिक असला, तरीही बिघडत नाही.'

सहिष्णुता आणि सामंजस्य, शांतता आणि सदिच्छा यांचा अंगीकार केल्याने ब्रह्मज्ञान प्राप्त होते. मोक्षप्राप्तीचे अंतिम उद्दिष्ट गाठण्यासाठी विविध मार्ग उपलब्ध असतात, हे ओळखले पाहिजे.

अहिंसा, शांतता आणि अनाक्रमण ही भारतीय संस्कृतीची वैशिष्ट्ये होती. पाच हजार वर्षांच्या आपल्या गतिमान इतिहासामध्ये भारताने अनेक विशाल आणि वैभवशाली साम्राज्ये उभारली; परंतु आपल्या सीमेबाहेरच्या कोणत्याही प्रदेशावर सैनिकी आक्रमण केले नाही. सहिष्णुता अंगी बाणलेली असल्यामुळेच आपण भारतीय लोक दु:ख आणि अन्याय निमूटपणे सहन करतो. एवढे अन्याय दुसऱ्या कोणत्या देशात घडून आले असते, तर तेथे रक्तरंजित राज्यक्रांतीचे तांडव उफाळून आले असते.

सध्याचा काळ आध्यात्मिक निरक्षरतेचा आहे. पैसा मिळविता येतो; परंतु त्यामुळे सुखप्राप्ती होतेच असे नाही, याचा लोक अनुभव घेत आहेत. जीवनातील काव्याचा नाश करून ते स्वत:च स्वत:ला फसवीत आहेत. अशा वेळी, खरा विकास मानवाच्या चैतन्याशी निगडित असतो, हे आपण ओळखले पाहिजे. ऐहिक प्रगती म्हणजे आत्मिक प्रगती नव्हे. जेव्हा तंत्रविज्ञान नैतिक विकासाला मारक ठरते, तेव्हा विनाश घडून येणे अपरिहार्य होते. आत्म्याचे प्रमाणीकरण करण्याच्या आणि कळपामध्ये मुक्ती शोधण्याच्या आजच्या काळात आपला प्राचीन वारसाच तारक ठरू शकेल.

अनेक शतके मागे पडली, परंतु त्या वारशाचे तेज किंचितही उणावलेले नाही. उन्मत्त आक्रमकांनी या भूमीवर आपले वर्चस्व प्रस्थापित केले; परंतु येथील संस्कृती अभेद्यच राहिली.

सी. राजगोपालाचारी यांनी म्हटले आहे, 'भारतात आजही थोडासा प्रामाणिकपणा, आदरातिथ्य, पावित्र्य, बंधुभाव, भूतदया, पापपुण्यविवेक शिल्लक राहिला असेल;

तर त्याचे सारे श्रेय आपल्या प्राचीन संस्कृतीलाच द्यावे लागेल.'

राजाजींनी ज्या प्राचीन संस्कृतीचा उल्लेख केला; ती केवळ हिंदूपुरती, किंवा भारतीयांपुरती मर्यादित नसून विश्वव्यापी आहे. मानवजातीचे अत्यंत प्रगल्भ पांडित्य उपनिषदांमध्ये सामावलेले आहे, असे राजाजी म्हणत. हे पांडित्य, हा संदेश केवळ भारताच्याच पुनर्निर्माणासाठी नव्हे, तर संपूर्ण मानवजातीच्या पुनर्प्रशिक्षणासाठी अत्यंत उपकारक ठरू शकेल.

■

स्त्री-शिक्षण - प्राधान्यातील प्राधान्य

स्त्रियांना उच्च शिक्षण घेता आले पाहिजे, यासाठी आयुष्यभर अविरत प्रयत्नशील असलेल्या बार्बारा वूटन यांचे चार वर्षांपूर्वी वयाच्या ९१ व्या वर्षी निधन झाले. 'इन अ वर्ल्ड आय नेव्हर मेड' या शीर्षकाचे त्यांनी अतिशय बहारदार आत्मचरित्र लिहिले आहे. त्यात त्या म्हणतात, 'एका पिढीमध्ये हास्यास्पद वाटणाऱ्या कल्पनांचा दुसऱ्या पिढीने अगदी सहजपणे स्वीकार केलेला आढळतो.' आपल्या या निरीक्षणाचा बार्बारा वूटन यांना अनेक वेळा, विशेषत: स्त्री-शिक्षणाच्या क्षेत्रात प्रत्यय आला.

आज आपल्या उच्च न्यायालयांमध्ये न्यायाधीशपदावर श्रीमती सुजाता मनोहर यांच्यासारख्या महिला दिसतात; पण या शतकाच्या मध्यापर्यंत कोणत्याही उच्च न्यायालयात न्यायाधीश म्हणून महिलेची नेमणूक करण्यात आलेली नव्हती. पदवी मिळवायला स्त्रिया अपात्र आहेत, असे गेल्या शतकापर्यंत मानले जात होते. स्त्रियांवरचा हा अन्याय इंग्लंडमध्ये प्रथम दूर केला तो लंडन विद्यापीठाने. त्या विद्यापीठाच्या पदवी परीक्षांना १८७८ पासून महिला बसू लागल्या. मुंबई विद्यापीठाची बी. ए. (पहिला वर्ग) ही पदवी मिळविणारी कोर्नेलिया सोराबजी ही पहिली विद्यार्थिनी होती. तिला ही पदवी १८८८ मध्ये मिळाली. मुंबई विद्यापीठाच्या विधिसभेवर १८९१ मध्ये प्रथमच एका महिलेची नियुक्ती करण्यात आली. ऑक्सफर्ड आणि केंब्रिज या विद्यापीठांमध्ये हे नंतर घडून आले. ही वस्तुस्थिती लक्षात घेतल्यावर, १९१६ मध्ये महिलांसाठी स्वतंत्र विद्यापीठ स्थापन करून महर्षी कर्वे यांनी स्त्री-शिक्षणाच्या क्षेत्रात केवढे महनीय कार्य केले, याची कल्पना येते.

ज्ञान आत्मसात करण्याचे तंत्र म्हणजे शिक्षण, अशी शिक्षणाची व्याख्या केली जाते. सर्वांत प्राचीन आणि महान संस्कृतीचा वारसा लाभलेल्या भारतासारख्या देशात शिक्षणाचा एकांगी प्रसार व्हावा, याचे नवल वाटते.

(श्रीमती नाथीबाई दामोदर ठाकरसी महिला विद्यापीठाच्या पदवीदान समारंभप्रसंगी केलेले भाषण, मुंबई, १९ डिसेंबर १९९२)

शिक्षण व्यापक आणि मूल्याधिष्ठित असले पाहिजे, हा विचार अजूनही भारतीय लोकमानसाला पूर्णपणे पटलेला दिसत नाही. कोणत्याही राजकीय पक्षाच्या निवडणूक जाहीरनाम्यात शिक्षणाला कधीही प्राधान्य देण्यात आलेले नाही. जो कार्यक्रम चाळीस वर्षांपूर्वीच अमलात आणायला हवा होता, तो अजूनही तसाच दुर्लक्षित राहिला आहे. एक पिढीच्या पिढी शिक्षणाच्या संस्कारापासून वंचित राहिली. गुन्हेगारी आणि हिंसाचार पाहण्यातच ती मश्गूल होऊन गेली आहे. देशभर जातीय आणि सांप्रदायिक विद्वेष थैमान घालीत आहे. गुंड आता उजळ माथ्याने राजकीय पुढारी म्हणून वावरत आहेत. या अशा दुर्धर परिस्थितीमध्ये कोणतीही लोकशाही फार काळ टिकू शकत नाही.

राष्ट्रीय बुद्धिमत्ता राष्ट्रीय प्रगतीला उपकारक ठरायची असेल, तर मूल्याधिष्ठित शिक्षणाचा द्रुतगतीने प्रसार व्हायला हवा, हे आता साऱ्या जगभर मान्य झालेले आहे. पूर्वेकडच्या सर्व महत्त्वाच्या देशांमध्ये साक्षरतेच्या बाबतीत भारत बराच मागासलेला आहे. राज्यघटनेचे पंचेचाळिसावे कलम म्हणते :

'राज्यघटना अमलात आल्यापासून दहा वर्षांच्या आत, सर्व मुलांसाठी ती चौदा वर्षांची होईपर्यंत सरकार मोफत आणि सक्तीच्या शिक्षणाची व्यवस्था करील.'

प्राथमिक शिक्षण कागदावरच 'मोफत' आहे. ग्रामीण भागातील एका खोलीच्या बऱ्याच शाळांमध्ये फळा आणि खडूही नसतो. 'सक्ती'चे तर कागदावरही उतरलेले नाही. राजकारणी मंडळी ४५ व्या कलमाचा वारंवार उद्घोष करीत असली, तरी त्या कलमासंबंधी त्यांना खरीखुरी आस्था नाही. कारण त्यामुळे त्यांचा किंवा त्यांच्या राजकीय पक्षाचा काहीच फायदा होणार नसतो.

स्त्रीशिक्षणाचा सर्व पातळ्यांवर पुरेसा प्रसार झाला आणि उच्चशिक्षित स्त्रिया सार्वजनिक जीवनामध्ये सन्मानाने वावरू लागल्या की, भारतामध्ये राज्यघटनेला अभिप्रेत असलेले परिवर्तन घडून येईल. इतर देशांना राष्ट्रउभारणीसंबंधी किती आस्था आणि अगत्य वाटते हे पाहिले की, या बाबतीतील आपली उदासीनता अधिकच बोचू लागते.

दक्षिण कोरियामध्ये साक्षरतेचे प्रमाण ९८ टक्के आहे. शिक्षणावर सर्वाधिक भर दिल्यामुळेच त्या देशाला आपला भरघोस आर्थिक विकास करून घेणे शक्य झाले.

सिंगापूरचे पंतप्रधान ली कुआन यू यांची अलीकडेच बी. बी. सी. वर मुलाखत झाली. सिंगापूरच्या थक्क करून टाकणाऱ्या यशाचे रहस्य काय, असे विचारले असता, त्यांनी एकाच शब्दात उत्तर दिले – शिक्षण. आम्ही शिक्षणापेक्षा अधिक महत्त्व कशालाच देत नाही, असे त्यांनी सांगितले.

फ्रान्सचे राष्ट्राध्यक्ष मित्तेरां यांची दुसरी कारकीर्द १९८८ मध्ये सुरू झाली. शिक्षणाला आपण प्राधान्यातील प्राधान्य देऊ, असे त्यांनी त्या वेळी आश्वासन दिले होते. त्यांनी आपल्या निवडणूक जाहीरनाम्यात म्हटले होते, 'यापुढे देशाचे सामर्थ्य आर्थिक संपत्तीपेक्षा शिक्षणावरच अधिक अवलंबून राहील.' मित्तेरां यांनी आपला शब्द पाळला. फ्रान्समध्ये पंतप्रधानांच्या खालोखाल परराष्ट्रमंत्र्यांचा, किंवा अर्थमंत्र्यांचा, किंवा गृहमंत्र्यांचा, किंवा संरक्षणमंत्र्यांचा क्रम लागत नाही; तो मान शिक्षणमंत्र्यांना दिला जातो.

आपण यापुढे शिक्षणप्रसाराला सर्वाधिक महत्त्व देणार आहोत, असे इंग्लंडचे पंतप्रधान जॉन मेजर यांनी १९९१ च्या फेब्रुवारीमध्ये म्हटले आहे. शिक्षण हीच गतिशील समाजाची खरी गरज आहे, असे मेजर तेव्हा म्हणाले होते.

शिक्षणातील सर्वोत्तमतेचा शोध घेण्यासाठी अमेरिकन सरकारने एक आयोग नेमला होता. या आयोगाने १९८३ मध्ये प्रसिद्ध केलेल्या आपल्या अहवालाला 'राष्ट्रापुढील धोका' असे शीर्षक दिले होते. अमेरिकेचे भवितव्य सुरक्षित राखायचे असेल, तर शिक्षणाचा दर्जा वाढविण्यासाठी ताबडतोब कणखर उपाय योजायला हवेत, असे त्या अहवालात नमूद करण्यात आले होते. जर अमेरिकेचे 'धोक्यात सापडलेले राष्ट्र' असे वर्णन करण्यात येत असेल, तर 'संकटात सापडलेले राष्ट्र' असे भारताबाबत म्हणावे लागेल.

प्रो. ॲलन ब्लूम यांचे गेल्या ऑक्टोबरमध्ये निधन झाले. पाच वर्षांपूर्वी त्यांचा 'द क्लोजिंग ऑफ दी अमेरिकन माईंड' हा ग्रंथ प्रसिद्ध झाला. या ग्रंथाच्या आत्तापर्यंत दहा लाख प्रती खपलेल्या आहेत. त्यांच्या या ग्रंथाचे उपशीर्षक आहे, 'उच्च शिक्षणाने लोकशाहीची कशी निराशा केली आणि आजच्या विद्यार्थ्यांच्या आत्म्यांची कशी उपासमार केली?' अमेरिकेतल्या शाळा-महाविद्यालयांमध्ये एक प्रकारचा बौद्धिक आळस दाटून आलेला आहे. सर्व काही सापेक्ष आहे आणि सर्व मूल्ये समान आहेत, या सिद्धान्ताचा १९६० च्या दशकामध्ये प्रचार झाल्यामुळेच हे घडून आले, असा प्रो. ॲलन ब्लूम यांच्या ग्रंथाचा मुख्य आशय आहे. मुक्ताचाराच्या आणि समानतेच्या नादी लागून आपण आपल्या एका पिढीला तिच्या मूलभूत संस्कृतीपासून अलग पाडले.

अमेरिकेतील शिक्षण मंडळाने १९८८ च्या जानेवारीमध्ये एक सर्वेक्षण केले होते. 'तुम्ही उच्च शिक्षण कशासाठी घेत आहात,' असे त्या वेळी विद्यार्थ्यांना विचारण्यात आले. बहुतेक विद्यार्थ्यांनी एकच उत्तर दिले, 'मोठेपणी भरपूर पैसा मिळविता यावा म्हणून.' 'जीवनाचे अर्थपूर्ण तत्त्वज्ञान विकसित करता यावे म्हणून', हे उत्तर सर्वांत कमी विद्यार्थ्यांनी दिले. भारतीय विद्यार्थ्यांची मन:स्थिती यापेक्षा वेगळी नाही. 'प्राचीन भारतीय संस्कृती' हा विषय फार थोड्या विद्यार्थ्यांनी निवडावा,

यात मुळीच नवल नाही.

अध्यक्ष बुश यांनी १९९१ च्या एप्रिलमध्ये अमेरिकन शिक्षणात क्रांती घडवून आणण्याची घोषणा केली. त्यासाठी त्यांनी काही चाचण्या घेण्याची योजना आखली. बुश म्हणाले, 'अपारंपरिक शाळा सर्वत्र स्थापन व्हाव्यात, असे मला वाटते. या शाळा स्वयंसेवी संघटनांमार्फत किंवा उद्योगसमूहांमार्फत चालविल्या जाव्यात.'

१९४० च्या दशकात राष्ट्रीयीकरणाची लाट आलेली होती. १९८० चे दशक 'खासगीकरणाचा कालखंड' म्हणून ओळखले जाते. १९९० च्या दशकात शिक्षणावर सर्वाधिक खर्च केला जातो, असे 'इकॉनॉमिस्ट'ने दाखवून दिले आहे. हे असे सर्वत्रच घडत आहे. शिक्षणामुळे कामगार अधिक कार्यक्षम होतात, असे उद्योगपतींना आढळून आले आहे. सरकार कामगारांसाठी काहीतरी करीत आहे, याचा डाव्या विचारसरणीच्या लोकांना आनंद होतो. मानवी भांडवल हेच सर्वश्रेष्ठ भांडवल होय, या बाबतीत उजव्या आणि डाव्या अर्थशास्त्रज्ञांचे एकमत आहे. कामगारांचे कसब आणि क्षमता यांची मोजदाद कोणत्याच ताळेबंदात नोंद होऊ शकत नाही; परंतु प्रशिक्षित कामगार हा कोणत्याही कारखान्याचा मोठा आधार असतो, हे आता जगभर मान्य झाले आहे. नामवंत अर्थशास्त्रज्ञ ज्युलियन सायमन यांनी मानवी साधनसंपत्तीवर अलीकडे लिहिलेल्या पुस्तकाचे शीर्षकच मुळी 'दी अल्टिमेट रिसोर्स' असे ठेवले आहे.

उपजत हुशारीच्या बाबतीत जगामध्ये भारताचा क्रम बराच वरचा लागतो; परंतु शहाणपणाच्या बाबतीत बराच खालचा लागतो. या शहाणपणालाच प्राचीन ऋषींनी 'बुद्धी' असे म्हटले आहे. शहाणपणाच्या अभावामुळे आपण शिक्षणाबाबत उदासीन आहोत आणि शिक्षणाच्या बाबतीत उदासीन असल्यामुळे शहाणपण संपादू शकलो नाही. मूल्याधिष्ठित शिक्षण देण्याच्या बाबतीत आपल्याला अपयश आल्यामुळेच राजकारणात गुंडगिरी शिरली आणि सार्वजनिक जीवन दूषित होऊन गेले. जबाबदारीशिवाय मोकळीक म्हणजे मूर्खांचे स्वातंत्र्य. जोपर्यंत आपण शिक्षणाचे संस्कार घडवीत नाही, तोपर्यंत स्वातंत्र्यासंबंधीची आपली संकल्पना अशीच कंगाल राहणार आहे.

शिक्षणाच्या अभेद्य खडकावरच भारताला आपले राजकीय भवितव्य घडवायचे आहे. देश उभा राहतो तो विटांमुळे नव्हे, तर मेंदूमुळे; सिमेंटमुळे नव्हे, तर प्रगल्भतेमुळे. शिक्षणावर खर्च करणे आपल्याला शक्य होत नसेल, तर सुसंस्कृत समाज म्हणून नांदण्याचा अधिकार आपण गमावून बसू.

तुमच्या विद्यापीठात जातीय किंवा सांप्रदायिक निकषांच्या आधारे आरक्षण केले जात नसेल, अशी मला आशा आहे. ज्या विद्यार्थ्याला शून्य गुण मिळाले आहेत, तो उत्तीर्ण व्हावा, म्हणून काही महाविद्यालयांमध्ये त्याला जादा गुण

देण्याची पद्धत रूढ आहे; ती तुमच्या विद्यापीठापर्यंत येऊन पोहोचली नसेल, असा मला भरवसा आहे. पहिल्या येणाऱ्या विद्यार्थ्यांची संख्या भरमसाठ वाढवता कामा नये, नाही तर चलनफुगवट्यासारखे होते – तुम्ही गुणवत्तेचे अवमूलन करू लागता.

सध्या भारतात १८१ विद्यापीठे आहेत. वीस वर्षांपूर्वी ही संख्या ९० होती. विद्यापीठांची आणि विद्यार्थ्यांची संख्या ज्या प्रमाणात वाढत आहे, त्या प्रमाणात शिक्षणाचा कस कमी होत चालला आहे. आपण आपल्या विद्यापीठांतून चारित्र्यशून्य निरक्षर आणि नैतिक मूर्ख बाहेर काढत आहोत. आपले शिक्षण 'मूल्यविरोधी' किंवा 'मूल्य-अलिप्त' होत चालले आहे. एन्सायक्लोपीडिया ब्रिटानिकाच्या संचालक मंडळाचे अध्यक्ष डॉ. मार्टिमर ॲडलर यांनी म्हटले आहे, 'शाळा किंवा महाविद्यालय सोडल्यावरच तुमचे खरे शिक्षण सुरू होते. बौद्धिक कुतूहल जागृत करण्याचे आणि निरंतर शिक्षणाची गोडी लावण्याचे कार्यच काय ते शाळा किंवा महाविद्यालय पार पाडते.'

शिक्षण हेच साध्य मानले पाहिजे. आर्थिक समृद्धीचे साधन म्हणून शिक्षणाकडे पाहिले जाऊ नये. आपला काय फायदा होईल, असा ज्याप्रमाणे आपण मैत्रीत विचार करीत नाही, तसेच शिक्षणाकडे फायद्याच्या दृष्टीने पाहिले जाऊ नये. तसे झाले, तरच ज्ञानाचे शहाणपणामध्ये रूपांतर घडून येते.

माणूस हा केवळ माणूस नाही आणि जग हे केवळ जग नाही, ही प्राचीन भारतीय संस्कृतीची चिरंतन शिकवण आहे. प्रत्येक युगामध्ये आपण उत्क्रांतीच्या दृष्टीने एक पाऊल पुढे टाकले पाहिजे; परंतु दुर्दैवाने भारत वाढत्या काळाबरोबर अधिकच मागास होऊ लागला आहे.

पदवी संपादन करून ज्या विद्यार्थिनी आज विद्यापीठाबाहेर पडत आहेत, त्यांना मी सुयश चिंतितो. त्यांच्या भाग्याने त्यांना येथे चांगले शिक्षण मिळाले. या शिक्षणाचा काही अंश तरी आपण लोकांपर्यंत नेऊन पोचवू, असा त्यांनी निर्धार करावा, एवढीच माझी अपेक्षा आहे.

■

विज्ञान आणि मानवतावाद

तुम्ही जे शिकलेले असता, ते विसरून गेल्यावर तुमच्यापाशी जे उरते, त्याला 'संस्कृती' म्हणतात. ही संस्कृती तुमच्या व्यक्तिमत्त्वाचा अविभाज्य घटक होऊन जाते. प्राचीन काळातील प्राण्यांच्या १९३ जाती अजूनही अस्तित्वात आहेत आणि माणूस हा त्यांपैकी एक होय, असे निसर्गशास्त्रज्ञ सांगतात. बुद्धिनिष्ठ प्राणी अशी माणसाची व्याख्या केली जाते; परंतु बऱ्याचदा त्याचे वर्तन या व्याख्येशी विसंगत असते.

शिक्षणामुळे माणूस अंधश्रद्धेकडून बुद्धिनिष्ठतेकडे वळतो, हे खरे असले, तरी विश्वातील गूढतेसंबंधी मानवाला जो विस्मय वाटतो, तो शिक्षणामुळे नाहीसा होत नाही.

ऊर्जेमुळेच अग्निबाण चंद्रापर्यंत पोहोचू शकतो; ऊर्जेमुळेच भूमीतून वनस्पती उगवतात. अग्निबाणाच्या कार्याचे स्पष्टीकरण देता येते; परंतु वनस्पती कशी उगवते, हे सांगता येत नाही. तो एक चमत्कारच म्हटला पाहिजे. तरीही मूर्ख माणूस अग्निबाणाच्या उड्डाणाच्या वेळीच टाळ्या वाजवतो.

विश्वातील गूढतेची जाणीव असणे, हेच खऱ्याखुऱ्या सुविचारी माणसाचे लक्षण मानले पाहिजे. असा माणूस आपले चैतन्य सदैव जागरूक ठेवत असतो आणि त्याला केवळ विज्ञानच माहीत असते असे नव्हे, मानवतावाद आणि मानवी मूल्ये यांचे महत्त्वही तो जाणून असतो.

१९१२ मधील नोबेल पारितोषिक विजेते डॉ. ॲलेक्सिस कॅरेल यांनी आपल्या 'मॅन दि अननोन' या पुस्तकात फ्रान्समधील लोर्दे या तीर्थक्षेत्रातील आपला अनुभव नमूद केला आहे. रुग्णांचा चमत्कारांवर विश्वास नसतानाही चमत्कार घडत असल्याचे डॉ. कॅरेल यांनी पाहिले. या संबंधात डॉ. कॅरेल यांनी अशी मनमोकळी कबुली दिली आहे की, या घटनांमागचे शास्त्रीय कारण देता येत नाही.

१९१३ मधील नोबेल पारितोषिक विजेते डॉ. चार्ल्स रॉबर्ट रिचेट एडिंबरा येथे

(३३ वी जागतिक शिक्षण पाठ्यवृत्ती आंतरराष्ट्रीय परिषद, मुंबई, डिसेंबर १९८६)

नामवंत डॉक्टरांपुढे बोलताना म्हणाले,

'अतींद्रिय अनुभवांना अजून शास्त्राचा दर्जा प्राप्त झालेला नाही, हे खरे आहे; परंतु एक दिवस तसे निश्चितच घडून येईल. आपली पंचेंद्रियेच केवळ ज्ञान संपादनाची साधने नव्हेत. काही वास्तवाचे ज्ञान आपल्याला अन्य मार्गांनी होऊ शकते. जे बुद्धीला अगम्य आहे, ते अस्तित्वातच नाही, असे मानण्याची चूक आपण करता कामा नये.'

विनम्रता हा खऱ्याखुऱ्या सुशिक्षित माणसाचा आणखी एक विशेष. या अनादि अनंत ब्रह्मांडाचे आपल्याला संपूर्ण ज्ञान आजपर्यंत झालेले नाही आणि बहुधा पुढेही कधी होणार नाही, याबद्दल सर्व शास्त्रज्ञांमध्ये एकमत दिसते. म्हणूनच काही मूलभूत आश्चर्ये आपल्याला अज्ञात राहिली आहेत आणि पुढेही ती तशीच राहतील. एका अनाकलनीय गोष्टीपासून दुसरी अनाकलनीय गोष्ट वेगळी करण्यापर्यंतच आपल्या ज्ञानाने मर्यादा गाठलेली आहे, असे आईनस्टाईन म्हणतात. आपल्या भौतिक जगातील प्रत्येक गूढ या जगापलीकडच्या गुढाचा निर्देश करते, हे पाहून शास्त्रज्ञ कमालीचे गोंधळून गेले आहेत. थॉमस अल्वा एडिसन निराशेने उद्‌गारला, 'आम्हाला कोणत्याही गोष्टीच्या एक टक्क्याच्या एक लक्षांशाइतकेही काहीच माहीत नाही,' 'हे जग आपण चालवत नाही, ते स्वतःच चालते, आणि त्या चालण्याचा आपण एक घटक असतो इतकेच,' या एका शास्त्रज्ञाच्या विधानाशी आपल्याला सहमत व्हावे लागते.

शिक्षणाची आजची एकूण अवस्था पाहिली, की आपण खरोखरच खंतावून जातो.

सध्या सर्वत्र शिक्षणाची पातळी फारच खालावलेली आहे, असे कार्नेजी प्रतिष्ठानने आपल्या अध्यापनविषयक अहवालात अलीकडेच नमूद केले आहे. हा अहवाल पुढे म्हणतो : 'पुढे चैनीत जगता यावे, म्हणूनच बहुसंख्य विद्यार्थी उच्च शिक्षणाकडे वळतात. आपल्या जीवनाची गुणवत्ता वाढावी, म्हणून उच्च शिक्षण घेणारे विद्यार्थी कमीच असतात. विद्यापीठांमधून बाहेर पडणारे बहुसंख्य विद्यार्थी प्रगल्भ जाणिवेच्या बाबतीत अडाणीच असल्याचे दिसून येते.'

माणसाला जर मूल्यांची जाणीव नसेल, तर तो अर्धशिक्षितच मानायला हवा. आपले सध्याचे शिक्षण नैतिकता आणि जीवनमूल्ये यांच्या बाबतीत अत्यंत उदासीन असल्यामुळेच, अनेक देशांमधील तथाकथित शिक्षित दहशतवादाकडे वळतात.

खरे म्हणजे शिक्षणसंस्था सर्वोत्तमतेची निर्मितीकेंद्रे व्हायला हवीत. एकात्मिक व्यक्तिमत्त्वाचा विकास हे त्यांचे उद्दिष्ट असायला हवे. विज्ञान किंवा तत्त्वज्ञान किंवा सामाजिक शास्त्रे यांचे अध्ययन करताना मेंदूला जेवढा त्रास पडतो, तेवढा तो पडत

नसल्यामुळेच, सध्या बरेच विद्यार्थी व्यवस्थापनविषयक अभ्यासक्रमांकडे वळतात, हे खरेच आहे. शिवाय त्या शिक्षणामुळे चांगल्या पगाराची नोकरीही चटकन मिळू शकते. उद्योग-व्यवसायाशी मी अनेक वर्षे संबंधित असल्यामुळे, तुम्हाला खात्रीशीरपणे सांगू शकतो की, यशस्वी व्यावसायिक होण्यासाठी फार मोठ्या बुद्धिमत्तेची गरज नसते.

शाळा-महाविद्यालयांची आणि त्याचबरोबर विद्यार्थ्यांची संख्या गेल्या काही वर्षांमध्ये भरमसाट वाढल्यामुळे शिक्षणाचा दर्जा खालावला, हे मान्य करावेच लागते. आपण आपल्या देशाचेच उदाहरण घेऊ या. १९५०-५१ मध्ये भारतात २ लाख ३० हजार शिक्षणसंस्था होत्या. आता त्यांची संख्या साडेसात लाखांवर गेली आहे. १९५०-५१ मध्ये २ कोटी ४० लाख विद्यार्थी शिक्षण घेत होते; १९८४-८५ मध्ये ही संख्या १३ कोटी २० लाखांवर गेली होती. शिक्षणाचा एवढा अवाढव्य प्रसार होऊनही ६६ टक्के लोक अजूनही अक्षरशः निरक्षर राहिले आहेत. यात मी शिक्षित निरक्षरांचा समावेश केलेला नाही. असे शिक्षित निरक्षर प्रत्येक देशात जागोजाग आढळून येतात.

मुंबई विद्यापीठाच्या कुलगुरू डॉ. मेहरू बेंगॉली आणि ठाकरसी महिला विद्यापीठाच्या कुलगुरू श्रीमती कमलिनी भन्साळी अशा दोन विदुषी आजच्या या समारंभाला उपस्थित आहेत. आपल्या शिक्षणपद्धतीतील ढिसाळपणा, एककल्लीपणा आणि अपप्रकार नाहीसे व्हावेत, म्हणून या दोघी जणी पराकाष्ठेचे उपाय योजीत आहेत. सभ्यता आणि शिस्त, प्रतिष्ठा आणि सामंजस्य या गुणांसाठी आपली विद्यापीठे चाळीस वर्षांपूर्वी प्रसिद्ध होती. आपल्या विद्यापीठांना ते पूर्ववैभव प्राप्त व्हावे, यासाठी या दोन स्त्री-कुलगुरू झटत आहेत, याचे समाधान वाटते. ∎

१३

महनीय आणि माननीय

दादाभाई नौरोजी
'हाऊस ऑफ कॉमन्स'चे पहिले भारतीय सदस्य

ब्रिटिश राष्ट्रकुलाच्या इतिहासातील एका अत्यंत महत्त्वाच्या घटनेची शताब्दी साजरी करण्यासाठी आपण येथे जमलेले आहोत. एका भारतीय व्यक्तीची 'हाऊस ऑफ कॉमन्स'वर प्रथमच झालेली निवड, ही ती घटना. धवल चारित्र्य आणि अपार मन:शक्ती यांच्या संगमामध्ये मोठेपणा सामावलेला असेल, तसेच विचार आणि कार्यशीलता या क्षेत्रांमध्ये चिरंतन महत्त्वाचे भरघोस कार्य करण्यावर मोठेपणा ठरत असेल; तर राष्ट्रकुलाच्या इतिहासामध्ये एक महनीय व्यक्तित्व म्हणून दादाभाई नौरोजी यांना निश्चितच स्थान लाभते.

भोवतालच्या माणसांवर शाश्वत परिणाम करण्याची शक्ती असणे, हे महनीय व्यक्तीचे महत्त्वाचे गमक होय, असे विन्स्टन चर्चिल यांनी म्हटले आहे. अशी महनीय व्यक्ती आपल्या कार्याने पुढच्या इतिहासाला वळण द्यायला कारणीभूत ठरते. मोठेपणाच्या या दोन्ही निकषांना दादाभाई नौरोजी यांनी पुरेपूर न्याय दिलेला आहे आणि म्हणूनच कोट्यवधी भारतीय त्यांना 'आधुनिक भारताचे पितामह' या सन्मानाने गौरवितात.

आपल्या समकालीनांवर दादाभाईंनी स्वत:च्या विचारांचा प्रभाव पाडला होता. त्यात महात्मा गांधीही होते; आणि जवाहरलाल नेहरूंच्या जीवनावर प्रेरक प्रभाव पडला, तो गांधीजींचा. त्यामुळे नेहरू दादाभाईंचे वैचारिक पौत्र ठरतात.

दादाभाईंच्या साठ वर्षांच्या अविरत कार्यामुळे भारताच्या राजकीय आणि सामाजिक जीवनात महत्त्वपूर्ण परिवर्तन घडून आले.

शिक्षण मोफत असले पाहिजे आणि प्रत्येक बालकाला त्याची क्षमता असेल, तितके शिक्षण घेण्याची संधी मिळाली पाहिजे, असे दादाभाई मानत. त्यांनी म्हटले आहे,

---

(नेहरू केंद्र, लंडन येथील व्याख्यान, ७ जुलै १९९२)

'गरिबांना शिक्षणापासून वंचित ठेवूनच आपले शिक्षण झाले, याची मला जाणीव आहे. मी स्वत: त्यांच्यापैकीच एक होतो. माझे सारे शिक्षण लोकांमुळेच होऊ शकले आणि शिक्षणामुळेच मला कार्य करता आले. त्यामुळे आपल्यापाशी जे काही चांगले आहे, ते लोकांना परत केले पाहिजे, असे मला नेहमीच वाटत आले. आपण लोकसेवेला वाहून घ्यायचे असे मी ठरविले.'

दादाभाई भारतातील स्त्रीशिक्षणाचे प्रवर्तक ठरतात. सर आर. पी. मसानी यांनी दादाभाईंचे चरित्र लिहिले असून, आपण जेव्हा दादाभाईंचा विचार करतो, तेव्हा साहजिकच त्या चरित्राची आठवण होते. दादाभाई आपल्या नातवंडांना स्वत:च्या बालपणातील गोष्टी कशा सांगत, याचे त्या चरित्रात सुंदर वर्णन करण्यात आले आहे. महाविद्यालयात शिकत असताना दादाभाई आपल्या एका मित्रासमवेत लोकांकडे जात आणि तुमच्या मुलींना आम्ही शिकवितो, असे म्हणत. शहाणे पालक या संधीचा लाभ घेत; परंतु अशी भलती तयारी दाखविल्याबद्दल दोघा-तिघा संतप्त पालकांनी, जिन्यावरून खाली ढकलून देण्याची त्यांना धमकी दिली होती. विद्यार्थिनी मिळविणे हे त्या काळात एखादे शहर जिंकण्याइतकेच अवघड होते, असे मसानी यांनी म्हटले आहे. समाजावर पारंपरिक कर्मठ विचारांचा प्रभाव असल्यामुळे समाजसुधारणेची ही चळवळ बहुतेक लोकांच्या रागाचाच विषय व्हायची.

दादाभाईंना अत्यंत प्रगल्भ मन लाभलेले होते. 'भारताची आशा' म्हणून शिक्षक त्यांच्याकडे पाहत आणि आपल्या प्रदीर्घ जीवनात अथक परिश्रम करून दादाभाईंनी ही अपेक्षा पूर्णांशांनी पुरी केली. दादाभाई अनेक बाबतींत आद्य ठरले ते यामुळे. इंग्लंडमधील विद्यापीठात नियुक्ती झालेले ते पहिले भारतीय प्राध्यापक. भारतीय जनतेच्या सामाजिक, बौद्धिक आणि राजकीय विकासासाठी अनेक संस्था स्थापन करणारे पहिले कार्यकर्ते, हाऊस ऑफ कॉमन्सचे पहिले भारतीय सभासद, सरकारी आयोगाचे पहिले भारतीय सदस्य – हे सारे कर्तृत्व जनकल्याणासाठी तळमळणाऱ्या दादाभाईंचे.

अंगीकृत कार्याशिवाय दादाभाईंना दुसरे काही सुचतच नसे. दादाभाई इंग्लंडकडे शत्रुराष्ट्र म्हणून पाहत नसत. इंग्रज समाजाच्या गुणांबद्दल त्यांना नितांत आदर असे. भारताबरोबरच्या संबंधात इंग्रजांनी दिलदारी दाखविली पाहिजे, असे ते म्हणत. त्या वेळच्या इंग्रज सरकारबद्दल त्यांचे काय मत होते, हे त्यांच्या ग्रंथाच्या शीर्षकावरून कळून येते. 'पॉवर्टी अँड अन्‌ब्रिटिश रूल इन इंडिया' हे नाव खूप बोलके होते. इंग्रजी राजवटीचे फायदे दादाभाई जाणून होते. हे फायदे केवळ पैशात मोजता येणार नाहीत, अशी त्यांची धारणा होती. इंग्लंड आणि भारत यांच्या संबंधांकडे नियतीची इच्छा या दृष्टीनेच ते पाहत.

राज्यकर्त्या इंग्लंडकडून भारतावर होणारे अन्याय नाहीसे व्हायला हवेत, हाच

दादाभाईंचा ध्यास होता. भारताच्या प्रशासनामध्ये भारतीयांचा सहभाग असला पाहिजे आणि भारतातील तुटपुंज्या संपत्तीवर इंग्लंडने बोजा टाकता कामा नये, या दोन प्रमुख मागण्यांवर त्यांनी भर दिला. इंग्रज लोकांच्या न्यायप्रियतेवर दादाभाईंची अविचल श्रद्धा होती; त्यामुळे इंग्रज लोकांपुढे आपण वस्तुस्थिती मांडली, तर ते स्वत:ची चूक नक्कीच दुरुस्त करतील, असा दादाभाईंना विश्वास वाटे.

इंग्रज श्रोत्यांपुढे बोलताना ते म्हणत, 'तुमचा जॉन बूल काहीसा मंद बुद्धीचा आहे, असे आम्हा भारतीयांना वाटते. एखादी गोष्ट योग्य आणि आवश्यक आहे, असे आम्ही त्याला पटवून दिले, तर तो नक्कीच तिचा स्वीकार करील, असे आम्ही मानतो.' इंग्रज राज्यकर्त्यांकडून भारतावर होणाऱ्या अन्यायांबाबत लिहिताना वा बोलताना दादाभाई कधीही कडक शब्द वापरत नसत. इतरांनी केलेल्या कठोर टिकेची इंग्रज लोक कधीही दखल घेणार नाहीत, हे त्यांना माहीत होते. आपल्या लोकांनी काही म्हटले, तर तेच तेवढे लक्षात घ्यायचे, ही इंग्रजांची सवय दादाभाईंना ठाऊक झाली होती. दादाभाई म्हणत, "भारताचा प्रश्न कसा हाताळायचा, हे धीटपणे सांगणारा माणूस इंग्लंडमध्ये जन्माला येईल, याबद्दल मला खात्री आहे. अखिल मानवजातीच्या दृष्टीने इंग्लंडचे कोणते कर्तव्य आहे, हे जाणून घेऊन तो माणूस आपल्या विचारांना प्रत्यक्ष रूप दिल्याशिवाय राहणार नाही." ॲटली पंतप्रधान होईपर्यंत दादाभाईंची ही अपेक्षा अपुरीच राहिली. ॲटली यांनी पुढाकार घेतल्यामुळेच १९४७ मध्ये भारताला स्वातंत्र्य मिळू शकले.

इंग्रजांचे जे काही चांगले असेल, त्याला दादाभाई नेहमीच मोकळ्या मनाने दाद देत. भारतात येऊन गेलेल्या व्हाईसरॉयांमध्ये लॉर्ड रिपन सर्वांत लोकप्रिय होते. राज्यकर्ता म्हणून नव्हे, तर भारताचा मित्र म्हणून येथे कारभार करायचा आहे, असे ते म्हणत. लॉर्ड रिपन यांच्या संदर्भात दादाभाईंनी लिहिले आहे :

'आपल्या हातून भारताचे कल्याण व्हावे, अशी इंग्लंडची मनापासून इच्छा असल्याबद्दल मला खात्री आहे. भारतीय राजकारणात मी माझ्या परीने प्रयत्न करीत असताना काही वेळा निराश झालो आणि इंग्लंडवरच्या माझ्या विश्वासाला तडा गेला, हे मी कबूल करतो; परंतु रिपन येथे आल्यानंतर, इंग्लंडची सदसद्विवेकबुद्धी कायम आहे, हे मला पुन्हा जाणवले. रिपन यांच्यासारखी स्वच्छ हृदयाची आणि श्रेष्ठ बौद्धिक कर्तृत्वाची माणसे जेथे जन्माला येतात, तो देश भारतासंबंधीचे आपले कर्तव्य पार पाडायला मुळीच अनमान करणार नाही, हे मला जाणवले.'

इंग्रज लोकांनी दिलेल्या पाठिंब्यामुळे इंग्लंडच्या न्यायप्रियतेवरचा दादाभाईंचा विश्वास आणखीच दृढ झाला. दादाभाईंना शिक्षणासंबंधी आस्था होती. माऊंट स्टुअर्ट एल्फिन्स्टन याने मुंबईचा गव्हर्नर असताना शैक्षणिक कार्यामध्ये लक्ष घातले. दादाभाईंनी १८८५ मध्ये काँग्रेसची स्थापना केली, तेव्हा ह्यूम हे त्यांचे एक

सरकारी होते. भारतीयांच्या दुरवस्थेकडे इंग्रज लोकांचे लक्ष जावे, म्हणून दादाभाईंनी हाऊस ऑफ कॉमन्सची निवडणूक लढविली. १८८६ मध्ये ते हॉलबर्न येथून निवडणुकीला उभे राहिले. नवलाची गोष्ट म्हणजे काही ब्रिटिश वृत्तपत्रांनी दादाभाईंच्या उमेदवारीला पाठिंबा दिला. 'पॉल माल गॅझेट'ने लिहिले, '२५ कोटी भारतीयांचा प्रतिनिधी म्हणून जर त्यांच्यापैकी एकाला आपल्या संसदेचे सदस्यत्व द्यायचे असेल, तर दादाभाई नौरोजी यांच्याइतका दुसरा सत्पात्र माणूस शोधूनही सापडणार नाही. आयर्लंडबाबत ते ग्लॅडस्टन यांच्या मताचे असले, तरी इतर सर्व बाबतीत ते खरेखुरे उदारमतवादी आहेत. ते आज ना उद्या आपल्या संसदेत प्रवेश करतील, हे निश्चितच. म्हणून आताच त्यांची निवड करण्याचे श्रेय हॉलबर्नच्या मतदारांनी घ्यावे.'

हॉगसन प्रॅट यांच्यासारख्या स्वतंत्र बुद्धीच्या विचारवंतानेही दादाभाईंच्या उमेदवारीचा पुरस्कार केला. ते म्हणतात,

'इंग्लंडमधील राजकारणाचे दादाभाईंना परिपूर्ण ज्ञान आहे, हे त्यांच्या गेल्या काही दिवसांतील भाषणांवरून स्पष्ट झाले आहे. त्यामुळे ते जर निवडून आले, तर केवळ भारतीयांचेच नव्हे, तर इंग्रज आणि आयरिश लोकांचेही खरेखुरे प्रतिनिधित्व करतील.'

परंतु त्या निवडणुकीत प्रतिस्पर्धी उमेदवाराने दादाभाईंचा पराभव केला. आता त्याचे नावही कोणाला माहीत नाही. दादाभाईंच्या पराभवामुळे सर आयझॅक न्यूटन यांच्या १७०५ मधील केंब्रिज मतदारसंघातील आणि लॉर्ड मेकॉले यांच्या १८४७ मधील एडिंबरा येथील पराभवाची आठवण होणे स्वाभाविक आहे.

या पराभवामुळे दादाभाई मुळीच खचून गेले नाहीत. त्यांनी पुन्हा निवडणूक लढविण्याचे ठरविले. या वेळी लॉर्ड सॅलिसबरी यांच्यासारखा कट्टर साम्राज्यवादी माणूस नकळत दादाभाईंना मदत करायला कारणीभूत ठरला. हॉलबर्न येथील निवडणुकीचा निकाल काय दर्शवितो, यासंबंधी लॉर्ड सॅलिसबरी यांनी एडिंबरा येथे ३० नोव्हेंबर १८८८ या दिवशी अत्यंत खोडसाळ भाषण केले. जुन्या काळी गुलामांचे मालक आपल्या कृष्णवर्णीय गुलामांसंबंधी ज्या तिरस्काराने बोलत असत, तशीच मुक्ताफळे इंग्लंडच्या या पंतप्रधानांनी उधळली. ते उद्गारले,

'इंग्लंडमधील एखाद्या मतदारसंघाने काळ्या माणसाची निवड करण्याची वेळ आलेली आहे, असे मला मुळीच वाटत नाही.'

काळा माणूस – बस्स, अवघे दोनच शब्द – दादाभाईंना प्रसिद्धी मिळवून द्यायला ते कारणीभूत ठरले, असे त्यांच्या चरित्रकाराने म्हटले आहे. तोपर्यंत दादाभाईंचे नाव इंग्लंडमध्ये फारसे कोणाला माहीत नव्हते; परंतु सॅलिसबरी यांच्या भाषणानंतर अवघ्या चोवीस तासांच्या आत ते प्रत्येक इंग्रज माणसाला ठाऊक झाले.

लॉर्ड सॅलिसबरी जेव्हा एखादे भाषण करतात, तेव्हा किमान एक तरी बेजबाबदार विधान ठोकून देतात, असे त्या वेळी म्हटले जायचे. दादाभाई नौरोजी

यांच्यासारख्या प्रगल्भ व्यक्तिमत्त्वाच्या संदर्भात लॉर्डसाहेबांनी 'काला आदमी' हे निंदागर्भ शब्द वापरावेत, याची सुजाण ब्रिटिश लोकमताला चीड आली.

सेंट्रल फिन्सबरी मतदारसंघातून उदारमतवादी पक्षाचे उमेदवार म्हणून आपण उभे राहायचे, असे दादाभाईंनी ठरविले. ब्रिटिश लोकमताच्या सदसद्विवेकबुद्धीवरील आपला विश्वास अणुमात्रही कमी झालेला नाही, असे त्यांनी जाहीर केले. ६ जुलै १८९२ रोजी ही निवडणूक झाली आणि वांशिक विद्वेष भडकविण्याचा विरोधकांनी आटापिटा केलेला असतानाही, दादाभाई तीन मते अधिक पडून विजयी झाले. दादाभाईंच्या या निसटत्या विजयामध्ये एक विशेषता सामावली होती. नौरोजी हे नाव उच्चारताना ब्रिटिश मतदारांना कष्ट पडत. म्हणून ते दादाभाईंना 'नॅरो मेजॉरिटी' असे संबोधू लागले. पुढे बरेच महिने दादाभाईंचा असाच उल्लेख होत राहिला. एका स्थानिक दैनिकाने लिहिले, 'दादाभाईंच्या विजयाचा गजर सेंट पॉल्स कॅथिड्रलपासून चेन्सी हॉस्पिटलपर्यंत दुमदुमला.' लॉर्ड मोर्ले यांच्यासारख्या अनेक ब्रिटिश नेत्यांनी दादाभाईंच्या विजयाचे स्वागत केले. ग्लॅडस्टन दुसऱ्या दिवशी उद्गारले, 'लॉर्ड सॅलिसबरी यांनी काही दिवसांपूर्वी काळ्या माणसांच्या संदर्भात अनुदार शब्द काढले होते. सॅलिसबरी यांनी उल्लेख केलेला 'काला आदमी' हाऊस ऑफ कॉमन्समध्ये प्रविष्ट झाला, याचा मला आनंद होतो.'

दादाभाईंच्या विजयाने भारतात आनंदाची लाट उसळली. हाऊस ऑफ कॉमन्सच्या निवडणुकीत एका भारतीय उमेदवाराला विजयी केल्याबद्दल इंग्रज मतदारांबद्दल भारतात सर्वत्र आदर व्यक्त होऊ लागला. इंग्लंडसारख्या खऱ्याखुऱ्या लोकसत्ताक देशामध्येच हे असे घडू शकते. ब्रिटिश मतदारांची न्यायबुद्धी या निवडणुकीने सिद्ध केली, अशीच भारतात सर्वत्र प्रतिक्रिया व्यक्त होऊ लागली. ब्रिटिश नागरिक– मग तो कोणत्याही का देशात जन्माला आलेला असो– आम्ही त्याला आमच्या बरोबरीचे मानतो, याचा प्रत्यय ब्रिटिश मतदारांनी आणून दिला आहे, असे लोक म्हणू लागले.

या विजयाबद्दल दादाभाईंचे अभिनंदन करण्यासाठी लंडनमध्ये सभा भरलेली असताना तिला तेथील दोन हजार नागरिक उपस्थित होते. लंडनमधील अनेक महत्त्वाच्या व्यक्तीही या सभेत सहभागी झाल्या. अध्यक्षपदावरून बोलताना आर. के. कॉस्टन म्हणाले, 'इंग्लंड आणि भारत यांच्यातील संबंधांचा आता नवा अध्याय सुरू होत आहे. जगातील प्रत्येक देशात प्रातिनिधिक प्रशासनसंस्था अस्तित्वात आल्या पाहिजेत, असे आम्ही मानतो, याचा दादाभाईंचा विजय हा पुरावाच आहे.'

या निवडणुकीने भारतात नवचैतन्य निर्माण केले आहे, असे दादाभाईंनी उत्तरादाखल केलेल्या भाषणात सांगितले. ते पुढे म्हणाले, ''तुम्ही ज्या स्वातंत्र्याचा उपभोग घेत आहात, तसाच तो आम्हालाही मिळू लागेल. इथल्यासारख्याच प्रातिनिधिक यंत्रणा भारतातही निर्माण होतील, अशी आम्हाला आशा आहे. ब्रिटिश

साम्राज्याचे नागरिक म्हणून आमचा तो जन्मसिद्ध अधिकारच आहे. आम्ही एक तर ब्रिटिश प्रजाजन आहोत किंवा ब्रिटिशांचे गुलाम आहोत. तुम्ही आम्हाला जर खरोखरच ब्रिटिश नागरिक मानत असाल, तर तुमच्या येथे जशी राजवट आहे, तशी भारतात निर्माण होईल, हे पाहणे तुमचे कर्तव्य ठरते. आम्ही स्वराज्याला पात्र झालेले आहोत, अशी इंग्रज लोकांची खात्री पटली, की ते तत्काळ आम्हाला स्वराज्य बहाल करतील, याची मला खात्री आहे.'

भारतातील इंग्रजांची राजवट त्यांच्या लौकिकाला साजेशी ठरलेली नाही, हे इंग्रज लोकांना पटवून देण्यासाठी दादाभाई पन्नास वर्षं झगडले. पुनरुक्तीचा दोष पत्करून येथे हे सांगावेसे वाटते की, इंग्रज लोकांच्या न्यायबुद्धीवर दादाभाईंची असीम श्रद्धा होती आणि ती त्यांनी वारंवार आणि जाहीरपणे व्यक्त केली. ब्रिटिश लोकमानसात स्वातंत्र्याचे खरेखुरे प्रेम रुजले आहे आणि त्यामुळे भारताला स्वातंत्र्य द्यायला इंग्रज लोक आपणहोऊन एक दिवस तयार होतील, असे दादाभाई म्हणत.

दादाभाईंनी इंग्लंडमध्ये केलेल्या भाषणांमुळे तेथील जनमत त्यांच्या काळात पुरेसे जागृत झाले नाही, हे मान्य करावे लागते. तेथील सर्वसाधारण नागरिक भारताच्या न्याय्य मागणीसंबंधी उदासीनच राहिले. दादाभाई सतत सांगत होते, 'इंग्रजी राजवट हिंदुस्थानात राहायला माझा मुळीच विरोध नाही; परंतु भारतातील प्रशासनामध्ये भारतीय लोकांचा सहभाग असलाच पाहिजे. त्याचप्रमाणे इंग्लंडकडून होणारे भारताचे आर्थिक शोषण थांबलेच पाहिजे. या दोन गोष्टींबाबत मी सदैव आग्रह धरीन.' आपल्या आवाहनाला राज्यकर्त्यांकडून पुरेसा प्रतिसाद मिळत नाही, असे दिसून आल्यावर दादाभाईंच्या विचारात बदल घडून येऊ लागला आणि भारतातील ब्रिटिश राजवटीचा अंत घडवून आणला पाहिजे, असे ते म्हणू लागले.

हताश मन:स्थितीत ते उद्‌गारले, 'जुना काळ इतिहासजमा झाला असून, आजचा भारत वेगळाच विचार करू लागला आहे. स्वराज्यासाठी आणखी थांबायची भारताची तयारी नाही आणि ही गोष्ट इंग्लंडला जेवढ्या लवकर उमगेल, तेवढे ते दोन्ही देशांच्या दृष्टीने इष्ट ठरेल.' भारतात इंग्रजी सत्ता राहायला काहीच हरकत नाही. मात्र भारतीय नागरिकांना प्रशासनात भाग घेण्याची संधी लाभली पाहिजे, असे सुरुवातीला म्हणणारे दादाभाई आपल्या अखेरच्या कालखंडात स्वराज्याच्या मागणीपर्यंत येऊन पोचले.

इंग्लंडकडून भारताला किमान न्याय मिळाला पाहिजे, अशी दादाभाई मनापासून विनंती करीत असताना, त्यांच्या या सांगण्याची दखल घेऊन इंग्लंडने वेळीच शहाणपणा दाखविला असता, तर ब्रिटिश राष्ट्रकुलाच्या एकूण इतिहासालाच वेगळे वळण लागले असते.

आपल्या देशाच्या कारभारात आपल्याला स्थान मिळाले पाहिजे, ही भारतीय जनतेची

मागणी पुरी करण्याच्या दृष्टीने इंग्लंडने उचललेले पहिले पाऊल म्हणजे मोर्ले-मिंटो सुधारणा. एक तर या सुधारणा अपुऱ्या होत्या, शिवाय त्या अमलात आणायला उशीरही झालेला होता. दादाभाई हयात असेपर्यंत त्या दिशेने काहीच केले गेले नाही. दादाभाईंचे वयाच्या ९२ व्या वर्षी ३० जून १९१७ रोजी निधन झाले. त्यांना अपेक्षित असलेली घोषणा त्यांच्या निधनानंतर सात आठवड्यांनी करण्यात आली.

दादाभाई जन्माने पारशी होते आणि प्रेषित झरतुष्ट्राने प्रतिपादन केलेल्या शिकवणुकीवर त्यांची प्रगाढ श्रद्धा होती. स्वच्छ विचार, स्वच्छ शब्द, स्वच्छ कृती या झरतुष्ट्राच्या संदेशाचे त्यांनी आमरण पालन केले. परकीय साम्राज्यसत्तेच्या विळख्यातून मुक्त झालेला स्वतंत्र भारत हेच या महामानवाचे खरेखुरे स्मारक होय. ■

सरदार वल्लभभाई पटेल यांचा सनातन संदर्भ

या वर्षीचे सरदार वल्लभभाई पटेल स्मृतिव्याख्यान देण्यासाठी आपण मला आमंत्रित केले, हा मला माझा मोठा सन्मान वाटतो. ही व्याख्यानमाला १९५५ मध्ये सुरू झाली आणि तेव्हापासून अनेक मान्यवर व्यक्तींनी या मालेमध्ये महत्त्वाच्या विषयांवर आपले विचार व्यक्त केले आहेत.

आपल्या देशाची सध्याची अवस्था पाहता, सरदार पटेल यांच्या सनातन संदर्भाबद्दल बोलणे आवश्यक ठरले आहे, असे मला वाटते. पटेलांच्या जीवनकार्याचे स्मरण करण्याची निकड जाणवावी, अशीच सध्याची परिस्थिती आहे. 'माझे जीवन हाच माझा संदेश' असे महात्मा गांधी म्हणत. सरदार पटेलांच्या जीवनाबाबतही असेच म्हणता येईल.

सरदार वल्लभभाई पटेल यांच्या सनातन संदर्भासंबंधी शंका घेणे, म्हणजे सौर मालिकेमध्ये सूर्याचे काय महत्त्व आहे, असा प्रश्न विचारण्यासारखेच ठरते. सूर्याशिवाय तुम्ही सौरमालिकेची कल्पनाच करू शकत नाही; तसेच सरदार वल्लभभाई पटेल यांच्याशिवाय आपण आधुनिक भारताचा विचारच करू शकत नाही.

अलीकडच्या जागतिक इतिहासामध्ये दोन घटना अशा घडल्या की, त्या वेळी अनेक बुद्धिमान व्यक्ती उदयाला आल्या. अमेरिकेतील तेरा वसाहतींनी स्वातंत्र्यासाठी लढा सुरू केला, तेव्हा एकदा असे घडून आले. १७७८ ते १७८३ या काळामध्ये अमेरिकेमध्ये असामान्य कर्तृत्वाची अनेक माणसे जन्माला आली आणि त्यांनी एका महान प्रजासत्ताकाची पायाभरणी केली. १९२२ ते १९४७ हा २५ वर्षांचा काळ भारताच्या दृष्टीने असाच महत्त्वाचा ठरला. त्या काळात आपल्या देशात निर्माण झालेले पुढारी अमेरिकेमध्ये तेव्हा उदयाला आलेल्या पुढाऱ्यांपेक्षा किंचितही हिणकस नव्हते. श्रेष्ठ प्रतीची बुद्धिमत्ता आणि विशुद्ध चारित्र्य यांचा आपल्या नेत्यांमध्ये मनोज्ञ मिलाफ झालेला होता. अशा नेत्यांमध्ये सरदार पटेल यांचे स्थान बरेच वरचे आहे.

(आकाशवाणीच्या वतीने दिलेले पटेल स्मृतिव्याख्यान, ३० ऑक्टोबर १९९२)

आपली राज्यघटना तयार करण्यामध्ये सरदार पटेलांनी फारच महत्त्वपूर्ण भूमिका बजावली. ज्या घटनासमितीने ही राज्यघटना तयार केली, ती प्रौढ मताधिकाराच्या सूत्रानुसार निवडण्यात आली नव्हती, हे आपले भाग्यच म्हणावे लागेल. व्यासंग, दूरदृष्टी आणि देशनिष्ठा यांच्याबाबत ज्यांचा विशेष लौकिक आहे; अशा देशभराच्या मान्यवरांचा घटनासमितीमध्ये समावेश करण्यात आलेला होता.

सरदार पटेलांची जीवनकहाणी सांगायला तशी सोपी आहे. ३१ ऑक्टोबर १८७५ या दिवशी त्यांचा जन्म झाला, असे मानण्यात येते; परंतु वल्लभभाई नेमक्या कोणत्या दिवशी जन्मले, हे कोणालाच माहीत नाही. मॅट्रिकच्या परीक्षेचा अर्ज भरताना वल्लभभाईंनी तेथे आपली ही जन्मतारीख लिहिली आणि पुढे कधीही तिच्यात बदल केला नाही. वल्लभभाईंच्या विचारांतील सातत्याचेच हे प्रतीक म्हटले पाहिजे.

वल्लभभाईंचे आई-वडील कमालीचे धार्मिक प्रवृत्तीचे होते. अशा धार्मिक मातापित्यांपोटी जन्माला आलेली मुले पुढे किती उच्चपदाला चढली, हे पाहणे मनोरंजक ठरते. वल्लभभाई स्वत: 'आधुनिक भारताचे शिल्पकार' झाले, तर केंद्रीय विधानसभेचे पहिले अध्यक्ष होण्याचा मान त्यांचे बंधू विठ्ठलभाई यांना लाभला. वल्लभभाई स्वभावाने प्रेमळ होते; परंतु या प्रेमळ स्वभावाचे त्यांनी कधीही प्रदर्शन केले नाही. वल्लभभाईंना चांगली विनोदबुद्धीही लाभली होती. 'आमच्या १६ महिन्यांच्या कारावासात वल्लभभाईंनी अनेक हलकेफुलके किस्से सांगून आम्हाला सतत हसते ठेवले,' असे गांधीजींनी नमूद केले आहे.

वल्लभभाई प्रसिद्धीमागे कधीच धावले नाहीत. स्वीकारलेले काम शांतपणे करीत राहावे, अशीच त्यांची वृत्ती होती. खऱ्या अर्थाने ते कर्मयोगी होते. वल्लभभाईंच्या वयाच्या ३३ व्या वर्षी त्यांची पत्नी वारली आणि तेव्हापासून त्यांनी आपले सारे जीवन देशसेवेमध्ये व्यतीत केले.

वल्लभभाईंनी मुख्यत: तीन गोष्टींवर आपले लक्ष केंद्रित केले. एकसंध राष्ट्र म्हणून भारत अस्तित्वात आला पाहिजे, असा त्यांचा ध्यास होता. पाच हजार वर्षांच्या प्रदीर्घ इतिहासामध्ये भारताला असे स्वरूप कधीही लाभले नव्हते. येथे वेगवेगळ्या राजवटी नांदत असायच्या. भारत १९५० मध्ये प्रजासत्ताक देश म्हणून अवतरला, तेव्हा त्याचे एकात्मिक स्वरूप प्रत्यक्षात आले पाहिजे, इकडे वल्लभभाईंनी अगत्यपूर्वक लक्ष दिले.

सर्व संस्थानांना भारतात समाविष्ट करून घेऊन वल्लभभाईंनी बिस्मार्कच्या तोडीचे कार्य केले, असे लंडनच्या 'टाइम्स'ने म्हटले होते. 'मँचेस्टर गार्डियन'ने लिहिले, 'पटेल नसते, तर गांधीजींच्या कल्पना आणि नेहरूंचे स्वप्न प्रत्यक्ष येणे

कठीण गेले असते. पटेल केवळ स्वातंत्र्यसेनानीच नव्हते. तो संग्राम संपल्यावर ते देशाचे शिल्पकार झाले. सेनानी शिल्पकार होतो, असे क्वचितच घडते. सरदार पटेल याला अपवाद ठरले.'

पूर्व पंजाबमधील संस्थानांच्या एकीकरणाचे उद्घाटन करताना सरदार पटेल म्हणाले होते, ''अनेक शतकांनंतर आपल्या इतिहासात प्रथमच भारत स्वत:ला आता खऱ्या अर्थाने एक राष्ट्र म्हणून संबोधू शकतो. ही एकता आपण टिकवली पाहिजे. त्या कार्यात अपयश आले, तर आपण कायमचे बदनाम ठरू.''

या एकसंध राष्ट्राचे अस्तित्व अबाधित राहावे, म्हणून कार्यक्षम प्रशासनव्यवस्था प्रत्यक्षात आणायला हवी, ही पटेलांची दुसरी आकांक्षा होती. म्हणून त्यांनी जुन्या इंडियन सिव्हिल सर्व्हिसच्या जागी इंडियन ॲडमिनिस्ट्रेटिव्ह सर्व्हिस (आय. ए. एस.) आणि इंडियन पोलीस सर्व्हिस (आय. पी. एस.) यांची स्थापना केली. या दोन्ही यंत्रणा आजही अत्यंत कार्यकुशल असून, राजकीय पक्षांमध्ये सत्तांतर घडून येत असतानाही, या प्रशासकीय यंत्रणांमुळेच भारताची अखंडता टिकून राहिली आहे.

आपला देश आर्थिकदृष्ट्या संपन्न आणि समृद्ध झाला पाहिजे, ही वल्लभभाईंची तिसरी आकांक्षा होती. दुर्दैवाने ती पुरी होऊ शकली नाही. १५ डिसेंबर १९५० या दिवशी सरदार वल्लभभाई पटेल यांचे निधन झाल्यावर, वल्लभभाईंनी पुरस्कारिलेल्या आर्थिक धोरणांचा सरकारने त्याग केला आणि हा देश अर्थशून्य समाजवादाच्या नादी लागला. उदारीकरणाचे नवे धोरण अंगीकारणारे सध्याचे सरकार अस्तित्वात येईपर्यंत त्या समाजवादाने येथे वर्चस्व गाजविले, हे भारताचे दुर्दैव होय.

वल्लभभाईंचे खरेखुरे मोठेपण आपल्याला अजूनही उमगलेले नाही. वल्लभभाई जन्माला आले नसते, तर आजचा एकसंध भारत पाहायला मिळाला नसता. प्रादेशिक एकीकरणाबरोबरच वल्लभभाईंना निरनिराळ्या जातींची आणि संप्रदायांची एकात्मताही अभिप्रेत होती. त्याशिवाय राष्ट्रीय अस्मितेला अर्थ प्राप्त होणार नाही, अशी त्यांची श्रद्धा होती. देश स्वतंत्र झाला, तेव्हा दोन तृतीयांश भारतामध्ये ५५४ संस्थाने होती आणि एक तृतीयांश देशच ब्रिटिश-भारत म्हणून ओळखला जायचा. त्या सर्व संस्थानांना वल्लभभाईंनी एकत्र आणले. हे अवघड कार्य पार पाडताना त्यांनी भूतपूर्व संस्थानिकांचा योग्य तो आदर राखला. संस्थानिकांना नष्ट न करता भारताने संस्थाने नष्ट केली, हे एक आश्चर्यच मानायला हवे, असे १९५६ मध्ये भारताच्या भेटीवर आलेल्या ख्रुश्चोव्ह यांनी कबूल केले.

घटना-समितीच्या अल्पसंख्याक उपसमितीचे सरदार पटेल अध्यक्ष होते. भिन्नभिन्न धार्मिक घटकांमध्ये सलोखा आणि सामंजस्य प्रस्थापित व्हावे, या दृष्टीने त्यांनी प्रयत्न केले. स्वतंत्र मतदारसंघांचा आग्रह सोडून द्या, असे त्यांनी लोकांना

बजावले. पारशी समाजाच्या काही नेत्यांनाही स्वतंत्र मतदारसंघ हवा होता. त्यांची ही हास्यास्पद मागणी ऐकताच वल्लभभाई नुसते हसले आणि त्यामुळे पुन्हा कोणीही हा प्रश्न काढला नाही. भारतात पारशांची संख्या अत्यंत अल्प आहे; पण मुसलमान, शीख आणि ख्रिस्ती यांचे तसे नव्हते. त्या काळातही शिखांनी आपल्या वेगळ्या खलिस्तानची मागणी केली होती. वल्लभभाईंनी हा प्रश्न अत्यंत कौशल्याने हाताळला. ते स्वत: पंजाबमध्ये गेले आणि आपण सगळे जण एकत्र राहण्यात सर्वांचेच हित कसे आहे, हे अमृतसरमधल्या शिखांना त्यांनी पटवून दिले. वल्लभभाईंच्या कळकळीच्या आवाहनाचा सुपरिणाम घडून आला. १९४७ च्या ऑक्टोबरमध्ये पतियाळा येथे बोलताना; खलिस्तान, शिखीस्तान किंवा जाटीस्तान अशा कोणाच्याही स्तानाला स्थान राहिलेले नाही, हे स्पष्ट शब्दांत वल्लभभाईंनी बजावले. अशा फुटीरतेमुळे भारत एक दिवस 'पागलीस्तान' होऊन जाईल, असे ते आपल्या खास शैलीत उद्गारले.

वल्लभभाई हाडाचे पुढारी होते. त्यामुळे ते लोकांना खूश करण्याऐवजी त्यांच्या हिताचे काय आहे, हे सांगायला कचरत नसत. १९४७ च्या ऑगस्टमधील एका भाषणात ते गरजले, 'भारत एक आहे आणि एकच राहील. ज्याप्रमाणे समुद्राचे किंवा नदीच्या वाहत्या प्रवाहाचे दोन तुकडे करता येत नाहीत, त्याप्रमाणे एकात्म देशातही फुटीरतेला स्थान नसते.' हे त्यांनी केवळ मुसलमानांना आणि शिखांनाच बजावले असे नव्हे, हिंदूंनाही त्यांनी तेच सांगितले. भारत हे हिंदू राष्ट्र म्हणून घोषित झाले पाहिजे, अशी राष्ट्रीय स्वयंसेवक संघाने तेव्हा मागणी केली होती. वल्लभभाई उद्गारले, 'त्या लोकांना इतरांवर सक्ती करून हिंदू संस्कृती लादायची आहे. हा प्रकार कोणतेही सरकार सहन करणार नाही.'

एक अतिरेकी सोडले, तर वल्लभभाई कोणाच्याच विरुद्ध नव्हते. अतिरेकी – मग तो हिंदू असो वा मुसलमान असो वा शीख असो – वल्लभभाईंनी त्याची कधीच गय केली नाही. वल्लभभाई मुसलमानांच्या विरुद्ध होते, असे म्हणणे चुकीचे आहे. गृहमंत्री असताना त्यांनी रा. स्व. संघावर बंदी घातली होती. या एकाच घटनेतून वल्लभभाई सर्वांना समान समजत, हे सिद्ध होते. हिंदूसभावाद्यांना उद्देशून ते एकदा म्हणाले होते,

'हिंदू धर्माचे आपण एकमेव तारणहार आहोत असे जर तुम्ही मानत असाल, तर ती तुमची चूक आहे. हिंदू धर्म जीवनाकडे व्यापक दृष्टीने पाहतो. तुम्ही समजता त्यापेक्षा हिंदू धर्म अधिक सहिष्णू आहे.'

हिंदू राष्ट्राची कल्पना कधीही स्वीकारली जाणार नाही, हा देश धर्मनिरपेक्षच राहील, असे वल्लभभाई १९४८ च्या जानेवारीमध्ये कलकत्ता येथे बोलताना म्हणाले होते. त्यांनी पुढे सांगितले,

'जात, धर्म किंवा पंथ यांचा कोणताही विचार न करता सरकारने सर्व लोकांना आपले मानले नाही, तर त्या सरकारला एक दिवसही सत्तेवर राहायचा अधिकार उरत नाही.'

१९४७ मध्ये देश स्वतंत्र झाला, तेव्हा सर्वत्र आनंदीआनंद साजरा केला जात होता. त्या वेळी म. गांधी आणि सरदार पटेल या दोघांनीच लोकांना त्यांच्यावरील जबाबदारीची जाणीव करून दिली. वल्लभभाई तेव्हा म्हणाले होते,

'आपण आता कोठे परकीय राजवटीतून मुक्त झालेले आहोत. आपल्याला अजून खरेखुरे स्वातंत्र्य मिळवायचे आहे. त्यासाठी जातिभेद आणि धर्मभेद विसरायला हवेत, अस्पृश्यता नष्ट करायला हवी. दरिद्री जनतेची दुरवस्था दूर करायला हवी आणि एका संयुक्त कुटुंबाचे आपण घटक आहोत, ही जाणीव जागी व्हायला हवी. थोडक्यात सांगायचे, तर आपल्या विचारात आमूलाग्र परिवर्तन घडून येणे आवश्यक आहे.''

सरदार पटेलांनी सर्वाधिक महत्त्व दिले ते देशाच्या एकतेला आणि अखंडतेला. इंग्रजांनी हिंदू-मुसलमानांमध्ये फूट पाडून येथे राज्य केले, असे नेहमी सांगितले जाते. या संबंधात एका भारतीय विचारवंताचे उद्‌गार महत्त्वाचे ठरतात. ते म्हणाले होते, ''इंग्रजांनी येथे दोन समाजांमध्ये भांडण लावून आपली सत्ता स्थापन केली, हे खरे नव्हे. आपल्यातील फुटीचा त्यांनी फायदा घेतला इतकेच.'' वल्लभभाईंचेही हेच मत होते. म्हणूनच त्यांना भाषावार प्रांतरचना मान्य नव्हती. वेगळ्या आंध्र प्रदेशाची ताबडतोब निर्मिती करण्यात यावी, अशा आशयाचा प्रस्ताव काँग्रेस कार्यकारिणीने १९४९ च्या डिसेंबरमध्ये संमत केला. या आदेशाची पटेलांनी किंचितही दखल घेतली नाही, इतकेच नव्हे, तर त्या प्रस्तावावर जाहीर टीका केली. १९५०च्या मेमध्ये त्रिवेंद्रम येथे बोलताना ते म्हणाले,

''आंध्र, तामिळनाडू आणि केरळ अशी भाषावार प्रांतरचना झाली पाहिजे, असे काही लोक म्हणतात; परंतु या मागणीचे उत्तर किंवा पश्चिम भारतात काय परिणाम होतील, हे कोणीच विचारात घेत नाही. वेगवेगळ्या राज्यांचा किंवा प्रांतांचा विचार आपण सोडून दिला पाहिजे. त्याऐवजी, आपण सर्व भारतीय आहोत, असे मानले पाहिजे आणि एकतेची ही जाणीव बळकट केली पाहिजे.'

भारताची एकात्मता आणि अखंडता निर्माण करून वल्लभभाईंनी फारच मोठे कार्य केले. कार्यक्षम आणि राजकारणापासून अलिप्त असणारी प्रशासनयंत्रणा स्थापन करण्यात त्यांनी पुढाकार घेतला, ही त्यांची दुसरी मोठी कार्यसिद्धी होय. ते या अधिकाऱ्यांना आदराने वागवीत आणि त्यामुळे या अधिकाऱ्यांनाही वल्लभभाईं संबंधी आपुलकी वाटे. या अधिकाऱ्यांकडून ते कसून काम करवून घेत असले, तरी वल्लभभाईंनी कधीही त्यांचा अवमान केला नाही. 'भारतातील प्रशासन - ऐतिहासिक

विहंगमावलोकन' या आपल्या पुस्तकात एच. व्ही. आर. अय्यंगार यांनी एक वैशिष्ट्यपूर्ण प्रसंग नोंदवला आहे. तो असा :

'एकदा मी वल्लभभाईंच्या गैरहजेरीत एक निर्णय घेतला आणि ते परत आल्यावर त्यांना तो सांगितला. तुम्ही माझा सल्ला घेतला असता, तर असा निर्णय केला नसता, असे वल्लभभाई म्हणाले. मला खूपच वाईट वाटले; परंतु लगेच वल्लभभाई म्हणाले, 'इतके वाईट वाटून घेऊ नका. प्रत्येक जण कधी ना कधी तरी चुकतच असतो.' पुढे हे प्रकरण विचारार्थ मंत्रिमंडळासमोर आले तेव्हा, आपणच तसे ठरविल्याचे सांगून वल्लभभाईंनी त्या घटनेवर पडदा पाडला.'

प्रशासनामध्ये मंत्र्यांनी कधीही हस्तक्षेप करता कामा नये, असे पटेल म्हणत असत. मंत्र्यांच्या आणि इतर राजकारणी मंडळींच्या वारंवार होत असलेल्या हस्तक्षेपामुळेच आपल्या देशातील पोलीस दल सध्या कमालीचे अकार्यक्षम होऊन गेले आहे.

आपण समाजवादी आहोत, असा पटेलांनी कधीही दावा केला नाही. त्यांच्या नावावर कोणतीही मालमत्ता नव्हती. एकदा एका अतिउत्साही समाजवादी वल्लभभाईंकडे जाऊन सांगू लागले की, आर्थिक विषमता तुम्ही दूर केली पाहिजे. बोलण्याच्या ओघात त्या गृहस्थांनी अमुक एक गृहस्थ कोट्यधीश असल्याचे म्हटले. प्रत्येकाजवळ असलेल्या जादा संपत्तीचे कसे वाटप करायचे, यासंबंधी ते गृहस्थ तावातावाने बोलू लागले. त्यांचे आवेशपूर्ण बोलणे आटोपल्यावर पटेल त्यांना अत्यंत शांतपणे सांगू लागले.

'तुम्ही म्हणता त्या गृहस्थापाशी किती संपत्ती आहे, हे मला ठाऊक नाही, असे नाही. त्यांच्या जवळचा सारा पैसा सर्व लोकांना सारख्या प्रमाणात वाटायचा असे ठरविले, तर तुम्हाला चार आणे तीन पैसे मिळतील. तुम्ही ही बाष्कळ बडबड पुन्हा कधीही करणार नसाल, तर मी तुम्हाला माझ्या खिशातून पावणेपाच आणे द्यायला तयार आहे.''

मुक्त अर्थव्यवस्थेमधील शोषणक्षमता नष्ट करायला हवी, हे पटेलांनाही मान्य होते; परंतु संपत्तीचे समान वाटप करण्यापूर्वी ती निर्माण करणे आवश्यक असते, याचेही त्यांना भान होते.

सरदार पटेल हयात असेपर्यंत सरकारने एकाही धंद्याचे राष्ट्रीयीकरण केलेले नव्हते. ते म्हणत :

'सगळे उद्योगधंदे सरकारने ताब्यात घ्यावेत, असे काही लोक म्हणतात. आम्हाला आमचा नेहमीचा कारभार नीट चालविता येत नसताना आम्ही हे कारखाने

कसे काय चालविणार? कोणताही कारखाना ताब्यात घेणे मुळीच अवघड नाही; परंतु तो व्यवस्थित चालविणे अवघड असते. त्यासाठी तज्ज्ञ आणि सचोटीची मंडळी आवश्यक असतात.'

कामगारांना न्याय मिळावा, म्हणूनच पटेलांनी 'इंडियन नॅशनल ट्रेड युनियन काँग्रेस'ची (इंटक) स्थापना केली. वल्लभभाई स्वस्त लोकप्रियतेच्या स्पर्धेमध्ये कधीच उतरले नाहीत आणि तशा लोकांसंबंधी त्यांना मुळीच आस्था वाटत नसे. कामगार नेत्यांनी सर्रास संप पुकारावेत, हे वल्लभभाईंना मुळीच मान्य नव्हते. या संबंधात १९४८ च्या जानेवारीमध्ये कोलकता येथे बोलताना ते म्हणाले,

'संप सध्या इतके नेहमी केले जातात की, त्यांना आता काही महत्त्वच उरले नाही. कामगारांची न्याय्य गाऱ्हाणी दूर करण्याचे साधन म्हणून संपांकडे आता पाहिले जात नाही. कामगारांचे नेतृत्व मिळविण्यासाठीच हा सारा खटाटोप केला जातो. आधी संपत्ती निर्माण करा आणि मग तिचे समान वाटप होऊ द्या, असे आपले उद्दिष्ट असले पाहिजे; परंतु संपत्ती निर्माण होण्यापूर्वीच कामगारांच्या संघटना तिच्यावर हक्क सांगू लागतात. कामगार आणि मालक यांच्यात सामंजस्याचे संबंध असावेत आणि कामगारांना योग्य नेतृत्व लाभावे, यासाठीच आम्ही 'इंटक'ची स्थापना केली आहे.'

दिलेल्या शब्दांचे पावित्र्य वल्लभभाई मानत असत. त्यांनी कोणतेही आश्वासन मोडले नाही. आपल्या शब्दाला जागण्याचा वल्लभभाईंचा वारसा पुढल्या सरकारने चालविला नाही, असे दुर्दैवाने म्हणावे लागते. राज्यघटनेच्या २९१ व्या कलमान्वये भूतपूर्व संस्थानिकांना आजीवन तनखा देण्याचे अभिवचन देण्यात आले होते. ते पुढे मोडले जाईल, याची वल्लभभाई कल्पनाही करू शकत नव्हते. सर्व संस्थानिकांना मिळून दर वर्षी अवघे पाच कोटी रुपये तनखा म्हणून द्यायचे ठरले होते. विद्यमान संस्थानिकांच्या निधनानंतर त्यांच्या वारसांना दिल्या जाणाऱ्या तनख्यामध्ये क्रमश: कपात होणार होती. तरीही, राज्यघटनेचा आदेश धुडकावून देऊन तेव्हाच्या सरकारने संस्थानिकांचे तनखे बंद केले. ज्यांच्याशी आपण करार केलेला आहे, अशा कर्मचाऱ्यांना निवृत्तिवेतन देण्यात आले पाहिजे, अशी तरतूद ३१४ व्या कलमात करण्यात आलेली आहे. त्या कलमावर घटना-समितीमध्ये १० ऑक्टोबर १९४९ रोजी बोलताना सरदार पटेल म्हणाले,

"तुम्ही इतिहास वाचला आहे ना? का, तुम्ही स्वत: इतिहास निर्माण करायला सुरुवात केल्यापासून अलीकडच्या इतिहासाची तुम्हाला फिकीरच उरलेली नाही? तुम्ही तसे करणार असाल, तर मी स्पष्टच सांगतो की, या देशाचे भवितव्य कठीण आहे. दिलेल्या शब्दाला आपण जागलेच पाहिजे. ती आश्वासने आपण विसरू शकत नाही. नव्या संसदेमध्ये नैतिकतेला स्थानच उरणार नाही का? आपण

आपल्या नवजात स्वातंत्र्याची वाटचाल कशी करणार आहोत? हातात लाठी घेऊन तुम्ही असे म्हणणार आहात काय, 'तुम्हाला हमी देणारे ते कोण? आमची संसद सर्वोच्च आहे.' तुम्हाला अशा तऱ्हेची सर्वोच्चता लादायची आहे काय? दिलेला शब्द पाळायचा नाही? तुम्ही तसे वागला नाहीत, तर तुमची सर्वोच्चता काही दिवसांतच नष्ट होऊन जाईल.'

२९१ व्या कलमाप्रमाणे हे ३१४ वे कलमही पटेलांच्या निधनानंतर राज्यघटनेमधून निर्लज्जपणे वगळण्यात आले.

राजकारणात वावरणाऱ्या व्यक्ती स्वार्थी आणि चारित्र्यशून्य झाल्याचे पाहून आपल्या अखेरच्या दिवसांत वल्लभभाई कष्टी होत. नवजात लोकशाहीचे हे विद्रूप दर्शन आहे, असे ते म्हणत. २७ मे १९५० रोजी पोरबंदर या गांधीजींच्या जन्मग्रामी बोलताना पटेल म्हणाले,

'म. गांधीजींची शिकवण आपण आत्मसात केलेली नाही. आपण त्यांचे निव्वळ वरवरचे अनुकरण करीत आहोत. सर्व प्रौढांना आपण मताधिकार दिलेला आहे; पण तो कसा वापरायचा, हे आपल्याला ठाऊक नाही. जर आपण वैयक्तिक हेव्यादाव्यांमध्ये आणि सत्तेच्या हव्यासामध्ये बुडून गेलो, तर गांधीजींनी मिळविलेल्या स्वातंत्र्याशी आपण द्रोह केला, असे होईल. गेल्या तीन वर्षांमध्ये, लाज वाटावी असेच आपण वागत आलेलो आहोत. आपण भलत्याच रस्त्यावरून वाटचाल करू लागलेलो आहोत. गांधीजींची शिकवण ध्यानात घेऊन तिचा आपल्या जीवनात प्रत्यय येईल, असेच आपले वर्तन असले पाहिजे.'

१५ ऑगस्ट १९५० हा सरदार पटेलांच्या जीवनातील शेवटचा स्वातंत्र्यदिन. त्या दिवशी त्यांनी व्यक्त केलेले विचार प्रत्येक शाळेमध्ये आणि महाविद्यालयामध्ये आवर्जून शिकवायला हवेत. देशाची त्या वेळची अवस्था पाहून हा सच्चा देशसेवक किती कष्टी झालेला होता, याची कल्पना येते; म्हणून ते भाषण विस्ताराने देणे आवश्यक वाटते :

'आपल्या प्रशासनामध्ये आणि सार्वजनिक जीवनामध्ये निर्माण झालेल्या काही विशिष्ट प्रवृत्ती पाहून मला अत्यंत खेद होतो. ज्याने आपल्या जीवनाचा बराचसा भाग त्यागाच्या आणि निरपेक्ष सेवेच्या, शिस्तीच्या आणि एकतेच्या महान घटना अनुभवण्यात घालविलेला आहे; अशा माझ्यासारख्या माणसाची व्यथा तुम्ही जाणून घेतली पाहिजे, असे मला मनापासून वाटते. आज जे घडत आहे, ते पाहिले, की भूतकाळ आपल्याला कुत्सितपणे हसत असावा, असा मला भास होतो.

"आपल्या सार्वजनिक जीवनाला साचलेल्या पाण्याची दुर्गंधी प्राप्त झालेली आहे. सध्याच्या परिस्थितीमध्ये आपण सुधारणा घडवून आणू किंवा नाही, याची

शंका वाटते. इतिहासापासून आणि अनुभवापासून आपण काहीही शिकत नाही, असे दिसते. भरघोस धान्याची कणसे काळ आपल्या विळ्याने कापत आहे आणि पाठीमागे केवळ तण ठेवत आहे, असे दृश्य दिसत असतानाही आपण स्वस्थ बसून ते नुसते पाहत आहोत.

"देशापुढील प्रश्न अत्यंत गुंतागुंतीचे आणि तातडीचे झालेले आहेत. ते सोडविण्यासाठी आपण आपले सारे प्रयत्न एकवटले पाहिजेत. अशा वेळी क्षुल्लक आणि क्षुद्र गोष्टींतच आपण रममाण होऊन गेलो आहोत. आपण बोलतो बरेच, पण हातून काहीही घडत नाही. दुसऱ्या लोकांना नावे ठेवण्यात आपण वाकबगार झालेलो आहोत, परंतु स्वत: मात्र कोणतीच जबाबदारी पत्करत नाही. आपल्याला धड चालताही येत नसताना आपण इतरांना मागे टाकण्याचे मनसुबे रचत बसतो.

"देशाचा चौथा स्वातंत्र्यदिन साजरा करीत असताना मी जर थोडेसे आत्मपरीक्षण केले, तर माझे देशबांधव मला क्षमा करतील, अशी आशा आहे. मी आता माझ्या आयुष्याच्या अशा टप्प्यावर येऊन पोचलो आहे की, माझ्यापाशी फार वेळ उरलेला नाही. आपला देश महान झालेला आहे आणि आपले स्वातंत्र्य सुरक्षित पायावर उभे आहे, हे पाहण्याचा माझा ध्यास वार्धक्यामुळे मुळीच उणावलेला नाही. मी शरीराने थकलो असलो, तरी मातृभूमीच्या समृद्धीसाठी आणि प्रगतीसाठी कष्ट करण्याचा माझा उत्साह पूर्वीइतकाच कायम आहे; परंतु काळ मला फार सवड देणार नाही, हेही मी जाणून आहे.

"वयाने लाभलेल्या अधिकाराच्या, आजच्या या पवित्र दिनी माझे सर्व देशबांधवांना असे कळकळीचे सांगणे आहे की, भोवती काय घडत आहे, याचा नीट विचार करा आणि आपल्या देशाचे भवितव्य उज्ज्वल करण्याच्या दृष्टीने जे काही करता येण्यासारखे असेल, ते अवश्य हाती घ्या. आत्मपरीक्षणातूनच सामर्थ्य आणि श्रद्धा, आशा आणि विश्वास यांचा उगम होतो, एवढेच तुमच्या एका वृद्ध सेवकाचे सांगणे आहे."

आपल्या पक्षसदस्यांपुढे रोखठोक शब्दांत बोलायला वल्लभभाई कधीही संकोचले नाहीत. १९ सप्टेंबर १९५० या दिवशी नाशिक येथे भरलेल्या काँग्रेसच्या अधिवेशनात ते म्हणाले,

'आपण पूर्ण स्वराज्याची मागणी केली होती, याचा कधीही विसर पडू देऊ नका. ही उद्दिष्टे साध्य होण्याच्या दृष्टीने आपण काय केले, हा प्रश्न प्रत्येक काँग्रेस सदस्याने स्वत:ला विचारला पाहिजे. आपण जर स्वत:शी प्रामाणिक असू, तर आपले उत्तर नकारार्थी येईल, असे वाटते. काँग्रेसला खरा धोका तिच्या सदस्यांकडूनच उद्भवतो, अन्य पक्षांकडून नव्हे."

या महान भारतीय देशभक्ताने आणि राजनीतिज्ञाने सांगितलेल्या गोष्टी आपण

विसरून गेलो, ही या देशाची मोठीच शोकांतिका ठरते.

सरदार पटेलांनी त्यांच्या समकालीनांवर घडविलेला परिणाम लक्षात घेता ते या शतकातील अत्यंत महनीय भारतीय ठरतात.

'जवाहरलाल विचारक आहेत आणि सरदार कार्यकर्ते आहेत'', असे गांधीजींनी १९३१ मध्ये कराची येथे भरलेल्या काँग्रेस अधिवेशनात म्हटले होते. सरदारही विचारक होते, परंतु त्यांचे विचार अव्यवहारी नव्हते.

'सर्व काँग्रेस नेत्यांमध्ये सरदार पटेल हेच समतोल बुद्धीचे असल्याचे आपल्याला जाणवले,' असे लॉर्ड वेव्हेल यांनी आपल्या दैनंदिनीमध्ये लिहून ठेवले आहे. भारतात एक तर तुम्ही कणखरपणे राज्य करू शकता, नाहीतर काहीच करू शकत नाही, हे वेव्हेल यांचे मत पटेलांनाही मान्य होते.

राष्ट्रपती राजेंद्रप्रसाद यांनी १९५७ च्या मेमध्ये लिहिले,

> *'आज ज्या भारताचा आपण विचार करतो, तो मुख्यतः सरदार पटेल यांच्या कणखर प्रशासनामुळेच अस्तित्वात आलेला आहे आणि तरीही आपण त्यांना विसरून गेलो आहोत.'*

आजचा भारत हा सरदार पटेलांना अभिप्रेत असलेला भारत खचितच नव्हे. ४५ वर्षांच्या स्वातंत्र्यानंतर चित्र असे दिसते की, महान क्षमता असलेल्या या देशाला नैतिक ऱ्हासाने ग्रासले आहे. श्रेष्ठ मूल्यांची आपल्याला कदरच राहिलेली नाही. राज्यघटना पहिल्या प्रतीची, पण लोकशाही मात्र तिय्यम दर्जाची, अशी या देशाची अवस्था झाल्याबद्दल आपल्याला शरमही वाटत नाही आणि धक्काही जाणवत नाही.

सरदार पटेलांनी ज्या मूल्यांचा आयुष्यभर पुरस्कार केला, त्यांचा आपल्या जीवनात आढळ झाला, तर या देशात प्रचंड परिवर्तन घडून येईल. आपण जर धर्माची सिंहासनावर पुनःश्च प्रस्थापना केली, तर सारे पर्यावरण न ओळखण्याइतके बदलून जाईल. देशाला आज गरज आहे ती निर्भय, स्पष्टवक्त्या, नैतिक नेतृत्वाची. लोकांना परखड शब्दांत सांगायला सरदार पटेलांनी कधीच अनमान केला नाही. म्हणून आज नेतृत्व हवे आहे ते सरदार पटेलांसारखे.

■

सर आशुतोष मुखर्जी : भारताचे महान शिक्षणशास्त्रज्ञ

राष्ट्राध्यक्ष जॉन केनेडी यांनी एकदा श्वेतभवनामध्ये विविध क्षेत्रांतील नोबेल पारितोषिक विजेत्यांना भोजन समारंभासाठी आमंत्रित केले होते. पाहुण्यांना उद्देशून केलेल्या भाषणात केनेडी उद्‌गारले, 'उत्तुंग बुद्धिमत्तेचा आणि मानवी प्रज्ञानाचा एवढा अनन्यसाधारण मेळावा श्वेतभवनामध्ये यापूर्वी क्वचितच भरला असेल. याला अपवाद एकच – टॉमस जेफरसन यांनी इथे एकट्यानेच भोजन केले तेव्हा.'' गेल्या आठवड्यात कलकत्ता येथे ज्यांचा १२५ वा जन्मदिन साजरा करण्यात आला, त्या सर आशुतोष मुखर्जी यांना जेफरसनच्या तोडीचेच अतुलनीय बुद्धिवैभव लाभले होते. डॉ. र. पु. परांजपे एकदा म्हणाले होते, 'जर आशुतोष यांनी आपली सारी बुद्धी गणिताच्या अभ्यासासाठी वापरली असती, तर त्यांना जागतिक ख्यातीच्या गणितज्ज्ञांमध्ये मानाचे स्थान नक्कीच मिळाले असते.' स्वत: डॉ. परांजपे केंब्रिजचे सिनियर रँग्लर होते, हे या संदर्भात ध्यानात घ्यायला हवे.

जेफरसनप्रमाणेच आशुतोष मुखर्जीही उच्च प्रतीचे शिक्षणशास्त्रज्ञ होते. आपल्या स्मृतिशिलेवर आपण अमेरिकेचे राष्ट्राध्यक्ष होतो, याचा उल्लेख केला जाऊ नये, व्हर्जिनिया विद्यापीठाचे आपण संस्थापक होतो, असे लिहिले जावे, अशी इच्छा जेफरसन यांनी आपल्या मृत्युपत्रात व्यक्त केली होती. उच्च शिक्षणाबाबत जेफरसन यांना जेवढी आस्था होती, तेवढीच कळकळ मुखर्जी यांनाही वाटत होती. 'मला माझ्या विद्यापीठाइतकी दुसरी कोणतीच गोष्ट प्रिय नाही,' असे मुखर्जी यांनी १९२० मध्ये म्हटले होते. कलकत्ता विद्यापीठात गणिताचे संशोधक प्राध्यापक म्हणून काम करावे, अशी त्यांची उत्कट इच्छा होती; परंतु गणिताच्या अध्यासनासाठी पुरेसे पैसे जमू न शकल्यामुळे मुखर्जी कायद्याच्या अभ्यासाकडे वळले.

(भारतीय विद्याभवनाच्या वतीने कलकत्ता येथे दिलेले व्याख्यान, जुलै १९८९. नंतर टाइम्स ऑफ इंडिया, १६ जुलै १९८९.)

१९०४ मध्ये त्यांची कलकत्ता उच्च न्यायालयाचे न्यायाधीश म्हणून नियुक्ती करण्यात आली. १९२० मध्ये काही काळ ते तेथील सरन्यायाधीशही झाले होते. १९२३ च्या डिसेंबरमध्ये मुखर्जींनी न्यायाधीशपद सोडले (त्यांचे चिरंजीव रामाप्रसाद हेही पुढे कलकत्ता उच्च न्यायालयाचे सरन्यायाधीश झाले; तसेच त्यांचे नातू चित्ततोष यांनीही ते पद भूषविले. चित्ततोष पुढे मुंबईला सरन्यायाधीश म्हणून आले). आपल्या देशातील अत्यंत महान न्यायाधीशांमध्ये मुखर्जी यांची गणना होते. त्यांच्याच शब्दांत सांगायचे तर 'कायदा हा व्यापारही नव्हे आणि हातचलाखीही नव्हे; ते खऱ्या अर्थाने जीवनाचे शास्त्र आहे.' न्यायाधीश म्हणून काम करताना मुखर्जी यांनी अत्यंत श्रेष्ठ प्रतीची सचोटी दाखविली. अविरत व्यासंगामुळे त्यांच्या स्वभावात बौद्धिक सचोटी मुरलेली होती.

परंतु भारतीय शिक्षणपद्धतीमध्ये मुखर्जी यांनी जे आमूलाग्र परिवर्तन घडवून आणले, ही त्यांची अत्यंत मौलिक कामगिरी असून, त्याबद्दल देशाने त्यांचे कृतज्ञ राहिले पाहिजे. वयाच्या २५ व्या वर्षी मुखर्जींना कलकत्ता विद्यापीठाची पाठ्यवृत्ती लाभली आणि पुढे ते सिनेट आणि सिंडिकेट यांवरही निवडून गेले. १९०६ मध्ये त्यांची कुलगुरू म्हणून नेमणूक झाली. या पदावर काम करताना मुखर्जींनी दाखविलेले धैर्य खरोखरच प्रशंसनीय होते. या बाबतीत भारतातील दुसरा कोणताही शिक्षणशास्त्रज्ञ त्यांची बरोबरी करू शकत नाही. मुखर्जी कुलगुरू झाले, तेव्हा कोलकता विद्यापीठात अवघा एकच प्राध्यापक आणि थोडेसे अधिव्याख्याते होते. या पदावरून ते निवृत्त झाले तेव्हा प्राध्यापकांची संख्या २५ वर आणि अधिव्याख्यात्यांची संख्या १०० वर गेली होती.

असामान्य बुद्धिमत्तेची माणसे हेरण्याची मुखर्जींना उपजत देणगी लाभली होती आणि त्यामुळेच त्यांच्या कारकिर्दीला 'कलकत्ता विद्यापीठाचे सुवर्णयुग' असे म्हटले जाते. भौतिकशास्त्राचे प्राध्यापक म्हणून त्यांनीच डॉ. सी. व्ही. रामन यांची नेमणूक केली. मुखर्जी यांच्यामुळेच डॉ. सर्वपल्ली राधाकृष्णन यांना तत्त्वज्ञानाचे प्राध्यापक म्हणून संस्मरणीय कार्य करता आले. 'निव्वळ परीक्षा घेण्याची यंत्रणा' हे कोलकता विद्यापीठाचे तोपर्यंतचे स्वरूप मुखर्जी यांनी बदलून टाकून, 'अध्यापन आणि संशोधन यांचे श्रेष्ठ केंद्र' असा लौकिक त्या विद्यापीठाला प्राप्त करून दिला. हे करताना त्यांनी सरकारी हस्तक्षेपाची कधीच पर्वा केली नाही. पूर्वी आत्मसात केलेले ज्ञान विद्यार्थ्यांपर्यंत पोचविणे म्हणजे अध्यापन नव्हे, तर सततच्या संशोधनाने अध्यापकाने आपल्या ज्ञानात भर घातली पाहिजे, असे मुखर्जी मानत.

मुखर्जींची दृष्टी प्रगमनशील आणि भविष्याचा वेध घेणारी होती. केवळ उपभोगक्षमता वाढविणे हे विज्ञानाचे मर्यादित उद्दिष्ट नाही, असे ते म्हणत. विज्ञानामुळे सत्याची ओळख होऊन मानवी मन खुळचट समजुतींपासून आणि

लाजिरवाण्या लाचारीपासून मुक्त व्हायला हवे, अशी त्यांची धारणा होती.

मुखर्जी संपूर्ण देशाचा विचार करीत. सारा भारत आपलाच आहे, असे ते समजत. त्यांनी कलकत्ता विद्यापीठामध्ये एम. ए.च्या अभ्यासक्रमात हिंदी, उर्दू, मराठी, गुजराथी, तमीळ, तेलुगू आणि उडिया या भारतीय भाषांचा आवर्जून समावेश केला. एखादी भारतीय भाषा चांगली अवगत झाली, म्हणजे इतर भारतीय भाषा समजावून घ्यायला सोपे जाते, असे ते म्हणत. डॉ. राधाकृष्णन यांनी १९६४ मध्ये कोलकता येथे आशुतोष इन्स्टिट्यूट ऑफ लँग्वेजेसचे उदघाटन केले, तेव्हा मुखर्जींच्या भाषाविषयक दूरदृष्टीची मन:पूर्वक प्रशंसा केली.

संस्कृत हा शब्द अगदी लहान असला, तरी त्यात ज्ञानाचे विशाल साम्राज्य सामावलेले आहे, असे मुखर्जींचे मत होते. अनेक संस्कृतींच्या समन्वयातून भारतीय संस्कृती विकसित झालेली आहे, याची मुखर्जींना जाणीव असल्यामुळे त्यांनी वैदिक धर्माच्या अभ्यासाप्रमाणे इस्लाम आणि बौद्ध या धर्मांच्या अध्ययनालाही प्रोत्साहन दिले.

विद्यापीठ हे सर्वोत्तमतेचे निर्मितीकेंद्र असले पाहिजे, असे मुखर्जी मानत. त्यांच्याच शब्दांत सांगायचे तर, 'ज्ञानाचे संवर्धन, संशोधन आणि उपयोजन करणे हे विद्यापीठांचे मुख्य कार्य असल्यामुळे ज्ञानवंतांच्या निर्मितीवर विद्यापीठांनी भर द्यायला हवा.'

मुखर्जींची विचारसृष्टी संकुचित नव्हती. पाश्चात्त्य सुधारणांमधील चांगला भाग स्वीकारायला ते नेहमीच तयार असत. १९९८ मध्ये म्हैसूर विद्यापीठाच्या पदवीदान समारंभामध्ये बोलताना ते म्हणाले, 'हिमालयाच्या हिमाच्छादित शिखरावर बसून वैभवशाली भूतकाळाचे गोडवे गात बसणे निरर्थक आहे. त्या काळात जे उपयोगी होते, परंतु नंतर जे कालबाह्य ठरले, त्याची बाजू घेऊन भांडत बसण्यात आपण वेळेचा अपव्यय करू नये. भूतकाळात पुन्हा जाणे कधीच शक्य होणारे नसते. आपण विचार करायचा असतो तो भविष्यकाळाचा. आपले भवितव्य उज्ज्वल घडविणे, हाच आपला प्रयत्न असला पाहिजे.'' पाश्चात्त्य संस्कृतीतील जे काही सकस आहे, त्याचा स्वीकार करायला मुखर्जींचा विरोध नसला; तरी त्या संस्कृतीचे भारताने अंधानुकरण करावे, हेही त्यांना मान्य होण्यासारखे नव्हते. त्यांचे विद्यार्थ्यांना नेहमी सांगणे असे, 'भारतीय संस्कृतीमध्ये जे अत्यंत उदात्त आहे, त्याचा कधीही अवमान करू नका. आपल्याला लाभलेल्या अमोल वारशाचा पाश्चात्त्य किरणांच्या प्रकाशात विसर पडू देऊ नका. पाश्चिमात्य संस्कृतीतील भल्याची भलावण करण्याच्या नादात आपल्या संस्कृतीचे अवमूलन करण्याचे काहीच कारण नाही.'

शिक्षणाचा जास्तीत-जास्त प्रसार व्हायला हवा आणि विद्यापीठांचे कार्य राष्ट्रजीवनाशी निगडित असले पाहिजे, यावर मुखर्जींचा भर असे. ते एकदा म्हणाले

होते, 'राष्ट्रीय जीवनाच्या प्रगतीशी आपण आपला निकटचा संबंध येऊ दिला नाही, तर मूठभर हितसंबंधी लोकांचे सरकार आपल्याला स्वीकारावे लागेल.' विद्यापीठे आणि औद्योगिक क्षेत्र यांच्यात आदान-प्रदान होण्याची गरज मुखर्जींनी दोन पिढ्या अगोदरच ओळखली होती. उद्योग आणि शिक्षण यांच्यात जेवढे साहचर्य प्रस्थापित होईल, तेवढे ते या दोन्ही क्षेत्रांच्या विकासाला सहाय्यभूत ठरेल, असे ते म्हणत.

आशुतोष मुखर्जी आणि स्वामी विवेकानंद प्रेसिडेन्सी कॉलेजमध्ये एकाच वेळी विद्यार्थी होते. परमेश्वराचे स्मरण आणि मानवाची सेवा हा स्वामी विवेकानंदांनी प्रतिपादन केलेला धर्म मुखर्जींना मान्य होता.

आशुतोष मुखर्जी यांच्या जीवनकार्याचा आपल्या शिक्षणात समावेश करण्यात आलेला नाही, यावरून आपली आजची शिक्षणपद्धती किती नि:सत्त्व आणि कुचकामी होऊन गेलेली आहे, याची कल्पना येते. नैतिक बाबतीत निर्बुद्ध ठोकळे निर्माण करण्यातच आपली शाळा-महाविद्यालये आज मश्गूल होऊन गेलेली आहेत.

डॉ. बाबासाहेब आंबेडकर यांची जन्मशताब्दी

डॉ. भीमराव रामजी आंबेडकर यांचा जन्म १४ एप्रिल १८९१ रोजी झाला आणि ते ६ डिसेंबर १९५६ रोजी निधन पावले. १९४७ ते १९५० या कालावधीत तयार करण्यात आलेल्या भारतीय राज्यघटनेचे ते प्रमुख शिल्पकार होते. ही जबाबदारी त्यांनी मोठ्या कौशल्याने आणि निष्ठापूर्वक पार पाडली. ही राज्यघटना चिरकाल टिकावी, अशी आकांक्षा बाळगून तिची रचना करण्यात आली.

बेव्हर्ली निकोलस यांनी १९४५ मध्ये भारताला भेट दिली होती, त्या वेळी त्यांनी येथील प्रमुख नेत्यांशी विचारविनिमय केला. भारतातील अत्यंत बुद्धिमान अशा सहा व्यक्तींमध्ये त्यांनी डॉ. आंबेडकरांचा समावेश केला.

आपला देश डॉ. आंबेडकरांचा अत्यंत ऋणी असून, ते ऋण कधीही फेडता येण्यासारखे नाही. सरदार वल्लभभाई पटेल यांनी ज्याप्रमाणे देशाचे राजकीय ऐक्य घडवून आणले; त्याप्रमाणे येथे सामाजिक समता आणि सामंजस्य प्रस्थापित व्हावे, म्हणून डॉ. आंबेडकरांनी आपले सारे जीवन व्यतीत केले.

महार जातीत जन्माला आल्यामुळे अस्पृश्यतेची वेदना किती तीव्र असते, याचा अनुभव डॉ. आंबेडकरांनी लहानपणापासून घेतला. अस्पृश्यांना त्या काळात गुलामगिरीचे जिणे जगावे लागत असे. या उपेक्षित लोकांना दोन वेळा जेवायला मिळते की नाही, याचीही समाजाने फिकीर बाळगली नव्हती. अस्पृश्यांच्या नशिबी इतके कष्टप्रद आयुष्य आलेले असे की; उपासमार, अज्ञान, रोगराई आणि गलिच्छ परिसर यातून त्यांची सुटकाच होत नसे. साहजिकच त्यांच्यात बालमृत्यूचे प्रमाण वाढलेले होते. मानवी जीवनाच्या किमान गरजा भागविणेही त्यांना शक्य होत नसल्यामुळे अनेकांचे अकालीच निधन होई.

भारताचा पुनर्जन्म घडून येत असताना डॉ. आंबेडकरांनी या कडू आठवणी मागे सारल्या. स्वतंत्र भारताच्या प्रजासत्ताक राज्यघटनेच्या मसुदा समितीचे अध्यक्षपद

(दूरदर्शन, एप्रिल १९९१)

डॉ. आंबेडकर यांच्याकडे आले, हे या देशाचे मोठेच भाग्य म्हटले पाहिजे. मसुदा समितीत अनेक बुद्धिमंतांचा समावेश झालेला होता. आंबेडकरांच्या नेतृत्वाखाली या समितीने नव्या प्रजासत्ताकासाठी न्याय आणि समता, दर्जा आणि संधी यांची समानता, व्यक्तिप्रतिष्ठेवर आधारलेला बंधुभाव आणि देशाची अखंडता या मूलभूत तत्त्वांवर आधारलेली राज्यघटना तयार केली. सरन्यायाधीश मेहेरचंद महाजन (ज्यांची जन्मशताब्दी दोन वर्षांपूर्वी साजरी करण्यात आली.) यांनी तिचा सार्थ गौरव 'उदात्त राज्यघटना' असा केला.

ज्यांनी गेल्या अनेक शतकांपासून स्वतःच्या फायद्यासाठी जातीयवादाचा सर्रास उपयोग करून घेतला, त्यांचा सूड घ्यावा किंवा अस्पृश्यांवर झालेल्या अन्यायाचे उट्टे फेडावे, असे मानण्याइतके डॉ. आंबेडकर क्षुद्रमनस्क नव्हते. सर्वांना समान लेखणारी राज्यघटना त्यांनी या देशाला दिली; तसेच, पंथ, वंश, जात, लिंग, कुल किंवा जन्मस्थान असा कोणताही भेद न करणारा समताधिष्ठित समाज निर्माण व्हावा, अशा रीतीने घटनेचे मूलभूत स्वरूप निश्चित केले.

महात्मा गांधी अस्पृश्यांना 'हरिजन' म्हणून संबोधत असत. या अशा केवळ गौरवपूर्ण उल्लेखामुळे काहीही साध्य होणार नाही, अशी डॉ. आंबेडकरांची खात्री होती. ते म्हणत, 'कोसळलेले घर डागडुजी करून सावरता येत नाही. ते पाडून नवे बांधावे लागते.' भारतीय समाज जातिव्यवस्थेच्या भयंकर रोगातून पूर्णपणे मुक्त झाला पाहिजे आणि त्यासाठी जातिव्यवस्थेचे निर्दालन केले पाहिजे, अशी त्यांची धारणा होती. समाजसुधारणेच्या बाबतीत ते सूक्ष्म फरक करीत. ते म्हणत, 'विद्यमान हिंदू कुटुंब-व्यवस्थेमध्ये बदल घडवून आणणे, हा समाजसुधारणेचा एक भाग झाला; परंतु मी जेव्हा समाजसुधारणेसंबंधी बोलतो, तेव्हा संपूर्ण हिंदू समाजाची पुनर्रचना आणि पुनर्घटनाच मला अभिप्रेत असते. विधवांचा पुनर्विवाह, बालविवाहाला बंदी इत्यादी गोष्टी पहिल्या प्रकारच्या सुधारणेत येतात. जातिव्यवस्था नष्ट करण्याशी दुसरी सुधारणा संबंधित आहे.'

स्वतंत्र भारतामध्ये आत्मसन्मान आणि मानवी प्रतिष्ठा सर्वांत महत्त्वाची मानली गेली पाहिजे, हे डॉ. आंबेडकरांच्या विचारांचे मुख्य सूत्र होते. मृत्यूपूर्वी दोन वर्षे अगोदर आपल्या अनुयायांसमोर बोलताना ते म्हणाले होते, 'संपत्ती किंवा सत्ता यांसाठी आपला लढा नाही. आपला लढा स्वातंत्र्यासाठी आहे. प्रत्येक नागरिकाला प्रतिष्ठेने वागविले पाहिजे, अशी आपली मागणी असून त्यासाठीच आपण लढत आहोत.'

नागरिकांच्या मूलभूत अधिकारांवर त्यांची अतूट श्रद्धा होती. घटना-समितीमध्ये बोलताना ते म्हणाले होते, 'हे अधिकार हा आमच्या मानसिकतेचा अविभाज्य घटक झालेला आहे. आमच्या समतानिष्ठ दृष्टिकोनाची सारी सूत्रे त्यात ग्रथित करण्यात

आलेली आहेत.' व्यक्ती हाच कोणत्याही समाजाचा मूलभूत घटक असतो, जात किंवा गाव यांना ते स्थान देऊन चालणार नाही, असे डॉ. आंबेडकर नेहमीच सांगत. पंचायती राज्याचे गोडवे गाणे त्यांना मुळीच पसंत नव्हते. ते सांगत, 'या ग्रामराज्यांनीच आपल्या देशाचा विनाश घडवून आणला. अज्ञान, संकुचित वृत्ती आणि जातीय अभिनिवेश यांव्यतिरिक्त गावात दुसरे काय असते? आपल्या राज्यघटनेने गाव हा घटक न मानता व्यक्तीलाच ते स्थान दिले, याचा मला आनंद वाटतो.'

कोणत्याही प्रकारचा जातीयवाद अस्तित्वात राहता कामा नये, यावर डॉ. आंबेडकरांनी सर्वाधिक भर दिला. जातीयवादामुळे फुटीरतेला प्रोत्साहन मिळून देशाची अखंडता धोक्यात येईल, हे ते ओळखून होते. बंधुभाव आणि समानता यांच्या पायावर खराखुरा एकात्म भारत निर्माण व्हावा, हे त्यांचे आवडते स्वप्न होते.

भारतीय राज्यघटनेचा उदात्त आशय अर्थपूर्ण करणे, हीच घटनेच्या या शिल्पकाराला त्याच्या जन्मशताब्दीच्या निमित्ताने खरीखुरी श्रद्धांजली ठरू शकेल. कारण राज्यघटना हेच भारताच्या या सुपुत्राचे चिरंतन स्मारक आहे.

राज्यघटनेच्या आदेशाच्या संदर्भात मंडल अहवालाची वैधता ठरविण्याचे काम डॉ. आंबेडकरांची जन्मशताब्दी साजरी केली जात असताना सर्वोच्च न्यायालयाकडे सोपविले जावे, हा केवळ अपघात नसून, त्या घटनेला सखोल प्रतीकात्मक महत्त्व प्राप्त होते.

सरन्यायाधीश मेहेरचंद महाजन यांची जन्मशताब्दी

हे वर्ष अनेक महनीय व्यक्तींच्या जन्मशताब्दीचे आहे. न्या. मेहेरचंद महाजन हे त्यांच्यापैकीच एक. त्यांचा जन्म २३ डिसेंबर १८८९ रोजी झाला. ज्योतिष्याच्या मते, तो दिवस अत्यंत अशुभ असल्यामुळे, या बालकाला दूरवरच्या एका रजपूत शेतकरी कुटुंबात ठेवण्यात आले.

न्या. महाजन यांनी आपल्या आयुष्यात अनेक क्षेत्रे हाताळली. वकील, न्यायाधीश, शिक्षणप्रसारक, प्रशासक आणि राजकीय विचारवंत म्हणून ते ओळखले गेले. काश्मीर संस्थान भारतात सामील झाले, तेव्हा महाजन त्या संस्थानचे पंतप्रधान होते आणि त्यामुळे या काळात त्यांच्यावर बरीच जबाबदारी पडली. काश्मीरच्या सामिलीकरणामुळे एक वादळ उफाळून आले आणि त्यामुळे अनेक जण गांगरून गेले. महाजन यांनी मात्र त्या बिकट कालखंडाला धीराने तोंड दिले. त्यांची महनीयता एकाच क्षेत्रापुरती मर्यादित नव्हती.

प्रथम फेडरल कोर्टाचे आणि नंतर सर्वोच्च न्यायालयाचे न्यायाधीश म्हणून त्यांनी पार पाडलेले कार्य सर्वांच्या प्रशंसेला पात्र ठरले. महाजन स्वतंत्र बुद्धीचे होते. आपल्या वैचारिक निष्ठांबाबत त्यांनी कधीच लाचार तडजोड केली नाही. सध्या आपल्याला 'बांधिलकी' मानणारे अनेक न्यायाधीश आढळतात. अशा न्यायाधीशांचे एका लेखकाने 'गृहमंत्र्याच्या खुर्चीखाली घोटाळणारे उंदीर' असे वर्णन केले आहे. महाजन यांनी तसा नेभळटपणा कधीच दाखविला नाही.

महाजन यांच्या न्यायालयात उभे राहिल्यावर आपल्याला त्यांच्या प्रकांड पांडित्याची कल्पना येई. प्रत्येक खटल्याच्या मुळापर्यंत जाण्याची त्यांच्यापाशी विलक्षण क्षमता होती. प्रकरण कितीही गुंतागुंतीचे असो, त्यासंबंधीची शेकडो पाने चाळत अल्पावधीत ते मूळ मुद्द्यापाशी येऊन पोचत. इतकी विश्लेषक बुद्धी फारच थोड्या न्यायाधीशांपाशी आढळते. कायद्याच्या बारीकसारीक तरतुदींसंबंधी त्यांना अचूक माहिती असल्यामुळे अत्यंत थोड्या शब्दांत निकालपत्र लिहिणे त्यांना सहज

(टाइम्स ऑफ इंडिया, २४ डिसेंबर १९८९)

जमत असे. ही त्यांची तडफ इतर क्षेत्रांतही दिसून येई.

फौजदारी खटल्यांचा त्वरित निर्णय व्हावा, म्हणून सुट्टीतही काही न्यायाधीशांनी न्यायालयात बसले पाहिजे, अशी व्यवस्था त्यांनी ते सरन्यायाधीश असताना केली. ते जेव्हा १९५४ च्या डिसेंबरमध्ये निवृत्त झाले, तेव्हा त्यांनी एकही काम शिल्लक ठेवले नव्हते.

राज्यघटनेमध्ये ग्रथित करण्यात आलेल्या अविनाशी मूल्यांचे आणि मूलभूत मानवी अधिकारांचे कोणत्याही परिस्थितीत जतन झालेच पाहिजे, इकडे ते कटाक्षाने लक्ष देत. 'आपली उदात्त राज्यघटना' हा संस्मरणीय शब्दप्रयोग महाजन यांनी आपल्या एका निकालपत्रात वापरला होता.

महाजन सर्वोच्च न्यायालयात काम करीत असताना राज्यघटना नुकतीच कोठे अमलात आलेली होती. या प्रारंभकाळात तिचा कोणीही विकृत वापर करू नये, म्हणून महाजन यांनी जे धैर्य दाखवले, त्याबद्दल आपण त्यांचे कायमचे ऋणी राहिले पाहिजे.

महाजनांपुढे मूर्खांना कधीही थारा नसे. एखादा वकील निरर्थक बडबड करू लागला की, महाजन त्याला चापत. कायद्यातील कलमांची अवास्तव चिरफाड करणे महाजनांना पसंत नसे. मात्र एखादा वकील मोजक्या शब्दांमध्ये आपले म्हणणे योग्य रीतीने मांडू लागला की, महाजन त्याचे बोलणे अत्यंत लक्षपूर्वक ऐकत; परंतु एखाद्याने अकारण लांबण लावली की, त्याला सुनावायलाही ते कमी करत नसत. चांगल्या युक्तिवादामध्ये महाजनांनी हस्तक्षेप केला किंवा वाईट युक्तिवाद ते मुकाट्याने ऐकत बसले, असे कधीही घडल्याचे मला स्मरत नाही.

सगळ्याच खऱ्या मोठ्या माणसांप्रमाणे, महाजनांनीही स्वतःचे स्तोम कधी माजविले नाही. कधी-कधी ते स्वतःवरही विनोद करीत. अशा वेळचे त्यांचे बोलणे ऐकणे हा एक आनंद असे. महाजन खिलाडू वृत्तीचे होते आणि त्यामुळे वकिलांच्या युक्तिवादाचा त्यांनी कधीही गैरसमज करून घेतला नाही. त्यासंबंधी त्यांना जे काही म्हणायचे असे, ते महाजन आपल्या निकालपत्रात परखडपणे नमूद करीत.

महाजनांना खरोखरच जबरदस्त स्मरणशक्ती लाभलेली होती. कष्ट करायला ते कधीही कंटाळले नाहीत. खटल्याची सुनावणी सुरू होण्यापूर्वी प्रत्येक प्रकरणाची शेकडो कागदपत्रे ते बारकाईने वाचत आणि सुनावणी सुरू असताना त्यांना लहानसहान बाबीही चटकन आठवत. सगळा तपशील ते अचूक सांगत. सुनावणीवरची त्यांची पकड सैल झाल्याचे किंवा त्यांची स्मृती चुकल्याचे एकही उदाहरण मला आठवत नाही.

न्या. महाजन सच्चे देशभक्त होते आणि त्यामुळे भारताच्या एकतेला आणि अखंडतेला ते सर्वोच्च प्राधान्य देत. येथील सर्व राज्ये गुण्यागोविंदाने नांदत आहेत,

हे पाहायला मिळावे, असे त्यांना खूप वाटे. मध्ययुगातील सुभेदारांप्रमाणे ही राज्ये आपापसात भांडू लागली की, महाजन कष्टी होत. जातीय विद्वेष, भाषिक दुरभिमान आणि प्रादेशिक संकुचितपणा यांचा त्यांना तिटकारा असे. त्यांनी लिहिले आहे, 'आपण आपापसात भांडत बसल्यामुळेच आपल्याला दुसऱ्याची गुलामगिरी पत्करावी लागली, या दु:खद इतिहासाची पुनरावृत्ती होता कामा नये. आपल्या नेत्यांनी आणि विचारवंतांनी याची काळजी घेतली पाहिजे. इतकेच नव्हे, तर जुन्या इतिहासाची पुनरावृत्ती होऊ नये, म्हणून परिणामकारक उपाय योजायला हवेत.'

फुटीरता हा भारतीय वृत्तीतील एक महत्त्वाचा दोष असल्यामुळे त्याला पायबंद घालण्यासाठी कडक घटनात्मक तरतुदी केल्या पाहिजेत, असा त्यांचा आग्रह होता. त्यांनी लिहिले आहे, 'प्रांतिक स्वायत्ततेला आणि स्वायत्त राज्यांना आपण सोडचिठ्ठी दिली पाहिजे. भारतीय राज्यघटनेचे सध्याचे संघराज्यात्मक स्वरूप बदलून, तिला एकावयवी केले पाहिजे. देशात एकच संसद आणि एकच केंद्रीय मंत्रिमंडळ अस्तित्वात येणे आवश्यक आहे. देशाचे पुन्हा पूर्वीसारखे विघटन होऊ नये, म्हणून हाच एक प्रभावी मार्ग अवलंबिला पाहिजे.'

राज्याचे स्वतंत्र अस्तित्व ठेवता कामा नये, ही न्या. महाजन यांची सूचना कार्यवाहीत आणणे अशक्य आहे. कारण, त्यामुळे घटनेच्या मूलभूत स्वरूपातच बदल घडून येईल आणि देशभर प्रचंड खळबळ माजेल, याबद्दल सर्व राजकीय विचारवंतांमध्ये एकमत आहे; परंतु देशामध्ये फुटीर प्रवृत्ती वाढत असल्याचे पाहून महाजन किती व्यथित होऊन गेले होते, याची त्यांच्या या सूचनेवरून कल्पना येते.

१२ डिसेंबर १९६७ रोजी महाजनांचे निधन झाले. 'वळून पाहताना...' हे त्यांचे आत्मचरित्र अत्यंत वाचनीय ठरले असून, त्यात त्यांनी आपल्या जीवनातील अनेक महत्त्वपूर्ण प्रसंग नमूद केले आहेत. आपल्या सार्वजनिक जीवनामध्ये मूल्यांचा किती ऱ्हास झालेला आहे, याची जाणीव त्यांनी कथन केलेल्या एका प्रसंगावरून होते. बिकानेर संस्थानचे सरन्यायाधीश आणि घटनाविषयक सल्लागार म्हणून महाजन काम करीत होते. डाळी आणि इतर धान्ये संस्थानाबाहेर पाठविण्याचा निर्णय त्या संस्थानाच्या गृहमंत्र्यांनी घेताच, गृहमंत्र्यांच्या या वर्तनासंबंधी टीका होऊ लागली. म्हणून या प्रकरणाची चौकशी करण्यासाठी महाजन यांनी एक समिती नेमली. या समितीसमोर साक्ष देताना तेथील एका मोठ्या व्यापाऱ्याने शपथेवर असे सांगितले की, डाळी संस्थानाबाहेर पाठविण्याचा परवाना मिळावा, म्हणून मी दोन लाख रुपयांची लाच दिली आणि या व्यवहारात चार लाख रुपये कमावले. गृहमंत्र्यांच्या मुलांना तातडीच्या खर्चासाठी आपण हे दोन लाख रुपये उसने दिले आहेत, अशी त्या व्यापाऱ्याने आपल्या हिशोबाच्या वहीत नोंद केली होती. महाजनांनी रागावून त्या व्यापाऱ्याला विचारले, "ही अशी लाच देताना तुम्हाला

शरम वाटली नाही?'' व्यापारी शांतपणे उद्‌गारला, ''साहेब, आम्ही व्यापारी आहोत. आम्हाला हा परवाना मिळाला नसता, तर आम्ही चार लाख रुपये कमावू शकलो नसतो. आमच्या या मिळकतीचा निम्मा हिस्सा ज्याने आम्हाला परवाना मिळवून दिला, त्याच्याकडे पोचता केला, यात काय बिघडले?''

न्या. महाजन यांच्यापुढे मी चालविलेल्या तीन खटल्यांसंबंधी सांगतो.

एखाद्या कंपनीचे सर्व भागधारक भारतीय नागरिक असले, तरीही त्या कंपनीला घटनेच्या १९ व्या कलमाचे संरक्षण मिळू शकत नाही, असे ॲटर्नी जनरल मोतीलाल सेटलवाड यांनी एका प्रसंगी प्रतिपादन केले. त्यांचे म्हणणे असे होते की, कंपनीला कायद्याने स्वतंत्र अस्तित्व बहाल केले असल्यामुळे, तिला भारतीय नागरिक म्हणून मानता येणार नाही. १९ वे कलम केवळ नागरिकांपुरतेच मर्यादित आहे. एखादा वकील फार तांत्रिक मुद्दे काढू लागला की, महाजन फार अधीर होऊन जात. ते लगेच सेटलवाड यांना म्हणाले, ''जी गोष्ट भारतीय नागरिकांच्या हिताची ठरणार नाही, तिचा तुम्ही पाठपुरावा करू नये, असे माझे तुम्हाला सांगणे आहे. तरीही तुम्ही तसा आग्रह धरला, तर सरकारविरोधी निकालपत्र द्यायला आम्ही कचरणार नाही. केवळ कंपनी स्थापन केली आहे, म्हणून १९ व्या कलमाने नागरिकांना दिलेला अधिकार हिरावून घेतला जाता कामा नये.'' सेटलवाड यांनी आपला युक्तिवाद तेथेच थांबविला.

दुसऱ्या एका प्रसंगी इंग्रजी माध्यमाच्या शाळेमध्ये प्रवेश घेण्याबाबत एखाद्या विद्यार्थ्याला राज्यसरकार प्रतिबंध करू शकते काय, हा प्रश्न घेऊन आम्ही न्या. महाजन यांच्या न्यायालयात गेलो होतो. राजकारणी मंडळी कमालीची लबाड असतात. स्वतःच्या मुलांना शिक्षणासाठी ते परदेशी पाठवितात आणि त्याच वेळी आपण आपल्या मातृभाषेचे फार अभिमानी आहोत, असे दाखविण्यासाठी इतरांच्या मुलांना इंग्रजी माध्यमाच्या शाळांमध्ये प्रवेश घ्यायला मनाई करतात. ज्याची मातृभाषा इंग्रजी नाही, अशा कोणत्याही विद्यार्थ्याला इंग्रजी माध्यमाच्या शाळेत पाठविले जाता कामा नये, अशा आशयाचा अत्यंत मूर्खपणाचा कायदा महाराष्ट्र आणि गुजरात राज्यांनी संमत केला होता. सर्वसाधारण लोकहित लक्षात घेऊनच सरकारने हा प्रतिबंध केलेला होता, असे ॲटर्नी जनरल सेटलवाड सरकारच्या बाजूने सांगू लागले. लागलीच न्या. महाजन यांनी त्यांना विचारले, ''महाशय, तुमचा मुलगा सध्या कोठे शिकत आहे?'' त्या वेळी अतुल हा मोतीलाल सेटलवाड यांचा एकुलता एक मुलगा इंग्लंडमध्ये शिकत होता. सेटलवाड उद्‌गारले, ''या संबंधात मी माझे विचार मांडत नाही. मी अशिलाची बाजू कथन करीत आहे.'' महाजन यांनी उत्तर दिले, ''हे चांगले झाले. आम्हाला तुमचे मत

कळले. तुम्ही तुमचे भाषण चालू ठेवा. तुम्ही ते फार लांबवणार नाही, याची आम्हाला खात्री आहे.'' सेटलवाड यांचा युक्तिवाद निरर्थक ठरला आणि आपल्या अपत्याला कोणत्याही माध्यमाच्या शाळेत घालण्याचा पालकांना संपूर्ण अधिकार आहे, असे न्या. महाजन यांनी आपल्या निकालपत्रात ठणठणीतपणे बजावले, हे सांगायला नकोच.

एकदा एका खटल्यामध्ये बाजू मांडताना मी न्या. महाजन यांना उद्देशून म्हणालो, ''जेथे कोठे संदिग्धता असेल, तेथे त्या कलमाचा खरा अर्थ जाणून घेण्यासाठी त्याचे प्रास्ताविक विचारात घेतले पाहिजे.'' न्या. महाजन हसत उद्गारले, ''वकील मंडळी चलाख असतात. आपली सोय आणि गैरसोय पाहून, वेगवेगळ्या खटल्यांमध्ये वेगवेगळा युक्तिवाद करतात. जर प्रास्ताविक तुमच्या सोयीचे असेल तर, ते विचारात घेतले पाहिजे, असा तुम्ही आग्रह धरता. ते तुमच्या विरुद्ध जात असेल, तर त्याची दखल घेण्याची गरज नाही, असे तुम्ही म्हणता. ही अशी विसंगत विधाने वकिलांनी का करावीत?'' मी उत्तर दिले, ''केवळ वकिलांनाच का दोष देता? तुम्ही न्यायाधीशही तसेच करता की! दोन्ही बाजूंना उचलून धरणारी निकालपत्रे न्यायाधीशांनी काय कमी लिहिली आहेत? प्रास्ताविक आपल्या निर्णयाला सोयीचे आहे, असे जेव्हा एखाद्या न्यायाधीशाला आढळून येते, तेव्हा तो प्रास्ताविक महत्त्वाचे मानतो. जेव्हा प्रास्ताविक त्याच्या निर्णयाला प्रतिकूल ठरते, तेव्हा ते विचारात घेण्याचे कारण नाही, असे तो प्रतिपादन करतो.'' प्रास्ताविकाला महत्त्व देणारी आणि प्रास्ताविकाचे महत्त्व नाकारणारी अशी कितीतरी निकालपत्रे मी न्या. महाजन यांच्या निदर्शनाला आणली. ते नुसते हसले.

दिसायला महाजन काहीसे राकट होते; परंतु स्वभावाने ते अत्यंत प्रेमळ आणि उदार होते. किती गरजूंना महाजन यांनी पैशाची मदत केली, हे त्यांच्या घरच्या लोकांनाही ठाऊक नसायचे. कितीतरी तरुण स्त्री-पुरुष महाजन यांच्या मदतीमुळेच पुढे स्वत:च्या पायावर उभे राहू शकले. त्यांच्या या जन्मशताब्दी वर्षामध्ये असंख्य लोकांना आठवतील ते महाजन यांच्या अबोल औदार्याचे अमोल क्षण.

सुमंत मूळगावकर

एखादा नवा कारखाना उभा करताना, सुमंत मूळगावकर यांच्या अंगातील अत्यंत गतिमान उपक्रमशीलता अक्षरश: उफाळून येत असे. या बाबतीत त्यांची बरोबरी फारच थोडे करू शकत. मूळगावकरांना सतत नव्या कल्पना सुचत आणि त्या प्रत्यक्षात आणण्यासाठी ते अव्याहत धडपडत. परिपूर्णता साध्य करणे अशक्य असले, तरी त्या दिशेने आपले प्रयत्न व्हायला हवेत, असे ते मानीत. प्रज्ञा ही या भूतलावरील सर्वांत दुर्मिळ वस्तू असल्यामुळे ती हुडकून काढण्यात ते नेहमी निमग्न असत. म्हणूनच ते चांगल्या सहकाऱ्यांचा संच जमवू शकले. त्यांच्या हाताखाली कोणीच काम करीत नसे, प्रत्येक जण त्यांच्याबरोबर काम करीत असे. सम्राट राज्य करीत असले, तरी लोकांना कार्यशील बनण्याची प्रेरणा नेतेच देत असतात. मूळगावकर यांनी आपल्या कारखान्यातील प्रत्येक कर्मचाऱ्याला अशी प्रेरणा दिली; म्हणूनच कारखाना आणि कामगार यांच्यात भावनिक अनुबंध जुळून आला. आपण जास्तीतजास्त काम करावे, असे त्यांच्याबरोबर काम करणाऱ्या प्रत्येकाला वाटे. आपण काहीतरी निर्माण करीत आहोत, याचा कामगारांना अभिमान वाटे. टेल्कोमधील त्यांच्या भव्य यशाचे हेच रहस्य होते. आपण केवळ एका अवाढव्य यंत्रातील मामुली खिळा आहोत, असे त्यांच्या कारखान्यातील कामगार कधीच समजत नसत. आपण एक महान औद्योगिक निर्मिती करीत आहोत, एक विशाल राष्ट्रीय स्मारक उभारत आहोत, अशीच प्रत्येक कामगाराची धारणा असे. टेल्कोमध्ये जाण्यापूर्वी मूळगावकर एसीसीमध्ये होते. नेतृत्वगुणामुळे तो कारखानाही त्यांनी यशस्वी करून दाखविला.

मूळगावकरांची दूरदृष्टी भविष्यकालीन परिस्थितीचा अचूक वेध घेत असे. उधळपट्टीला त्यांचा ठाम विरोध असे. टेल्कोसारख्या एका मोठ्या कारखान्याचे अध्यक्षपद सांभाळत असतानाही मूळगावकरांनी आपली कचेरी साधीसुधीच ठेवली होती.

(शोकसभा, मुंबई १० जुलै १९८९)

माणसे मोठ्या पदावर चढली की, आपल्या वैभवाचे आणि अधिकाराचे ओंगळ प्रदर्शन करू लागतात. मूळगावकरांनी स्वत:च्या कामाशिवाय दुसऱ्या कोणत्याच गोष्टीकडे लक्ष दिले नाही.

अभियांत्रिकीच्या क्षेत्रामध्ये मूळगावकरांनी स्वत:चा अधिकार निर्माण केला असला, तरी इतरांच्या सूचना ते आवर्जून ऐकत. कारखान्यामधील वरिष्ठ अधिकाऱ्यांच्या मुंबई, पुणे आणि जमशेदपूर येथे अधूनमधून बैठकी होत. अशा वेळी प्रत्येकाला आपले मत मांडण्याची पूर्ण मुभा असे. मूळगावकरांना मान्य नसणारे मत कोणी एखादा मांडू लागला, तर ते त्या गृहस्थाचे मत काळजीपूर्वक ऐकत आणि त्याच्या सूचनेमध्ये किती तथ्य आहे, यासंबंधी विचार करू लागत. साधेपणा त्यांच्या स्वभावात मुरलेलाच होता.

निसर्गाच्या सहवासात राहणे मूळगावकरांना खूप आवडे. पक्षी, वृक्षवल्ली, वारा ही निसर्गाची आकर्षक रूपे ते न्याहाळत बसत. निसर्गात त्यांना ईश्वराचा साक्षात्कार घडे. सजीव आणि निर्जीव जगाशी त्यांचे एक गूढ नाते निर्माण झाले होते. पर्यावरणाला दुखापत होईल, असे काही घडू लागले की, वेगळेच मूळगावकर दिसू लागत. अशा वेळी संताप आवरणे त्यांना शक्य होत नसे. मूळगावकरांनी आपल्या आयुष्याचे प्रयोजन निश्चित केले होते आणि ते साध्य करण्यातच त्यांनी आपल्या आयुष्याचा प्रत्येक क्षण खर्च केला.

■

एम. पी. बिर्ला

एम. पी. बिर्ला यांच्या निधनाने आपल्या देशाने एक थोर सुपुत्र गमावला आहे. बिर्ला हे एक प्रमुख उद्योगपती होते आणि आजारी पडेपर्यंत त्यांनी आपल्या उद्योगसमूहाचा कारभार तडफेने सांभाळला. भारताच्या स्वातंत्र्यलढ्यात त्यांनी भाग घेतला होता आणि सच्चेपणा, उदात्तता आणि साधेपणा या महात्मा गांधीच्या गुणांचे प्रतिबिंब बिर्ला यांच्या जीवनात पडलेले दिसे.

अनेक सार्वजनिक संस्थांना त्यांनी सढळ हाताने मदत केली. अहंभाव आणि आत्मप्रसिद्धी यांचा त्यांना स्वभावत:च तिटकारा असल्यामुळे, देणग्या देताना त्यांनी आपल्या नावाचा गाजावाजा होऊ दिला नाही.

अनेक लोक पैसा मिळवितात, परंतु तो शहाणपणाने आणि उदार बुद्धीने खर्च करणारे थोडेच असतात. एम. पी. बिर्ला यांचे स्थान या अशा मोजक्या मंडळींमध्ये होते. भारती विद्याभवनाच्या विकासाला आणि प्रसाराला त्यांचा मोठाच हातभार लागला. विशेषत: विद्याभवनाचे इंग्लंडमधील केंद्र त्यांच्या पुढाकारामुळेच अस्तित्वात येऊ शकले.

भारताच्या अमोल संस्कृतीसंबंधी आणि आध्यात्मिक वारशासंबंधी बिर्ला यांना कमालीचा आदर वाटत असल्यामुळे, त्यांनी विद्याभवनामध्ये सर्वधर्मसेवा प्रतिष्ठान स्थापन केले. विविध राज्यातील असंख्य तीर्थक्षेत्रांचा जीर्णोद्धार करण्यासाठी हे प्रतिष्ठान स्थापन करण्यात आले होते. त्यांच्या या चिरंतन महत्त्वाच्या कार्याच्या खुणा आद्य शंकराचार्यांच्या जन्मस्थानापासून देशात सर्वत्र पाहायला मिळतात.

■

(वृत्तपत्रीय पत्रक, ३० जुलै १९९०)

नौरोजी पी. गोदरेज

८ ऑगस्ट या दिवसाला भारताच्या इतिहासात चिरस्थान लाभले आहे. ८ ऑगस्ट १९४२ या दिवशी काँग्रेसने 'भारत छोडो' प्रस्ताव संमत केला. इंग्रजांनी भारत सोडलाही. त्यानंतर राष्ट्रउभारणीचे मूलभूत कार्य उभे ठाकले. देशाची अर्थव्यवस्था बळकट करण्यात आणि जगाच्या औद्योगिक नकाशावर भारताला स्थान मिळवून देण्यात ज्यांनी महत्त्वाची भूमिका बजावली, त्यामध्ये शेठ नौरोजी पिरोजशा गोदरेज हे एक होते. 'भारत छोडो' प्रस्तावानंतर बरोबर ४८ वर्षांनी म्हणजे ८ ऑगस्ट १९९० रोजी नौरोजी मरण पावले.

देशाचे औद्योगिकीकरण घडून येण्यासाठी गोदरेज कुटुंबाने जेवढे कार्य केले, तेवढे भारताच्या संपूर्ण इतिहासात फारच थोड्या कुटुंबांनी केले असेल. विशेष म्हणजे गोदरेज कुटुंबाने हे कार्य एकहाती आणि केवळ स्वत:च्या पैशावर बळावर पार पाडले.

अमेरिकन आणि युरोपीय विद्यापीठातून दर वर्षी ८० हजार एम. बी. ए. बाहेर पडत असतात. तो सगळा साचेबंद घोळका असतो. नौरोजी महाविद्यालयात गेलेले नव्हते, तरीही त्यांनी आपल्या उद्योगसमूहाला सर्वांत वर नेऊन बसविले. इतकेच नव्हे, तर लक्षावधी भागधारकांच्या भांडवलावर उभ्या असलेल्या मोठ्या कारखान्यांशी यशस्वी टक्कर दिली.

गोदरेज कुटुंबाच्या इतर सदस्यांप्रमाणे नौरोजीही खंदे राष्ट्रवादी होते. उद्योगपतीला आवश्यक असणारी दूरदृष्टी त्यांना लाभली होती, तसेच त्यांचे चारित्र्यही श्रेष्ठ प्रतीचे होते. व्यवसाय करताना त्यांनी सदैव नैतिक मूल्यांचे जतन केले. दारिद्र्य आणि अज्ञान हे या देशाला ग्रासणारे दोष नाहीसे करण्यासाठी जमशेटजी टाटांप्रमाणे नौरोजी गोदरेज यांनीही अनेक उपक्रम हाती घेतले. बुद्धिमान अंत:करण आणि प्रेमळ मेंदू यांचे मूर्तिमंत उदाहरण म्हणजे नौरोजी, असे म्हणणे मुळीच वावगे

(मुंबई पारशी पंचायतीच्या वतीने बोलविण्यात आलेली शोकसभा, २७ सप्टेंबर १९९०)

ठरत नाही.

आपल्या कामगारांची परिस्थिती सुधारली पाहिजे, इकडे ते कटाक्षाने लक्ष देत. त्यांना कामगारांसंबंधी किती कळवळा वाटे, याचा प्रत्यय ते कामगारांचे प्रश्न सोडवत, तेव्हा येई. आपल्या कामगारांच्या घरबांधणीकडे आणि शिक्षणाकडे, वैद्यकीय सुविधांकडे आणि कल्याणकारी उपक्रमांकडे गोदरेज उद्योगसमूहाने जेवढे लक्ष पुरविले; तेवढे दुसऱ्या कोणत्याही औद्योगिक घराण्याने पुरविले नाही. अध्यक्ष कार्टर यांच्या मातुश्री श्रीमती लिलियन कार्टर यांनी शांतिसेनेच्या सदस्य म्हणून विक्रोळी येथे दोन वर्षे कार्य केले होते. त्या एकदा मला सांगत होत्या, 'अमेरिकेतील फार मोठ्या कारखान्यांनी आपल्या कामगारांसाठी जे केले आहे, तेवढे आणि तसे कार्य गोदरेज यांनी आपल्या कामगारांसाठी केल्याचे मी पाहिले.' या अशा आदर्श उद्योजकावर १२ वर्षांपूर्वी राक्षसी हल्ला करण्यात यावा, ही आपल्या कामगार संघटनांमधील आक्रमक प्रवृत्तीला लागलेली कायमची काळोखी आहे.

मी नौरोजींना ५४ वर्षांपूर्वी पहिल्यांदा भेटलो. माझा एक मित्र गोदरेज यांच्या लालबाग येथील कारखान्यात इंजिनिअर म्हणून काम करीत होता. १९३६ च्या सुमारास मी त्याच्याबरोबर तेथे गेलो. मित्राने माझी पिरोजशा यांचे चिरंजीव नौरोजी यांच्याशी ओळख करून दिली. नौरोजी यांच्या संबंधात माझा मित्र मला सांगू लागला, 'हा तरुण अजून २० वर्षांचादेखील झालेला नाही, तरीही तो सारे काम व्यवस्थितपणे पार पाडतो.' एवढ्या मोठ्या कारखान्याची सूत्रे पिरोजशा यांनी आपल्या शाळकरी मुलाकडे सोपवावीत, याचे कामगारांना नवल वाटले होते.

माझ्या वकिली व्यवसायाच्या निमित्ताने मी पुढे नौरोजी यांना वारंवार भेटत गेलो. ते आणि मी मद्यपानापासून अलिप्त असल्यामुळे आमच्या या भेटीगाठी दिवसाच व्हायच्या.

मुंबई पारशी पंचायतीच्या विश्वस्त मंडळावर आपण यावे, अशी काही वर्षांपूर्वी नौरोजींना विनंती करण्यात आली. हे पद आपण स्वीकारावे काय, असे त्यांनी मला विचारले. मीही त्यांना तोच आग्रह केला; कारण हा माणूस समाजाबरोबर वाहवत जाणारा नसून, समाजाला योग्य नेतृत्व पुरवील, याबद्दल माझी खात्रीच होती. जो भूतकाळात रममाण होत नाही, असा माणूस विश्वस्त असणे निश्चितच स्वागतार्ह होते. जग पुढे जात असताना तुम्ही कालबाह्य झालेल्या कर्मठपणापासून स्वत:ची सुटका करून घेतली पाहिजे, असे रोखठोक शब्दांत सुनावणारा नेताच पारशी लोकांना तेव्हा हवा होता.

गोदरेज बागेमध्ये त्यांची आणि माझी शेवटची भेट झाली, तेव्हा आम्ही नव्या इमारतीच्या बांधकामासंबंधी बोलत होतो. आम्ही त्यांच्याच लहानशा गाडीतून तिकडे गेलो होतो. नेहमीप्रमाणेच ते साध्या वेशात होते. ज्याने देशासाठी अमाप

संपत्ती निर्माण केली; परंतु त्यांपैकी फारच थोडी स्वत:साठी वापरली, अशा उदात्त व्यक्तीचा सहवास आपल्याला लाभत आहे, याचा त्या वेळी मला खूप अभिमान वाटला. साधी राहणी आणि उच्च विचारसरणी हे सूत्र नौरोजींनी आपल्या जीवनात कटाक्षाने अनुसरले होते.

आपल्या धर्मबांधवांसंबंधी नौरोजींना खूप आस्था वाटे. जर पारशी समाज पराकोटीचे अज्ञान, कायमचा हटवाद आणि अविचारी कर्मठपणा यातून बाहेर पडला असता; तर नौरोजींसारख्या थोर माणसाने या समाजासाठी खूप केले असते.

पारशी लोकांना घराची टंचाई जाणवत होती, हे नौरोजींना दिसून आले. म्हणून त्यांनी मलबार हिलवरील पारशी पंचायतीच्या जमिनीवर गोदरेज बाग बांधण्याचे ठरविले. या इमारतीत राहायला जाणाऱ्या लोकांकडून ते नाममात्र देणग्या घेणार होते. हा पैसा ते स्वत:साठी मुळीच वापरणार नव्हते. त्यातून त्यांना आणखी इमारती बांधावयाच्या होत्या. नौरोजींचा विचार योग्य होता; परंतु तो पारशी समाजाला पसंत पडला नाही. पारशी पंचायतीचे विश्वस्त म्हणून त्यांनी जे कार्य केले, त्याचाही व्हावा तेवढा गौरव झाला नाही. अत्यंत व्यथित मनाने त्यांनी त्या पदाचे त्यागपत्र दिले.

ख्रिस्ती धर्माची कसोटी लागली आणि तीत तो अयशस्वी ठरला; परंतु ख्रिस्ताने पुरस्कारिलेल्या धर्माची अजून कसोटी लागायची आहे, असे एका विचारवंताने म्हटले आहे. खरे तर प्रत्येक धर्माबाबत असेच म्हणता येईल. शब्दप्रामाण्य म्हणजे सत्य, कर्मकांड म्हणजे धर्म, बाह्योपचार म्हणजेच आशय, असेच जगभर मानले जात असताना; खऱ्या धर्माकडे दुर्लक्ष होणे स्वाभाविकच म्हटले पाहिजे. नौरोजींनी शब्दप्रामाण्यामागच्या सत्याचा वेध घेतला, कर्मकांडामागचा धर्म ओळखला आणि बाह्योपचार भिरकावून देऊन ते धर्माच्या सरळ अंतरंगालाच भिडले. झरतुष्ट्राने सांगितलेल्या धर्मावर त्यांची नितांत श्रद्धा होती, त्या धर्मानुसारच त्यांनी वर्तन केले. स्वच्छ विचार, स्वच्छ शब्द आणि स्वच्छ कृती, हीच या धर्माची पायाभूत त्रयी होय.

भारत सरकारने नौरोजींना 'पद्मभूषण' या पुरस्काराने गौरविले, पण त्यामुळे त्यांच्या मोठेपणात काहीच भर पडली नाही. नौरोजींनी आयुष्यभर काळजी वाहिली ती प्रतिष्ठेची, पुरस्कारांची नव्हे.

नौरोजी आता आपल्यात नाहीत, परंतु त्यांच्या चैतन्याचा आपल्याला सतत प्रत्यय येईल. कारण, अंत:करणात नौरोजींना स्थान लाभले असून, हे मित्र आपल्या आयुष्याच्या अंतापर्यंत नौरोजींची प्रेमळ स्मृती जपणार आहेत.

रामनाथ गोएंका

रामनाथजींच्या निधनामुळे भारताने एक अत्यंत वैशिष्ट्यपूर्ण व्यक्तिमत्त्व गमावले आहे. रामनाथजी एका वृत्तपत्र-समूहाचे संचालक होते आणि त्यायोगे लाभलेले जबरदस्त सामर्थ्य निष्ठावंत नागरिकाच्या कर्तव्यभावनेने त्यांनी देशाच्या भल्यासाठी वापरले. राज्यकर्त्यांची राजीखुशी संपादन करण्याचा लाचारपणा वृत्तपत्रांनी कधीही दाखविता कामा नये, अशी त्यांची धारणा होती. लोकशाहीचे पहारेकरी हेच वृत्तपत्राचे नियत कर्तव्य होय, असे ते मानत. धीट आणि निष्पक्षपाती न्यायसंस्थेप्रमाणे धीट आणि निष्पक्षपाती वृत्तपत्र-व्यवसाय समाजाची मौलिक सेवा करतो, हे त्यांच्या जीवनाचे सूत्र होते.

कोणत्याही प्रकारच्या सरकारी अन्यायाविरुद्ध रामनाथजी खवळून उठत. बर्नार्ड लेव्हिन यांच्याप्रमाणे रामनाथजीही म्हणत, ''माझ्या एका ठोशासरशी कुंपणाच्या तारा गंजून जातील, दगडी भिंती खाली कोसळतील आणि जुलमी सत्ताधाऱ्यांचे पाय कापू लागतील.'' आणीबाणीमध्ये बहुतेक वृत्तपत्रांनी आणि नियतकालिकांनी सरकारपुढे शरणागती स्वीकारलेली असताना फार मोठी किंमत देऊन रामनाथजींनी आपले मतस्वातंत्र्य अबाधित राखले. याचा सूड म्हणून सरकारने रामनाथजींवर आणि त्यांच्या वृत्तपत्रांवर निरनिराळ्या न्यायालयांमध्ये २०० खटले दाखल केले. यामुळे सरकारचीच प्रतिमा कायमची कलंकित झाली. हा असह्य आघात रामनाथजींनी शांतपणे सोसला. ते मुळीच गोंधळून वा गांगरून गेले नाहीत.

कोणापुढेही नतमस्तक न होण्याचे धैर्य फारच थोड्या व्यक्ती दाखवितात. रामनाथजी त्यांच्यापैकी एक होते. पुढे ते वार्धक्यामुळे शरीराने वाकले; पण मनाने अखेरपर्यंत ताठच राहिले. त्यांच्या अदम्य जिद्दीवर कोणीच प्रहार करू शकले नाही.

∎

(वृत्तपत्रीय पत्रक, ७ ऑक्टोबर १९९१)

१४

वृत्तपत्र व्यवसाय

चौथा आधारस्तंभ

तुमच्या सोसायटीने ५० वर्षे पूर्ण केल्याबद्दल मी तुमचे अभिनंदन करतो. वृत्तपत्र व्यवसायाचा जवळजवळ अडीचशे वर्षांपूर्वी जन्म झाला. याचा अर्थ असा की, या व्यवसायाच्या एकूण कालखंडापैकी एकपंचमांश कालखंडाशी तुमची सोसायटी निगडित झाली आहे. वृत्तपत्र व्यवसायाला अल्पावधीत जे जबरदस्त सामर्थ्य प्राप्त झाले, तसे जगाच्या इतिहासात दुसऱ्या एखाद्या यंत्रणेला क्वचितच लाभले असेल. वृत्तपत्रे ही विसाव्या शतकाची फार मोठी शक्ती आहे. या व्यवसायाला भविष्यकाळात लाभणारे वाढते महत्त्व लक्षात घेऊन डिसरायली यांनी 'लोकसत्ताक राज्यव्यवस्थेचा चौथा आधारस्तंभ,' असे वृत्तपत्र व्यवसायाचे वर्णन केले.

माणसाला जेवढा प्राणवायू आवश्यक असतो, तेवढेच वृत्तपत्रांना मतस्वातंत्र्य. मतस्वातंत्र्याच्या अधिकाराशिवाय खराखुरा वृत्तपत्र व्यवसाय टिकूच शकत नाही. वृत्तपत्रस्वातंत्र्याशिवाय लोकशाही निरर्थक ठरते. लोकशाही का वृत्तपत्रस्वातंत्र्य, असा पर्याय होऊच शकत नाही.

गेल्या महायुद्धाच्या (१९४१-४५) काळातील विन्स्टन चर्चिल यांचे उदाहरण मला आठवते. इंग्लंडचे पंतप्रधान म्हणून वृत्तपत्रांचा आवाज बंद पाडण्याचे भरमसाट अधिकार त्यांना लाभले होते. इंग्लंड त्या वेळी आपल्या अस्तित्वासाठी प्राणपणाने झुंजत होते. वृत्तपत्रांना आपल्यावर टीका करायला चर्चिल यांनी मुभा दिली. माल्कम मगरिज यांच्यासारखे खंदे पत्रकार आपल्या स्तंभांमधून पंतप्रधानांच्या धोरणाचे वाभाडे काढीत होते. चुकीच्या माहितीवर आधारलेल्या या टीकेला तुम्ही थांबवा, असे मित्रांनी आणि मित्रराष्ट्रांनी चर्चिल यांना सुचविले; परंतु तसे करायला चर्चिल यांनी साफ नकार दिला. देशाचे अस्तित्व धोक्यात आलेले असतानाही इंग्लंडसारखे लोकसत्ताक राष्ट्र वृत्तपत्रस्वातंत्र्याची कदर करते, हे जगाला पाहायला

(इंडियन न्यूजपेपर सोसायटीच्या सुवर्णमहोत्सवाचा समारोप समारंभ, दिल्ली, २९ सप्टेंबर १९८९)

मिळावे, असे ते म्हणाले. आविष्कारस्वातंत्र्याचे जतन करण्यासाठी आणि काय घडते आहे, हे जाणून घेण्याचा लोकांचा अधिकार सुरक्षित राखण्यासाठी जातिवंत पत्रकाराने सत्ताधाऱ्यांचा रोष पत्करण्याची तयारी ठेवली पाहिजे, असे एका श्रेष्ठ न्यायाधीशांनी म्हटले आहे.

संयुक्त राष्ट्रसंघाचे सध्या १५९ सदस्य असून, त्या सर्वांनी मानवी अधिकारासंबंधीच्या जागतिक घोषणापत्रकावर स्वाक्षऱ्या केलेल्या आहेत. त्या घोषणापत्रकातील १९ व्या कलमाने वृत्तपत्रस्वातंत्र्याची हमी दिलेली आहे; परंतु बऱ्याच देशांमध्ये सैद्धान्तिक मान्यता आणि प्रत्यक्ष कार्यवाही यांत तफावत दिसून येते. या १५९ देशांपैकी अवघ्या वीस टक्के देशांमध्ये आपल्या भारताचाही समावेश होतो. जपान, भारत, इस्त्राइल आणि आता पाकिस्तान हे चार देश वगळले; तर आशिया खंडातल्या इतर सर्व देशांमध्ये वृत्तपत्रस्वातंत्र्याचा अभावच आढळतो.

खुलेपणा हा आदर्श लोकशाहीचा अत्यावश्यक घटक असतो. शासनयंत्रणेबाबतचा जनमानसातील आदर अबाधित राहावा, म्हणून आपल्यासंबंधी काहीही प्रतिकूल प्रसिद्ध करू नये, असा कसोशीचा प्रयत्न सत्ताधारी व्यक्ती आपल्याकडून करतात. राज्यकर्त्यांना सत्य झाकून ठेवायचे असते, तर वृत्तपत्रांना ते प्रकाशात आणायचे असते. यातूनच सरकार आणि पत्रकार यांच्यामध्ये संघर्ष उद्भवतो. भारतामध्ये जवाहरलाल नेहरू यांचे जे स्थान होते, तसे स्थान सिंगापूरमध्ये ली कुआन यू यांना लाभले आहे. आपण खुलेपणाचे पुरस्कर्ते आहोत, असे ते १९६४ मध्ये म्हणाले होते. बंदिस्त समाजात बंदिस्त मने निर्माण होतात, असाही अभिप्राय त्यांनी त्या वेळी व्यक्त केला होता; परंतु जसजसा काळ जाऊ लागला तसतसे सिंगापूरचे हे पंतप्रधान वृत्तपत्रांबाबत असहिष्णू होत गेले. सत्ता माणसाला भ्रष्टविते आणि निरंकुश सत्ता तर माणसाला पूर्णपणे बिघडवून टाकते, या लॉर्ड ॲक्टन यांच्या प्रसिद्ध उद्‌गारांची येथे आठवण होते.

वृत्तपत्र व्यवसाय पूर्णपणे दोषमुक्त आहे, असे मला मुळीच म्हणायचे नाही. त्याच्यातही काही उणिवा आहेत. इतर सर्व मानवी यंत्रणांप्रमाणे या व्यवसायाच्या हातूनही चुका घडतात. सर्वंकष आविष्कारस्वातंत्र्याचा अधिकार उपभोगण्यासाठी वृत्तपत्रांनी आत्मनियमन केले पाहिजे. वकील आणि लेखापाल यांनी आपल्यावर अशी बंधने घालून घेतली आहेत. आपल्या कृत्याचा जाब देण्यासाठी वृत्तपत्रांनी आपणहोऊनच अशी एखादी यंत्रणा निर्माण करायला हवी.

वृत्तपत्र व्यवसाय हा व्यापार नव्हे, तो एक व्यवसाय आहे आणि प्रत्येक व्यावसायिकाने आपल्या व्यवसायाची काही पथ्ये आणि मूल्ये पाळलीच पाहिजेत.

दुर्दैवाने १९८० पासून नैतिक घसरणीचा काळ सुरू झाला. वकिली, लेखापालन

आणि वैद्यकीय या व्यवसायांमध्येही व्यापारी वृत्ती बळावली. हा दोष वृत्तपत्र व्यवसायामध्येही शिरला आहे. सर्वच व्यवसाय व्यापाराच्या खालच्या पातळीवर आले. व्यापारात किंवा व्यवसायात नैतिकतेला स्थान नसते, असे मानण्याचा जमाना आला आहे. जास्तीतजास्त खप वाढविणे हाच एकमेव उद्देश सर्व वृत्तपत्रांचा, नियतकालिकांचा आणि मासिकांचा दिसून येतो. त्यासाठी उदात्त मूल्यांचा बळी द्यावा लागला, तरी कोणी फिकीर करीत नाही.

आपला उच्च दर्जा सांभाळण्यासाठी जुन्या काळातील वृत्तपत्रे किती दक्ष असत, याची दोन उदाहरणे देतो. अध्यक्ष रुझवेल्ट यांना पोलिओने गाठले आणि त्यामुळे त्यांना चालताना कोणाचा तरी आधार घेणे आवश्यक होऊन बसले. काहीही छापायला आजच्या वृत्तपत्रांइतकीच त्या काळातील वृत्तपत्रेही मोकळी होती. कुबड्या घेऊन किंवा कोणाच्या तरी खांद्यावर हात ठेवून रुझवेल्ट चालत आहेत, अशी छायाचित्रे ती वृत्तपत्रे सहज प्रसिद्ध करू शकली असती. एका मोठ्या राष्ट्राचा नेता म्हणून रुझवेल्ट यांचे नाव त्या काळात सर्वत्र गाजत होते; परंतु एकाही वृत्तपत्राने कुबड्या घेऊन चाललेल्या रुझवेल्ट यांचे छायाचित्र प्रसिद्ध केले नाही. रुझवेल्ट उभे किंवा बसलेले आहेत, अशीच छायाचित्रे तेव्हा प्रसिद्ध होत. मी आत्मनियमन म्हणतो ते हे. कुबड्या घेऊन चाललेल्या रुझवेल्ट याचे छायाचित्र प्रसिद्ध करायला कायद्याने मनाई करण्यात आलेली नव्हती; परंतु तसे छायाचित्र प्रसिद्ध करून आपण आपल्या राष्ट्रप्रमुखाचा अवमान करावा, असे कोणाच्याही मनात आले नाही. जे काम कायदा करू शकत नाही, ते आत्मनियमनामुळे साध्य होऊ शकते.

या संबंधात मला आणखी एक प्रसंग आठवतो. हॅरॉल्ड विल्सन तेव्हा इंग्लंडचे पंतप्रधान होते आणि उपपंतप्रधान होते ब्राऊन. ते केव्हाही मद्यपान करीत. एकदा ते संसदभवनातून बाहेर पडताना अतिरिक्त मद्यपानामुळे तोल जाऊन खाली पडले. भोवतालच्या लोकांनी त्यांना उचलले आणि मोटारीत नेऊन ठेवले. ही अशी सनसनाटी छायाचित्रे छापण्याचा इंग्लंडमधील छोट्या आकाराच्या वृत्तपत्रांना नादच जडला आहे; परंतु आपले उपपंतप्रधान व्यसनाधीनतेमुळे खाली पडल्याचे छायाचित्र प्रसिद्ध करणे 'टाइम्स'ला प्रशस्त वाटले नाही. वाचकांच्या निकृष्ट अभिरुचीला खाद्य पुरविणारी अशी छायाचित्रे प्रसिद्ध करायची नाहीत, असे आम्ही आपणहोऊन ठरविले आहे, असा 'टाइम्स'ने दोन दिवसांनी संपादकीय खुलासा केला. 'टाइम्स'ने असेही लिहिले, 'मद्यपान न करणाऱ्या विल्सन यांच्यापेक्षा मद्यपान करणारे ब्राऊन परवडले.' जागतिक ख्यातीच्या वृत्तपत्राचे हे आत्मनियमन प्रशंसनीय मानले पाहिजे. वार्ताहर आपल्या कल्पनेतून काही बातम्या तयार करतात आणि वस्तुस्थिती म्हणून वृत्तपत्रे त्यांना प्रसिद्धी देतात, हा प्रकार आपल्याला अपरिचित नाही.

बातमीबातमीमध्ये फरक करण्याची शिस्त वृत्तपत्रांनी अंगी बाणवली पाहिजे. लोकहिताच्या दृष्टीने महत्त्वाची असलेली बातमी कोणती आणि केवळ खमंग आणि खुमासदार बातमी कोणती, याचा विवेक त्यांनी दाखविला पाहिजे. एखादी घटना लोकहिताशी संबंधित असेल, तर संपूर्ण सत्य प्रकाशात आणणे हा केवळ वृत्तपत्रांचा अधिकारच आहे, असे नसून ते त्यांचे कर्तव्यही ठरते. आपली जबाबदारी पार पाडण्यात वृत्तपत्रे कशी अयशस्वी झाली, याची माहिती देणारी दोन पुस्तके अलीकडेच प्रसिद्ध झाली आहेत. त्यांपैकी एक पुस्तक अमेरिकेत प्रसिद्ध झाले असून, 'ऑन बेंडेड नी' असे त्याचे शीर्षक आहे. अध्यक्ष रोनाल्ड रेगन यांच्या बौद्धिक मर्यादा लोकांसमोर मांडण्यात वृत्तपत्रे किती गाफील ठरली, याची माहिती त्या पुस्तकात आहे. 'द ट्वायलाईट ऑफ ट्रूथ' हे दुसरे पुस्तक नुकतेच इंग्लंडमध्ये प्रसिद्ध झाले आहे. हिटलरला कसेही करून राजी राखण्याचे ऑस्टिन चेंबरलेन यांचे धोरण दुसऱ्या महायुद्धाला कसे कारणीभूत ठरले, यासंबंधीची माहिती किंवा टीका-टीप्पणी एकाही ब्रिटिश वृत्तपत्राने त्या काळात केली नव्हती, हे त्या पुस्तकात दाखवून देण्यात आले आहे. लोकशाहीचे संरक्षण करण्याची आपली जबाबदारी पार पाडण्याबाबत भारतातील काही वृत्तपत्रे अत्यंत दक्ष आहेत, याचा एक भारतीय म्हणून मला अभिमान वाटतो. मंत्र्यांना न पचणारे सत्य सांगायला ही वृत्तपत्रे कधीच कचरत नाहीत.

भारत सरकार वृत्तपत्रांना स्वातंत्र्य देत असेल, तर ती मेहेरबानी समजण्याचे कारण नाही. वृत्तपत्रांना आपल्या मताप्रमाणे लिहिण्याची राज्यघटनेनेच हमी दिलेली असून, तिचे पालन करणे प्रत्येक सरकारवर बंधनकारक आहे. प्रौढ मताधिकाराच्या तत्त्वावर निवडून आलेल्या लोकांनी भारताची राज्यघटना तयार केलेली नाही, याबद्दल प्रत्येक सुजाण नागरिकाने परमेश्वराचे आभार मानायला हवेत. अमेरिकन राज्यघटनेप्रमाणे आपली राज्यघटनाही अत्यंत बुद्धिमान आणि कमालीच्या प्रामाणिक व्यक्तींनी तयार केली. भविष्यकाळात काय घडू शकेल, हे त्यांनी अचूक ओळखले होते. प्रौढ मताधिकाराच्या तत्त्वावर निवडून आलेल्या लोकांनी जर घटना तयार केली असती, तर त्यांनी तिचा चुथडाच करून टाकला असता. आपल्या लोकप्रतिनिधींनी आणीबाणीमध्ये (१९७५-७७) काहीही कारण नसताना वृत्तपत्रांचा आवाज कसा बंद पाडला, याचा आपण पुरेपूर अनुभव घेतलेला आहे. त्या काळात या लोकप्रतिनिधींनी आपले मन आणि आपली बुद्धी सत्ताधाऱ्यांकडे गहाण ठेवली होती.

काही विशिष्ट सरकारी नियंत्रणांमुळे वृत्तपत्रस्वातंत्र्याला अप्रत्यक्ष धोका निर्माण होऊ शकतो, याचा आपल्याला विसर पडता कामा नये. कारण तसे घडणे वृत्तपत्रीय स्वातंत्र्याच्या दृष्टीने इष्ट ठरत नाही.

आपल्या देशामध्ये निरक्षरांचे प्रमाण अधिक असल्यामुळे, वृत्तपत्रांच्या खपावर

मर्यादा पडते. २१ व्या शतकाच्या प्रारंभी जगातील एकूण निरक्षरांपैकी निम्मे निरक्षर भारतात असतील, असे जागतिक बँकेने आपल्या सर्वेक्षणात म्हटले आहे. ऐंशी टक्के भारतीय स्त्रियांना साधी अक्षरओळखदेखील झालेली नसते. स्त्री आणि पुरुष मिळून निरक्षरांचे एकूण प्रमाण ६५ टक्क्यांच्या घरात जाते. लोक निरक्षर राहणे राजकारणी मंडळींच्या फायद्याचे असते. लोक जेवढे निरक्षर, तेवढी त्यांना सत्य माहीत व्हायची शक्यता कमी. भारतात अवघे ३५ टक्के लोक साक्षर आहेत, तर दक्षिण कोरियामध्ये हे प्रमाण ९८ टक्क्यांपर्यंत गेलेले आहे. साक्षरताप्रसाराच्या बाबतीत सरकारने आपली जबाबदारी पार पाडली नाही. सर्व मुलांना ती १४ वर्षांची होईपर्यंत मोफत आणि सक्तीचे शिक्षण देण्यात आले पाहिजे, हे घटनेचे ४५ वे कलम दुर्लक्षितच राहिले.

माहिती मिळवायला आणि ज्ञान संपादन करायला लोकांना प्रवृत्त केल्याशिवाय निरक्षरता नाहीशी होणे अशक्य आहे. तुमच्या मुलांना निरक्षर ठेवून तुम्ही त्यांचे किती नुकसान करीत आहात, हे निरक्षर पालकांना समजावून दिले पाहिजे. जगातील इतर देशांमधील नागरिकांइतकाच सर्वसाधारण भारतीय नागरिक बुद्धिमान आहे. असे असताना या देशातील दोनतृतीयांश लोकांना लिहिता वा वाचता येऊ नये, ही दुर्दैवाची गोष्ट आहे. प्रचंड मानवी साधनसंपत्ती आपण वाया घालवीत आहोत आणि त्याचे आपल्याला काहीच वाटत नाही.

वृत्तपत्रांना जसे मतस्वातंत्र्य आवश्यक असते, तसा त्यांचा खपही वाढता राहिला पाहिजे. म्हणून आयात करण्यात येणाऱ्या मुद्रणयंत्रांवरील आणि वृत्तपत्रीय कागदांवरील सीमाशुल्क रद्द करण्यात आले पाहिजे. वृत्तपत्रांच्या खपवाढीमध्ये अडथळा आणणाऱ्या बाबी ताबडतोब दूर झाल्या पाहिजेत.

स्वतंत्र बाण्याच्या वृत्तपत्रांचा खर्च सतत वाढता असतो, तो पूर्णपणे कधीच भरून येत नाही. जे योग्य आहे, त्याचाच पुरस्कार करणार, या निष्ठेने चालविली जाणारी वृत्तपत्रे संख्येने कमी असली; तरी ती देशाच्या उज्ज्वल भवितव्याचे आश्वासन द्यायला समर्थ ठरतात. विचारपूर्वक अमलात आणलेल्या आत्मनियमनामुळे लोकांना मार्गदर्शन करण्याचे नियतकार्य आपली वृत्तपत्रे प्रभावीपणे पार पाडतील, असा मला विश्वास वाटतो. नभोवाणी आणि दूरचित्रवाणी यांच्यासारखी प्रभावी प्रसारमाध्यमे केवळ सरकारी मालकीचीच नव्हे, तर निर्लज्जपणे सरकारनियंत्रित आहेत, अशा भारतासारख्या देशातील वृत्तपत्रांवर अधिकच जबाबदारी येऊन पडते.

■

शासकीय मूर्खपणाचा अट्टाहास आणि मतभिन्नतेचे कर्तव्य

आणखी शंभर वर्षांनी जेव्हा इतिहास लिहिण्याची वेळ येईल, तेव्हाही त्यामध्ये मिनू मसानी यांना स्थान लाभेल, हे निश्चित. 'मूलभूत मानवी मूल्यांशी दृढ निष्ठा बाळगणारा एक आदर्श कार्यकर्ता' असा त्यांचा गौरव केला जाईल. ही निष्ठा अलीकडे फारच दुर्मीळ झालेली दिसते. वरिष्ठ अधिकारपदांवर विराजमान झालेल्या असंख्य राजकारणी लोकांची तेव्हा कोणालाही आठवण होणार नाही; परंतु नि:स्वार्थ देशसेवेबद्दल, अदम्य धैर्यशीलतेबद्दल आणि स्वातंत्र्यासंबंधीच्या आंतरिक आस्थेबद्दल शंभर वर्षांनंतरही मसानीचं स्मरण केले जाईल. त्यांच्या ८० व्या वाढदिवसाच्या निमित्ताने प्रसिद्ध होणाऱ्या गौरवग्रंथासाठी लिहावयाच्या लेखासाठी मी 'मतभिन्नतेचे कर्तव्य' हा विषय निवडला. कारण आपल्या प्रदीर्घ सार्वजनिक जीवनात वेगळे मत मांडायला मसानी कधीच कचरले नाहीत.

चुका कबूल करायची राजकारण मंडळींना सवय नसल्यामुळे सरकारे मूर्खपणाने वागत असतात, असे बार्बरा टचमन या पुलित्झर पारितोषिक विजेत्या लेखिकेने आपल्या अलीकडच्या ग्रंथात म्हटले आहे. 'ॲन इन्क्वायरी इनटू द पर्सिस्टन्स ऑफ अन विजडम इन गव्हर्न्मेंट' या आपल्या ग्रंथात त्या म्हणतात, 'राजकारणी मंडळींचा सत्तेसंबंधीचा हव्यास जबरदस्त असतो. त्यांच्यात आत्मविश्वासाचा आणि औदार्याचा पूर्णपणे अभाव दिसून येतो. आकर्षक बाह्यांगावरच ते आपले सारे लक्ष केंद्रित करतात. वास्तवता काय आहे, हे जाणून घेण्याची त्यांना गरज वाटत नाही. मग शहाणपणाने आणि विवेकाने वागणे तर दूरच राहिले.'

लोकमतावर निवडून आलेले प्रतिनिधीही हट्टी हुकूमशहासारखे मूर्खपणाने वागू शकतात. जुलूम-जबरदस्ती करण्यामध्येही ते मागे पडत नाहीत. म्हणूनच आपल्या राज्यघटनेतील १९-१-अ या कलमाने आपले मत निर्भिडपणे व्यक्त

(मिनू मसानी यांच्या ८० व्या वाढदिवसानिमित्त लिहिलेला लेख, १९८५)

करण्याचा नागरिकांना मूलभूत अधिकार दिलेला आहे. मतभिन्नता व्यक्त करणे हा कोणत्याही लोकशाहीचा गाभा असतो. सरकार जेव्हा लोकहितविरोधी धोरण अंगीकारते, तेव्हा ते आपल्याला पसंत नाही, ते सांगण्याचे धाडस प्रत्येक सुजाण नागरिकाने दाखविले पाहिजे. मतभिन्नतेचा अधिकार राज्यघटनेने दिलेला आहे. त्याचा वापर करणे हे कर्तव्य ठरते.

कोणत्याही लोकसत्ताक देशामध्ये राष्ट्राध्यक्षपद सर्वोच्च नसून, नागरिक असणे हेच सर्वोच्च पद मानायला हवे, असे फ्रँकफर्टर या न्यायकोविदाने म्हटले आहे. खरीखुरी लोकशाही कोठेच अस्तित्वात आलेली नसते. त्या उद्दिष्टाच्या दिशेने आपल्याला सतत वाटचाल करायची असते. स्वातंत्र्याचेही असेच आहे. ते संपूर्णपणे कधीच मिळालेले नसते. ते मिळविण्यासाठी निरंतर प्रयत्नशील असावे लागते.

सरकार जेवढा मूर्खपणा दाखवते, तेवढा तो दुसऱ्या कोणत्याच क्षेत्रात पाहायला मिळत नाही. हे असे का व्हावे, असे कोणत्याही काळातील कोणत्याही सरकारचा इतिहास वाचला, की नवल वाटते. अनुभव, सारासारविचार, उपलब्ध ज्ञान आणि शक्यतेची जाणीव या चार गोष्टींवर हुशारी अवलंबून असते. सरकारी कारभारात संपूर्ण अभाव दिसून येतो, तो या हुशारीचाच. व्यापक लोकहित डोळ्यांपुढे ठेवून आणि सुजाणपणा दाखवून मंत्री का काम करीत नाहीत? त्यांची बुद्धी का पांगळी होऊन जाते?

अमेरिकेतील तेरा वसाहतींनी केलेल्या मागण्यांचा सामंजस्याने विचार करण्याऐवजी, तिसऱ्या जॉर्जच्या काळातील सर्वच मंत्रिमंडळांनी त्या मागण्या दडपून टाकण्याचा अट्टाहास कशासाठी दाखविला? त्यामुळेच अमेरिकेसारखे एक अतिबलाढ्य राष्ट्र उदयाला आले. नेपोलियनने रशियावर का स्वारी केली आणि हिटलरने ती चूक पुन्हा का केली? अमेरिका युद्धात उतरेल, हा संभव स्पष्ट दिसत असतानाही जर्मनीच्या कैसरने १९१७ मध्ये पाणबुड्यांच्या हालचालींना कशासाठी प्रारंभ केला? तुम्ही जो मार्ग अवलंबत आहात, त्यामुळे देश रसातळाला जाईल, असा वारंवार इशारा मिळूनही चँग कै शेक याने आपल्या धोरणात बदल का केला नाही? शेवटी त्याला देश सोडून पळून जावे लागले.

निर्बुद्धपणा हे कोणत्याही शासनयंत्रणेचे अविभाज्य वैशिष्ट्य दिसून येते. वस्तुस्थिती वेगळे सांगत असतानाही राज्यकर्ते आपल्या पूर्वग्रहातून बाहेर पडायला तयार होत नाहीत. थोडक्यात, अनुभवातून शहाणपण शिकायला त्यांनी ठाम नकार दिलेला असतो.

सर्व इतिहासाचा मूलभूत निष्कर्ष सांगताना बार्बारा टचमन म्हणतात, 'प्लेटोपासून आतापर्यंतच्या सर्व राजकीय विचारवंतांनी सार्वभौमत्व, नैतिकता, सामाजिक करार, माणसाचे अधिकार, सत्तेचा कैफ, स्वातंत्र्य आणि सुव्यवस्था यांच्यामधील समतोल

अशा अनेक गोष्टींचा ऊहापोह केलेला असला; तरी शासनयंत्रणा प्रत्यक्षात कशी वागते, इकडे एक मॅशियाव्हेली सोडला, तर दुसऱ्या कुणीच लक्ष दिलेले नाही.' आदर्श शासनयंत्रणा कशी असावी, यासंबंधीच ते बोलत आणि लिहीत राहिले. वुड्रो विल्सन यांनी म्हटले आहे, 'राजकीय जीवनात लबाडीपेक्षा मूर्खपणाच अधिक धोकादायक ठरतो.' कोणत्याही बदलाला वरिष्ठ शासकीय अधिकाऱ्यांचा नेहमीच विरोध होत असतो. ज्याप्रमाणे संगणकयंत्रात एकदा चूक झाली, की पुढे चुकाच घडत राहतात; तसाच नोकरशाहीचा प्रवास एका चुकीकडून दुसऱ्या चुकीकडे होत राहतो.

'मानवजातीच्या हातून घडलेले गुन्हे, झालेल्या चुका आणि ओढवून घेतलेली अरिष्टे यांची एकत्रित नोंद म्हणजे इतिहास' असे गिबनने म्हटले आहे. शासकीय प्रमादांची असंख्य मालिका म्हणजे इतिहास, हे वर्णन १९८४ पर्यंतच्या भारताला चपखलपणे लागू पडते.

आपली मतभिन्नता व्यक्त करण्याची हिंमत दाखविणे हेच प्रत्येक विचारी भारतीय नागरिकाचे परमकर्तव्य ठरते, असा निष्कर्ष भारतीय प्रजसत्ताकाच्या पहिल्या ३५ वर्षांच्या इतिहासावरून निघतो. ही हिंमत आणि सचोटी त्या ३५ वर्षांमध्ये किती लोकांनी दाखविली? निर्णायक प्रसंगी मिनू मसानी यांच्यासारख्या फार थोड्या विचारवंतांनी तशी धमक दाखविली नसती, तर देशाची आणखीच दुरवस्था होऊन गेली असती.

१५

संकीर्ण

एकविसाव्या शतकासाठी भारताची पुनर्बांधणी

आ पण २१ व्या शतकासाठी भारताची पुनर्बांधणी करायला हवी, असे मी म्हणताच, अगोदर या देशाला २० व्या शतकात आणा असा, जर कोणी आक्षेप घेतला, तर ते चूक म्हणता येणार नाही. भारत आज भयाण नैतिक पोकळीत वावरत आहे. एके काळी महान असलेल्या या देशाला सध्या हृद्रोग झाला असून, तो घालविण्यासाठी जालीम शस्त्रक्रियेची आवश्यकता आहे.

आज ज्या विषयावर मी बोलणार आहे, तो अतिशय व्यापक असून; त्याचा राजकीय, सामाजिक आणि आर्थिक दृष्टींनी विचार करावा लागेल. आपण आज त्याचा केवळ धावता आढावा घेणार आहोत. भारताच्या पुनर्बांधणीची सात सूत्रे असे ज्यांना म्हणता येईल, ती कोणती, ते आता पाहू.

राष्ट्रीय अस्मितेची जाणीव हे या सात सूत्रांपैकी पहिले आणि सर्वांत महत्त्वाचे सूत्र. स्वातंत्र्य मिळून ३८ वर्षे झाली, तरी आपल्याला ही अस्मिता गवसलेली नाही. या देशामध्ये कोट्यवधी बंगाली आहेत, कोट्यवधी महाराष्ट्रीय आहेत, कोट्यवधी उत्तर भारतीय आणि दक्षिण भारतीय आहेत; पण भारतीय मात्र फारच थोडे आहेत. संकुचित निष्ठा आणि जातीय विद्वेष यांनी आज थैमान मांडले आहे. हे असेच चालू राहिले, तर देशाचे विघटन व्हायला वेळ लागणार नाही.

पाकिस्तान किंवा चीन हे भारताचे सर्वांत मोठे शत्रू नाहीत, आपण भारतीयच भारताचे सर्वांत मोठे शत्रू आहोत. देशाला दुर्बळ करण्याची क्षमता जेवढी आपल्यापाशी आहे, तेवढी ती आपल्या कोणत्याही शेजाऱ्यापाशी नाही. भारताच्या लोकशाहीला बाहेरून आव्हान दिले जात नाही. आपण भारतीयच तिची अवहेलना करीत आहोत.

असे असले, तरी मानवी मन नेहमीच आशावादी असते. नजीकच्या भविष्यकाळात भारतीयांना राष्ट्रीय अस्मितेची आणि एकतेची जाणीव होईल, असे आश्वासक

(भारतीय विद्याभवनाच्या वतीने दिलेले कै. संतानम स्मृतिव्याख्यान, ८ ऑगस्ट १९८५)

भविष्य कवींनी, देशवीरांनी, प्रेषितांनी आणि ऋषींनी वर्तविले आहे. श्री अरविंद म्हणाले होते, 'भारताचे भवितव्य उज्ज्वल आहे, याबद्दल मला किंचितही संदेह नाही. अविरत संघर्षानंतर आणि त्यागानंतर आपण आपले स्वातंत्र्य संपादन करू शकलो. स्वातंत्र्य मिळविणारी ही चेतनाच सध्याच्या अवघड परिस्थितीवर मात करण्याचे बळ आपल्याला पुरवील. एकतेची जाणीव फुलारून येईल. स्वतंत्र आणि एकात्म भारत निर्माण होऊन ही माता आपल्या सर्व सुपुत्रांना बंधुभावाने राहण्याची प्रेरणा देत राहील.''

शांतता आणि सुव्यवस्था नांदणे हे दुसरे सूत्र होय. प्रत्येक सरकारचे ते आद्य कर्तव्यच ठरते. सध्या आपल्या देशाच्या अनेक भागांत दंगली घडून येत आहेत. काही ठिकाणची परिस्थिती तर इतकी विकोपाला गेली आहे की, तो भाग सैन्याच्या ताब्यात सोपवावा लागला. कोणत्या ना कोणत्या कारणासाठी दर वर्षी चार दिवसांतून एकदा लष्कराला पाचारण करावे लागते, असे संसदेत गेल्या वर्षी सादर केलेल्या आकडेवारीवरून दिसून येते. आपण जर लष्कराला असे वारंवार बोलावू लागलो, तर सेनाधिकाऱ्यांना आतापर्यंत न सुचलेला विचार त्यांच्या मनात येण्याची शक्यता नाकारता येणार नाही. सरकार सध्या संभ्रमावस्थेत सापडलेले आहे; आपण काहीही केले तरी ते आपल्यावरच उलटेल, अशी त्याला भीती वाटते. सरकारने जर लष्कर बोलाविले नाही, तर जाळपोळ आणि रक्तपात रोखता येत नाही. जर त्यासाठी सरकार सैन्याची सारखीच मदत घेऊ लागले, तर लोकशाहीला धोका संभवतो.

मला सांगायचे आहे ते हे की, लष्कराला बोलाविणे अपरिहार्य ठरत असले, तरी असे वारंवार घडणार नाही, याची आपण अगोदरच दक्षता घेतली पाहिजे. आपले पोलीस दल कार्यक्षम आणि प्रामाणिक झाले, तर लष्करावर भिस्त ठेवण्याची वेळ येणार नाही.

पोलीस दल प्रामाणिक आणि कार्यक्षम होण्यासाठी ते राजकीय हस्तक्षेपापासून दूर ठेवण्याची काळजी घेतली पाहिजे; परंतु सध्या परिस्थिती अशी आहे की, पोलीस अधिकारी स्वत: काहीच ठरवू शकत नाहीत. मंत्र्यांची मेहेरबानी सांभाळण्यातच त्यांचा सारा वेळ आणि शक्ती खर्च पडते.

यावर एक उपाय आहे – न्यायालयांप्रमाणे पोलीस दलही स्वायत्त करावे. ज्याप्रमाणे सरकार उच्च न्यायालयांना किंवा सर्वोच्च न्यायालयाला आदेश देऊ शकत नाही; तसेच पोलिसांनाही आपली जबाबदारी पार पाडण्याचे स्वातंत्र्य असले पाहिजे. पोलीसखात्यात शिरलेले राजकारण जोपर्यंत नाहीसे होत नाही, तोपर्यंत लष्कराला पाचारण करणे अपरिहार्यच ठरणार आहे.

स्वत:च्या जबाबदारीची जाणीव असलेले कर्तव्यदक्ष पोलीस दल कोणत्याही समाजाची गरज असते; परंतु फुटीरता, गैरशिस्त आणि असहकार या त्रिदोषाने जो समाज ग्रासलेला असतो, तेथे तर अशा पोलीस दलाशिवाय चालूच शकणार नाही.

आपल्या फुटीरतेकडे पाहा. दुसऱ्याचा द्वेष करायला आपल्याला कोणतेही निमित्त पुरते– मग ते धर्म असो, भाषा असो, जात असो किंवा आणखी काहीही. आपल्यात फूट पाडायला एखादे कारण गवसत नसेल, तर आपण नवे काही तरी नक्कीच शोधून काढू, परंतु फुटीरता नाहीशी होऊ देणार नाही.

गैरशिस्त हा भारतीय व्यक्तित्वाचा स्थायीभावच झालेला आहे. आपण सगळे जण वेगवेगळी माणसे आहोत, एकात्म समाजाचे नागरिक अशी आपली अवस्थाच नाही. सार्वजनिक मालकीच्या मालमत्तेची मोडतोड करण्यात आपण धन्यता मानतो, पदपथाऐवजी रस्त्यावरून चालण्यात आपल्याला फुशारकी वाटते, जेथे भोंगा वाजवायला मनाई केलेली असते, तेथे आपल्या मोटारीचे अस्तित्व सिद्ध करण्यासाठी कर्णकटू आवाज वाढवायला आपण संकोचत नाही. शिस्तीची आपल्याला किंचितही जाणीव नाही, याचे दररोज कितीतरी पुरावे पाहायला मिळतात. गोंधळ आणि बेशिस्त विकासाला मारक ठरतात.

असहकार हे आपले आणखी एक उपद्रवी वैशिष्ट्य होऊन गेले आहे. पोलिसांचे न ऐकण्यात आपला पराक्रम सामावलेला असतो. जेव्हा आपण देशाच्या स्वातंत्र्यासाठी लढत होतो, तेव्हा असहकार हे एक प्रभावी शस्त्र ठरले; परंतु स्वातंत्र्य मिळाल्यानंतरही आपली ही सवय गेली नाही. कर चुकविणे किंवा टाळणे हे तर नित्याचेच होऊन बसले आहे.

भारताच्या पुनर्बांधणीसाठी तिसरी आवश्यकता आहे ती कुटुंबनियोजनाची. जोपर्यंत आपली लोकसंख्या सध्याच्या गतीने वाढत आहे, तोपर्यंत भारत लक्षणीय प्रगती करू शकणार नाही. कुटुंबनियोजन केवळ आवश्यकच आहे, असे नसून, सरकार आणि लोक या दोघांचेही ते नैतिक कर्तव्य ठरते.

कसाबसा उदरनिर्वाह करणाऱ्या दांपत्याला सरासरीने ६.३ अपत्ये असावीत, असे मानले जाते. कारण तरच वडील ६५ वर्षांचे होईपर्यंत त्यातील एक जिवंत राहिलेले असते. कुटुंबाचा आकार मर्यादित राखण्यासाठी लहान मुलींची हत्या करण्याची अघोरी प्रथाही काही भागांत आढळून येते. कुटुंबनियोजनाचा कार्यक्रम अमलात आणण्यामध्ये अनेक अडचणी आहेत, हे तर खरेच; तरीही आपली लोकसंख्यावाढ रोखण्यासाठी सौम्य, परंतु परिणामकारक मार्ग अवलंबायला हवेत.

मी आता चौथ्या सूत्राकडे वळतो – ते म्हणजे शिक्षण. कुटुंबनियोजनाशी

शिक्षणाचा निकटचा संबंध आहे. केरळमध्ये साक्षरतेचे प्रमाण सर्वाधिक असल्यामुळे तेथे जननप्रमाण सर्वांत कमी आहे.

शिक्षण हा कोणत्याही गोष्टीचा गाभा असतो. कन्फ्यूशियसने म्हटले आहे, 'तुमच्या डोळ्यांपुढे एकच वर्ष असेल, तर बी लावा. दहा वर्षे असतील तर झाड लावा आणि शंभर वर्षे असतील तर लोकांना शिक्षण द्या.' केवळ साक्षरता पुरेशी नसते. लोकांना वाचता येणे आवश्यकच आहे; पण आपण काय वाचावे, हे त्यांना कळणे अधिक महत्त्वाचे आहे. आपल्या राज्यघटनेने शिक्षण हा विषय सामाईक यादीत समाविष्ट केलेला आहे; परंतु मूल्याधिष्ठित शिक्षण हाच साऱ्या देशाचा ध्यास व्हायला हवा. शिक्षणामध्ये सर्वोत्तमता येण्यासाठी काय केले पाहिजे, हे सुचविण्याकरिता अमेरिकन सरकारने १९८३ मध्ये एक आयोग स्थापन केला होता. त्या आयोगाने आपल्या अहवालात म्हटले आहे, 'शिक्षणाचा दर्जा सध्या इतका खालावत चालला आहे, की त्यामुळे आपल्या देशाचे भवितव्य धोक्यात येईल, अशी भीती वाटते.' आपण भारतीय लोक इतके आत्मसंतुष्ट आहोत की, आपण अशा तऱ्हेच्या परखड आत्मपरीक्षणाला तयारच होणार नाही.

घटनेचे पावित्र्य आणि प्रतिष्ठा हे पाचवे सूत्र होय. घटनेचे पावित्र्य आणि घटनेचे शब्दप्रामाण्य यांमध्ये फार मोठा फरक आहे. पाकिस्तानने धार्मिक शब्दप्रामाण्याचा अवलंब केला आहे, तर आपण धर्मनिरपेक्ष शब्दप्रामाण्याला कवटाळून बसलो आहोत.

घटना हे जणू व्याकरणाचे पुस्तक आहे, असे आपण समजतो. राज्यघटनेतील तरतुदींचा निव्वळ शाब्दिक अर्थ विचारात घेण्याने घटनेला जे मूलत: अभिप्रेत आहे, त्याची आपल्याकडून कुचेष्टाच होते. वटहुकूम काढताना किंवा राज्यपाल वा राज्यसरकारे बडतर्फ करताना घटनेवर बोट ठेवले जाते. आपल्यामध्ये वैचारिक प्रामाणिकपणाचा अभाव असल्यामुळे आम्ही घटनेनुसार वागलो, असा देखावा निर्माण करता येतो.

भारताच्या पुनर्बांधणीसाठी सहावी गोष्ट आवश्यक आहे ती समानतेची. कालबाह्य झालेल्या समाजवादापेक्षा अर्थपूर्ण समानता ही संकल्पना अगदी वेगळी आहे. भारत हा जगातला पहिला खरा समानतावादी देश व्हावा, अशी माझी इच्छा आहे. स्वत:ला समाजवादी म्हणवून घेण्यात काहीही अर्थ नाही. समृद्ध समानतेसाठी आपल्याला वैचारिकदृष्ट्या दरिद्री असलेल्या समाजवादापेक्षा वेगळा मार्ग अनुसरायला हवा. आज भारत हा आशियातील एक अत्यंत दरिद्री देश आहे. त्याने आता सर्वांत समृद्ध देश होण्याची आकांक्षा बाळगली पाहिजे आणि ती साध्य करणे त्याला

शक्यही आहे. जेव्हा तुम्ही दारिद्र्याचा तळ गाठलेला असतो, तेव्हा वर येण्यासाठी अवघे दोनच मार्ग उपलब्ध असतात- धोरणात बदल आणि धोरणात बदल. मानवी आणि भौतिक साधनसामग्रीचा सर्जनशील वापर हाच समानता निर्माण करण्याचा एकमेव उपाय होय. त्यामुळेच देशाच्या प्रगतीला वेग लाभेल, आत्मविकास घडवून आणण्याचे सामर्थ्य प्राप्त होईल, जनतेचे राहणीमान वाढेल आणि तिच्या जीवनाला गुणवत्ता प्राप्त होईल. सैद्धान्तिक समाजवादाची भाषा कोणताही निर्बुद्ध राजकारणी माणूस करू शकतो; परंतु समानता प्रत्यक्षात आणण्यासाठी बुद्धिमत्तेची, दानतीची आणि समर्पणशीलतेची आवश्यकता असते. बौद्धिक कुवतीचा अभाव असलेल्या माणसाला हे कधीच जमू शकणार नाही.

कै. घनश्यामदास बिर्ला एकदा म्हणाले होते, 'अधिक संपत्ती, अधिक रोजगार ज्याच्यामुळे निर्माण होतील, त्या प्रत्येक क्षेत्रामध्ये मला रस आहे. मी भांडवलदार आहे हे खरे; परंतु सर्वांना समान संधी देणाऱ्या, अधिक रोजगार निर्माण करणाऱ्या आणि लोकांचे राहणीमान उंचावणाऱ्या समाजवादावर माझी श्रद्धा आहे. गरिबीचे वाटप म्हणजे समाजवाद नव्हे. प्रत्येकाच्या आणि सर्वांच्या जीवनाची गुणवत्ता वाढविणे खऱ्याखुऱ्या समाजवादाला अभिप्रेत असते.'

व्यापार-उद्योगाची सामाजिक जबाबदारी हे भारताच्या पुनर्बांधणीचे सातवे सूत्र म्हणता येईल. आपल्यावर सामाजिक जबाबदारी आहे, याचे भान बड्या उद्योगसमूहांनी बाळगले, तर देशात केवढे परिवर्तन घडू येईल!

काही वर्षांपूर्वी व्यापाऱ्यांसमोर बोलताना विनोबा भावे म्हणाले होते, ''प्राचीन भारतामध्ये व्यापाऱ्यांना फार मान असे. राजाच्या खालोखाल त्यांनाच मानले जाई. लोक तेव्हा राजाला शहेनशहा म्हणत असत आणि व्यापाऱ्यांचा उल्लेख शहा म्हणून करीत. लोक जेव्हा तीर्थयात्रेसाठी निघत, तेव्हा घरातील पैसाअडका आणि दागदागिने विश्वासाने व्यापाऱ्याकडे ठेवत असत. वाटेत जर आपला मृत्यू घडून आला, तर आपण व्यापाऱ्याजवळ ठेवलेली संपत्ती आपल्या मुलाबाळांना मिळेल, याची त्यांना खात्री असे. आपण जर सुखरूप परत आलो, तर व्यापारी ती ठेव आपल्या हाती सुपुर्द करील, याचा त्यांना भरवसा वाटे.'

काही उद्योगसमूह गैरव्यवहार करीत असल्यामुळे सगळ्याच उद्योजकांकडे समाज रागाने पाहतो. प्राचीन भारतातील व्यापाऱ्यांना लाभलेला आदर आणि विश्वास संपादन करण्याचा सर्वच उद्योजकांनी आणि व्यापाऱ्यांनी संकल्प सोडला पाहिजे.

'सुगंधी आठवणी'

एका अत्यंत अनन्यसाधारण व्यक्तीसंबंधी हे एक अनन्यसाधारण पुस्तक आहे. दिलीपकुमार रॉय यांना त्यांचे असंख्य अनुयायी 'दादाजी' या आदरार्थी नावाने संबोधत असत. दादाजी जेथे जेथे गेले, तेथे तेथे त्यांनी प्रकाश आणि आनंद यांचे साम्राज्य निर्माण केले. या भूतलावर सुसंवाद, सौंदर्य आणि सौहार्द्र यांना चिरस्थान लाभावे; यासाठी ते अविरत प्रयत्नशील होते. दादाजी संत होते, तत्त्वज्ञ होते, विचारवंत होते आणि कवीही होते. बालसुलभ निरागसता त्यांनी आयुष्यभर जोपासली. जगात सर्वत्र त्यांना कमालीचा मान दिला जाई, परंतु या मोठेपणामुळे त्यांच्या मूळच्या साधेपणात किंचितही फरक पडला नाही. त्यांच्या सहवासात येणारा प्रत्येक माणूस त्यांच्या व्यक्तित्वाने प्रभावित होई, कारण ते साक्षात प्रेममूर्ती होते. चिरंतन सत्याचीच त्यांनी आजीवन उपासना केली. त्यांच्याशी परिचित होण्याचे भाग्य मला लाभले होते. त्यांच्या वृत्तीतील उदात्तता आणि महानता यांनी माझ्या अंत:करणावर कायमचा ठसा उमटविला आहे.

श्री अरविंदांना अनेक शिष्य लाभले, परंतु दादाजी त्या सर्वांमध्ये श्रेष्ठ होते. त्यांच्यापाशी प्रकांड पांडित्य असले, तरी ते सदैव विनम्रच राहिले. त्यांचे जीवन म्हणजे जगन्नियंत्याच्या चरणी वाहिलेली प्रेमाची भेट होती. माणूस जेवढा उत्तुंग होत जातो, तेवढा तो स्वत:चा कमी विचार करतो, असे म्हटले जाते. दादाजींची उत्तुंगता या प्रकारची होती.

दादाजी म्हणत, 'मोठेपणामुळे जबाबदारी वाढते' आणि आपल्या अविरत कार्याने दादाजींनी ही जबाबदारी पार पाडली. कर्म हीच साधना, अशी त्यांची धारणा होती. दादाजींनी अनेक ग्रंथ लिहिले. विचारांची झेप, आध्यात्मिक अंतर्दृष्टी आणि शैलीचे सौंदर्य हे तीनही गुण त्यांच्या लेखनात एकवटलेले असत. त्या बाबतीत श्री अरविंदांच्या खालोखाल दादाजींचे स्थान होते.

(इंदिरादेवींच्या आठवणींना लिहिलेली प्रस्तावना, १९९३.)

इंदिरादेवी 'माँ' किंवा 'दीदीजी' म्हणून संबोधल्या जात. दादाजींच्या जीवनातील विविध घटनांच्या सुगंधी स्मृती त्यांनी या पुस्तकात कथन केल्या आहेत. दादाजींची वचनेही त्यांनी उद्‌धृत केली आहेत. इंदिरादेवींनी हा ग्रंथ लिहिला नसता, तर दादाजींचे मोठेपण पुढच्या पिढ्यांना कळणे कठीण गेले असते. श्री अरविंदांच्या जीवनात 'मदर' यांचे जे स्थान, तेच दादाजींच्या जीवनात इंदिरादेवींचे. त्या दोघांमधील नात्याला वेगळेच सौंदर्य प्राप्त झाले होते. आध्यात्मिक प्रेरणेमुळे त्या सौंदर्याच्या खुलावटीत अधिकच भर पडली. इंदिरादेवींच्या शब्दात सांगायचे तर, 'गुरू आणि शिष्य, वडील आणि मुलगी, शिक्षक आणि विद्यार्थी असेच केवळ हे नाते नव्हते. दोन मित्रांमध्ये असते, तसे एकाच उद्दिष्टाच्या रोखाने एकाच मार्गावरून परिक्रमा करणाऱ्या यात्रिकांसारखे हे नाते होते.'

दादाजी आणि इंदिरादेवी प्रथम श्री अरविंद आश्रमात राहिले आणि नंतर त्यांनी पुण्याला हरिकृष्ण मंदिर सुरू केले. दादाजींच्या जीवनातील घटना त्यांना जशा आठवल्या, तशा त्या त्यांनी या पुस्तकात ग्रथित केल्या आहेत. त्यामुळे या आठवणींना उत्स्फूर्तता आणि सहजता लाभली आहे. आधी विचार करून आणि क्रम ठरवून हे लेखन झालेले नाही. १९४९ ते १९८० या ३१ वर्षांच्या कालखंडातील अनेक प्रसंग आणि दादाजींसमवेत झालेली संभाषणे आपल्याला वाचायला मिळतात. दादाजींचा सहवास लाभल्यामुळे इंदिरादेवींच्या विचारात आणि वर्तनात कसे उन्नत परिवर्तन घडून आले, याचीही आपल्याला कल्पना येते. इंदिरादेवींनी निग्रहपूर्वक विलासी जीवनाकडे पाठ केली; इतकेच नव्हे, तर दादाजींच्या सहवासात आल्यानंतर मुलांसंबंधीच्या भावबंधनातूनही त्यांनी स्वत:ला मुक्त करून घेतले. दादाजींच्या संपूर्ण समर्पणशीलतेचा आणि सत्यनिष्ठतेचा त्यांच्यावर विलक्षण प्रभाव पडला, म्हणूनच त्या पूर्वजीवनापासून दूर जाऊ शकल्या.

इंदिरादेवींची आध्यात्मिक प्रगती इतकी झालेली होती की, एखादी घटना घडण्यापूर्वी ती त्यांच्या मन:चक्षूंसमोर जशीच्या तशी उभी राही. दूर अंतरावर घडणारे प्रसंग त्यांना समोर घडल्यासारखे पाहता येत. मीराबाईंची भजने त्यांना ऐकू येत आणि समाधी अवस्थेतून बाहेर आल्यावर इंदिरादेवी त्या म्हणून दाखवत. कधी त्या एखादेच भजन गात, तर कधी भजनांमागून भजने म्हणू लागत. बुद्धिप्रामाण्यवादी माणसाच्या कल्पनेतही येऊ शकणार नाहीत, अशा गूढ शक्ती स्वर्गात आणि पृथ्वीवर वावरत असतात हेच खरे. दादाजी स्वरांच्या दुनियेमध्ये तन्मय होऊन जात, इंदिरादेवींचेही तसेच होत असे. दादाजी काय किंवा इंदिरादेवी काय, दोघेही संगीताची समूर्त रूपेच. इंदिरादेवींनी शेकडो गीते लिहिली आणि दादाजींनी ती स्वरबद्ध केली.

हिंदू आणि मुसलमान यांच्यामध्ये सुसंवाद घडून येण्याची गरज जाणवावी,

असा एक प्रसंग या पुस्तकात आहे. लाहोर येथील इस्लामिक महाविद्यालयाचे प्राचार्य दिल महम्मद यांनी गीतेचा अत्यंत उत्कृष्ट अनुवाद केला, हा दादाजींचा अभिप्राय ऐकून अनेकांना धक्काच बसेल. आपल्या उर्दू अनुवादाच्या प्रास्ताविकात दिल महम्मद म्हणतात, 'गीता हा जगातील अत्यंत मौलिक असा आध्यात्मिक ग्रंथ आहे. माणूस काय आहे, देव काय आहे, प्रेम काय आहे, ज्ञान काय आहे, कर्म कसे करावे, यांचे गीतेमध्ये अत्यंत मार्मिक विवेचन करण्यात आले आहे.'

६ जानेवारी १९८० या दिवशी दादाजींचे निधन झाले. आपला अंतकाळ जवळ आलेला आहे, हे माहीत असूनही ते नेहमीसारखेच आनंदी होते. दादाजी म्हणाले, 'माझे हात धुवा. परमेश्वराच्या चरणांना मला स्पर्श करायचा आहे.'

परमेश्वराच्या चरणी समर्पित झालेल्या व्यक्तित्वाच्या सुगंधी स्मृती या ग्रंथाच्या पानोपानी दरवळत आहेत.

■

'माझ्या आयुष्यातील दिवस'

शून्यातून स्वर्ग निर्माण करणाऱ्या एका लोकविलक्षण व्यक्तीची ही तेवढीच लोकविलक्षण जीवनकथा आहे. हरी नंदा भारतात आले, ते एक निर्वासित म्हणून. सारे काही त्यांना तिकडेच ठेवून यावे लागले होते. आज ते भारतातील दुसऱ्या क्रमांकाच्या औद्योगिक समूहाचे शिल्पकार झाले आहेत.

हरी नंदा यांनी आपल्या मातापित्यांची निवड शहाणपणाने केली. त्यांच्या वडिलांच्या अंगात साहसी वृत्ती मुरलेली होती, तशीच त्यांना मिश्कील विनोदबुद्धीही लाभली होती आणि वडिलांचे हे दोन्ही गुण त्यांच्या या थोरल्या मुलात पुरेपूर उतरले. दुर्दैवाने वडिलांना नशिबाची साथ लाभली नाही. त्या बाबतीत त्यांचे हे चिरंजीव भलतेच भाग्यवान ठरले.

हरी नंदा यांची ही जीवनकथा वाचकाला पानोपानी खिळवून ठेवते. स्पष्टवक्तेपणा, कर्तव्यनिष्ठा आणि सचोटी यांचे या पुस्तकात सतत दर्शन घडते. कोणाबद्दलही त्यांच्या मनात आकस नाही. ज्यांनी नुकतीच आपल्या आयुष्यक्रमाला सुरुवात केलेली आहे आणि त्यांना स्वत:बरोबर देशाचे भवितव्य घडवायचे आहे, अशा उत्साही युवकांना या आत्मचरित्रामुळे नक्कीच प्रेरणा मिळेल.

या आत्मनिवेदनाला एक ऐतिहासिक महत्त्वही प्राप्त झालेले आहे. एका प्राचीन देशाचे नवजात लोकसत्तेमध्ये परिवर्तन घडवून आणण्याचे महान कार्य ज्यांनी पार पाडले, अशा व्यक्तींपैकी एक जण येथे आपली कहाणी सांगत आहे. वातावरणामध्ये घडून आलेले बदल एकामागोमाग एक आपल्या डोळ्यांसमोर उभे राहतात. फाळणीच्या काळातील राक्षसी अत्याचार वाचताना माणूस किती क्रूर होऊ शकतो, याची कल्पना येते. एक निर्वासित येथे येतो, केवळ श्रद्धा आणि हिंमत एवढेच भांडवल घेऊन आणि ज्या देशाने आपल्याला आसरा दिला, त्याचे भवितव्य घडविण्यात सहभागी होतो. काहीतरी करून दाखविण्याची आस त्याला स्वस्थ बसू देत नाही. त्याच्या या प्रयत्नशीलतेवर नियती प्रसन्न होते.

(हरी नंदा यांच्या आत्मचरित्राची प्रस्तावना, १९९२.)

हरी नंदा यांच्या कार्यासंबंधी आतापर्यंत बरेच काही लिहिण्यात आले आहे. सर्वच लेखांतून त्यांचा सार्थ गौरव करण्यात आला आहे. देशाप्रमाणे परदेशांतही त्यांना अनेक सन्मान लाभले आहेत. एके काळचा हा अज्ञात निर्वासित पुढे जगातील महान व्यक्तींच्या समूहात मानमरातबाने वावरू लागला.

एक माणूस आपल्या आयुष्यात अनेक भूमिका वठवीत असतो. राजकारणाच्या दगाबाज क्षेत्रामध्येही पाऊल टाकण्याचे त्यांनी एकदा धाडस केले. गुरगाव-फरिदाबाद मतदारसंघामध्ये त्यांचा दारुण पराभव झाला; इतका की अनामत रक्कमही गमवावी लागली. सर्वसामान्य मतदाराला गुणवत्तेची मुळीच कदर नसते, हे यामुळे सिद्ध झाले. या निमित्ताने नंदा यांना सर्वसामान्य माणसाचे मानसशास्त्र कळून आले. स्वत:ला सर्वसामान्य समजणारा माणूस स्वतंत्र विचार करायला असमर्थ असतो आणि त्यामुळे लाटेबरोबर वाहत जाणेच तो पसंत करतो. मूर्ख माणसेच सत्ताधीश होतात, हा लोकशाहीचा सर्वांत मोठा दोष आहे, असे ब्राईस यांनी म्हटले आहे.

निवडणुकीत पराभव झाल्यानंतर, आपल्या त्या मतदारसंघातील काही गावे नंदा यांनी दत्तक घेतली आणि त्यांचा विकास घडवून आणला. त्यांनी तेथे रस्ते बांधले, सांडपाणी साठणार नाही अशी व्यवस्था केली, आरोग्यकेंद्रे उभारली; त्यांनी तेथे झाडे लावली आणि कूपनलिका खोदल्या. थोडक्यात सांगायचे, तर निवडणुकीला उभा राहताना राजकारणी माणूस जी भरमसाट आश्वासने देतो आणि निवडून आल्यावर विसरून जातो, ते सारे कार्य नंदा यांनी निवडणुकीत पराभव झाल्यानंतर करून दाखविले.

राज्यकर्ते आपल्या हाती असलेल्या सत्तेचा किती बेदरकार वापर करतात, याचे अत्यंत निलाजरे उदाहरण म्हणजे हरी नंदा यांच्या निवासस्थानावर आणि कार्यालयांवर घालण्यात आलेल्या धाडी. प्रत्येक भारतीयाने शरमेने खाली घालावी, असाच तो एकूण प्रकार होता.

लोकप्रशासन आणि सार्वजनिक जीवनातील नीतिमत्ता यांसंबंधी आस्था असणाऱ्या प्रत्येकाने या आत्मचरित्रातील 'कापारो' प्रकरण काळजीपूर्वक वाचले पाहिजे. लोकशाहीतील दोषांसंबंधी आवाज उठविणे हाच लोकशाही वाचविण्याचा एकमेव मार्ग होय, असे जेम्स रेस्टन यांनी म्हटले आहे. कापारो प्रकरण हा आपल्या सार्वजनिक वित्तीय संस्थांच्या इतिहासातील अत्यंत लांच्छनास्पद अध्याय होय. आपल्या देशातील सार्वजनिक जीवन केवढ्या हीन पातळीला पोचले आहे, याचे एवढे विदारक उदाहरण दुसरे सापडणे कठीण आहे. मंत्र्यांची माजोरी वृत्ती, वरिष्ठ सरकारी अधिकाऱ्यांचा निर्लज्ज नेभळटपणा आणि व्यापारी वर्गाचे स्वार्थी मौन यांचे किळसवाणे प्रदर्शन म्हणजे हे प्रकरण. कोण बरोबर आहे, हे व्यापाऱ्यांना चांगले

ठाऊक होते; परंतु सरकारी मेहेरबानीच्या आशेने ते गप्प राहिले. अशा वेळी सत्याच्या आणि न्यायाच्या बाजूने उभे राहण्याची हिंमत दाखविली ती फक्त वृत्तपत्रांनी. संपूर्ण शासकीय यंत्रणा आपल्या सर्व शक्तिनिशी एका माणसावर जबर प्रहार करीत होती. आभाळ कोसळलेले असतानाही हा माणूस नमला नाही, नरमला नाही. अडचणीच्या वेळी दुबळा माणूस आणखीच दुबळा होऊन जातो; उलट, मूळचा कणखर माणूस आणखीनच कणखर होतो. शरणागत व्हायला नकार देण्याइतके धैर्य आणि आंतरिक सामर्थ्य हरी नंदा यांच्यापाशी उदंड होते. त्यांच्या अंत:करणातील आत्मसन्मानाची चिमुकली पण प्रखर ज्योत कोणत्याही क्रूर अत्याचाराने, अधिकाऱ्यांच्या बेजबाबदार वर्तनाने किंवा न्यायदानाच्या विटंबनेमुळे विझणारी नव्हती. असंख्य अवघड अडचणींपेक्षा मुकाबला करीत अखेरीस तो एकाकी माणूस विजयी झाला.

आपले कर्मचारी आणि आपल्या भोवतालचा समाज यांच्यासंबंधीच्या जबाबदारीचे हरी नंदा यांना जेवढे भान होते, तेवढे ते इतरत्र क्वचितच दिसते. लोकांकडून तुम्हाला जे काही मिळाले आहे, याचा काहीसा भाग तुम्ही लोकांना परत केलाच पाहिजे, अशी नंदा यांची धारणा आहे. केवळ फायदा मिळविणे हे 'एस्कॉर्टस्'चे ध्येय कधीच नव्हते, असे नंदा यांनी म्हटले आहे आणि त्यांच्या या विधानाला त्यांचे टीकाकारदेखील आक्षेप घेणार नाहीत. आपल्या कामगारांना भागीदारी देऊन नंदा यांनी एस्कॉर्टस एम्प्लॉईज ॲन्सिलियरीज लि. या कारखान्याची स्थापना केली आणि औद्योगिक लोकशाहीचे दर्शन घडविले; तसेच एस्कॉर्टस् हार्ट इन्स्टिट्यूट ॲंड रिसर्च सेंटर उभारून वैद्यकीय सुविधांचा आदर्श आविष्कार घडविला. या दोन गोष्टींव्यतिरिक्त नंदा यांनी आणखी काहीही केले नसते, तरी देश त्यांचा कायमचा ऋणी राहिला असता.

उद्योगव्यवसायात गढून गेलेल्या माणसांचे घरातल्या लोकांकडे दुर्लक्ष होते. यशासाठी त्यांनी ही किंमत मोजलेली असते. आपल्याला केवढी प्रचंड किंमत चुकती करावी लागली आहे, हे अशा लोकांच्या ध्यानात येत नाही. नंदांसारख्या सद्गृहस्थाला जीवनाच्या संध्याकाळी हे तीव्रतेने जाणवले. राज ही त्यांची जीवनसहचारिणी दोन वर्षांपूर्वी निधन पावली. नंदा आज जेव्हा मागे वळून पाहतात, तेव्हा विषादाने व्यथित होऊन जातात.

नंदा यांनी नुकतीच वयाची पंचाहत्तरी पूर्ण केली. त्यांचा हा सारा कालखंड उद्यमशीलतेत व्यतीत झाला. त्या जीवनाचे विहंगमावलोकन केल्यानंतर आत्मचरित्राचा समारोप करताना ते समाधानाने लिहितात, 'या दगदगीच्या प्रवासात चांगले मित्र लाभले, हे माझे मोठेच भाग्य होय.'

■

समाजसेवेची भूमिका

मी आज जे बोलणार आहे, त्याला 'अभिभाषण' म्हणण्याऐवजी 'व्याख्यान' हा शब्द उचित ठरेल, असे मला वाटते. व्याख्यान गंभीर असू शकते, पण अभिभाषण नेहमीच जड असते. मी गंभीर बोलणार आहे, पण ते जड होऊ नये असा प्रयत्न करीन.

आणखी सात वर्षांनी आपण केवळ एका दशकाची किंवा शतकाचीच नव्हे, तर एका सहस्त्रकाची अखेरी गाठणार आहोत. आणखी काही शतकानंतर जेव्हा आजच्या काळाचा इतिहास लिहिला जाईल, तेव्हा 'करुणा आणि समाजसेवा यांचे युग' असा विसाव्या शतकाचा उल्लेख केला जाईल. चारित्र्य, सेवा आणि बंधुभाव यांची जाणीव रुजविण्याचे प्रयत्न जगभर सर्वत्र होत आहेत. समाजसेवेला वाहून घेतलेल्या संस्था आज जितक्या दिसत आहेत, तितक्या त्या पूर्वी कधीच पाहायला मिळाल्या नव्हत्या. अखिल मानवजातीच्या एकतेचे उद्दिष्ट डोळ्यांपुढे ठेवून रोटरी इंटरनॅशनल, लायन्स इंटरनॅशनल आणि जायंट्स इंटरनॅशनल अशा जागतिक पातळीवर काम करणाऱ्या स्वयंसेवी संस्था या शतकातच जन्माला आल्या.

साम्यवादाने आणि समाजवादाने अत्यंत अनुचित मार्ग अनुसरले असले, तरी गरिबांसंबंधीच्या कणवेतूनच या विचारसरणी साकार झाल्या आणि त्यांनी समानतेचा पुरस्कार केला. प्रत्येक व्यक्तीला न्याय मिळाला पाहिजे, अशी त्या विचारसणींमागची मनीषा होती.

भोवतालच्या समाजासंबंधीच्या करुणेतून आणि प्रेमातूनच समाजसेवेला प्रेरणा मिळते. अशी नि:स्वार्थ समाजसेवा आत्मप्रसिद्धीच्या मागे लागत नाही.

ओस्लो येथे १९७९ मध्ये नोबेल पारितोषिकाचा स्वीकार केल्यानंतर उत्तरादाखल बोलताना मदर तेरेसा म्हणाल्या, 'मानवाची सेवा केली की, माझ्या चित्ताला समाधान लाभते.' त्या भाषणात तेरेसा यांनी सांगितलेले दोन प्रसंग आपण कायम स्मरणात ठेवले पाहिजेत.

(पहिले लीला मूळगावकार अभिभाषण, मुंबई २० मे १९९३)

आठ मुले असलेल्या एका हिंदू भिकारणीला तेरेसा यांनी रोवळीभर तांदूळ दिले. मी पाच मिनिटांत जाऊन येते, असे ती भिकारीण म्हणाली, ती आता काय करते, हे तेरेसा पाहू लागल्या. जवळच एक मुसलमान भिकारीण बसली होती. तिचीही मुले उपाशी होती. हिंदू भिकारणीने आपल्याजवळचे थोडेसे तांदूळ त्या मुसलमान भिकारणीला दिले. भारतातील सर्वसामान्य लोकांमध्ये परस्परांसंबंधी किती जिव्हाळा जाणवत असतो, हे तेरेसा यांना या प्रसंगावरून दिसून आले.

दुसरा प्रसंग तेरेसा यांच्या शब्दांतच सांगतो, 'गटारात कित्येक दिवस पडून राहिलेल्या आणि आळ्यांनी ज्याचे अर्धे शरीर खाऊन टाकले आहे, अशा माणसाला आमच्या आश्रमात आणण्यात आले. तो म्हणाला की, रस्त्यावरील कुत्र्याचे जिणे माझ्या नशिबी आले; परंतु इतरांची सेवा करणाऱ्या देवदूताचे मरण आपल्याला यावे, अशी माझी फार इच्छा आहे. त्या माणसाच्या या विचारांमागील मोठेपणा मला जाणवला. त्याच्या वाट्याला जे किळसवाणे जीवन आले होते, त्याबद्दल त्याने कोणालाही शिव्या दिल्या नाहीत, कशाबद्दल तक्रार केली नाही. रस्त्यावर बेवारशी अवस्थेत पडलेल्या माणसाच्या मनातही मोठेपणा वसत असतो, तो हा असा.'

आता अधिकाधिक लोक आपणहोऊन समाजसेवेकडे वळत आहेत. आपल्या आयुष्यावर संपूर्ण समाजाचा अधिकार आहे, या जाणिवेतूनच ही माणसे समाजकार्य अंगिकारतात. बर्नार्ड शॉ यांचे या संदर्भातील संस्मरणीय उद्‌गार आठवा.

'उदात्त हेतूच्या पूर्ततेसाठी जीवन व्यतीत करणे, हाच आयुष्याचा खराखुरा आनंद होय. जगासंबंधी कुरकुरत बसण्याऐवजी आणि गाऱ्हाणी घोकत राहण्याऐवजी समाजाशी समरस होण्यातच समाधान साठवलेले असते. माझे जीवन संपूर्ण समाजासाठी आहे, असे मी मानतो आणि म्हणून अखेरच्या श्वासापर्यंत समाजासाठी काहीतरी करीत राहीन. मरण येईपर्यंत आपल्या शरीराचा समाजासाठी जास्तीतजास्त वापर व्हावा, अशीच माझी इच्छा आहे. जो माणूस सतत कष्ट करतो, त्यालाच दीर्घायुष्य लाभते. आपल्याला हे आयुष्य लाभले आहे, याच्याइतकी आनंदाची दुसरी कोणतीच गोष्ट असू शकत नाही. माझ्या दृष्टीने जीवन म्हणजे चटकन विझून जाणारी मेणबत्ती नव्हे. मला आयुष्य ही एक सुंदर मशाल वाटते. ती हातात घेऊन आपण चाललो आहोत, याचा आनंद काही वेगळाच असतो. ही मशाल भावी पिढ्यांच्या हाती सुपुर्द करेपर्यंत प्रकाशदायी ठरावी, असाच माझा प्रयत्न राहील.'

जगात दोन प्रकारची माणसे असतात, सरकारने आपल्यासाठी सारे काही करावे, अशी काही लोकांची अपेक्षा असते; तर काही लोक ते कार्य स्वत:च अंगावर घेतात. सरकारवर अवलंबून राहणारे लोक भलतेच स्वप्न पाहत आहेत,

असे म्हणावे लागते.

तुमच्या आयुष्यावर तुमचे नियंत्रण असल्यामुळे त्याचा उपयुक्त वापर कशा प्रकारे करायचा, हे तुमचे तुम्हीच ठरवायचे असते. तुम्ही लोकांची सेवा करू लागला, तर इतरांनाही त्याच्यापासून प्रेरणा मिळते. स्वत:व्यतिरिक्त दुसऱ्या कोणावरही कधीही अवलंबून राहू नका, या भगवान बुद्धांच्या अखेरच्या सांगण्याकडे आपले दुर्लक्ष होता कामा नये. आपण कसेही वागलो तरी चालेल; पण आपल्या शेजाऱ्याने आपल्याशी चांगलेच वागले पाहिजे, ही स्वार्थी अपेक्षा झाली.

सचोटी अधिक नि:स्वार्थी वृत्ती म्हणजे चारित्र्य. प्रसिद्धी वाफेसारखी केव्हाही उडून जाऊ शकते. लोकप्रियता लाभणे हा अपघात असतो. श्रीमंती विरून जाऊ शकते. आज जे तुमचा जयजयकार करतात, ते कदाचित उद्या तुम्हाला शिव्याशापही देतील. तुमच्यापासून कोणीही हिरावून घेऊ शकत नाही, अशी तुमच्यापाशी एकच गोष्ट आहे - ती म्हणजे तुमची दानत.

उद्योग-व्यावसायिक समाजसेवेत उतरले, तर ते आपले कार्य चांगल्या रीतीने पार पाडू शकतील. ते नेतृत्व पुरवू शकतील, यंत्रणा उभी करू शकतील, माणसे गोळा करू शकतील आणि पैशाचे पाठबळही मिळवू शकतील. या जाणिवेलाच भांडवलशाहीचे आकर्षक स्वरूप म्हणतात. केवळ पैशाकडे न पाहणारी माणसे उद्योग-व्यवसायाकडे वळली पाहिजेत. राष्ट्रीय उत्पन्नाप्रमाणे राष्ट्रीय आनंदातही त्यांनी भर घातली पाहिजे.

व्यावसायिकांनी आपले मन उन्नत केले पाहिजे. बाजारात विकायला ठेवावे, अशी ती चीज नव्हे, हे त्यांनी ओळखले पाहिजे. केवळ पैसा गोळा करीत राहिल्यामुळे कोणत्याही व्यवसायाला प्रतिष्ठा लाभू शकत नाही.

सर्वच महान विचारवंतांनी समाजसेवेची महती गायिलेली आहे. सत्ता गाजविण्यापेक्षा सेवा करणे अधिक वैभवशाली आहे, असे डॉ. आईनस्टाईन म्हणतात. तुम्ही केवळ तुमचा पैसा नव्हे, तर तुमचे कर्तृत्वही समाजासाठी राबविले पाहिजे, असा म. गांधींचा आग्रह असे. भोवताली भ्रष्टाचाराचा आणि नीतिशून्यतेचा, स्वार्थाचा आणि ऱ्हासाचा महासागर दिसून येत असतानाही भारतातील अनेक व्यक्ती मानवजातीच्या सेवेत मग्न होऊन गेल्याचे पाहायला मिळते, हे भाग्यच म्हणायला हवे. ∎

भारतातील पारशी

भारतातील पारशी लोकांच्या कार्याला जगाच्या इतिहासात तुलना सापडणे सर्वस्वी अशक्य आहे. पारशांसारख्या अल्पसंख्य समाजाने देशाच्या जीवनात अत्यंत महत्त्वाची भूमिका बजावावी, असे कोठेही, कधीही घडलेले नाही.

शंभर वर्षांपूर्वी पारशी लोकांमधील जननप्रमाण भारतात सर्वांत अधिक होते. १९४१ च्या जनगणनेप्रमाणे त्या वेळी भारतात १ लाख १४ हजार ८९० पारशी राहत होते; परंतु गेल्या ५० वर्षांत या संख्येत घट होत गेली. आज जगभरच्या एकूण पारशी लोकांची संख्या १ लाखाच्या आसपास आहे. त्यांपैकी ७० हजार पारशी भारतात राहतात, १८ हजार इराणमध्ये, ३ हजार पाकिस्तानमध्ये आणि युरोप, अमेरिका, आफ्रिका आणि पूर्व आशिया मिळून १५ हजार राहतात.

दुसऱ्या देशातील निर्वासित म्हणून पारशी भारतात आले. इराण, अरब मुसलमानांनी जिंकून घेतल्यावर सात जहाजांतून पारशांनी भारताचा किनारा गाठला. पारशी येथे इ. स. ९३६ मध्ये आले, की त्याच्या अगोदर आले, यासंबंधी बरेच मतभेद आहेत. ते प्रथम संजान येथे उतरले आणि तेथील जदीराणा या हिंदू राजाने त्यांना आश्रय दिला.

१८ व्या शतकापर्यंत पारशी लोक इतर समाजापासून आपले वेगळे अलिप्त जीवन जगत होते. देशात घडणाऱ्या घटनांशी त्यांनी आपला संबंध येऊ दिला नाही. अठराव्या शतकाच्या अखेरीला पारशी लोकांनी शहरांकडे स्थलांतर केले आणि आता तर ९४ टक्के पारशी शहरांमध्येच राहत आहेत. १७८० मध्ये मुंबई शहराची लोकसंख्या ३३ हजार ४४४ होती. त्यांपैकी ३०८७ (९.२ टक्के) पारशी होते. आज भारतात असलेल्या ७० हजार पारशांपैकी ४५ हजार पारशी एकट्या मुंबई शहरात राहत आहेत.

शिक्षण आणि व्यवसाय, सामाजिक सुधारणा, आर्थिक विकास आणि राजकारण अशा चार क्षेत्रांमध्ये पारशी लोकांनी पुढाकार घेतला.

(आकाशवाणी, २३ ऑगस्ट १९९३.)

१८५७ मध्ये मुंबई विद्यापीठाची स्थापना झाल्यानंतर पारशी लोकांच्या जीवनात नवा अध्याय सुरू झाला. उद्योग व्यवसायामध्ये आणि उच्च शिक्षणाच्या क्षेत्रामध्ये त्यांनी आपले प्रभुत्व प्रस्थापित केले. शिक्षणप्रसाराच्या आणि उद्योगधंद्यांच्या विकासामध्ये त्यांनी पुढाकार घेतला. मुंबईतील एल्फिस्टन महाविद्यालयामध्ये गणिताचे प्राध्यापक म्हणून १८५२ मध्ये दादाभाई नौरोजी यांची नियुक्ती करण्यात आली. त्या महाविद्यालयातील ते पहिलेच भारतीय प्राध्यापक होते. १८९८ मध्ये मुंबईतील शंभर वकिलांपैकी ४६ वकील आणि ७३ कायदेशीर सल्लागारांपैकी ४० सल्लागार पारशी होते. त्या वर्षी मुंबई प्रांतातील माध्यमिक शाळांमधील १७ मुख्याध्यापकांपैकी ७ पारशी होते. १८९१ मध्ये मुंबई प्रांतात ७ भारतीय शल्यविशारदांची नेमणूक करण्यात आली. त्यांपैकी ६ पारशी होते. ५२ वैद्यकीय सहायकांपैकी (इंग्रज धरून) २३ पारशी होते. मुंबई प्रांतामध्ये १८९८ मध्ये जे १२ वरिष्ठ भारतीय अधिकारी होते, त्यांच्यापैकी ४ जण पारशी होते.

समाजसुधारणेच्या क्षेत्रातही पारशी समाजाने पुढाकार घेतला. १८४८ मध्ये तरुण सुधारकांनी दादाभाई नौरोजी यांच्या नेतृत्वाखाली 'स्टुडंट्स लिटररी अँड सायंटिफिक सोसायटी' स्थापन केली. मुंबईतील नागरिकांच्या शिक्षणाचा दर्जा वाढावा, म्हणून शालेय सुविधा सर्वत्र उपलब्ध करून देणे हे या संस्थेचे प्रमुख उद्दिष्ट होते. साक्षरता आणि ज्ञान यांचा प्रसार होण्यासाठी अनेक स्वयंसेवी शिक्षक या संस्थेच्या कार्यासाठी आपला वेळ देत असत. मुलींमध्ये शिक्षणप्रसार होणे अत्यंत आवश्यक आहे, हे या संस्थेला जाणवले. स्त्रीशिक्षणाच्या बाबतीत इतर सर्व समाजांच्या तुलनेने पारशी समाज प्रारंभापासून आघाडीवर राहिला.

कामगार कल्याणाच्या क्षेत्रामध्ये जमशेटजी टाटा यांनी आणि त्यांच्या कारखान्यांनी अनेक नव्या गोष्टींची पायाभरणी केली. फॅक्टरी अॅक्ट, एम्प्लॉईज प्रॉव्हिडंड फंड अॅक्ट, एम्प्लॉईज स्टेट इन्शुरन्स अॅक्ट, वर्कमेन्स कॉम्पेन्सेशन अॅक्ट, पेमेंट ऑफ बोनस अॅक्ट आणि पेमेंट ऑफ ग्रॅच्युईटी अॅक्ट या आजच्या सर्व कामगारविषयक कायद्यांचा उगम टाटांच्या कारखान्यात झाला.

अत्यंत अल्पसंख्य असूनही, देशाच्या विकासामध्ये आणि वाढीमध्ये पारशी लोकांनी मोलाची कामगिरी बजावली. कारखाने, व्यापार आणि बँका या तिन्ही क्षेत्रांचे धुरीणत्व त्यांच्याकडेच होते. १९०५-०६ या आर्थिक वर्षामध्ये ज्यांचे वार्षिक उत्पन्न एक लाख रुपयांहून अधिक होते, अशा मुंबईतील नागरिकांमध्ये ७ हिंदू, ६ पारशी आणि ४ मुसलमान होते. दावर नावाच्या पारशी गृहस्थांनी १८५४ मध्ये मुंबई येथे वाफेच्या यंत्रावर चालणारी पहिली सूतगिरणी सुरू केली. पारशी लोकांनी स्वतःही पैसा मिळविला आणि इतरांच्या समृद्धीलाही चालना दिली.

१८६४ च्या मुंबईतील जनगणनेत एकाही पारशी भिकाऱ्याची नोंद नव्हती.

दुर्दैवाने आज या समाजाची आर्थिक व्यवस्था केविलवाणी झालेली आहे. उपलब्ध साधनसामग्रीचा कसा वापर करायचा, यासंबंधीचे एखाद्या समाजाने आपले शहाणपण गमावले की, तो केवढ्या अवनत अवस्थेला येऊन पोचतो, याचे हे उदाहरण आहे.

जमशेटजी टाटा यांनी भारतातील तंत्रवैज्ञानिक युगाचा प्रारंभ केला. पं. जवाहरलाल नेहरू यांनी जमशेटजींचे 'एकसदस्य नियोजन आयोग' असे वर्णन केले होते. जमशेटजींनी भारताच्या औद्योगिक विकासाचा पाया घातला. बराच आर्थिक धोका पत्करून त्यांनी मोठमोठे कारखाने उभारले. या कारखान्यांचे स्वरूप असे होते की, प्रत्यक्ष उत्पादन सुरू व्हायला काही वर्षे लागायची. जमशेटजी एवढ्यावरच थांबले नाहीत. देशामध्ये शास्त्रज्ञ, अभियंते आणि अन्य तंत्रवैज्ञानिक निर्माण व्हावेत, म्हणून तंत्रविज्ञानाच्या शिक्षणसंस्था त्यांनी स्थापन केल्या आणि बुद्धिमान तरुणांसाठी शिष्यवृत्त्यांचीही तरतूद केली. तंत्रविज्ञानाच्या क्षेत्रात भारताने प्रगती करणे किती आवश्यक आहे, याचे जमशेटजी टाटा यांना जेवढे भान होते, तेवढे ते अन्य कोणीही दाखविले नाही. बंगलोरची इंडियन 'इन्स्टिट्यूट ऑफ सायन्स' ही संस्था जमशेटजींच्या दूरदृष्टीचे भव्य प्रतीकच ठरते. संपूर्ण भारतात ते आद्य उद्योजक होते, याविषयी संशय नाही. या महान देशाने पारशी समाजावर, त्या समाजाला येथे आश्रय देऊन एक हजार वर्षांपूर्वी जो उपकार केला होता, त्याची जमशेटजी टाटा यांनी एकट्याने परतफेड केली.

राजकारणातही पारशी नेत्यांनी महत्त्वपूर्ण भूमिका बजावली. १९८० पूर्वी हाऊस ऑफ कॉमन्सवर अवघे तीनच भारतीय निवडून गेले होते आणि ते तिघेही पारशी होते - दादाभाई नौरोजी, मंचरजी भावनगरी आणि शापूरजी सकलातवाला.

भारतातील त्या अत्यंत चिमुकल्या समाजाने भारताच्या समृद्धीतच समाधान मानले. स्वत:साठी विशेषाधिकारांची किंवा राखीव जागांची कधीही मागणी केली नाही.

दादाभाई नौरोजी हे खरोखरच अत्यंत भव्य व्यक्तिमत्त्व होते. आपण पारशी आहोत, यापेक्षाही आपण भारतीय आहोत, याचा त्यांना अभिमान वाटे. त्यांच्याच शब्दात सांगायचे तर, 'मी हिंदू, मुसलमान, पारशी, ख्रिस्ती किंवा अन्य कोणत्याही धर्माचा असो, मी सर्वप्रथम भारतीय आहे. आमचा देश भारत; आमचे राष्ट्रीयत्व भारतीय.'

पारशी समाज भारताशी संपूर्णपणे समरस झाल्याचे आणखी एक उदाहरण म्हणजे सर फिरोजशहा मेहता. भारतीय उपखंडाचे उज्ज्वल भवितव्य घडविणाऱ्या वाटचालीमध्ये फिरोजशहा सदैव अग्रभागी राहिले. ते म्हणत, 'आपल्या जन्मभूमीशी जो पारशी इमान राखतो, तोच खरा आणि चांगला पारशी होय. मुसलमान किंवा हिंदू यांच्याबाबतही असेच म्हटले पाहिजे. या भूमीच्या सर्व सुपुत्रांना आपले बांधव

मानणे हेच प्रत्येकाचे कर्तव्य ठरते.'

गेल्या शंभर वर्षांत पारशी समाजाने अनेक आंतरराष्ट्रीय ख्यातीच्या व्यक्तींना जन्म दिला – त्यांपैकी जमशेटजी टाटा यांचा उल्लेख मी अगोदरच केलेला आहे. भारतातील अणुऊर्जा कार्यक्रमाचे जनक डॉ. होमी भाभा आणि संगीतातून ब्रह्मानंद मिळविणारे ज्येष्ठ संगीतज्ज्ञ झुबीन मेहता ही दोन आणखी मोठी नावे. आता प्रश्न असा निर्माण होतो - पारशी लोक आपले सुवर्णयुग भूतकाळातच पाहत राहणार आहेत, का भविष्यकाळातही आम्ही ते निर्माण करू, अशी जिद्द दाखविणार आहेत? या प्रश्नाचे उत्तर त्यांच्याच हातात आहे. आपला आर्थिक, सांस्कृतिक आणि सामाजिक विकास घडवून आणून महान व्यक्ती निर्माण करण्याची परंपरा जतन करायची; का वैभवशाली भूतकाळ, चिंताजनक वर्तमानकाळ आणि अंधकारमय भविष्यकाळ असे सध्याचे स्वरूप टिकवून धरायचे, याचा निर्णय करण्याची जबाबदारी सर्वस्वी पारशी समाजातील आजच्या पिढीवर येऊन पडली आहे.

■

१६

सुजाण लोकशाही का निर्बुद्ध
कळपशाही?

वाया गेलेल्या कालखंडावर दृष्टिक्षेप

भूतकाळात समाविष्ट झालेल्या घटना विस्मृतीत विरून जाऊ नयेत; म्हणून त्यांचे अधूनमधून, आवर्जून, लक्षपूर्वक स्मरण करणे आवश्यक होऊन बसते. जे देश आपला भूतकाळ विसरतात, त्यांना तो पुन्हा भोगण्याची शिक्षा सहन करावी लागते.

इतिहास नदीसारखा असतो, असे प्रसिद्ध फ्रेंच इतिहासकार फर्नांड ब्रॅंडेल यांनी म्हटले आहे. नदी आपल्या पृष्ठभागावरून वेगाने वाहत असते आणि तो भाग आपल्या नजरेसमोरून दूर होतो; परंतु खालून जो प्रवाह वाहत असतो, तो अत्यंत संथगती असतो आणि तो लवकर बदलतही नाही; परंतु नदीचा खरा महत्त्वाचा भाग तोच असतो, कारण त्यामुळेच संपूर्ण नदीला गती लाभलेली असते. पृष्ठभागावरचा द्रुतगतीने वाहणारा प्रवाह दररोज अज्ञातात विलीन होऊन जातो. दररोज रात्री अशाच शांतपणे वाहणाऱ्या प्रवाहाचा तळ 'टाइम्स ऑफ इंडिया'ने आपल्यापुढे येथे उभा केला आहे. चिरकालीन महत्त्वाच्या घटनांचे प्रतिबिंब आपल्याला या आरशात पाहायला मिळते.

या ग्रंथामध्ये ८० वर्षांवर दृष्टिक्षेप टाकण्यात आलेला आहे. (स्वातंत्र्यपूर्व काळातील) पहिल्या ४० वर्षांमध्ये स्वराज्याची तहान सुराज्याने भागणार नाही, असे आपण म्हणत होतो. पुढच्या ४० वर्षांत स्वराज्य हा सुराज्याला पर्याय होऊ शकत नाही, याची आपल्याला तीव्रतेने जाणीव झाली. अत्यंत अल्पबुद्धीने या जगाचा कारभार चालविला जातो, असे काऊंट ओक्सेन्टिएर्ना यांनी म्हटले आहे.

एच. एल. मेन्केन यांनी अमेरिकन लोकशाहीचे वर्णन 'कळपशाही' असे केले आहे. निर्बुद्ध मानवांचा प्रचंड कळप हे राज्य चालवीत असतो. शहाणपणाने राज्य करावे, एवढी त्यांच्यापाशी बौद्धिक क्षमता नसते. तसा जबाबदार राज्यकारभार करण्यात त्यांना स्वारस्यही असत नाही. लोकशाहीचे हे असे विदारक वर्णन एखाद्याला अवमानकारक वाटेल; परंतु तुम्ही जसजसा हा ग्रंथ वाचत जाल,

---

('व्ह्यू पॉईंट' या टाइम्स ऑफ इंडियाच्या प्रकाशनाचे प्रास्ताविक, १९९२.)

तसतशी आपली एकामागून एक सरकारे स्वस्तात मिळणाऱ्या लोकप्रियतेला कशी बळी पडली, हे तुम्हाला कळून येईल. देशाला सुयोग्य नेतृत्व देण्याची जबाबदारी पार न पाडण्याचा अपराध केलेल्या या सरकारांना कळपशाही म्हणून संबोधिले, तर ती त्यांची बदनामी होऊ शकत नाही. 'सत्यमेव जयते' हे ज्या देशाचे राष्ट्रीय ब्रीदवाक्य आहे, तेथे तर खरे बोलणे हा गुन्हा ठरू नये.

अत्यंत महत्त्वाच्या घटनांची अखंड मालिका या ग्रंथामध्ये प्रभावीपणे शब्दबद्ध करण्यात आलेली आहे. प्रत्येक लेखावर त्या लेखकाच्या शैलीचा स्वतंत्र ठसा उमटलेला आहे. लोकांना प्रेरणा देणारे, जनमत संघटित करणारे, कर्तृत्ववान नेते येथे आपल्याला भेटतात; तसेच देशाच्या इतिहासाला आकार देणारे आणि त्याचे भवितव्य घडविणारे प्रसंग येथे नोंदण्यात आले आहेत. मध्यम पल्ल्याचे क्षेपणास्त्र सोडू शकणाऱ्या, परंतु चार कोटी कुटुंबांना उदरनिर्वाह पुरवू न शकणाऱ्या देशासाठी हे सारे लेखन करण्यात आले आहे. कै. डॉ. ह. धी. सांकलिया यांच्या शब्दात सांगायचे, तर 'येथे भूतकाळ वर्तमानाबरोबर नांदत असतो.'

भूतकाळातील गंध आणि रंग, तसेच दीर्घ काळ स्मृतीत रेंगाळणारे क्षण या सगळ्यांना येथे चांगले स्थान लाभले आहे. ही मानवी सहनशीलतेची, जीवनाशी अपरिहार्यपणे निगडित असलेल्या आशयाची कहाणी आहे. मानवी इतिहासाचा वेग, त्या प्रवाहाने घेतलेली वळणे, त्याचे चढ-उतार यांचे येथे दर्शन घडते. युद्धांच्या कहाण्या पराक्रमाचे आणि क्रूरतेचे अनुभव जिवंत करतात. स्टॅलिनचे निधन, रशियामध्ये मुक्ततेला मिळू लागलेली मोकळीक, चीनबरोबरचे युद्ध, राजकीय क्षेत्रातील उलथापालथी यांचा पट आपल्यासमोर उलगडला जातो. धार्मिक विद्वेषाची देशाच्या फाळणीत झालेली परिणती, त्या काळातील हिंसाचार, आणीबाणीची काळी रात्र अशा अनेक न विसरता येणाऱ्या घटनांचा हा ओझरता आढावा आहे. वैभवशाली वारसा लाभलेल्या या देशाला अजूनही राष्ट्रीय अस्मिता गवसलेली नाही. निसर्गसंपत्तीच्या बाबतीत समृद्ध असलेल्या या देशाला पोथीनिष्ठ समाजवादाने दरिद्री बनवून ठेवले आहे.

या जगात सर्वस्वी नवीन असे काहीही नसते, हे दोन हजार वर्षांपूर्वीचे सांगणे आजही तितकेच खरे आहे, याची प्रचीती या ग्रंथावरून येते. कित्येक प्रश्न अनेक दशके तसेच भेडसावत आलेले आहेत. गरिबी आणि बेकारी यातून अजूनही भारताची सुटका झालेली नाही. महानगरांमध्ये समृद्धीच्या तुरळक हिरवळी दिसत असल्या, तरी छोट्या शेतकऱ्यांच्या आणि ग्रामीण कष्टकऱ्यांच्या आयुष्याची परवड थांबलेली नाही.

ज्यांनी हा सारा कालखंड अनुभवला आहे, त्यांनी आणि भविष्यकाळाचा वेध घेण्याची ज्यांची इच्छा आहे, अशांनीही हा ग्रंथ अवश्य वाचला पाहिजे, अशी

शिफारस करावीशी वाटते. तुम्हाला कोणत्याही विषयाची विशेष आवड असो, हा ग्रंथ प्रत्येकालाच मौलिक मेजवानीसारखा वाटेल. एकदा तुम्ही तो वाचायला घेतला, की पूर्ण वाचून झाल्याशिवाय तुम्हाला स्वस्थ बसवणार नाही.

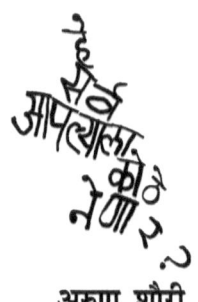

हे सर्व आपल्याला कोठे नेणार?

अरुण शौरी

अनुवाद

अशोक पाथरकर

"आग लागलेल्या घरात गडबड व गोंधळ माजतो. चौकीदार आणि इतर लोक आग विझवण्यात गुंतलेले असताना घरातील वस्तू चोरण्याची संधी चोर साधू शकतो... युद्धकाळात संकटाला तोंड देणारा किंवा घसरणीला लागलेला देश अगदी त्या आग लागलेल्या घरासारखा असतो. अशा स्थितीतील देशावर हल्ला केल्यास अर्ध्या प्रयत्नात दुप्पट यश मिळते...."
'The Wiles of '

"जेव्हा अधिकाऱ्यांमध्ये गटबाजी होते, प्रत्येक जण आपल्या मित्राला वर आणण्याच्या प्रयत्नात असतो, चांगल्या व हुशार लोकांना डावलून बदमाश लोकांच्या नियुक्त्या करतो, स्वतःच्या फायद्यासाठी लोकांकडे पाठ फिरवतो, सहकाऱ्यांना बदनाम करतो – ह्याला अंदाधुंदीचा 'उगम' म्हणतात.
"जेव्हा कारस्थानी दुष्ट लोकांना शक्तिशाली घराणी गोळा करतात, तेव्हा ते कोणतेही अधिकारपद नसतानासुद्धा प्रख्यात होतात आणि त्यांच्या ताकदीमुळे लोक चळाचळा कापतात. लोकांची बारीक-सारीक कामे करून ते झाडाला विळखा घालणाऱ्या वेलीप्रमाणे त्यांना कायमचे अंकित करून घेतात; अधिकारपदावरील लोकांचे अधिकार बळकावून सामान्य माणसाला नाडतात. देशात गदारोळ माजतो, पण सरकारी मंत्री तो झाकून ठेवतात आणि त्याची माहिती देत नाहीत – ह्याला अंदाधुंदीचे 'मूळ' म्हणतात.
"जेव्हा चांगल्या लोकांना 'चांगले' म्हणून मान्यता दिली जाते, पण त्यांना पदोन्नती दिली जात नाही; जेव्हा दुष्ट लोकांना ओळखूनसुद्धा बाहेर काढले जात नाही; जेव्हा भ्रष्टाचारी सत्तेत असतात आणि चांगल्या लोकांना देशोधडीला लावले जाते; तेव्हा देशाचे भयानक नुकसान होते."
'The Book of Three Strategies'